माय कझिन रेशेल हे हुबेहूब चित्रण आहे, एका गूढ स्त्रीचे. ती कदाचित देवदूत असेल किंवा सैतानही, परंतु ती तुमच्या आठवणीत कायमची राहील. हुबेहूब चित्रण करणाऱ्या, झपाटून सोडणाऱ्या, गोष्ट सांगणाऱ्या, आत्ताच्या आधुनिक, गूढ वातावरण निर्माण करणाऱ्या लेखिकेने हे चित्रण केलेय.

डॅफने द्यू मोरियेर- या कथाकथन करणाऱ्या लेखिका आहेत, त्यांचा मुख्य हेतू आहे- तुम्हाला जादूने भारून टाकायचा आणि फसवायचा! 'माय कझिन रेशेल'मध्ये त्या दोन्ही करतात...

दी न्यूयॉर्क टाइम्स

ती देवदूत होती की सैतान

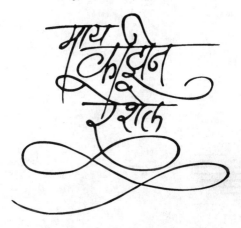

माय कझिन रेशेल

डॅफने द्यू मोरियेर

अनुवाद

स्नेहल जोशी

मेहता पब्लिशिंग हाऊस

My Cousin Rachel by Daphne du Maurier

© 1951, 1952 by Daphne du Maurier

Translated in Marathi language by Snehal Joshi

माय कझिन रेशेल / अनुवादित कादंबरी

अनुवाद : स्नेहल जोशी, श्रीराम ज्योती अपार्टमेंट, मेहेंदळे गॅरेज जवळ,
कर्वे रोड, एरंडवणा, पुणे – ४११ ००४

मराठी अनुवादाचे व प्रकाशनाचे हक्क मेहता पब्लिशिंग हाऊस, पुणे ३०

प्रकाशक : सुनील अनिल मेहता, मेहता पब्लिशिंग हाऊस, १९४१, सदाशिव पेठ,
माडीवाले कॉलनी, पुणे – ४११ ०३०

मुद्रक : स्पेक्ट्रम ऑफसेट, डी-२/४, सत्यम इस्टेट, सीडीएसएसच्या मागे,
एरंडवणे, पुणे – ४११ ००४

मुखपृष्ठ : चंद्रमोहन कुलकर्णी

प्रथमावृत्ती : नोव्हेंबर, २०१०

किंमत : ₹ ३००/-

ISBN 978-81-8498-175-9

१

पूर्वीच्या काळी ते फोर टर्निंगच्या चौकात माणसांना फाशी द्यायचे. आता मात्र खुन्याला त्याच्या गुन्ह्याची शिक्षा होते ती बोडमिनला, तेसुद्धा त्याच्या अझिझच्या कोर्टात खटला झाल्यावर आणि फाशीपूर्वी त्याच्या सदसद्विवेकबुद्धीने तो आधीच मेला नसेल तर! पण हे सर्व ठीक आहे, ते एखाद्या शस्त्रक्रियेसारखे आहे. त्या मृतदेहाला व्यवस्थित दफनही केले जाते, अर्थात त्याच्या थडग्यावर नाव नसते.

मी लहान असताना मात्र हे असे नव्हते. मी लहान मुलगा होतो त्यावेळी एका फाशी गेलेल्या माणसाला त्या चार रस्त्याच्या चौकात फाशीच्या साखळीवर लोंबकळताना पहिल्याचे मला आठवते. त्याच्या देहाला, तो देह टिकावा म्हणून डांबर फासून काळे केलेले होते. तो तिथं पाच आठवडे टांगलेला होता. त्यानंतर त्याला खाली काढण्यात आले होते. मी त्याला पाहिले ते चौथ्या आठवड्यात.

तो आकाश आणि पृथ्वीच्यामध्ये वधस्तंभावर टांगलेला होता. माझा चुलतभाऊ म्हणाला त्याप्रमाणे तो स्वर्ग आणि नरक ह्यामध्ये लोंबकळत होता. ॲम्ब्रोसने त्या देहाला काठीने ढोसले. तो देह वाऱ्यावर पवनचक्कीच्या पंख्यासारखा त्या गंजलेल्या मोठ्या खिळ्यांवर हलत होता, हे मी आताही बघू शकतो. त्या माणसाचे आता नुसते बुजगावणे उरलेले होते. पावसाने जरी त्याचा देह कुजलेला नव्हता तरी त्याची विजार कुजलेली होती आणि एखाद्या भिजलेल्या कागदासारखे त्याच्या सुजलेल्या देहावरून लोकरीच्या कापडाचे तुकडे खाली पडत होते.

तो हिवाळा होता आणि कोणी एका चेष्टेखोर माणसाने त्याच्या फाटलेल्या बंडीवर तुरा लावलेला होता. माझ्या त्या सात वर्षांच्या वयात ते कृत्य मला फारच भयंकर वाटले होते, परंतु मी काहीच बोललो नव्हतो. ॲम्ब्रोसने मला तिथं काहीतरी हेतू मनात ठेवून नेले होते, कदाचित तो माझी मानसिक ताकद अजमावत असावा. मी पळून तर जाणार नाही ना, किंवा मी हसेन-रडेन, हे त्याला पाहायचे असेल. तो म्हणजे- माझा बाप, माझा भाऊ, माझा सल्लागार- खरं सांगायचे तर माझे सर्व

विश्वच. तो माझी परीक्षा घेत होता. आम्ही त्या वधस्तंभाभोवती फिरल्याचे मला आठवते. ॲम्ब्रोस त्यावेळी हातातील काठीने तो देह ढकलत होता, त्याला ढोसत होता. मग तो थांबला आणि त्याने त्याचा पाईप पेटवला आणि माझ्या खांद्यावर त्याने हात ठेवला.

"हे बघ फिलीप," तो म्हणाला, "आपल्या सर्वांची शेवटी हीच गत होते. काही रणांगणावर, काही बिछान्यात आणि इतर- त्यांच्या नशिबात जसे लिहिले असेल त्याप्रमाणे... ह्यातून सुटका नाही. हा धडा तुम्ही लहान असताना शिकत नाही, पण ह्या तऱ्हेनेच व्यक्ती मरते, म्हणून तुझ्या माझ्यासारख्या माणसाला नेमस्तपणे आयुष्य जगण्यासाठी हा एक इशारा दिलेला आहे." आम्ही दोघं एकमेकांच्या शेजारी उभे राहून तो देह हलताना पाहात होतो. जणू काही बोडमिनच्या जत्रेत आम्ही सहलीला गेलो होतो आणि तो देह ही नारळ मारण्यासाठी उभी केलेली सॅली होती.

"बघ, क्षणाचा राग माणसाला कुठे पोहोचवतो ते." ॲम्ब्रोस म्हणाला, "हा टॉम जेंकी आहे. तसा तो प्रामाणिक आणि बावळट होता, पण तो खूप प्यायला की मग मात्र... त्याची बायको खूप कडक होती हे खरं आहे, पण म्हणून काही तिला ठार मारणे योग्य नव्हते. जर बायकांना त्यांच्या तोंडाळपणामुळे कुणी मारायला लागले तर सर्व पुरुष खुनी ठरतील."

त्याने त्या फाशी गेलेल्या माणसाचे नाव सांगितले नसते तर बरे झाले असते. त्या क्षणापर्यंत तरी त्या लटकणाऱ्या मृत देहाची ओळख नव्हती. आता मात्र तो देह मेलेल्या आणि भयानक अवस्थेत माझ्या स्वप्नात येणार होता. ही गोष्ट जेव्हा प्रथम माझ्या डोळ्यांनी मी त्या वधस्तंभाकडे पाहिले, त्याचवेळी माझ्या लक्षात आली होती. आता मात्र तो देह वास्तवतेशी आणि धक्क्यावर मासे विकणाऱ्या आणि ज्याच्या डोळ्यातून नेहमी पाणी वाहतं अशा त्या टॉम जेंकीशी जोडला जाणार होता. उन्हाळ्यात तो आपली टोपली बाजूला ठेवून पायऱ्यांशी उभा असायचा आणि तो धक्क्यावर त्याचे जिवंत लॉबस्टर मासे रेंगत ठेवायचा. त्यांची ती चालणारी शर्यत पाहून मुलांना हसू यायचे. त्याला पाहिल्याला काही फार काळ लोटला नव्हता.

"मग?" माझ्याकडे निरखून पाहत ॲम्ब्रोस म्हणाला, "तुला त्याच्याबद्दल काय वाटते?"

मी माझे खांदे उडवले आणि त्या वधस्तंभाच्या खालच्या बाजूला लाथ मारली. मला त्याच्याबद्दल काही वाटत होते... मला मनातून वाईट वाटत होते, भीतीही वाटत होती पण मला हे ॲम्ब्रोसला कळायला नको होते. तो मग माझा तिरस्कार करील. सत्तावीस वर्षांचा ॲम्ब्रोस हा सर्व निर्मितीचा देव असल्यागत मला वाटायचा.

निदान माझ्या संकुचित जगाचा तो नक्कीच देव होता. त्याच्यासारखे व्हायचे हा माझ्या जीवनाचा एकच उद्देश होता.

"जेव्हा मी त्याला मागच्या वेळी पाहिले तेव्हा टॉमचा चेहरा चांगलाच उजळ होता." मी म्हणालो, "आता मात्र लॉब्स्टर्सना आमिष म्हणून लावायला तो तेवढा ताजा नाही."

ॲम्ब्रोस हसला आणि त्याने माझे कान ओढले. "हा माझा खरा मुलगा तर!" तो म्हणाला, "अगदी एखाद्या तत्त्ववेत्त्यासारखे बोललास की!" आणि मग तो अचानक काहीतरी जाणून म्हणाला, "तुला जर ढवळल्यागत वाटत असेल तर त्या कुंपणाच्या मागे जा आणि ओक आणि हे लक्षात घे की मी तुला ओकताना पाहिलेले नाही."

त्याने त्या उंच वधस्तंभाकडे आणि त्या चौरस्त्याकडे पाठ केली आणि त्यावेळी तो लावत असलेल्या वृक्षाच्छादित वाटेकडे झपझप पावले टाकीत तो गेला. ही वाट जंगलातून येत होती आणि घराकडे येण्यासाठी हा दुसरा एक गाडी रस्ता होणार होता. ॲम्ब्रोस गेल्यामुळे मला आनंदच झाला कारण मी त्या कुंपणापर्यंत वेळेवर पोहोचलोच नाही. ओकारी झाल्यावर मला बरे वाटले. माझे दात मात्र वाजत होते आणि मी गारही पडलो होतो. टॉम जेंकीची पुन्हा ओळख उरली नव्हती. आता तो जुन्या पोत्यासारखा अचेतन देह उरला होता. मी जे दगड फेकले त्याचे तो आता लक्ष्य ठरला होता. तो देह हलेल म्हणून मी वर धीर करून पाहिले पण काहीही घडले नाही. तो दगड त्या चिंब भिजलेल्या कपड्यावर आदळला आणि मग खाली पडला. माझ्या कृत्याची मला लाज वाटली आणि मी घाईने त्या नव्या वाटेवरून ॲम्ब्रोसला शोधत धावत सुटलो.

हे सर्व अठरा वर्षांपूर्वी घडले होते आणि माझ्या आठवणींप्रमाणे मी त्यानंतर गेले काही दिवस सोडले तर त्याचा कधी विचारच केला नव्हता. महा भयंकर अशा आणीबाणीच्या वेळी मन पुन्हा बालपणाकडे वळते. काही असो, मी त्या बिचाऱ्या टॉम जेंकीचा आणि तो तिथं साखळीने कसा लोंबत होता त्याचा विचार करत आहे. मी त्याची बाजू कधीच ऐकली नव्हती आणि आता ती फार थोड्या लोकांना आठवत असेल. त्याने आपल्या बायकोचा खून केला होता. निदान ॲम्ब्रोस तरी तसे म्हणाला होता हे एवढंच होते. ती भयंकर तोंडाळ होती पण ही काही तिचा खून करण्यासाठी सबब नक्कीच नव्हती. कदाचित तो दारुड्या असल्यामुळे त्याने त्या झिंगेत तिला ठार मारली असावी, परंतु कसे? आणि कोणत्या हत्याराने? त्याने तिला सुरा मारला होता की हाताने तिचा गळा घोटला होता? बहुधा टॉम त्या धक्क्यावरील खानावळीतून त्या हिवाळ्यातील रात्री लडखडत प्रेम आणि ज्वर ह्याने पेटून घरी आला असावा. ती भरतीची वेळ होती. पायऱ्यांवर लाटा आदळत होत्या.

पौर्णिमा होती. चंद्राचा प्रकाश पाण्यावर पडलेला होता. त्याच्या अशांत मनात काय स्वप्नं होती आणि अचानक कोणत्या वेडाने त्याला पछाडले होते?

चर्चच्या मागे असलेल्या झोपडीकडे एक निस्तेज, डोळ्यांना पू आलेला आणि अंगाला लॉब्स्टर माशांचा वास येत असलेला टॉम कसाबसा पोहोचला असावा. त्याच्या बायकोने, ओल्या पावलाने घरात आल्याबद्दल त्याला फटकारले असावे आणि म्हणून त्याने तिचा जीव घेतला असावा. कदाचित त्याची ही बाजू असेल. जर मृत्यूनंतर मागे काही जीवन राहत असेल- निदान आपल्याला असा विश्वास ठेवायला शिकवले आहे, तर मी त्या बिचाऱ्या टॉमला शोधून काढीन आणि त्याला विचारीन. मग आम्ही दोघं नरकात स्वप्नं रंगवू, पण तो मध्यम वयाचा साठ किंवा त्याहून जास्त वयाचा माणूस होता आणि मी पंचविशीचा आहे. आमची स्वप्ने सारखी असणे शक्य नाही, म्हणून टॉम तू आपला पुन्हा त्या तुझ्या छायेत जा आणि मला शांतपणे जगू दे. तो वधस्तंभ आता नाही आणि त्याबरोबर तूही. मी अज्ञानीपणे तुझ्यावर दगड भिरकावला होता. मला क्षमा कर.

महत्त्वाचा मुद्दा काय तर आयुष्यात जे घडेल ते सोसायचे आणि जगायचे, परंतु ते कसे जगायचे हीच तर अडचण असते. रोजच्या कामात तशा काही अडचणी येत नाहीत. मी ॲम्ब्रोसप्रमाणे जस्टीस ऑफ पीस होईन आणि एक दिवस पार्लमेंटमध्येही जाईन. लोक माझ्या कुटुंबीयांचा सन्मान करत होते तसा माझा करतील, मला मानही देतील. जमिनीची चांगली मशागत करा आणि लोकांची काळजी घ्या. माझ्या खांद्यावर असलेल्या दोषांचे ओझे कुणीही ओळखणार नाही किंवा संशयाने अजूनही पछाडलेला मी प्रत्येक दिवशी स्वतःला एक प्रश्न विचारतो आणि त्याचे उत्तर मला माहीत नाही, हेही ते जाणणार नाहीत. रेशेल खरंच दोषी होती की नव्हती? मीसुद्धा नरकात गेल्यावर कदाचित मला हे कळेल.

जेव्हा मी हे नाव कुजबुजतो तेव्हा ते किती हळुवार आणि छान वाटते! ते जिभेवर विषासारखे आणि कपटीपणे घोटाळते. ही उपमा अगदी योग्यच आहे. ते जिभेवरून सुकलेल्या ओठांवर जाते आणि ओठांवरून हृदयात जाते. हृदय तर मनावर आणि शरीरावरही ताबा ठेवते. कधीतरी मी ह्यातून सुटेन का? चाळीस, पन्नास वर्षांत तरी? का त्याची एखादी खूण माझ्या मेंदूवर फिक्कट आणि रोगटपणे रेंगाळत राहील? का रक्तप्रवाहातील एक सूक्ष्म अंश इतरांबरोबर हृदयाकडे धावताना मागे पडेल? सर्व सांगितल्यावर आणि केल्यावर मला मोकळं राहण्याची इच्छाच राहणार नाही, परंतु अजूनपर्यंत तरी मी सांगू शकलेलो नाही.

ॲम्ब्रोसला मी करावे असे वाटले असते त्याप्रमाणे अजूनही लक्ष द्यायला माझ्याकडे घर आहे. जिथं ओल येतेय, तिथं मला गिलावा करावा लागतोय. सर्व गोष्टी नीट मजबूत आणि दुरुस्त ठेवाव्या लागतायत. त्या उघड्या टेकड्यांवरून

घोंघावत येणाऱ्या वाऱ्याला अडथळा म्हणून मी झाडे-झुडपे लावतोय. जेव्हा मी जाईन तेव्हा इतर काही नाही तरी सौंदर्याची एक परंपरा मी मागे ठेवीन, पण एकटा माणूस हा अस्वाभाविक ठरतो आणि काही दिवसांतच त्याचा गोंधळ उडतो. गोंधळातून लहरीपणा येतो आणि लहरीपणातून वेडेपणा डोकावतो आणि म्हणूनच मी पुन्हा पुन्हा साखळ्यांतून हिंदकळणाऱ्या फासावर गेलेल्या टॉम जेंकीचा विचार करतो. बहुधा त्यालाही बरेच सोसावे लागले होते.

अठरा वर्षांपूर्वी ॲम्ब्रोस झपझप चालत त्या नव्या वाटेने गेला आणि मी त्याच्या शोधात गेलो. कदाचित आता मी जे जॅकेट घातलंय तेच त्याने घातले असेल. हे जुने, हिरवे, शिकारीच्या वेळी वापरायचे, कोपरांवर चामड्याचे अस्तर असलेले तेच जॅकेट आहे. मी इतका त्याच्यासारखा झालोय की, मी जणू त्याचे भूत आहे. माझे डोळे त्याचे डोळे आहेत, माझे सर्व अवयव त्याचे आहेत. ज्या माणसाने कुत्र्यांना शीळ घातली आणि त्या चार रस्त्याच्या चौकाकडे पाठ केली- तो मी असू शकेन. अर्थात हेच तर मला हवे होते. त्याच्यासारखा होणे- त्याची उंची घेणे, त्याचे खांदे, त्याची वाकून चालण्याची पद्धत इतकेच नव्हे; तर त्याचे लांब बाहू, त्याचे गबाळे हात, त्याच्या चेहऱ्यावर अचानक येणारे ते स्मित, तिऱ्हाइतांना भेटताना प्रथम जाणवणारा त्याचा बुजरेपणा, गडबड-गोंधळाचा आणि शिष्टाचाराचा त्याला असणारा तिटकारा आणि जे त्याच्या नोकरीत आहेत आणि ज्यांचे त्याच्यावर प्रेम आहे त्यांच्याशी वागताना, त्याच्या वृत्तीतील सहजपणा- ते सर्व माझ्यातही उतरलंय- असं म्हणून ते माझा स्तुती करतात आणि जी ताकद म्हणून मला वाटत होती तो मात्र भासच ठरला होता, कारण त्यामुळेच तर आम्ही दोघं एकाच संकटात सापडलो. हल्ली हल्ली माझ्या मनात विचार येतो, की जेव्हा तो वारला त्यावेळी त्याचे मन भीती आणि संशयाने ग्रासलेले होते आणि त्या गढीत तो एकाकी, एकटा होता- जिथं मी त्याच्यापर्यंत जाऊ शकलो नव्हतो, म्हणून तर त्याचा आत्मा त्याचा देह सोडून घरी माझ्याकडे आला. त्याने मला पछाडले आणि आता तो माझ्यातून जगतोय. पुन्हा त्याच्याच चुका करतोय. पुन्हा त्याला त्या रोगाने पछाडलंय आणि दुसऱ्यांदा तो नाश पावलाय. कदाचित ते असे असेल. मला एवढंच माहीत आहे, की त्याच्या माझ्या साम्यातील- ज्याबद्दल मला अभिमान वाटायचा- त्या साम्यामुळेच घोटाळा झाला. त्यामुळेच तर माझा पराभव झाला. जर मी दुसरा कोणी तत्पर आणि सावध मनुष्य असतो, बोलण्यात पटाईत असतो आणि व्यवहारी असतो तर मग गेले वर्ष हे इतर वर्षांसारखे येणारे आणि संपणारे बारा महिने असते. मग मी समाधानी अशा भविष्याकडे जाण्यासाठी स्थिरस्थावर झालो असतो. मग लग्न आणि वाढते कुटुंब...

पण मी काय किंवा ॲम्ब्रोस काय, आम्ही दोघंही अगदी अव्यवहारी होतो.

आम्ही दोघंही स्वप्नाळू होतो. अव्यवहारी आणि कसाला न लागलेल्या अशा अनेक कल्पना मनात घेऊन वावरणारे. आम्ही दोघं आणि अशा अनेक स्वप्नाळू लोकांसारखे जागृत जगाच्या दृष्टीने तसे निद्रिस्तच होतो. आमच्या बरोबरीच्या लोकांबद्दल आमच्या मनात नावडच असायची पण आम्ही मात्र प्रेमासाठी भुकेले होतो, परंतु बुजरेपणामुळे अगदी हृदयाच्या तारा छेडल्या गेल्याशिवाय आम्ही उत्तेजित होत नसू. जेव्हा हृदयाच्या तारा छेडल्या जायच्या, तेव्हा मात्र स्वर्गाची दारेच खुली व्हायची आणि आम्हा दोघांना वाटायचे की देण्यासाठी जगातील सर्व संपत्ती आपल्याकडे आहे. आम्ही दोघंही इतरांसारखे असतो तर तगलो असतो. रेशेल इथं आली असती, एखाद दुसरी रात्र तिने इथं काढली असती आणि ती निघून गेली असती. व्यवहाराच्या गोष्टी झाल्या असत्या, काही रक्कम दिली गेली असती. टेबलाशी बसून मृत्युपत्र वाचले गेले असते आणि एका दृष्टिक्षेपात सर्व निकालात काढून मी जन्मभर तिला काही रक्कम दिली असती आणि मी तिच्यातून मोकळा झालो असतो.

परंतु ह्याप्रमाणे घडले नाही कारण, मी ॲम्ब्रोससारखा दिसत होतो. ते ह्याप्रमाणे घडले नाही कारण, मला ॲम्ब्रोससारखे वाटत होते. ती ज्या दिवशी आली त्या संध्याकाळी मी तिच्या खोलीत गेलो आणि दरवाजावर टकटक करून मी उभा राहिलो. त्यावेळी त्या दरवाजाच्या ठेंगण्या चौकटीमुळे माझे डोके किंचित वाकले होते. ती खिडकीजवळच्या खुर्चीवर बसली होती. तिथून ती उठली आणि तिने माझ्याकडे वर पाहिले, त्याचवेळी मी ओळखायला पाहिजे होते. तिच्या डोळ्यांत दिसलेल्या त्या ओळखीच्या दृष्टिक्षेपात ती मला पाहात नव्हती, तर ॲम्ब्रोसला पाहात होती. फिलीपला पाहात नव्हती तर भूत पाहात होती. त्याचवेळी ती निघून गेली असती. आपल्या ट्रंका भरून ती ज्या ठिकाणावरून आली तिथं निघून गेली असती. त्या बंद खिडक्यांच्या गढीवर जिथं आठवणींची भुतं रेंगाळत आहेत, तिथं असलेली ती उतरंडीची मजगीची बाग आणि अंगणात असलेले ते कारंजे- जिथं भर उन्हाळ्यात पाणी नसते, उष्णतेमुळे अस्पष्ट दिसते, जिथं कडक हिवाळ्यात आकाश निरभ्र असते- त्या तिथं ती परत गेली असती. तिच्या अंतर्मनाने तिला सूचना केली असती की माझ्याबरोबर राहणे म्हणजे- ज्या भुताशी ती सामना करतेय त्याच्याबरोबर तिचाही सरतेशेवटी सर्वनाशच.

आत्मविश्वासाचा अभाव असलेला, जरासा चमत्कारिक आणि तिच्या येण्यामुळे राग आलेला आणि तरीही यजमान असल्याची जाणीव असलेला मी... मला माझ्या लंबाड्या हातापायांची जाणीव होती. हे पाहून ती कदाचित चटकन मनाशी म्हणाली असेल की तरुण असताना ॲम्ब्रोस हा ह्याच्यासारखाच असेल. ही माझ्या आधीची गोष्ट होती. तो असा दिसत असताना मला माहीत नव्हता... आणि म्हणून तर ती

थांबली नव्हती ना? जेव्हा माझी आणि त्या रेनाल्डीची त्रोटक भेट झाली तेव्हाही हेच कारण असावे, कारण पहिल्यांदा मला पाहताच त्याच्या नजरेतही क्षणभर तो ओळखीचा धक्का जाणवला होता. मग तो धक्का लपवत आणि मेजावरील पेनशी खेळत त्याने क्षणभर विचार केला आणि मग तो मृदू स्वरात मला म्हणाला, "तू आजच आलायस ना? तुझ्या कझिन रेशेलने तुला बघितलेले नाही." त्याचा अर्थ त्याच्या अंतर्मनाने त्याला इशारा केला होता पण त्याला उशीर झाला होता.

आयुष्यात मागे फिरता येत नाही, मागे फिरणे शक्य नाही. दुसरी संधी कधी मिळत नाही, बोललेले शब्द मी मागे घेऊ शकत नाही किंवा पुरे केलेले काम मी परत फिरवू शकत नाही. वधस्तंभावर लोंबकळत असलेल्या टॉम जेंकीप्रमाणे इथं जिवंतपणे मी माझ्या घरात बसून लोंबकळतोय.

माझे धर्मपिता निक केंडॉल, काही महिन्यांपूर्वी माझ्या पंचविसाव्या वाढदिवशी त्यांच्या नेहमीच्या स्पष्टवक्तेपणे मला म्हणाले- अर्थात हे किती पूर्वीचे वाटतंय, "अशा काही स्त्रिया असतात फिलीप- चांगल्या स्त्रिया, कदाचित त्यांचा दोष नसेल पण त्या नाशाला कारणीभूत होतात. ज्याला त्या स्पर्श करतात तिथं वाईट घडते. मी हे तुला का सांगतोय हे मला माहीत नाही, परंतु तुला सांगावे असे मला वाटतेय."

आणि मग त्यांच्यासमोर ठेवलेल्या कागदपत्रांवर मी सही केली होती, त्यावर साक्षीदार म्हणून त्यांनी सही केली.

नाही, माघारी वळणे शक्य नाही. जो मुलगा त्याच्या वाढदिवसाच्या संध्याकाळी तिच्या खिडकीच्या खाली उभा होता, जो मुलगा ती आली त्या संध्याकाळी तिच्या खोलीच्या उंबरठ्यावर उभा होता, तो आता नाही. तसेच स्वत:चे धैर्य दाखवण्यासाठी त्या वधस्तंभावर लटकणाऱ्या माणसावर दगड फेकले होते ती मूलही आता कुठे उरलय?

टॉम जेंकी हा मानवतेचा छिन्नविछिन्न झालेला नमुना होता. तो धड ओळखूही येत नव्हता की त्याच्यासाठी कुणी अश्रूही ढाळले नव्हते. त्या सर्व वर्षांपूर्वी जेव्हा मी जंगलातून भविष्याकडे धावत गेलो तेव्हा तू टॉम जेंकी माझ्याकडे दयार्द्र नजरेने पाहात होतास का?

जर मी मागे वळून तुझ्याकडे पाहिले असते, तर मला त्या साखळ्यांतून लोंबकळणारा तू दिसला नसतास तर माझीच छाया दिसली असती.

२

त्या शेवटच्या संध्याकाळी जेव्हा ॲम्ब्रोस त्याच्या त्या प्रवासाला निघाला, तेव्हा आम्ही बोलत बसलेले असताना काही वाईट घडणार आहे असे जराही संकेत मला मिळाले नव्हते. आम्ही पुन्हा एकत्र येणार नाही, असा आगाऊ इशाराही मला मिळालेला नव्हता. डॉक्टरांनी त्याला हिवाळ्यासाठी परदेशात जायला सांगितल्याचा हा तसा तिसरा हिवाळा होता आणि त्याच्या गैरहजेरीत इस्टेटीचे काम बघायचे ह्याची मला सवय झालेली होती. पहिल्या हिवाळ्यात जेव्हा तो परदेशी गेला तेव्हा मी ऑक्सफर्डला होतो, त्यामुळे त्याच्या जाण्याने मला फारसा फरक पडला नव्हता. पण दुसऱ्या हिवाळ्यात मी घरी कायमचा परतलो होतो आणि सर्व वेळ घरीच होतो आणि त्यालाही मी घरीच राहायला हवे होते. ऑक्सफर्ड येथील त्या एकत्र सहजीवनामुळे मला काही चुकल्याचुकल्यासारखे वाटत नव्हते. उलट मला तर सुटल्यासारखे बरे वाटत होते.

मला घराशिवाय दुसरीकडे कुठे राहण्याची इच्छा नव्हती. माझ्या शालेय जीवनाचा हॅरो इथं गेलेला काळ आणि नंतर ऑक्सफर्ड इथं गेलेला काळ सोडला तर ह्या घराशिवाय मी कुठेच राहिलेलो नव्हतो. ह्या ठिकाणी माझे आईवडील वारल्यावर अठरा महिन्यांचा असताना मी आलो होतो. ॲम्ब्रोसने आपल्या विक्षिप्त पण दयाळू वृत्तीने आपल्या पोरक्या झालेल्या चुलत भावावर दया दाखवली होती आणि मला स्वत:ला त्याने एखाद्या कुत्र्यामांजराच्या पिल्लासारखे किंवा एखाद्या नाजूक, एकाकी वस्तूला संरक्षणाची गरज असावी अशा तऱ्हेने वाढवले होते.

अगदी सुरुवातीपासूनच आमचे घर तसे विचित्र होते; त्यात मी तीन वर्षांचा असताना माझ्या आयाला घराचा रस्ता दाखवला गेला होता, कारण काय तर तिने माझ्या ढुंगणावर केसांच्या ब्रशने मारले होते. मला त्या प्रकाराची काही आठवण नव्हती परंतु नंतर त्याने मला हे सांगितले होते.

"मला त्यावेळी असा राग आला," तो मला म्हणाला, "जे तिच्या बुद्धीच्या आवाक्याबाहेर होते अशा एका क्षुल्लक कृत्याबद्दल तुझ्यासारख्या छोट्या बाळाला तिच्या त्या खडबडीत हातांनी मारताना पाहून मला संतापच आला. त्यानंतर तुझ्या चुका मीच दुरुस्त करायचो."

अर्थात मला त्याबद्दल पश्चात्ताप करायची वेळ आलेली नव्हती. त्याच्याहून जास्त चांगली, न्यायी, प्रेमळ आणि समजूतदार व्यक्ती असणे शक्य नव्हते. त्याने अगदी सोप्या पद्धतीने मला मुळाक्षरे शिकवली, तीसुद्धा शिव्यांची पहिली अक्षरे घेऊन. ती सव्वीस अक्षरे अशा तऱ्हेने शोधायला वेळ गेला होता, परंतु ते त्याने कसेबसे साध्य केले होते आणि हे शब्द कुणी असताना वापरायचे नाहीत हेही बजावले होते. तो तसा नम्र होता. स्त्रियांबाबत तो बुजरा होता आणि त्याबाबत संशयीही होता. "कुटुंबात आगळीक घडते ती स्त्रीमुळे" असे तो म्हणायचा. म्हणून तर तो पुरुष नोकरच ठेवायचा आणि त्या नोकरांवर अधिराज्य असायचे ते सीकुंबचे. तो माझ्या काकांचा मोतद्दार होता. कदाचित चमत्कारिक पण जरा सुधारक असलेला पश्चिमेकडचा प्रदेश तेथील लोकांच्या विचित्र स्वभावाबद्दल प्रसिद्ध होता, परंतु ॲम्ब्रोसचे स्वत:चे स्त्रियांबद्दलचे मत आणि लहान मुलांना वाढविण्याचे त्याचे विचार ह्यावरून तो नक्कीच विक्षिप्त नव्हता. त्याच्या शेजाऱ्यांचे त्याच्याबद्दल चांगले मत होते. त्यांना त्याच्याबद्दल आदरही होता आणि त्याच्या कुळांचे त्याच्यावर प्रेमही होते. संधिवाताने त्याला घेरण्याआधी हिवाळ्यात तो शिकार करायचा. तो खाडीत मासेमारीही करायचा, बाहेर जेवायचा आणि मनात आले की घरी पार्टीही करायचा. तो रविवारी दोनदा चर्चला जायचा; अर्थात आमच्या कुटुंबासाठी असलेल्या जागेत उभे राहून जेव्हा भाषण लांबायचे, तेव्हा तोंड वेडीवाकडी करायचा. दुर्लभ अशी झाडे लावण्याचे त्याचे वेडही त्याने माझ्यात रुजवले होते.

"दुसऱ्या इतर गोष्टींसारखी ही एक तऱ्हेची निर्मिती आहे," तो म्हणायचा, "काही लोक स्वत:च्या मुलांची पैदास करतात. मी जमिनीतून पैदास करतो. त्यामुळे तुमच्यातून तसे फारसे काही जात नाही, पण परिणाम मात्र समाधानकारक असतो."

रोडडेड्रन्ससारखी हिरवी झुडपे वाढविण्यापेक्षा त्याने लग्न करावे, मुलाबाळांना जन्म द्यावा असा आग्रह धरणारे त्याचे मित्र, येथील पाद्री ह्युबर्ट पॅस्को आणि माझा धर्मपिता निक केंडॉल ह्यांना हे बोलणे ऐकून धक्काच बसायचा.

"मी एका पिल्लाला वाढवलाय की!" तो माझे कान ओढत म्हणायचा, "आणि माझ्या आयुष्यातील वीस वर्षं मी त्याच्यावर खर्च केली आहेत किंवा त्याच्यावर घातली आहेत. हे मला वाटते पाहिजे तसे घ्यावे. फिलीप हा मला असा तयार वारस मिळालाय, त्यामुळे माझे कर्तव्य करण्याची तशी जरुरी नाही. जेव्हा

वेळ येईल त्यावेळी त्याचे कर्तव्य तो बजावेल. तेव्हा आता तुमच्या खुर्च्यांवर सुखाने बसा मित्रांनो. घरात बाईमाणूस नाही त्यामुळे आपण आपले बूट टेबलावर ठेवू शकतो आणि गालिच्यावर थुंकूही शकतो.''

अर्थात आम्ही कुणीच असे काही कधीच केले नाही. ॲम्ब्रोस तसा ह्याबाबत चोखंदळ होता, परंतु बायकोच्या मुठीत असलेल्या आणि पुष्कळ मुली असलेल्या पाद्र्यासमोर असे काही बोलताना त्याला आनंद वाटायचा आणि मग रविवारचे रात्रीचे जेवण झाले की पोर्ट दारू टेबलावर फिरवली जायची. अशा वेळी टेबलाच्या टोकाकडून ॲम्ब्रोस मला डोळा मारायचा.

तो जरा पोक काढून खुर्चीत अर्धवट पसरलेला असायचा. हे माझ्या डोळ्यांसमोर आताही उभे राहते. त्याची ही सवय मी त्याच्याकडूनच घेतली आणि जेव्हा पाद्रीसाहेब व्यर्थ कानउघाडणी करायचे तेव्हा तो आतल्या आत हसायचा आणि त्याचे शरीर गदगदत असायचे. आपण त्यांना फुकट दुखावले असेल ह्या भीतीने तो संभाषणाचा विषयच बदलायचा आणि अशा गोष्टींकडे वळायचा की, त्यावर पाद्रीसाहेब सहजपणे बोलू शकतील. त्यांना घरच्यासारखे वाटावे ह्यासाठी तो अतोनात कष्ट घ्यायचा. मी हॅरोला गेल्यावर त्याच्या ह्या गुणांची मला जास्त कदर वाटू लागली. माझ्या शाळासोबत्यांच्या संगतीत तो असताना आणि माझ्या कडक, विचारी आणि माझ्या मताप्रमाणे काहीसे अमानुष असलेल्या शिक्षकांबरोबर असताना त्याच्या वागण्याच्या पद्धतीची मी तुलना करायचो आणि ह्यातच सुट्टी संपायची.

''काळजी करू नको,'' काहीसा रडवेला आणि पांढरा पडलेला मी जेव्हा लंडनची गाडी पकडायला निघायचो, तेव्हा माझा खांदा थोपटत तो म्हणायचा. ''शिंगरूचे घोड्यात रूपांतर होण्यासारखे हे सर्व प्रशिक्षण आहे. हे आपल्याला करायलाच हवं. जेव्हा तुझे शालेय जीवन संपेल आणि तेसुद्धा तुला कळण्याआधीच संपेल; मग मी तुला घरी आणीन आणि स्वतःच तुला तयार करीन.''

''कशासाठी?'' मी विचारले.

''हे बघ, तू माझा वारस आहेस, होय ना? म्हणजे हा एक पिढीजात व्यवसाय आहे.''

आणि मग मी निघून जायचो. लंडनची गाडी पकडण्यासाठी वेलिंग्टन हा गाडीवाला मला बोडमिनला घेऊन जायचा. त्यावेळी काठीवर टेकून उभ्या असलेल्या ॲम्ब्रोसवर मी शेवटचा दृष्टीक्षेप टाकायचो, त्यावेळी कुत्रे त्याच्या बाजूला असायचे. ॲम्ब्रोसचे दाट, कुरळे केस आता आधीच करडे झालेले होते. जेव्हा तो शीळ घालून कुत्र्यांना बोलवायचा आणि मागे घराकडे वळायचा, तेव्हा मी अवंढा गिळायचो आणि मग गाडीची चाके न चुकता त्या बागेतील खडबडीत रस्त्याने आणि पांढऱ्या कवाडातून दरवाजाच्या जवळच्या चौकीजवळून, आमची ताटातूट

करत दूर शाळेकडे मला घेऊन जायची.

त्याने आपल्या प्रकृतीची पर्वा केली नव्हती आणि त्यामुळेच माझे शालेय आणि महाविद्यालयीन शिक्षण संपल्यावर जाण्याची पाळी त्याची होती.

"ते म्हणतात, की जर मी हिवाळ्यात पडणाऱ्या ह्या पावसाळी हवेत आणखी एखादा हिवाळा काढला तर मला लंगडं होऊन आयुष्य संपेपर्यंत चाकांच्या खुर्चीत दिवस काढावे लागतील." तो मला म्हणाला, "मला गेलंच पाहिजे आणि तेही जिथं सूर्यप्रकाश आहे अशा ठिकाणी, स्पेनचा समुद्रकिनारा किंवा इजिप्त, कुठेही भूमध्य समुद्राच्या किनाऱ्यावर, जिथं हवा गरम आणि कोरडी आहे अशा ठिकाणी कुठेही. मला खरं तर जायची इच्छा नाही. परंतु मला असं लंगडं होऊन जगण्याचीही इच्छा नाही, ह्या योजनेचा एक फायदाही आहे. मी तिथून दुसऱ्या कोणाकडे नसतील अशी काही झाडे-झुडपे आणीन. मग बघू या ते राक्षस या कार्निश जमिनीत कसे वाढतात ते."

पहिला हिवाळा आला आणि गेला, तसाच दुसराही गेला. त्याने तिथं खुशीत दिवस काढले आणि मला नाही वाटत की त्याला एकटेपणा जाणवला असेल. तो परत आला ते हजार तऱ्हेची झाडे आणि झुडपे, फुले आणि वेगवेगळ्या आकारांची आणि रंगांची झुडपे घेऊनच. कॅमेलिया नावाचे गुलाबी फूल येणारे आणि सदा हिरवेगार असणाऱ्या झाडाचे त्याला वेडच होते. आम्ही फक्त त्याचीच लागवड सुरू केली आणि त्याच्या हाताचा गुण म्हणा- ते पहिल्या दिवसापासून जोमाने वाढले आणि त्यातले एकही दगावले नाही.

अशा तऱ्हेने महिने गेले. आता तिसरा हिवाळा आला. ह्यावेळी त्याने इटलीला जायचे ठरवले. त्याला फ्लॉरेन्स आणि रोममधील काही बागा पाहायच्या होत्या. हिवाळ्यात त्यावेळी कोणतेही शहर उबदार असण्याची शक्यता नव्हती, पण त्याला त्याची पर्वा नव्हती. तेथील हवा जरी थंड असली तरी तशी कोरडी असेल असे कुणीतरी त्याला सांगितले होते आणि तिथं पाऊस पडण्याची शक्यता नव्हती. त्या शेवटच्या संध्याकाळी आम्ही बऱ्याच उशिरापर्यंत बोलत होतो. तो तसा कधीच लवकर झोपत नसे आणि बऱ्याच वेळा सकाळच्या अगदी एक दोन वाजेपर्यंत आम्ही दोघं लायब्ररीत बसून असायचो. कधी गप्प तर कधी बोलत असायचो. आम्ही दोघंही विस्तवापाशी आपल्या तंगड्या लांब पसरून बसायचो आणि वेटोळी घातलेली कुत्री आमच्या पायांशी असायची. मी आधीच सांगितलंय की माझ्या मनाने कोणतीच पूर्वसूचना दिली नव्हती, पण आता मात्र मागचा विचार केला की त्याला मनाने काही पूर्वसूचना केली असावी अशी मला शंका येते. तो माझ्याकडे गोंधळून, विचारी नजरेने पाहात होता आणि तेथून खोलीच्या लाकडी तावदानाच्या भिंतीकडे आणि नेहमीच्या चित्रांकडे, विस्तवाकडे आणि मग विस्तवावरून नजर

उचलून कुत्र्यांकडे पाहात होता.

"तू माझ्याबरोबर यावंस असं मला वाटतं," तो अचानक म्हणाला.

"मला सामान आवरून निघायला तसा वेळ लागणार नाही," मी म्हणालो.

त्याने मान हलवली आणि तो हसला. "नाही," तो म्हणाला, "मी मस्करी करत होतो. एकाच वेळी आपण दोघं महिनोन्महिने घरापासून दूर नाही राहू शकत. जमीनदार असणे ही जबाबदारीच आहे, अर्थात प्रत्येकाला असं वाटतंच असं नाही."

"मी तुझ्याबरोबर रोमपर्यंत येतो," मी त्या कल्पनेने उत्तेजित होत म्हणालो, "आणि मग तेथील हवेने घोटाळा नाही केला तर मी ख्रिसमसला परत येईन."

"नाही, ही माझी नुसती लहर होती म्हण, विसर ते."

"तुला बरं वाटतंय ना?" मी विचारले, "कुठे दुखत खुपत नाही ना?"

"नाही रे बाबा! नाही," तो हसला. "तू काय मला अशक्त, दुर्बळ समजतोयस का? गेल्या कित्येक महिन्यांत संधिवाताची एकदाही चमक आलेली नाही. फिलीप तुला खरं सांगू का? माझी घराबद्दलची ओढ वेड्यासारखी आहे. जेव्हा तू माझ्या वयाचा होशील त्यावेळी तुझ्या भावनाही कदाचित माझ्यासारख्या असतील."

तो खुर्चीतून उठला आणि खिडकीशी गेला. त्याने ते जड पडदे बाजूला सारले आणि काही क्षण बाहेरच्या गवताकडे तो बघत उभा राहिला. आता संध्याकाळ शांत आणि स्तब्ध होती. आता डोमकावळे आपआपल्या वसतिस्थानाकडे गेले होते आणि ह्या क्षणी घुबडंही चूप बसून होती.

"बरं झालं आपण ते रस्ते नाहीसे केले आणि गवताळ जमीन घराशी आणली ते." तो म्हणाला, "ते गवत खाली उतरत त्या तिकडे घोड्यांच्या तबेल्यापाशी गेले तर जास्त छान दिसेल. एक दिवस वाढलेली झाडी तू काप, त्यामुळे समुद्राचे दृश्य दिसेल."

"ह्याचा अर्थ काय? मी हे केले पाहिजे? तू का नाहीस?" मी विचारले.

तो पटकन काहीच बोलला नाही. "तेच रे." तो सरतेशेवटी म्हणाला, "तेच ते, त्यामुळे काही फरक पडत नाही हे लक्षात ठेव."

माझ्या म्हाताऱ्या शिकारी कुत्र्याने- डॉनने- मान वर केली आणि त्याने वळून त्याच्याकडे पाहिले. त्याने दोऱ्या बांधलेल्या पेट्या हॉलमध्ये पाहिल्या होत्या आणि कुणीतरी जातंय हे तो जाणून होता. तो धडपडत उठला आणि चालत जाऊन ॲम्ब्रोसच्या पायाशी शेपटी खाली घालून उभा राहिला. मी हळूच त्याला बोलावले परंतु तो माझ्याकडे आला नाही. मी माझ्या पाइपमधील राख पेटलेल्या शेगडीत झाडली, तेवढ्यात घड्याळाने तासांचे ठोके दिले. नोकरांच्या खोल्यांतून सीकुंबचे कुरकुरणे आणि जेवणाच्या खोलीत काम करणाऱ्या मुलाला रागावणे कानावर आले.

"ॲम्ब्रोस," मी म्हणालो, "ॲम्ब्रोस, मला तुझ्याबरोबर येऊ दे."

"मूर्खासारखे वागू नको, फिलीप झोपायला जा." तो म्हणाला.

बस एवढंच. मग त्यावर आम्ही चर्चा केली नाही. दुसऱ्या दिवशी नाश्ता घेताना त्याने वसंत ऋतूतल्या लागवडीसंबंधी आणि त्याच्या मनात असलेल्या इतर गोष्टी- तो परत येण्याआधी मी ज्या करायला हव्या त्याविषयी मला शेवटच्या सूचना केल्या. पूर्वेकडच्या फरसबंदीजवळच्या, आत येण्याच्या वाटेजवळ- जिथं दलदलीची जागा होती तिथं हंसासाठी तळं करायची त्याला अचानक लहर आली होती आणि जर हिवाळ्यात हवा चांगली पडली तर ह्याची आखणी करावी लागणार होती आणि बंधाराही घालायला हवा होता. जाण्याची वेळ अगदी पटकन झाली. नाश्ता सातलाच संपला कारण त्याला लवकर निघायला हवं होतं. तो ती रात्र प्लायमाऊथला काढणार होता आणि मग सकाळच्या भरतीच्या वेळी तो जहाजाने निघणार होता. एक व्यापारी जहाज त्याला मार्सेलीसला घेऊन जाणार होते आणि तेथून तो मनाला येईल तेव्हा सावकाश इटलीत प्रवास करणार होता. पाण्यावर दूरवरचा प्रवास करणे त्याला आवडायचे. ती सकाळ चांगलीच बोचरी आणि दमट होती. वेलिंग्टनने घोडागाडी दरवाजाशी आणली आणि त्याचे सामान एकावर एक रचले गेले. घोडे बेचैन आणि जाण्यासाठी उत्सुक झाले होते. ॲम्ब्रोस माझ्याकडे वळला आणि त्याने माझ्या खांद्यावर हात ठेवला. "सर्व गोष्टींची काळजी घे." तो म्हणाला, "माझ्या परीक्षेत पास हो."

"तुझं म्हणणं तसं चुकीचंच आहे." मी म्हणालो, "अजूनपर्यंत तरी मी तुझ्या परीक्षेत पास झालोय."

"तू तरुण आहेस आणि मी तुझ्या खांद्यावर भलताच भार टाकलाय. काहीही असलं तरी जे काही माझं आहे ते तुझंच आहे, हे तुला माहीत आहे."

आता मला वाटते की मी जास्त आग्रह केला असता तर त्याने मला त्याच्याबरोबर येऊ दिले असते, पण मी काहीच बोललो नाही. मी आणि सीकुंबने त्याचे रग्ज आणि काठ्यांसकट त्याला गाडीत बसवले आणि उघड्या खिडकीतून तो आमच्याकडे बघून हसला.

"ठीक आहे वेलिंग्टन, चलू या." तो म्हणाला. ते फरसबंदीवरून खाली जाऊ लागले आणि तेवढ्यात पाऊस आला.

पूर्वीच्या दोन हिवाळ्यांसारखेच आठवडे संपत होते. नेहमीप्रमाणेच तो नसल्यामुळे मला चुकल्या चुकल्यासारखे वाटत होते, परंतु मला गुंतवून ठेवायला बरीच कामे होती. मला कुणाची सोबत, संगत हवीशी वाटली की मी माझ्या धर्मपित्याला- निक केंडॉलना भेटायला जायचो. त्यांची एकुलती एक मुलगी माझ्याहून काही वर्षांनीच लहान होती आणि ती माझी लहानपणापासूनची सवंगडीही होती. ती

अगदी खंबीर मुलगी होती, आत्तासारखी तिची आधुनिक राहणी नव्हती. ती सुंदर होती. ॲम्ब्रोस बऱ्याचवेळा मला चिडवायचा आणि म्हणायचा की एक दिवस ती माझी बायको होईल, परंतु माझ्या मनात तिच्याबद्दल असले काही विचार नव्हते.

नोव्हेंबरच्या मध्याला त्याचे पत्र आले. ते पत्र ज्या जहाजाने तो मार्सेलेसला गेला होता त्याच जहाजाने आणले होते. त्याचा प्रवास छान झाला होता, हवा छान होती. बिस्केच्या खाडीत जहाज थोडे हलले होते तेवढेच. त्याची प्रकृती चांगली होती आणि तो आनंदात होता. इटलीच्या प्रवासाकडे डोळे लावून बसलेला होता. इतकी मेहनत घ्यायची त्याची तयारी नव्हती, कारण त्यासाठी त्याला लॉयॉन्सपर्यंत जावे लागले असते. परंतु त्याने घोडागाडी भाड्याने घेतली होती आणि किनाऱ्याने तो इटालीत जाणार होता आणि मग तेथून फ्लॉरेन्सला. वेलिंग्टनने ह्या बातमीवर मान हलवली आणि अपघाताचे भविष्य निदान केले. त्याचे स्पष्ट मत होते की फ्रेंच माणसे गाडी चालवू शकत नाहीत आणि इटालियन्स हे चोर होते. ॲम्ब्रोस ह्यातून वाचला आणि पुढचे पत्र फ्लॉरेन्सवरून आले. मी त्याची सर्व पत्रं ठेवली होती आणि तो सर्व गठ्ठा आता माझ्यापुढे आहे. पुढच्या काही महिन्यांत मी ती कितीदातरी वाचली. त्यावर अंगठ्याच्या खुणा होत्या, ती वळली होती आणि पुन्हा वाचली गेली होती. जणू काही त्या पानांवरील माझ्या हाताच्या दाबाने त्यातून लिहिलेल्या शब्दांपेक्षा जास्त काही समजेल.

फ्लॉरेन्सवरून आलेल्या ह्या पहिल्या पत्राच्या शेवटी- जिथं त्याने ख्रिसमस घालवला होता हे उघड होते तेव्हा त्याने कझिन रेशेलबद्दल लिहिले होते.

''माझी आपल्या एका नातेवाइकाशी ओळख झालेय,'' त्याने लिहिले होते. ''मी कॉर्यन्सबद्दल बोललेले तू ऐकले असशीलच, त्यांची जागा पूर्वी तमारवर होती. आता ती विकली गेली आहे आणि दुसऱ्यांकडे आहे. दोन पिढ्यांपूर्वी एका कॉर्यनने ॲश्लेशी लग्न केले, हे तुला आपल्या वंशवेलीवरून कळेल. त्याच्या त्या शाखेतील एक वंशज ह्या इटलीत जन्मली आणि वाढली. तिचा बाप गरीब होता आणि आई इटालियन होती आणि तिचे लग्न लहान वयात एका इटालियन सरदाराशी, संगलेट्टीशी झाले होते. त्याने समुद्रावर असताना द्वंद्व युद्ध करून आपला जीव गमावला असे दिसते. त्याच्या पश्चात त्याने पत्नीला ठेवले होते भरपूर कर्ज आणि एक मोठी बाग असलेली गढी. मुलं नव्हती. सरदार पत्नी संगलेट्टी किंवा जी स्वत:ला कझिन रेशेल असे म्हणायला लावते- ती चांगली सोबतीण तर आहेच, पण शहाणीही आहे आणि मला फ्लॉरेन्समधील बागा दाखवायची जबाबदारी तिने आपल्या शिरावर घेतलीये. त्याचप्रमाणे रोममध्येही आम्ही एकत्रच असू.''

ॲम्ब्रोसला एखादा साथी भेटला आणि तोसुद्धा त्याच्या बागेच्या वेडात

सहभागी होणारा- हे वाचून मला आनंद झाला. फ्लॉरेन्स आणि रोममधील समाजाची मला माहिती नव्हती. मला भीती वाटत होती की तिथं ओळखीचे इंग्लिश फारसे नसतीलच पण इथं एक व्यक्ती होती. तिचे घराणे क्रॉन्वॉलमधील होते ही पहिली गोष्ट. त्यामुळे त्यांच्यात ही पण गोष्ट सारखेपणाची ठरेल.

दुसऱ्या पत्रात फक्त बागांचीच सर्व यादी होती. जरी त्या बागा ह्या वर्षाच्या वसंत ऋतूत उत्तम स्थितीत नव्हत्या, तरीसुद्धा ॲम्ब्रोसवर त्याची मोठी छाप पडलेली होती, तशीच आमच्या नातेवाईक बाईचीही.

"आपल्या ह्या कझिन रेशेलबद्दल मला खरंच आदर वाटू लागलाय." वसंत ऋतूच्या सुरुवातीला ॲम्ब्रोसने लिहिले होते. "आणि त्या संगलेट्टी सरदारामुळे तिला काय काय सोसावे लागले असेल, ह्याबद्दल विचार करताना मला फारच वाईट वाटते. हे इटालियन्स धोकेबाज, हरामखोर असतात ह्यात संशय नाही. ती वागण्यात आणि दिसण्यात अगदी तुझ्यामाझ्यासारखी इंग्लिश आहे आणि तमारच्या बाजूला अगदी काल परवापर्यंत बहुधा राहिली असावी असे वाटते. घराबद्दल मला पुरेशी बातमी कळत नाही आणि ते सर्व मला तिला सांगावे लागते. ती अत्यंत हुशार आहे पण देवाचे आभार कुठे मानायचे ते तिला कळते. इतर सर्व स्त्रियांमध्ये जी सामान्यपणे अमर्याद बडबड चालत असते तशी बडबड ती करत नाही. फायसोलमध्ये तिने माझ्यासाठी चांगल्या खोल्या शोधल्या आहेत. त्या तिच्या गढीपासून फार दूर नाहीत. जशी हवा सुधारेल तसा मी तिच्या घरात माझा बराचसा वेळ टेरेसवर बसत किंवा बागांतून फिरत घालवीन. ह्या बागा त्यांच्या डिझाईन आणि पुतळे ह्याबद्दल प्रसिद्ध आहेत. त्याबद्दल मला फारशी माहिती नाही. ती कशी गुजराण करते मला माहीत नाही, परंतु मला असे वाटते की तिला तिच्या गढीतील काही किमती गोष्टी नवऱ्याचे कर्ज चुकवण्यासाठी विकाव्या लागल्या असाव्या."

मी माझ्या धर्मपित्याला, निक केंडॉलना कॉर्यन्स आठवतात का असे विचारले. त्यांना ते आठवत होते आणि त्यांचे त्यांच्याबद्दल फारसे काही चांगले मत नव्हते. "मी लहान असताना ते अगदी कुचकामी लोक होते." ते म्हणाले, "जुगारात पैसे आणि इस्टेट त्यांनी घालवली आणि आता तमारच्या बाजूचे त्यांचे घर हे एका मोडक्या तोडक्या शेतापेक्षा जास्त काही नाही. ते चाळीस वर्षांपूर्वी मोडकळीला आले होते. ह्या बाईचा बाप म्हणजे अलेक्झांडर कॉर्यन असावा. मला असे वाटते की तो युरोपमध्ये कुठेतरी नाहीसा झाला. तो दुसऱ्या मुलाचा मुलगा होता. त्याला काय झाले ते मला माहीत नाही. ॲम्ब्रोसने ह्या सरदारणीचे वय दिलेय का?"

"नाही," मी म्हणालो, "तो एवढंच म्हणाला की तिचे लग्न लहान वयात झाले होते परंतु ते किती वर्षांपूर्वी ते काही सांगितलेले नाही. मला वाटते की ती मध्यमवयीन असावी."

"मि. ॲश्लेना ती फारच सुंदर वाटली असावी, त्यामुळेच तर त्यांचे लक्ष तिच्याकडे गेले असावे." ल्युसी म्हणाली, "मी काही अजूनपर्यंत त्यांनी कधी कोणा स्त्रीचे कौतुक केलेले ऐकलेले नाही."

"कदाचित ह्यातले हेच रहस्य असावे." मी म्हणालो.

"ती साधी आणि घरगुती असावी आणि त्याला तिचे काही कौतुक करावे लागले नसावे. मला त्याबद्दल आनंद झालाय."

एक दोन पत्रं आली, काहीशी अर्धवट... त्यात फारशी बातमी नव्हती. तो आमच्या कझिन रेशेलला घेऊन नुकताच जेवून आला होता किंवा तिथं जेवायला जाण्याच्या मार्गावर होता. तो असे म्हणाला की तिला तिच्या कामाबद्दल निःपक्षपाती सल्ला देतील असे तिथे तिच्या मित्रांमध्ये अगदी कमी लोक होते, आणि तो हे करू शकला होता ह्याबद्दल त्याला स्वतःचाच अभिमान वाटत होता आणि त्याबद्दल ती कृतज्ञ होती. तिला अनेक गोष्टीत स्वारस्य होते तरीही ती तशी विलक्षण एकाकी होती. तिच्यात आणि तिचा नवरा सरदार संगलेट्टी ह्यात काहीही साम्य नव्हते. सर्व आयुष्यभर ती इंग्लिश मित्रमैत्रिणींसाठी भुकेली होती असे तिने कबूल केले, "मला असे वाटते की मी काहीतरी मिळवलंय." त्याने लिहिले होते. "माझ्याबरोबर घरी आणण्यासाठी मी शेकड्यांनी नवीन झाडे मिळवली आहेत, त्याशिवाय काहीतरी."

मग मध्ये काही काळ गेला. त्याने परत येण्याची तारीख कळवली नव्हती, परंतु ती नेहमीप्रमाणे एप्रिलच्या शेवटाला होती. ह्यावेळी इथं हिवाळा जरा लांबलाच होता आणि पश्चिमेकडील भागात पूर्वी कधी फारसे न पडणारे हिम अचानक जास्त होते. त्याची लहान कॅमेलियाची रोपटी ह्यावर त्याचा परिणाम झाला होता आणि तो लवकर येणार नाही अशी मी आशा करत होतो, नाहीतर तो नेमका भयानक वारे आणि पावसात सापडायचा.

इस्टर संपताच थोड्याच अवधीत त्याचे पत्र आले. "प्रिय मुला," त्याने लिहिले होते, "तुला माझ्याकडून काही बातमी नसल्याचे आश्चर्य वाटेल. मी तुला अशा तऱ्हेने काही लिहीन असे मला कधीच वाटले नव्हते. दैव विचित्र तऱ्हेने वागते. तू नेहमीच माझ्या अगदी जवळचा होतास, त्यामुळे गेले कित्येक आठवडे माझ्या मनात चाललेला गोंधळ ह्याबाबत तू कदाचित ओळखलंही असशील. गोंधळ हा शब्द इथं चुकीचा आहे. बहुधा हे सुंदर आश्चर्य म्हणायला हवं. ते आता खात्रीत बदलणार आहे. मी काही फटकन निर्णय घेतलेला नाही. मी सवयीचा इतका गुलाम आहे की निव्वळ लहरीखातर मी जगण्याची पद्धत बदलणार नाही, परंतु काही आठवड्यांपूर्वी माझ्या लक्षात आले की दुसरा काहीच मार्ग नव्हता. मला पूर्वी कधीही न सापडलेले असे काहीतरी सापडलंय आणि ते अस्तित्वात होते असेही मला वाटत नाही. अगदी आताही हे असे घडलंय ह्यावर माझा विश्वास बसत

नाही. माझे मन बरेच वेळा तुझाच विचार करत असायचे परंतु आजच्या दिवसापर्यंत हे लिहायला माझे मन पुरेसे स्थिर आणि शांत नव्हते. मी आणि तुझी कझिन रेशेल आम्ही दोघांनी पंधरवड्यापूर्वी लग्न केलंय हे तुला कळायलाच हवं. आता आम्ही दोघं मधुचंद्रासाठी नेपल्सला आहोत आणि लवकरच आम्ही फ्लॉरेन्सला परतणार आहोत. ह्यापुढे मी काहीही बोलू शकत नाही. आम्ही काही ठरवलेले नाही आणि आम्हा दोघांनाही आत्ताच्या ह्या घडी पलीकडे बघण्याची इच्छा नाही.

एक दिवस फिलीप, आणि तोही फार दूर नाही... मला वाटते की तुझी आणि तिची ओळख होईल. मी तिचे व्यक्तिगत वर्णन लिहू शकेन पण ते तुला कंटाळवाणे वाटेल आणि तिच्या चांगुलपणाबद्दलही आणि लाघवीपणाबद्दलही. ह्या गोष्टी तू स्वतःच पाहशील. असा हा माझ्यासारखा तिरसट आणि स्त्रियांचा उपहास करणारा आणि स्त्रीद्वेष्टा, तिने आपल्यासाठी इतर सर्व पुरुषांतून का निवडावा हे मला समजू शकत नाही. ती मला त्याबद्दल चिडवते आणि मी हार पत्करतो. तिच्यासारख्या स्त्रीकडून हार पत्करणे हा एका अर्थी विजयच आहे. जर का हे अहंभावाचे वक्तव्य नसेल तर मी स्वतःला कदाचित विजेता म्हणू शकेन, पराजित झालेला नव्हे.

ही बातमी सर्वांना सांग. त्यांना सर्वांना माझे आणि तिचे आशीर्वाद सांग आणि हे लक्षात ठेव माझ्या प्रिय मुला- पिल्ला, की आयुष्यात उशिरा केलेल्या ह्या लग्नामुळे माझे तुझ्यावरचे प्रेम एका कणानेही कमी झालेले नाही. उलट त्यामुळे ते वाढले आणि आता मी स्वतःला पुरुषांतील सर्वांत सुखी माणूस समजतोय, त्यामुळे पहिल्यापेक्षाही मी तुझ्यासाठी जास्त करायचे ठरवलंय आणि ह्यासाठी मदत करायला ती असेल. लवकरच पत्र लिही आणि जर तुला शक्य असेल तर तुझ्या कझिन रेशेलसाठी स्वागताचा एखादा शब्द लिही.

नेहमीच तुझा प्रेमळ ॲम्ब्रोस.''

मी रात्रीचे जेवण घेतल्यावर ते पत्र साडेपाचच्या दरम्याने आले. नशिबाने मी एकटाच होतो. सीकुंबने पत्राची थैली आत आणली आणि माझ्या तिथं ठेवली. मी ते पत्र खिशात ठेवले आणि मी शेतडीतून खाली समुद्राकडे चालत गेलो. सीकुंबच्या भाच्याची झोपडी किनाऱ्यावर होती. त्याने मला अभिवादन केले. त्याची जाळी दगडाच्या भिंतीवर पसरलेली होती आणि ती मावळत्या सूर्यात वाळत ठेवली होती. मी त्याला धड उत्तर दिले नाही, त्यामुळे मी त्याला कदाचित तुसडा वाटला असेन. मी त्या खडकांवर चढून त्या खाडीच्या असलेल्या अरुंद भागाकडे, जिथं मी उन्हाळ्यात पोहायचो तिथं गेलो. ॲम्ब्रोस आपली बोट पन्नास फुटांवर नांगरायचा आणि मी पोहत त्याच्याकडे जायचो. मी खाली बसलो आणि माझ्या खिशातून पत्र काढून ते पुन्हा वाचले. जर का मला एक सहानुभूतीचा, आनंदाचा कण वाटला

असता किंवा ती दोघं नेपल्समध्ये सुखाचे क्षण घालवत होती त्यांच्याबद्दल एखादा प्रेमाचा किरण वाटला असता तर माझ्या सदसद्विवेक बुद्धीला बरे वाटले असते. मला स्वत:चीच लाज वाटली आणि स्वत:च्या स्वार्थीपणाबद्दल उपटला त्यामुळे माझ्या मनात कोणत्याही भावना अजिबात आल्या नव्हत्या. दु:खाने विद्ध झालेला मी त्या शांत समुद्राकडे पाहात बसलो. मी आताच तेवीस वर्षांचा झाला होतो.

मला हॅरोमध्ये मी चौथीत असतानाची आठवण झाली, त्यावेळी मैत्री करायला कुणीच नव्हते आणि माझ्यापुढे निराळ्या अनुभवांचे नवे जग होते. ते मला नको होते पण तेच फक्त पुढे होते. आताही मला तसेच एकाकी आणि त्यावेळेसारखे हरवल्यागत वाटत होते.

३

त्याच्या मित्रांना झालेला आनंद, त्यांना वाटलेले समाधान आणि त्याच्या कल्याणाबद्दल त्यांच्या मनात असलेले विचार पाहून मला वाटते मला खरंच लाज वाटली. ॲम्ब्रोसचा दूत म्हणून माझ्यावर अभिनंदनाचा वर्षाव झाला आणि ह्या सर्वांत मला हसावे लागत होते आणि मान डोलवावी लागत होती. हे असे काही घडणार हे मला माहीत होते, असे नाटकही करावे लागत होते. मला मी स्वत: दुतोंड्या, एक विश्वासघातकी आहे असे वाटत होते आणि ॲम्ब्रोसने तर मला माणूस किंवा जनावर कुणाच्यातही असलेल्या खोटेपणाबद्दल तिरस्कार करायला शिकवले होते. अचानक मी जसा होतो त्यापेक्षा वेगळा असल्याचे नाटक करताना मला भयानक वेदना होत होत्या.

''जी घडायला हवी होती अशी उत्तम गोष्ट,'' मी हे शब्द कितीदा ऐकले होते आणि त्याचा प्रतिध्वनी काढल्यागत मी ते बोलत होतो. शेजाऱ्यांचे उत्सुक चेहरे आणि वळवळणाऱ्या जिभा टाळण्यासाठी मी भीतीने लपून घराभोवतीच्या रानात फिरत होतो. समजा मी शेतावर किंवा शहरात घोड्यावरून रपेट मारली तरीही माझी सुटका नव्हती. तेथील इस्टेटीवरील कुळं आणि इकडचे तिकडचे ओळखीचे लोक मी दृष्टीस पडताच मला संभाषणात अडकवायचे. एक बेपर्वा नट- मी चेहऱ्यावर हसू आणायचो आणि असे करताना माझी चेहऱ्यावरची कातडी त्या प्रयत्नात ताणली जायची आणि मला त्यांच्या प्रश्नांची उत्तरे माझ्या मनात राग असतानाही एक प्रकारच्या आस्थेने द्यावी लागायची. अर्थात लग्न म्हटले की जगाला उत्सुकता वाटतेच. ''ते घरी कधी येतायत?'' ह्यासाठी माझ्याकडे एकच उत्तर होते. ''मला माहीत नाही, ॲम्ब्रोसने काही कळवलेले नाही.''

तिथं त्या नव्या नवरीच्या दिसण्याबद्दल, वयाबद्दल आणि तिचे एकंदरीत व्यक्तिमत्त्व ह्याबद्दल बरेच तर्कवितर्क चालायचे. त्याबद्दल मी उत्तर द्यायचो, ''ती

विधवा आहे आणि तिलाही त्याच्यासारखे बागेचे वेड आहे.''

''अगदी योग्य', माना डुलायच्या. ह्याहून काही चांगले असणार नव्हते आणि ॲम्ब्रोसच्या बाबतीत हीच एक उत्तम गोष्ट होती आणि मग ह्या कायमच्या अविवाहिताला लग्नात खेचले गेले ह्यावरून त्यानंतर हास्यविनोद आणि चेष्टामस्करी चालायची. ती भांडकुदळ मिसेस पॅस्को- येथील पाद्र्याची बायको हा विषय इतका चघळायची, की जणू काही हे असे केल्याने त्या लग्नाच्या पवित्र बंधनाबद्दल, झालेल्या अपमानाबद्दल ती सूड उगवत होती.

''तुमच्या घरात काय काय बदल होतील आता मि.ॲश्ले,'' ती प्रत्येक प्रसंगी म्हणायची, ''आता मनाला वाटेल तसे घरात वागता येणार नाही आणि ही फारच उत्तम गोष्ट आहे. त्या नोकरांवर देखरेख करायला आता कुणीतरी शेवटी असेल आणि मला नाही वाटत की सीकुंब फारसा खूश असेल असे. त्याला त्याच्या मताप्रमाणे वागायला बराच काळ मिळाले.''

हे मात्र ती खरं तेच बोलत होती. मला वाटते की सीकुंब हा ह्यात माझ्या दोस्तवर्गापैकी होता परंतु, त्याची बाजू घेण्याचा मी प्रयत्नही केला नाही आणि त्याला काय वाटत होते ते माझ्याशी अजमावण्याचा प्रयत्न केल्यावर त्यालाही मी थांबवले होते.

''काय बोलावे ते समजत नाही मि.फिलीप,'' तो उदासपणे आणि दैवाधीन झाल्यागत म्हणाला, ''एक घरात येणारी मालकीण सर्व गोष्टींची उलथापालथ करील आणि आपण काय करायचे ते आपल्याला कळणार नाही आणि पहिल्यांदा एक गोष्ट, मग दुसरी आणि त्या बाईसाहेबांसाठी काही केले तरी त्या खूश होणार नाहीत. मला वाटते आता माझी निवृत्ती घ्यायची आणि एखाद्या तरुणाने इथं यायची वेळ झालीये. तुम्ही ॲम्ब्रोससाहेबांना पत्र लिहाल त्यात ह्या गोष्टीचा उल्लेख करावा.''

मी त्याला भलता मूर्खपणा न करण्याबद्दल आणि ॲम्ब्रोस आणि मी त्याच्याशिवाय पार संपून जाऊ असे सांगितले. तो मान डोलवायचा, परंतु उदास, गंभीर चेहऱ्याने त्या तिथं वावरायचा आणि भविष्यकाळाबद्दल दुःखद निर्देश करण्याची संधी घेत राहायचा. आता जेवणाच्या वेळा कशा बदलतील, फर्निचर बदलेल आणि घरात पहाटेपासून संध्याकाळपर्यंत स्वच्छतेबद्दल हुकूम केले जातील आणि कुणालाही विश्रांती कशी मिळणार नाही आणि शेवटचा वार म्हणजे कुत्रीही नकोशी होतील, ही भविष्यवाणी विषण्ण आवाजात केली गेल्यावर मला माझी हरवलेली विनोदबुद्धी परत मिळाली आणि ॲम्ब्रोसचे पत्र आल्यावर मी पहिल्यांदा हसलो.

काय चित्रं रंगवली होती सीकुंबने! हातात झाडू घेतलेला, काम करणाऱ्या मुलींचा एक ताफा घरातील जाळीं काढतोय आणि जुना मोतद्दार, त्याचा खालचा

ओठ नेहमीसारखा बाहेर काढून त्यांच्याकडे वैतागाने, नापसंतीने पाहतोय. त्याच्या उदासपणामुळे मला गंमत वाटली परंतु हीच गोष्ट इतरांनी आणि जी मला ओळखत होती त्या अगदी ल्युसी केंडॉलनेही वर्तवली होती. निदान ल्युसीला तरी हे न बोलावे एवढं कळायला हवं होतं. ह्या बोलण्याने मी चिडलोच.

"नशीब आता लायब्ररीत नवे अभ्रे येतील," ती उत्साहात म्हणाली, "ते अगदी वापरून वापरून विटले परंतु मला नाही वाटत की हे तुमच्या लक्षात आले असेल आणि आता घरात फुलं येतील. केवढी सुधारणा! तो दिवाणखाना आता दिवाणखान्यासारखा वाटू लागेल. मला नेहमीच वाटायचे की तो वापरात नसल्यामुळे पडून राहिलाय. मिसेस ॲश्ले आता तिथं तिच्या इटालियन गढीतून आणलेल्या पुस्तकांनी आणि चित्रांनी सजावट करील."

ती बडबडत सुटली होती आणि मनातून अनेक सुधारणांची यादी तिने वाचलीही. सरतेशेवटी मला हे असह्य झाले आणि मी वैतागून म्हणालो, "परमेश्वरा, अगं ल्युसी हा विषय थांबव. मला त्याचा वीट आणि कंटाळा आलाय."

ती मध्येच थांबली आणि तिने माझ्याकडे धूर्तपणे पाहिले. "तुला मत्सर वाटत नाहीये ना?" तिने विचारले.

"काय मूर्ख आहेस का?" मी तिला म्हणालो.

तिला असे म्हणणे हे वाईटच होते परंतु आम्ही दोघं एकमेकांना ओळखत होतो आणि ती मला लहान बहिणीसारखी वाटायची आणि तिच्याबद्दल फारसा आदर वगैरे माझ्या मनात नव्हताच.

त्यानंतर ती गप्प झाली आणि मग जेव्हा पुन्हा चघळलेला हाच विषय संभाषणात आला तेव्हा तिने माझ्याकडे दृष्टिक्षेप टाकला आणि तो विषय बदलण्याचा प्रयत्न केला, मी तिचा ऋणी होतो आणि ती मला जास्त आवडली होती.

माझे धर्मपिता आणि तिचे वडील निक केंडॉल, ह्यांनी आपण असे काही बोलतोय हे न समजून अजाणता आणि उघडपणे आणि त्यांच्या सरळसरळ बोलण्याने शेवटचा वार केला, "फिलीप, तू भविष्यकाळासाठी काही योजना केल्या आहेस का?" एका संध्याकाळी मी जेवणासाठी त्यांच्याकडे घोड्यावरून रपेट करून गेलो असताना त्यांनी विचारले.

"योजना सर? नाही." मी म्हणालो. त्यांच्या बोलण्याचा धड अर्थच मला कळला नव्हता.

"अर्थात ह्या सर्वाला तसा वेळ आहे," ते म्हणाले, "आणि मला वाटते ॲम्ब्रोस आणि त्याची पत्नी घरी परतल्याशिवाय तू त्या करूही नकोस. तू आजूबाजूला तुझ्यासाठी एखादी छोटी इस्टेट बघायचा विचार केलायस की नाही ह्याबद्दल मला विचारायचे होते."

मला त्याचा अर्थ समजेपर्यंत वेळच गेला. “मी हे का बरं करावे?” मी विचारले.

“आता परिस्थिती बदललेय, नाही का?” ते अगदी सरळसरळ म्हणाले, “ॲम्ब्रोस आणि त्याच्या बायकोला एकत्र असावे असे वाटणे अगदी नैसर्गिक आहे आणि जर त्यांना मुलं झाली, मुलगा झाला तर मग सर्व गोष्टी तुझ्यासाठी त्याच राहणार नाहीत, राहतील? मला खात्री आहे की ॲम्ब्रोस ह्या झालेल्या बदलामुळे तुला त्रास होऊ देणार नाही आणि तुला जी आवडेल ती इस्टेट तो विकत घेऊन देईल. अर्थात हीपण शक्यता आहे की त्यांना मुलं होणार नाहीत, परंतु दुसऱ्या बाजूने विचार केला तर त्यांना मुलं न होण्याचे काही कारण नाही. तू इस्टेट तयार कर. स्वत:ची इस्टेट तयार करणे हे एखादी विकाऊ इस्टेट घेण्यापेक्षा जास्त समाधानकारक असते.”

घराजवळच्या वीस मैलांच्या परिसरातील जागा, ज्या जागा मी मालकीने ताब्यात घ्याव्या ह्याबद्दल ते बोलतच राहिले आणि ते जे काही बोलतायत त्याबद्दल मी उत्तर द्यावे अशी त्यांची अपेक्षा नसल्यामुळे मला बरे वाटले. खरं सांगायचे तर मला त्यांना उत्तर द्यायचे होते पण माझे हृदय भरून आले होते. त्यांनी जे काही सुचवले होते ते इतके नवे आणि अनपेक्षित होते की त्यामुळे साधा सरळ विचार करणेच मला अवघड झाले होते. मग थोड्याच वेळात मी काहीतरी सबब सांगून उठलोच. मत्सर वाटत होता, हो. ल्युसी ह्याबाबत बरोबरच होती असे मला वाटते. आपल्या आयुष्यातील एकमेव माणसाला अचानक एखाद्या तिऱ्हाइताबरोबर विभागून घेताना जसा मत्सर एखाद्या लहान मुलाला वाटेल, तसाच मत्सर मला वाटत होता.

सीकुंबसारखेच मीही ह्या नव्या त्रासदायक बदलाला सामोरे जायची तयारी करताना स्वत:ला पाहिले होते. माझा पाईप विझवायचा, उभे राहायचे, संभाषणात भाग घ्यायचा आणि स्त्रियांच्या सान्निध्यातील शिस्तीला आणि कंटाळ्याला सामोरे जायची, आणि माझे दैवत असलेल्या ॲम्ब्रोसला एखाद्या मूर्खासारखे वागताना पाहून मला निव्वळ लाजेखातर ती खोली सरळ सोडावी लागेल, ह्याचीही मी तयारी करत होतो. ह्या घरात नको असलेला, घरातून बाहेर काढलेला आणि एखाद्या नोकरासारखा पेन्शन दिला गेलेला असा मी स्वत:ला बाहेरचा कधी मानलेलाच नाही. असे एखादे मूल येईल जे ॲम्ब्रोसला बाबा म्हणून म्हणेल आणि माझी गरज त्यापुढे मग राहणार नाही; हे सारे विचित्र होते.

जर का मिसेस पॅस्कोने ह्या शक्यतेकडे माझे लक्ष वेधले असते, तर मी तो निव्वळ खोडसाळपणा म्हणून विसरूनही गेलो असतो; परंतु माझे शांत आणि स्तब्ध राहणारे धर्मपिता, ह्यांनी ह्या सत्यतेचा मुद्दा मांडल्यामुळे हे “वेगळे’ होते. मी घरी रपेट मारली परंतु मी मनाने अस्वस्थ आणि दु:खी होतो. मला काय करावे,

कसे वागावे हेच नीट कळत नव्हते. माझ्या धर्मपित्याने सांगितले तशी मी काही तयारी करावी का? मला दुसरीकडे कुठे राहायचे नव्हते की दुसरी इस्टेटही मिळवायची नव्हती. ॲम्ब्रोसने मला वाढवले होते आणि निव्वळ त्या प्रॉपर्टीसाठी तयार केले होते. ती माझी होती. ती त्याची होती. ती आमची दोघांची होती; परंतु आता काही काळातच सर्व बदलले होते. केंडॉल्सना भेटून घरी आल्यावर मी घरात इकडे तिकडे फिरताना मला आठवत होते की मी घरभर फिरत होतो. त्या घराकडे नव्या नजरेने पाहताना मला आलेली बेचैनी बघून ते कुत्रे माझा पाठपुरावा करत होते. माझ्यासारखेच तेही गोंधळून गेलेले होते. माझ्या लहानपणाची खोली- जी गेली कित्येक वर्षं रिकामी होती आणि त्या खोलीत सीकुंबची पुतणी आठवड्याला येऊन कपडे दुरुस्त करायची, वेगवेगळे करायची, त्या खोलीला आता वेगळा अर्थ आला होता. मी ती नव्याने रंगवलेली पाहिली आणि माझी छोटी क्रिकेटची बॅट अजूनही शेल्फवर कोळ्याच्या जाळ्यांनी भरून उभी होती. तिथं धुळीने भरलेली पुस्तके अडगळ म्हणून टाकलेली होती. कदाचित एखादा शर्ट दुरुस्त करण्यासाठी त्या खोलीतून महिन्यातून एकदा जाता येताना ह्या पूर्वी माझ्या मनात त्या खोलीच्या काय आठवणी होत्या ह्याचा मी कधी विचारच केला नव्हता. आता ती मला बाहेरच्या जगापासून दूर राहण्यासाठी- माझ्यासाठी- हवी होती, परंतु त्याऐवजी ती जागा मला पार परकी बनून जाणार होती. कोंदट, उकळलेल्या दुधाचा वास येणारी आणि ब्लॅंकेट्स वाळायला ठेवलेली... ज्यांना मी भेट देत असे, जिथं लहान मुलं होती अशा झोपड्यांतील बैठकीच्या खोल्यांसारखी ती खोली होईल. माझ्या कल्पनाचित्रात मी त्या मुलांना जमिनीवर चिडून रडत रांगताना, सारखे डोक्यावर आपटताना आणि कोपरं खरचटलेली, किंवा सगळ्यात वाईट म्हणजे त्यांना स्वत:च्या ढोपरांवर घेऊन आणि ते नाकारले तर त्यांची तोंड माकडासारखी होताना पाहिले होते. अरे देवा! हे सर्व ॲम्ब्रोसच्या नशिबात?

अजूनपर्यंत मी कझिन रेशेलचा विचार केला होता... तसा सहसा मी तिचा विचार करत नसे-- इतकेच नव्हे माझ्या मनातून तिचा विचार- माणूस नको असलेल्या गोष्टी जशा झटकून टाकतो- तसा झटकून टाकत असे... माझ्या डोळ्यांसमोर मी कझिन रेशेलचे चित्र काढले होते ते बहुतेक सर्व मिसेस पॅस्को सारख्या बाईचे. मोठे अवयव असलेली, कुठे धूळ आहे का हे बहिरी ससाण्याच्या नजरेने पाहणारी- असे सीकुंबने भविष्य केले होते आणि जेव्हा रात्रीचे जेवण घ्यायला लोक येतील तेव्हा मोठ्याने हसणारी आणि त्यामुळे ॲम्ब्रोस अंग चोरून उभा राहील असे काहीसे. आता मात्र तिने नवेच आकार धारण केले होते. वेस्टलॉजला राहणाऱ्या मॉली बेट सारखी अशीच राक्षसी की जिच्याकडे पाहणे निव्वळ मर्यादा म्हणून टाळले जायचे आणि दुसऱ्या घडीला कझिन रेशेल दिसायची

ती निस्तेज, ओढलेली आणि शालीत गुंडाळून खुर्चीवर बसलेली, आणि एखाद्या आजारी माणसासारखी चिडचिडी. मागे घुटमळत असलेली नर्स चमच्याने तिच्यासाठी औषधे मिसळत असलेली. एखाद्या क्षणी कझिन रेशेल मध्यम वयाची आणि जबरदस्त, गालातल्या गालात हसणारी, ल्युसीहूनही लहान व्हायची. माझ्या कझिन रेशेलला एक डझनभर किंवा त्याहून जास्त तरी अशी व्यक्तिमत्त्वं होती आणि ते प्रत्येक व्यक्तिमत्त्व हे आधीच्यापेक्षा वाईट होते. मी तिला ॲम्ब्रोसला गुडघ्यावर टेकायला लावून अस्वलांजवळ खेळायला लावलेले पाहिले, मुलं त्याच्या पाठीवर चढलेली पाहिली आणि सर्व रुबाब घालवलेला ॲम्ब्रोस अगदी गरीबपणे ह्या सर्वाला कबूल होताना पाहिले. पुन्हा एकदा, मी तिला पातळ मलमलीच्या कापडात नटून, केसांत रिबीन बांधून तोंड वाकडे करून आपले कुरळे केस उडवताना पाहिले. अशा वेळी ॲम्ब्रोस त्याच्या खुर्चीत बसून निरीक्षण करत आणि चेहऱ्यावर एखाद्या मूर्खासारखे हसू ठेवत बसलेला पाहिला.

जेव्हा दुपारी पत्र आले की त्यांनी उन्हाळाभर परदेशातच सरतेशेवटी राहायचे ठरवलंय, तेव्हा मला वाटणारी सुटकेची भावना इतकी तीव्र होती की मोठ्याने ओरडूही शकलो असतो. मला त्यामुळे मी आणखीनच विश्वासघातकी असल्याचे वाटत होते, परंतु मी माझ्या भावना आवरू शकत नव्हतो एवढं नक्की.

"तुझी कझिन रेशेल येथील कामधंद्यात इतकी गुंतलेय आणि इंग्लंडला येण्यापूर्वी ते सर्व नीट आवरले पाहिजेत." ॲम्ब्रोसने लिहिले होते, "त्यामुळे आमचे येणे काही काळ सध्या लांबवायचे आम्ही ठरवलंय. ह्यात माझी किती घोर निराशा झाली असेल ह्याची तू कल्पना करू शकतोस. मला जेवढे करता येईल तेवढे मी करतो, पण इटालियन कायदे ही एक गोष्ट आणि आपले कायदे ही दुसरी गोष्ट आहे आणि त्या दोघांची एकत्र सांगड घालणे हे मोठेच काम आहे. मी बराच पैसा खर्च करतोय परंतु तो चांगल्या कारणासाठी होतोय आणि त्याबद्दल माझी तक्रार नाही. आम्ही तुझ्याबद्दल बरेच बोलतो. लाडक्या मुला, आणि मला वाटते की तू आमच्याबरोबर हवा होतास." आणि असेच मग इकडच्या कामाविषयी नेहमीच्या स्वारस्याने तो चौकशी करायचा, की त्यामुळे असे वाटायचे की तो बदलू शकेल. असा विचार करताना मी क्षणबर नक्कीच वेडा झालेलो होतो.

ते उन्हाळ्यात इथं परतणार नाहीत ह्याबद्दल शेजाऱ्यापाजाऱ्यांत घोर निराशा पसरली होती.

"कदाचित," काहीसे अर्थपूर्ण हसत मिसेस पॅस्को म्हणाली, "मिसेस ॲश्लेच्या प्रकृतीमुळे ते प्रवास करू शकत नसतील."

"ह्याबद्दल मी काही सांगू शकत नाही." मी उत्तर दिले, "ॲम्ब्रोसने पत्रात लिहिलंय की त्यांनी एक आठवडा व्हेनिसला काढला आणि दोघांनाही संधिवाताचा

त्रास होऊन परतले.''

तिचा चेहरा पडला. ''संधिवात? त्याच्या बायकोलाही?'' ती म्हणाली, ''किती दुर्दैवी गोष्ट!'' आणि मग काहीसा विचार करून ती म्हणाली, ''मला वाटले त्यापेक्षा ती वयाने मोठी असावी.''

रिकामटेकडी बाई, तिचे विचार एकाच तऱ्हेने धावत होते. मी दोन वर्षांचा असताना मला ढोपरांचा संधिवात झाला होता. ''वाढत असताना होणारी ही दु:खं' असे माझ्या वडीलधाऱ्यांनी निदान केले होते. आताही पाऊस पडल्यावर मला तसा त्रास होतो, पण तरीही माझ्या आणि मिसेस पॅस्कोच्या विचारात एक साम्य होते, ते म्हणजे माझी कझिन रेशेल चोवीस वर्षांची होती, पण आता मात्र तिचे केस पुन्हा करडे झाले होते, ती काठीच्या आधाराने चालत होती हे मी पाहिले. ते ती तिच्या इटालियन बागेत गुलाब लावताना नव्हे, कारण तिच्या बागेचे चित्र मी डोळ्यांसमोर उभे करू शकत नव्हतो, पण ती टेबलाजवळ बसून काठीने ठोकताना, भोवती अर्धा डझन वकिलांचा घोळका असताना, काहीतरी इटालियनमध्ये बोलताना आणि अशावेळी माझा बिचारा ॲम्ब्रोस तिच्या बाजूला शांतपणे बसून असलेला हे चित्र मी पाहिले.

तो सर्व तिच्यावर सोडून घरी का नाही परतला?

गालातल्या गालात खुदुखुदु हसणाऱ्या नव्या नवरीऐवजी तिथं एक वयस्क, कमरेत- जिथं वात अधिक पकडतो अशी कंबर धरलेली स्त्री पाहिल्यावर माझा उत्साह वाढला. ती लहान मुलांची खोली मागे गेली आणि दिवाणखाना ही बायकांची खोली, पडदे लावलेली आणि मध्य उन्हाळ्यातही मोठा विस्तव पेटलेली आणि वाऱ्याचा झोत जीवघेणा वाटत असल्यामुळे कुणीतरी सीकुंबला चिडक्या आवाजात जास्त कोळसे आणायला सांगत आहे, असे स्त्रियांच्या खोलीचे चित्र मी पाहिले.

मग मी घोड्यावरून रपेट मारताना पुन्हा गाऊ लागलो. कुत्र्यांना सशांच्या पिलांचा पाठलाग करायला लावू लागलो, नाश्त्याआधी पोहू लागलो आणि जेव्हा वारा छान असायचा तेव्हा ॲम्ब्रोसची होडी घेऊन मी खाडीत जायचो आणि ल्युसीला लंडनच्या फॅशनवरून चिडवू लागलो. ती ह्या हंगामात तिथं गेलेली होती. तेवीस वयाचे असताना तसे मन उल्हसित व्हायला फारसे कारण लागत नाही. माझे घर हे अजूनही माझे होते आणि ते कुणीही माझ्याकडून घेतलेले नव्हते.

मग हिवाळ्यात त्याच्या पत्रांचा नूर बदलला. सुरुवातीला अतिशय अस्पष्ट- की तो फारसा जाणवतही नव्हता, परंतु पुन्हा एकदा त्याचे शब्द वाचल्यावर तो जे काही लिहितोय त्यात एक ताण मला जाणवू लागला होता. त्यांच्यावर एक काळजीचा स्वर मूळ धरून राहिलाय, घराबद्दल वाटणारी हुरहुरही, हे सर्व मला

जाणवत होते. स्वत:च्या देशाविषयी आणि वस्तूंविषयी वाटणारी ओढ आणि ह्या सर्वांवर कडी म्हणजे त्याला जाणवणारा एकाकीपणा आणि दहा महिनेच लग्नाला झालेल्या माणसाच्या बाबतीत हे तसे विचित्रच होते. दीर्घ उन्हाळा आणि वसंत ऋतू हे तसे कंटाळवाणेच होते आणि हिवाळा आता अगदी जवळ आलेला होता. ती गढी उंचावर होती, पण ती हवेशीर नव्हती असे त्याने लिहिले होते. विजा कडकडून येणाऱ्या वादळापूर्वी एखादा कुत्रा एका खोलीतून दुसऱ्या खोलीत फिरतो, तसा तो फिरायचा परंतु वीज कधी कडकडलीच नाही आणि हवेत तसा बदल होतच नव्हता. जरी पावसाने त्याला लंगडे केले असते तरीही त्या अशा भिजवणाऱ्या पावसासाठी त्याने काहीही दिले असते.

"माझे कधी डोके दुखत नसे," त्याने लिहिले होते, "परंतु हल्ली माझे डोके बरेचवेळा दुखते. काहीवेळा तर ते भयानक दुखते. मला सूर्याच्या दर्शनाचा कंटाळा आलाय. मी सांगतोय त्यापेक्षाही तू नसल्यामुळे मला चुकल्याचुकल्यासारखे वाटतेय. इतके काही बोलायचंय परंतु पत्रात लिहिणे अवघडच आहे. माझी बायको आज शहरात गेलीये; त्यामुळे मला लिहिण्याची संधी मिळालीय."

आज पहिल्यांदा त्याने माझी बायको हे शब्द वापरले होते. ह्यापूर्वी त्याने रेशेल हे शब्द वापरले होते किंवा "तुझी कझिन रेशेल," हे शब्द आणि आता "माझी बायको," हे शब्द मला औपचारिक आणि काहीसे भावनाशून्य वाटत होते.

ह्या हिवाळ्यातील पत्रात घरी परत येण्याचा उल्लेख नव्हता, परंतु इथल्या बातम्या ऐकण्याबद्दल एक फार मोठी उत्सुकता होती आणि मी माझ्या पत्रात ज्या काही फालतू गोष्टी लिहिलेल्या असायच्या त्यावर तो काहीबाही टीका करायचा, जणू काही त्याला दुसऱ्या कशात स्वारस्य नव्हते.

इस्टर आणि व्हिटसनमध्ये काहीही पत्र आले नाही आणि मला काळजी वाटू लागली. मी माझ्या धर्मपित्याला त्यावरून म्हणालोही. त्यांच्या मते नक्कीच हवेमुळे पत्रं येत नसावीत असे दिसले. युरोपात उशिरापर्यंत बर्फ पडल्याचे वृत्तांत होते आणि मे महिन्याच्या शेवटापर्यंत फ्लॉरेन्सवरून काही बातमी येण्याची मी आशा करत नव्हतो. आता ॲम्ब्रोसचे लग्न होऊन वर्ष झाले होते आणि त्याने घर सोडल्याला अठरा महिने झाले होते. त्याचे लग्न झाल्यावर त्याच्या गैरहजेरीमुळे वाटणारा दिलासा, आता तो परत येणार नाही म्हणून काळजीत रूपांतरित झाला होता, एका उन्हाळ्यात त्याच्या प्रकृतीवर परिणाम झाला होता तो दुसरा उन्हाळा कसा घालवील? सरतेशेवटी जुलैमध्ये एक पत्र आले पण ते छोटे, अर्थशून्य आणि त्याच्या पत्रासारखे नव्हते. त्याचे नेहमीचे स्वच्छ हस्ताक्षर पण ते आता ह्या पानांवर गिचमिड स्वरूपात होते, जणू काही त्याला पेन धरायला कठीण जात होते.

"मला काहीतरी होतंय," त्याने लिहिले होते, "मागच्या पत्रावरून ते तुझ्या

लक्षात आले असेलच परंतु हे गुप्त ठेव. ती माझ्यावर सर्व वेळ लक्ष ठेवून असते. मी तुला अनेकदा पत्रं लिहिली पण इथं विश्वास ठेवण्यासारखा कुणीही नाही आणि जोपर्यंत मी स्वत: पत्र टाकायला जाऊ शकत नाही, तोपर्यंत ती पत्रं तुला पोहोचणार नाहीत. माझ्या आजारपणापासून मी फार दूर जाऊ शकत नाही. डॉक्टरांबद्दल म्हणशील तर माझा त्या कुणावर विश्वास नाही. ते सर्व खोटे बोलणारे आहेत, तो एक गटच आहे. रैनाल्डीने शिफारस केलेला नवा डॉक्टर हा तर खुनीच आहे. रैनाल्डीच्या भागातून आलेला तो तसाच असणार. काही झाले तरी त्यांनी माझ्याबद्दल एक भयानक विधान केलंय आणि मी त्यावर मात करीन.'... मग काही जागा सोडलेली होती आणि काही खोडलेले होते. मी ते जुळवू शकलो नाही आणि खाली त्याची सही होती.

मी मोतद्दाराला माझ्या घोड्यावर खोगीर टाकायला सांगितले आणि ते पत्र दाखविण्यासाठी मी माझ्या धर्मपित्याकडे गेलो. माझ्यासारखी त्यांनाही काळजी वाटू लागली. "त्याच्या मेंदूत काहीतरी गडबड झाल्यासारखी वाटते," ते ताबडतोब म्हणाले, "मला काही हे मुळीच पसंत नाही. हे पत्र डोके ताळ्यावर असलेल्या माणसाचे नाहीये. मी आशा करतो-" ते थांबले आणि त्यांनी आपले ओठ बंद ठेवले.

"कशाची आशा?" मी विचारले.

"तुझे चुलते फिलीप, ॲम्ब्रोसचे वडील हे मेंदूत गाठ होऊन वारले हे तुला माहीत आहे, हो की नाही?" ते पटकन म्हणाले.

मी हे पूर्वी कधी ऐकलेले नव्हते आणि मी ते त्यांना तसे म्हणालोही.

"तुझ्या जन्माच्याआधी अर्थातच," ते म्हणाले, "ह्या गोष्टीची तशी कुटुंबात फारशी चर्चा झालेली नव्हती. ह्या गोष्टी वंशपरंपरागत येतात की काय हे मी सांगू शकत नाही किंवा डॉक्टर्सही. वैद्यकीय शास्त्र अजून एवढे पुढे गेलेले नाही." त्यांनी ते पत्र पुन्हा वाचले आणि ते वाचण्यासाठी डोळ्यांवर चष्मा चढवला. "त्याशिवाय तिथं आणखी एक शक्यता आहे, तशी फारच कमी परंतु ती मला पसंत पडेल." ते म्हणाले.

"आणि ती कोणती?"

"हे पत्र लिहिले तेव्हा ॲम्ब्रोस खूप प्यायलेला असावा."

जर ते माझे धर्मपिता नसते आणि साठ वर्षांच्यावर नसते तर ह्या सूचनेबद्दल मी त्यांना नक्कीच ठोकले असते.

"मी ॲम्ब्रोसला खूप प्यायलेला कधीच पाहिलेला नाही," मी त्यांना म्हणालो.

"मीही नाही," ते कोरडेपणे म्हणाले, "मी फक्त दोन वाईट गोष्टींतील एक गोष्ट निवडली. मला वाटते की इटालीला जाण्याची तू मनाने तयारी करावीस."

"ते मी तुमच्याकडे येण्याआधीच ठरवले होते." आणि मी घरी परतलो. ह्या प्रवासाला कसे निघायचे ह्याची मला जराही कल्पना नव्हती. प्लायमाऊथवरून मला मदत करील असे कोणतेही जहाज जात नव्हते. मला लंडनपर्यंत जावे लागणार होते, तेथून डोव्हरला मग तेथून बौलाँग मग फ्रान्स ओलांडून मग नेहमीच्या कटकटी... उशीर वगैरे सोडून इटालीत जायचे. मी फ्लॉरेन्समध्ये तीन आठवड्यांत पोहोचणार होतो. मला तसे धड फ्रेंच येत नव्हते, इटालियन तर येतच नव्हते परंतु ह्याची मला कटकट वाटत नव्हती. मला एकदा ॲम्ब्रोसकडे पोहोचायचे होते. मी सीकुंब आणि इतर नोकरांचा निरोप घेतला. त्यांना ॲम्ब्रोसच्या आजाराबद्दल न सांगता मी त्यांना मालकाची धावती भेट घ्यायला जातोय एवढेच सांगितले आणि जुलैमध्ये एका सकाळी मी लंडनला जायला निघालो. माझ्यापुढे होता आता तीन अनोळखी देशांतील प्रवास.

जशी आमची घोडागाडी बोडमिनच्या रस्त्याकडे जायला निघाली, मी मोतद्दाराला माझ्याकडे पत्रांची थैली घेऊन घोड्यावरून येताना पाहिले. मी वेलिंग्टनला घोड्यांना थांबवायला सांगितले आणि त्या मुलाने मला पत्रांची थैली दिली. ॲम्ब्रोसकडून पत्र येण्याची संधी हजारांत एक होती, परंतु तसे घडले होते मात्र. मी ते पत्र त्या थैलीतून घेतले आणि त्या मुलाला घरी पाठवले. वेलिंग्टनने जसा घोड्यांना चाबूक मारला तसा मी तो कागदाचा तुकडा उजेडासाठी खिडकीशी धरला.

त्यावर गिचमिड अक्षरात लिहिलेले होते, "काहीही करून माझ्याकडे निघून ये. सरतेशेवटी तिने माझा सूड घेतलाय, रेशेल माझी छळवादी. जर उशीर केलास तर फारच उशीर होईल, ॲम्ब्रोस."

फक्त एवढंच. त्या कागदावर तारीख नव्हती. पत्रावर कोणताही शिक्का नव्हता, ते फक्त त्याच्या अंगठीने सील केलेले होते.

मी त्या गाडीत बसून होतो, हातात तो कागदाचा तुकडा होता. ह्या स्वर्गातील किंवा पृथ्वीवरील कोणतीही शक्ती मला त्याच्याकडे ऑगस्टच्या मध्यापर्यंत पोहोचवू शकत नव्हती...

४

जेव्हा त्या वाहनाने मला आणि इतर प्रवाशांना फ्लॉरेन्समध्ये आणले आणि ॲर्नो नदीच्या बाजूच्या घोडागाडीच्या तळाजवळ आणून टाकले, त्यावेळी मला असे वाटत होते की मी जन्मभरच प्रवास करतोय. आज पंधरा ऑगस्ट होता. युरोप खंडात पहिल्यांदा पाऊल टाकणारा एखादा प्रवासी हा माझ्याहून काही जास्त प्रभावित झाला नसता. जे रस्ते आम्ही ओलांडले होते, त्या टेकड्या आणि दऱ्या, ती शहरे मग ती फ्रेंच असोत की इटालियन, ज्या ठिकाणी आम्ही रात्रीसाठी थांबायचो ती सर्व मला सारखीच वाटली होती. जिकडे तिकडे घाण होती आणि खालच्या दर्जाचे लोक होते आणि आवाजाने माझे कान बहिरे व्हायची वेळ आली होती. मला सवय होती ती रिकाम्या घरांतील शांततेची, कारण आमच्याकडे नोकरमंडळी घड्याळाचा टॉवर होता तेथील त्यांच्या राहण्याच्या जागेत झोपायची. त्यामुळे घरात कसलाच आवाज यायचा नाही. फक्त झाडांत सळसळणाऱ्या वाऱ्याचा आणि वायव्येकडून येणाऱ्या पावसाच्या सरींचा. ह्या परक्या शहरात चालणाऱ्या अव्याहत बडबड आणि गोंधळाने तर मी पार भांबावून गेलो होतो.

तरीही मी झोपायचो. चोविसाव्या वर्षी रस्त्यावर बराच काळ प्रवास केल्यावर कोण झोपत नाही म्हणा! परंतु माझ्या स्वप्नात ते परके आवाज यायचे; दरवाजाचे आपटणे, तार स्वरांतील बोलणी. खिडकीखाली येणारे पायरव आणि रस्त्यावरील फरशीवर वाजणारी गाड्यांची चाके आणि नेहमी प्रत्येक तासाला वाजणारी चर्चची घंटी. जर का मी काही कामानिमित्त परदेशात आलो असतो, तर ह्यात फरक पडला असता. मग मी माझ्या खिडकीतून भल्या सकाळी, स्वस्थ मनाने वाकून त्या गटारातून अनवाणी पायांनी खेळणारी पोरं पाहिली असती आणि त्यांना पैसे टाकले असते आणि भुरळ पडल्यागत ते नवे स्वर ऐकले असते. त्या वळणावळणाच्या रस्त्यातून रात्रीच्या वेळी फिरलो असतो, परंतु आता मी जे काही पाहिले होते त्याकडे उदासीनतेने पाहिले होते, काहीसे शत्रूभावनेने. माझी गरज होती ती

ॲम्ब्रोसकडे पोहोचण्याची, कारण मला माहीत होते की तो परदेशात आजारी आहे, त्यामुळे माझ्या ह्या विवंचनेचे रूपांतर परकीय गोष्टींचा तिरस्कार; इतकेच नव्हे तर त्या जमिनीचाही तिरस्कार करण्यात झाले होते.

प्रत्येक दिवशी जास्तच गरम होत होते. आकाश निळ्या रंगाने चमकत होते आणि तुस्कानीमधील वळणावळणाच्या त्या धुळकट रस्त्याने जाताना वाटत होते की सूर्याने जमिनीतून सर्व आर्द्रताच शोषून घेतलीये. त्या दऱ्या भाजल्यासारख्या तपकिरी रंगाच्या होत्या आणि टेकडीवरची छोटी गावे तृषार्त आणि पिवळी, उन्हाने भाजल्यासारखी वाटत होती. लुकडेसुकडे, हाडके बैल पाणी शोधत फिरत होते. बकऱ्या रस्त्याच्या बाजूला होत्या आणि त्यांची राखण करत होती लहान मुलं. घोडागाडी जाताच किंचाळत होती, ओरडत होती. ॲम्ब्रोसच्या काळजीत, भीतीत मला वाटत होते की ह्या देशातील सर्व प्राणिमात्र तहानलेले आहेत आणि त्यांना पाणी नाकारल्यावर त्यांचा नाश होऊन ती मरतील.

फ्लॉरेन्समध्ये त्या गाडीतून उतरल्यावर आणि ते धुळीने भरलेले सामान खाली काढून शेजारच्या सराईत नेल्यावर माझी पहिली तीव्र इच्छा होती ती तो फरसबंदीचा रस्ता ओलांडायचा आणि नदीशेजारी जाऊन उभे राहायचे. मी प्रवासाने मलिन झालो होतो, थकलो होतो आणि डोक्यापासून पायांपर्यंत धुळीने भरलो होतो. गेले दोन दिवस आत गाडीत बसून गुदमरण्यापेक्षा बाहेर गाडीवानाशेजारी मी बसलो होतो आणि रस्त्यावरील त्या गरीब प्राण्यासारखी मला तहान लागली होती आणि ते पाणी माझ्यासमोर होते. निळी, लाटा येत असलेली, समुद्राचा शिडकाव झाल्यामुळे खारट झालेली ती घराकडची खाडी नव्हती, परंतु एक हळू वाहणारा, फुगलेला, खाली असलेल्या नदीच्या पात्रासारखा तपकिरी रंगाचा ओढा झिरपत, त्या पुलाखालून आणि कमानीखालून आपला मार्ग आक्रमत चालला होता आणि त्याच्या त्या शांत, सपाट पृष्ठभागावर बुडबुडे येत होते. केरकचरा ह्या नदीतून वाहात होता, गवताच्या पेंढ्या आणि झाडेझुडपेही. माझ्या कल्पनाशक्तीला तहान लागल्याची आणि थकव्याची कड असल्यामुळे त्या पाण्याची चव घ्यावी, त्याचा घोट घ्यावा आणि ते घशात एखादा विषाचा घुटका घ्यावा तसे ओतावे असे वाटत होते.

मी ते हलणारे पाणी भुरळ पडल्यागत पाहात थांबलो होतो. सूर्याचे किरण त्या पुलावर पडले होते आणि अचानक माझ्यामागून शहरात एका मोठ्या घंटेने चारचे ठोके दिले. तो आवाज खोलवर आणि गंभीर होता. ह्या घंटेमुळे इतर चर्चेसमधील घंटाही वाजू लागल्या आणि त्यांचा आवाज मातट चिखलाने भरलेल्या आणि दगडावरून वाहणाऱ्या नदीच्या पाण्यात मिसळला.

एक स्त्री माझ्या बाजूला उभी राहिली. एक रडणारे मूल तिच्या हातात होते आणि दुसरे तिचा स्कर्ट ओढत होते. तिने भिकेसाठी माझ्यापुढे हात पसरले. तिचे

काळे डोळे माझ्याकडे दयेची याचना करत होते. मी तिला एक नाणे दिले आणि वळलो, परंतु ती सारखी माझ्या कोपराला स्पर्श करत कुजबुजत होती. अजूनही त्या गाडीशी उभा असलेला एक प्रवासी सरतेशेवटी तिच्याशी इटालियनमध्ये काहीतरी बडबडला आणि ती जेथून आली होती त्या पुलाच्या कोपऱ्याकडे सरकली. ती तरुण होती- जेमतेम एकोणीस वर्षांची, परंतु तिच्या चेहऱ्यावरचे भाव हे निरंतर आणि झपाटल्यासारखे होते, जणू काही तिच्या लवचीक देहात एक म्हातारा आत्मा होता, ज्याला कधीच मरण नव्हते. त्या डोळ्यांतून काळाची शतके बाहेर पाहात होती आणि तिने इतकी वर्षं जीवनाचे मनन करत घालवली होती की ते आता तिच्याबाबत उदासीन झालेले होते. नंतर जेव्हा त्यांनी मला दिलेल्या खोलीत मी गेलो आणि चौकाकडे तोंड करून असलेल्या गच्चीत उभा राहिलो, तेव्हा मी तिला त्या घोड्यांमधून आणि त्या गाड्यातून हळूच एखाद्या रात्री फिरणाऱ्या, जमिनीवर पोट ठेवून सरकणाऱ्या मांजरासारखे चोरून जाताना पाहिले.

मी स्नान केले आणि काहीशा उदासीनतेने स्वत:चे आवरले. मी या प्रवासाच्या शेवटाला आलो होतो, त्यामुळे एक प्रकारचा उदासपणा मला जाणवत होता आणि प्रवासाला उत्तेजित होऊन आणि ताणतणावाच्या भयंकर दबावाखाली येऊन आणि कोणत्याही लढाईला निघालेला तो मी आता उरलोच नव्हतो. त्या जागी आता एक उमेद खचलेला, थकलेला तिऱ्हाईत होता. उत्तेजित अवस्था बऱ्याच काळापूर्वी संपली होती, इतकेच नव्हे तर खिशातील फाटलेल्या कागदाच्या तुकड्याचेही महत्त्व संपले होते. तो कित्येक आठवड्यांपूर्वी लिहिलेला होता. त्यानंतर बरेच काही घडले असेल. तिने त्याला कदाचित फ्लॉरेन्सवरून दूर नेले असेल. ते रोमलाही गेले असतील, नाहीतर व्हेनिसला आणि मी त्या रखडत जाणाऱ्या गाडीकडे त्यांना शोधत स्वत:ला कसेबसे आणताना पाहिले. शहरामागून शहरात फिरत मी त्या शापित देशाची लांबी रुंदी आडवी करत होतो आणि तरीही ते मला मिळू शकत नव्हते कारण वेळ आणि धूलीमय देशामुळे माझा पराभव झालेला मी पाहिला.

किंवा दुसरी शक्यता म्हणजे ही सर्व गोष्टच चूक असेल. ते पत्र गंमत आणि चेष्टेच्या नादात खरडले गेले असेल. लहानपणी जसा तो काहीतरी गमतीचा सापळा रचायचा आणि मी त्यात अडकायचो अगदी तशी ही ॲम्ब्रोसची आवडती मस्करी असावी आणि मी त्याला त्या गढीवर शोधत जाईन आणि तिथं काही उत्सव साजरा होत असेल, जेवणाची पंगत असेल आणि पाहुणे आलेले असतील, रोशणाई आणि संगीत असेल आणि कोणतीही सबब न सांगता मला त्या लोकांसमोर हजर केले जाईल आणि छान प्रकृती असलेला ॲम्ब्रोस आश्चर्यचकित नजरेने माझ्याकडे पाहील.

मी खाली उतरलो आणि चौकात गेलो. तिथं वाट पाहात असणाऱ्या गाड्या निघून गेल्या होत्या. दुपारची विश्रांतीची वेळ केव्हाच संपली होती आणि रस्त्यावर पुन्हा गर्दी होती. मी त्यात शिरलो आणि ताबडतोब हरवलो. माझ्याभोवती उदास अंगणे आणि गॅलऱ्या होत्या आणि मी चालत आणि वळत आणि पुन्हा चालत राहिलो. त्यावेळी दरवाजातून चेहरे माझ्याकडे पाहात होते, जाणाऱ्या येणाऱ्या व्यक्ती थांबून पाहात होत्या आणि त्या भिकारी मुलीच्या चेहऱ्यावर असलेले, फार काळ, पुष्कळ सोसल्याचे आणि विकार केव्हाच संपल्याचे ते भाव त्यांच्याही तोंडावर होते. काही माझ्यामागून निघाले, तिच्यासारखेच कुजबुजत, हात पुढे करत निघाले आणि जेव्हा मी रागाने माझ्याबरोबर असलेल्या गाडीतील प्रवाशासारखे बोललो तेव्हा ते मागे वळले आणि तेथील त्या उंच घराच्या भिंतींना चिकटून काहीशा स्वाभिमानाने धुमसत मला पुढे जाताना पाहात होते. ती चर्चची घंटा पुन्हा वाजू लागली आणि मग मी एका मोठ्या चौकात आलो. तिथं लोक दाटीवाटीने उभे होते, झुंडीने एकत्र उभे होते, बोलत होते, हातवारे करत होते. निदान माझ्या परक्या डोळ्यांना तरी ते असेच दिसत होते. त्यांचा त्या चौकाच्या कडेला असलेल्या सुंदर आणि साध्या इमारतींशी किंवा तिथं असलेल्या दूरवरून त्यांच्याकडे आंधळ्या नजरेने पाहात असलेल्या पुतळ्यांशी किंवा त्याच्या त्या वाजणाऱ्या आणि ज्याचा प्रतिध्वनी त्या दैवायत्त आकाशाशी पोहोचलाय अशा घंटेशी काही संबंध नव्हता.

मी जाणारी एक घोडागाडी पकडली आणि जेव्हा काहीसे घाबरत ''संगलेट्टी गढी' म्हणालो तेव्हा त्या कोचवानने काहीतरी उत्तर दिले, पण मला ते समजले नाही. मी फक्त एक विचित्र शब्द ऐकला. त्याने मान हलवली आणि आपल्या चाबकाने इशारा केला. आम्ही त्या अरुंद, गर्दीच्या रस्त्यावरून निघालो. तो त्या घोड्यावर ओरडला. त्याचे लगाम रुणझुणत होते आणि आम्ही त्या लोकांतून जात असताना लोक मागे पडत होते. आता घंटा थांबल्या होत्या आणि आवाजही बंद झाले होते, तरीही त्यांचा प्रतिध्वनी अजूनही माझ्या कानात घुमत होता. काहीसा गंभीर आणि खणखणीत अशा त्या घंटांचा स्वर माझ्या अगदी क्षुल्लक आणि छोट्या कामासाठी किंवा त्या रस्त्यावरच्या लोकांसाठीही नव्हता, परंतु फार काळापूर्वी मेलेल्या पुरुष आणि स्त्रियांच्या आत्म्यासाठी त्या वाजत होत्या आणि शाश्वतीसाठीही त्या वाजत होत्या.

आम्ही त्या दूरवरच्या टेकड्यांवर असलेल्या वळणावळणाचा रस्ता चढू लागलो. आता फ्लॉरेन्स मागे पडले होते, त्या इमारतीही मागे पडल्या. आता सर्वत्र शांतता आणि स्तब्धता होती आणि ज्या तळपणाऱ्या सूर्याने त्या शहराला सबंध दिवस ग्रासले होते, जो आकाशात चमकत होता तो अचानक सौम्य आणि कमी

झाला होता. ती उन्हाची झगमग आता नव्हती. ती पिवळी घरे, त्यांच्या त्या पिवळ्या भिंती, इतकेच नव्हे; तर ती तपकिरी धूळही आता पूर्वी वाटली होती तशी तहानलेली वाटत नव्हती. घरांना पुन्हा रंग आले होते. सूर्याचा तो प्रकाश सौम्य झाला होता आणि त्याचा तो झोत संपला होता, त्यामुळे ते रंग काहीसे विटलेले, फिके वाटत होते. पानांनी गच्च भरलेली आणि स्तब्ध अशी सायप्रसची झाडे आता हिरवट शाईसारखी झाली होती.

एका उंच भिंतीत असलेल्या बंद कवाडाजवळ त्या कोचवानने गाडी उभी केली आणि भिंतीवर असलेली घंटी ओढली. त्याचा होणारा निनाद मी ऐकला. माझ्या कोचवानाने आपल्या घोड्याला रस्त्याच्या कडेला उभे केले. तो खाली उतरला आणि आपल्या हॅटने आपल्या तोंडावरील माश्या हाकलत त्या खड्ड्याशी उभा राहिला. त्या बिचाऱ्या अर्धवट उपाशी असलेल्या घोड्याने आपल्या मानेवरच्या जू मधून मान खाली घातली. इतके उंच चढून आल्यामुळे त्याला त्या वाटेवरचा झाडपाला खाण्यात ताकद उरली नव्हती. तो कान फडफडवीत डुलक्या खात होता. कवाडाच्या आतून आवाज नव्हता आणि मी पुन्हा घंटी वाजवली. ह्यावेळी आतल्या कुत्र्याचे दबलेल्या आवाजातले भुंकणे अचानक कुठलातरी दरवाजा उघडल्यामुळे जास्त जोरात कानावर आले. एका लहानग्याचे रडणे, कर्कशपणे आणि त्रासून एका बाईच्या आवाजाने थांबवले गेले आणि दुसऱ्या बाजूने जवळ येणाऱ्या पावलांचा आवाज मी ऐकला. तिथं कड्या काढल्याचा एक जडशील असा आवाज आला आणि मग ती कवाडं उघडण्याचा खडबडीत आवाज झाला, कारण ती कवाडं खालच्या दगडावर घासत होती. एक शेतकरी स्त्री माझ्याकडे पाहात उभी होती. मी तिच्यापुढे होत म्हणालो, ''संगलेट्टी गढी, मि. ॲश्ले?''

ज्या खोल्यांत ती राहत होती तिथं साखळीने बांधलेला कुत्रा पूर्वीपेक्षा जास्त मोठ्याने भुंकत होता. एक दृश्य माझ्यासमोर पसरलेले होते आणि त्याच्या टोकाला मला ती बंद केलेली आणि निर्मनुष्य गढी दिसत होती. त्या स्त्रीने जणू ते कवाड माझ्यासाठी बंद करण्याचा प्रयत्न केला. ते कुत्रे भुंकतच होते आणि ते मूलही रडत होते. तिचा चेहरा एका बाजूला सुजलेला आणि फुगीर बहुधा दाढदुखीने झाला होता आणि तिने आपल्या शालीचे एक टोक ते दुःख कमी व्हावे ह्यासाठी तिथं लावले होते.

मी त्या कवाडातून तिला मागे सारत आत शिरलो आणि पुन्हा तेच शब्द घोकले, ''सिन्यॉर ॲश्ले'' आता मात्र माझे नाक, डोळे पहिल्यांदा पाहिल्यागत ती दचकली आणि गढीकडे बोट दाखवत बोलू लागली. मग ती झटकन वळली आणि त्या आपल्या राहत्या जागेकडे तोंड करून तिने कुणालातरी बोलावले. एक माणूस- बहुधा तिचा नवरा त्या उघड्या दरवाजाशी आला. त्याच्या खांद्यावर मूल

होते. त्याने कुत्र्याला गप्प केले आणि बायकोला प्रश्न विचारत तो माझ्याकडे आला. ती त्याच्याशी तशीच बोलत सुटली आणि मी तो शब्द- 'अॅश्ले' ऐकला आणि मग, 'इंग्लिश', आणि आता उभे राहायची आणि टक लावून पाहण्याची त्याची पाळी होती. तो त्या स्त्रीपेक्षा जरा बरा होता, स्वच्छ होता, त्याचे डोळे प्रामाणिक होते. माझ्याकडे टक लावून पाहात असताना त्याच्या चेहऱ्यावर काळजीचे भाव उमटले आणि तो आपल्या बायकोशी काहीतरी पुटपुटला. ती मूल घेऊन आपल्या राहत्या जागेकडे वळली आणि आम्हाला पाहात उभी राहिली. अजूनही तिने ती शाल आपल्या सुजीर चेहऱ्यावर ठेवली होती.

''मला थोडेसे इंग्लिश येते सिन्यॉर'' तो म्हणाला, ''मी तुम्हाला काही मदत करू शकतो का?''

''मी मि. अॅश्लेना भेटायला आलो आहे,'' मी म्हणालो, ''मि. आणि मिसेस अॅश्ले गढीवर आहेत का?''

त्याच्या चेहऱ्यावरची ती काळजी वाढली. त्याने आवंढा गिळला, ''सिन्यॉर, तुम्ही मि. अॅश्लेंचा मुलगा आहात का?'' त्याने विचारले.

''नाही'' मी घायकुतीला येऊन सांगितले, ''त्यांचा चुलतभाऊ, ते घरी आहेत का?''

त्याने मान दुःखाने हलवली, ''म्हणजे तुम्ही इंग्लंडवरून आला आहात आणि तुम्ही ती बातमी ऐकलेली नाही? मी काय सांगू? ते फार दुःखद आहे. मला काय सांगावे ते कळत नाही. सिन्यॉर अॅश्ले तीन आठवड्यांपूर्वी वारले. अचानक फारच वाईट झाले. त्यांचा दफनविधी होताच सरदारीणबाईंनी गढी बंद केली आणि त्या निघून गेल्या. त्याला जवळजवळ दोन आठवडे झाले. त्या परत येतील की नाही हे आम्हाला माहीत नाही.''

ते कुत्रे पुन्हा भुंकायला लागले आणि त्याला गप्प करण्यासाठी तो वळला.

माझ्या चेहऱ्याचा सर्व रंग उतरला. मी तिथं थिजल्यागत उभा होतो. तो माणूस माझ्याकडे सहानुभूतीने पाहात होता आणि तो आपल्या बायकोला काहीतरी म्हणाला. तिने एक स्टूल पुढे ओढले आणि त्याने ते माझ्या बाजूला ठेवले.

''बसा साहेब. मला वाईट वाटते, फार फार वाईट वाटते.'' तो म्हणाला.

मी नुसती मान हलवली. मी बोलू शकत नव्हतो. मी काही बोलावे असे काही नव्हतेच. दुःखी झालेला तो माणूस आपल्या भावना मोकळ्या करण्यासाठी आपल्या बायकोला काहीतरी कर्कश आवाजात बोलला. मग तो पुन्हा माझ्याकडे वळला, ''सिन्यॉर, जर तुम्हाला गढीत जायचे असेल तर मी ती तुमच्यासाठी उघडतो. जिथं सिन्यॉर अॅश्ले कुठे वारले ते तुम्हाला पाहता येईल.'' तो म्हणाला.

मी कुठे गेलो, मी काय करत होतो ह्याची मला पर्वा नव्हती. माझे मन इतके

थिजल्यागत झाले होते की ते एकाग्रच होत नव्हते. तो त्या फरसबंदीवरून चालू लागला, त्याने खिशातून काही किल्ल्या काढल्या आणि मी त्याच्या बाजूने चालत होतो. माझे पाय अचानक शिसव्यासारखे जड झाले होते. ती बाई आणि ते मूल आमच्यामागून येत होते.

त्या सायप्रसच्या झाडांनी आमच्याभोवती वेढा घातला होता आणि ती बंद गढी एखाद्या थडग्यासारखी त्या दुसऱ्या टोकाला वाट बघत उभी होती.

जसेजसे आम्ही जवळ गेलो तसेतसे माझ्या लक्षात आले की ती गढी मोठी होती आणि तिला खूप खिडक्या होत्या. त्या सर्व रिकाम्या आणि बंद होत्या आणि दरवाजाशी ती फरसबंदी गाड्या वळवता याव्यात म्हणून गोलाकार होती. त्या सायप्रसच्या झाडांच्या बुरख्यात पुतळे आपल्या चबुतऱ्यांवर उभे होते. त्या माणसाने हातातील किल्लीने तो मोठा दरवाजा उघडला आणि मला आत यायची खूण केली. ती बाई आणि ते मूलही आले आणि ती दोघे खिडक्यांची दारे उघडून सूर्यप्रकाश त्या स्तब्ध हॉलमध्ये घेऊ लागली. ती माझ्यापुढे चालत एका खोलीतून दुसऱ्या खोलीत जात दरवाजे उघडत होती आणि असे करताना त्यांना त्यांच्या चांगुलपणामुळे असा विश्वास वाटत होता की असे केल्यामुळे माझे दु:ख थोडे कमी होईल. त्या खोल्या एका मागोमाग होत्या. वरच्या छतावर चित्रं काढलेली होती आणि जमीन दगडी होती आणि येथील हवा मध्ययुगीन, कोंदट वासामुळे जडशील वाटत होती. काही खोल्यांत भिंती तशा साध्याच होत्या. काहींवर वेलबुट्टी काढलेली होती आणि एका इतरांपेक्षा जास्त अंधाऱ्या आणि उदास खोलीत जेवणाचे एक लांब टेबल होते आणि त्याच्याभोवती कोरीव काम केलेल्या मठातील खुर्च्यांसारख्या खुर्च्या होत्या आणि मोठे मोठे मेणबत्त्यांचे लोखंडी स्टँड्स दोन्ही बाजूला होते.

"ही संगलेट्टी गढी खूप सुंदर आहे सिन्यॉर, फार पूर्वीची आहे." तो माणूस म्हणाला, "सिन्यॉर ॲश्ले जेव्हा बाहेरचा सूर्य त्यांना जास्त जोरदार वाटला की ते इथं बसायचे. ही त्यांची खुर्ची." त्याने मोठ्या आदराने त्या टेबलाजवळ असलेल्या त्या उंच पाठीच्या खुर्चीकडे बोट दाखवले. मी त्याला स्वप्नात पाहिल्यागत पाहात होतो आणि ह्यातले काही खरे वाटत नव्हते. मी ह्या घरात किंवा ह्या खोलीत ॲम्ब्रोसला पाहू शकत नव्हतो. तो ह्या इथं आपल्या नेहमीच्या चालीने, शीळ घालत, बोलत, ह्या खुर्चीजवळ, टेबलाजवळ काठी फेकत चालणेच शक्य नव्हते. अगदी निर्दयपणे, नीरसपणे ती जोडगोळी त्या खोलीत खिडक्या उघडत गेली. बाहेरच्या बाजूला एक छोटे अंगण होते. एक प्रकारचा आच्छादित असा चौकोन. तो आकाशाकडे उघडा होता, परंतु सूर्यप्रकाशाच्या किरणापासून आच्छादलेला होता. त्या अंगणाच्या मध्यावर एक कारंजे होते आणि एक मुलाचा हातात शिंपला घेतलेला ब्राँझचा पुतळा होता. त्या कारंजाच्या पलीकडे लॅबरमनचे झाड त्या

फरसबंदीच्या दगडातून रुजून मोठे झाले होते आणि खाली सावलीसाठी त्याने स्वत:चे छत तयार केले होते. ती पिवळी फुलं कोमेजून गळून गेली होती आणि आता त्यांच्या धुरकटलेल्या आणि करड्या बिया जमिनीवर पडलेल्या होत्या. तो माणूस त्या बाईजवळ काहीतरी कुजबुजला. ती त्या चौकोनाच्या कोपऱ्यात गेली आणि तिने एक खिट्टी वळवली आणि हळूहळू ते पाणी त्या ब्राँझच्या मुलाच्या हातात असलेल्या शिंपल्यातून गळू लागले. ते खाली पडत होते आणि खालच्या तळ्यात त्याचा फवारा जात होता.

"सिन्यॉर ॲश्ले," तो माणूस म्हणाला, "ते प्रत्येक दिवशी ते कारंजे बघत इथं बसायचे. त्यांना पाणी बघायला आवडायचे. ते त्या झाडाखाली बसायचे. वसंत ऋतूत हे झाड फार सुंदर असते. सरदारीणबाई वरच्या आपल्या खोलीतून त्यांना बोलवायच्या." त्याने त्या दगडी भागाच्या नक्षीदार खांबाकडे बोट दाखवले. ती बाई घरात गेली आणि एकदोन क्षणांनंतर त्याने जिथं बोट दाखवले त्या खोलीच्या खिडक्या उघडून गच्चीवर आली. त्या शिंपल्यातून पाणी पडतच होते. जोरात नाही, वाहातही नव्हते. ते पाणी त्या लहान तळ्यात हळू फवारा मारत होते.

"उन्हाळ्यात ते नेहमी इथं बसायचे," तो माणूस सांगत होता. "सिन्यॉर ॲश्ले आणि सरदारीणबाई- ती दोघं ते कारंजं उडत असताना इथंच जेवण घ्यायचे. मी त्यांना वाढायचो, तुम्हाला समजतंय ना? मी दोन ट्रे आणायचो आणि ह्या टेबलावर ठेवायचो." त्याने त्या दगडी टेबलाकडे आणि अजूनही तिथं असलेल्या खुर्च्यांकडे बोट दाखवले. "ते जेवण झाल्यावर इथं डुलकीही घ्यायचे." तो सांगत होता, "दिवसांमागून दिवस ते सर्व असेच होते."

तो थांबला आणि त्याने हाताने खुर्चीला स्पर्श केला. मला घुसमटल्यासारखे वाटू लागले. त्या चौकात थंड होते, अगदी थडग्यासारखे थंड होते पण इथली हवा त्यांनी खिडक्या उघडण्यापूर्वीच्या बंद खोल्यांतल्यासारखी शिळपट होती.

घरी असतानाच्या ॲम्ब्रोसची मला आठवण झाली. कोट न घालता उन्हाळ्यात तो आजूबाजूच्या प्रदेशात फिरायचा फक्त डोक्यावर सूर्यासाठी एक गवती टोपीसारखी हॅट असायची. त्याच्या चेहऱ्यावर किंचित पुढे ओढलेली ती हॅट मला आताही दिसू शकत होती. त्यावेळी त्याच्या बाह्या कोपरावर दुमडलेल्या असायच्या. बोटीत उभा राहून समुद्रावर दूरवर असलेले काहीतरी दाखवत असणारा तो मला आता दिसू शकत होता आणि जेव्हा मी बाजूने पोहायचो तेव्हा तो कसा खाली वाकून आपल्या लांब हाताने मला वर ओढून घ्यायचा तेही मला आठवले.

"हो", तो माणूस म्हणाला. जणू काही तो स्वत:शीच बोलत होता. "सिन्यॉर ॲश्ले त्या इथं खुर्चीत बसून पाण्याकडे पाहात असायचे."

ती बाई परत आली. तो चौक ओलांडून तिने ती खिटी फिरवली. ते गळणारे

पाणी थांबले. तो ब्राँझचा मुलगा खाली त्या रिकाम्या शिंपल्याकडे बघत राहिला. आता सगळीकडे शांत होते, स्तब्ध होते. आपल्या गोल डोळ्यांनी कारंज्याकडे बघणारे ते मूल खाली जमिनीवर वाकले आणि त्या फरसबंदीच्या दगडात खेळू लागले. त्या लॅबरमनच्या बिया आपल्या हातात उचलून पाण्यात टाकू लागले. ती बाई त्याला रागे भरली. तिने त्याला भिंतीकडे सारले आणि तिथं पडलेला झाडू उचलून ती अंगण झाडू लागली. तिच्या ह्या कृतीने तेथील शांतता भंग पावली आणि तिच्या नवऱ्याने माझ्या हाताला स्पर्श केला.

"जिथं सिन्यॉर वारले ती खोली तुम्हाला पहायचीये का?" त्याने हळूच विचारले.

त्याच असत्यतेच्या जाणिवेचा पगडा अजूनही मनावर असलेला मी, त्याच्या पाठोपाठ वरच्या मजल्यावर त्या रुंद जिन्याने गेलो. खालच्या खोल्यांहून कमी सामान असलेल्या खोल्यांतून आम्ही गेलो आणि एक खोली जी उत्तरेकडे होती आणि जेथून सायप्रसची झाडे दिसत होती, अशी ही खोली अगदी साधी आणि एखाद्या साधूच्या खोलीसारखी उघडीबोडकी होती. एक साधा लोखंडी पलंग भिंतीजवळ होता. तिथं एक मडकं, एक सुरई आणि पलंगाजवळ पडदा होता. तिथंच विस्तवाची शेगडी होती. वर नक्षीकाम होते आणि भिंतीतील एका कोनाड्यात ढोपरावर बसलेल्या, प्रार्थनेसाठी हात दुमडून घेतलेला मॅडोनाचा पुतळा होता.

मी त्या पलंगाकडे पाहिले. पायगती ब्लँकेट्स नीट घड्या घालून ठेवलेली होती. दोन अभ्रे काढलेल्या उश्या एकावर एक ठेवून उशागती होत्या.

"त्यांचा शेवट," तो माणूस हळू आवाजात म्हणाला, "अगदी अचानक झाला, समजलं ना? ते अशक्त झाले होते, फार अशक्त. तापामुळे ते अशक्त झाले होते परंतु मरणाच्या आधी एक दिवस त्यांनी आपल्याला ओढत कसेबसे खाली आणले आणि स्वत:ला त्या कारंज्याशेजारी बसवले होते. नाही, नाही सरदारीणबाई त्यांना म्हणाल्या होत्या की तुम्ही जास्त आजारी व्हाल, तुम्ही विश्रांती घ्यायला हवी. परंतु ते फार हट्टी होते. ते त्यांचे ऐकत नसत आणि सारखे डॉक्टर्स येत जात असायचे, बोलायचे, मन वळवण्याचा प्रयत्न करायचे परंतु ते ऐकत नसत. ते ओरडायचे, भयानक चिडायचे आणि नंतर एखाद्या लहान मुलासारखे गप्प व्हायचे. त्यांच्यासारख्या मजबूत माणसाची अशी अवस्था दयनीय होती... मग भल्या सकाळी सरदारीणबाई मला हाका मारत घाईने माझ्या खोलीत आल्या. मी त्यावेळी घरात झोपत होतो सिन्यॉर. त्या म्हणाल्या की त्यांचा मृत्यू झालाय. त्यांना माहीत आहे की त्यांचा मृत्यू झालाय ते आणि मी त्यांच्या मागोमाग सिन्यॉरच्या खोलीत गेलो. ते तिथं होते, पलंगावर पडलेले. त्यांचे डोळे बंद होते, श्वासोच्छ्वास चालू होता, पण तो कष्टाने येत होता. तुम्हाला समजतंय ना ती खरी झोप नव्हती. आम्ही

डॉक्टरांना बोलावले, परंतु सिन्यॉर ॲश्ले काही जागे झाले नाहीत. ते बेशुद्ध होते, ती मृत्यूची झोप होती. मी सरदारीणबाईंबरोबर स्वत: मेणबत्त्या पेटवल्या आणि जेव्हा नन्स आल्या तेव्हा मी त्यांना बघायला आलो. तो बेबंदपणा संपला होता आणि त्यांचा चेहरा शांत होता. मला वाटते की तुम्ही ते पाहायला हवे होते सिन्यॉर.''

त्याच्या डोळ्यात अश्रू उभे राहिले. मी त्याच्याकडे बघणे टाळले आणि बिछान्याकडे पाहिले. मला तसे काहीच वाटले नव्हते. तो मनाला आलेला जडपणा निघून गेला होता आणि आता मी कठोर आणि मन घट्ट केलेला असा झालो होतो.

''तुझ्या म्हणण्याचा अर्थ काय? बेबंद होणे म्हणजे काय?''

''तापाबरोबर येणारा बेफामपणा,'' तो माणूस म्हणाला, ''हे झटके आले की नंतर दोनतीनदा मला त्यांना पलंगावर धरून ठेवायला लागायचे आणि मग ह्या बेफाम होण्यानंतर आतून इथून त्यांना अशक्तपणा यायचा.'' त्या माणसाने आपले हात पोटावर दाबले, ''त्यांना खूप वेदना व्हायच्या आणि जेव्हा वेदना संपायच्या तेव्हा ते पार गोंधळून जायचे, त्यांना जड वाटायचे, त्यांचे मन भटकत राहायचे. तुम्हाला मी सांगतो सिन्यॉर ही अवस्था दयनीय होती. एखादा त्यांच्यासारखा भक्कम माणूस असाहाय्य होणे हे खरंच दयनीय होते.''

एखाद्या रिकाम्या थडग्यासारख्या असलेल्या त्या रिकाम्या खोलीतून मी वळलो आणि मी त्या माणसाला पुन्हा एकदा खिडक्या बंद करताना आणि दरवाजा बंद करताना ऐकले. ''काही का केले गेले नाही?'' मी विचारले. ''ते डॉक्टर्स, त्यांना वेदना कमी करता येऊ शकत नव्हत्या?आणि मिसेस ॲश्ले, तिने त्यांना तसेच मरू दिले?''

तो जरा गोंधळला होता. ''प्लीज सिन्यॉर,'' तो म्हणाला.

''हा आजार काय होता, तो किती दिवस टिकला होता?'' मी विचारले.

''मी तुम्हाला सांगितले की शेवट पटकन आला.'' तो माणूस म्हणाला, ''त्या आधी एक दोन झटके आले होते आणि सबंध हिवाळाभर सिन्यॉर तसे ठीक नव्हते. काहीसे दु:खी, त्यांचे मन ठीक नव्हते. जेव्हा वर्षापूर्वी सिन्यॉर ह्या गढीवर आले तेव्हा सुखी, आनंदी होते. त्यापेक्षा फार वेगळे होते.''

बोलत असताना त्याने आणखी काही खिडक्या उघडल्या आणि तो बाहेर एका मोठ्या गच्चीवर गेला. तिथं इकडेतिकडे पुतळे ठेवलेले होते आणि नक्षीदार दगडाचा कठडा होता. आम्ही ती गच्ची ओलांडली आणि तेथील एका नक्षीदार कठड्याशी जाऊन उभे राहिलो. येथून खाली एक बाग दिसत होती. छाटलेली आणि तशी ठरावीक बाग होती. तेथून गुलाबांचा आणि उन्हाळ्यातील चमेलीचा वास येत होता. काही अंतरावर दुसरे एक कारंजे होते आणि आणखी दुसरे...

मोठ्या रुंद पायऱ्या प्रत्येक बागेकडे जात होत्या त्या व्यवस्थित एका मजगीवर दुसरी मजगी अशा तऱ्हेने बांधलेल्या होत्या आणि अगदी शेवटी टोकाला सायप्रसच्या झाडांनी आच्छादलेली एक उंच भिंत त्या सबंध इस्टेटीभोवती होती.

आम्ही पश्चिमेकडे पाहिले- मावळत्या सूर्याकडे आणि तिथं गच्चीवर आणि त्या स्तब्ध बागांवर त्याचा प्रकाश होता; इतकेच नव्हे तर ते पुतळेही त्या गुलाबी प्रकाशात न्हाऊन निघाले होते आणि त्या नक्षीदार दगडी कठड्यावर हात ठेवून उभा असताना मला असे वाटले की एक विचित्र शांतता त्या जागेवर पसरलीये... जी पूर्वी कधी तिथं नव्हती.

तो दगड अजूनही माझ्या हाताखाली गरम वाटत होता आणि एका फटीतून एक पाल पळाली आणि खाली भिंतीवर सरपटत गेली.

''एखाद्या शांत संध्याकाळी,'' तो माणूस माझ्यामागे एक दोन पावले थांबून जणू मला आदर देत म्हणाला. ''सिन्यॉर, ह्या संगलेट्टी गढीच्या बागेत, हे फार सुंदर वाटते. कधी कधी सरदारीणबाईही कारंजी चालू करायचा हुकूम करायच्या आणि पौर्णिमा असताना त्या आणि सिन्यॉर अॅश्ले ह्या गच्चीवर जेवणानंतर यायचे. हे सर्व अर्थात गेल्या वर्षी त्यांच्या आजाराच्या आधी.''

मी तिथं त्या खाली असलेल्या कारंज्याकडे आणि त्यांच्याखाली असलेल्या तळ्याकडे आणि तिथं असलेल्या कमळांकडे पाहात होतो.

''मला वाटते,'' तो माणूस हळूच म्हणाला, ''सरदारीणबाई परत येतील असे मला नाही वाटत. त्यांना हे फार दुःखद होईल कारण पुष्कळ आठवणी आहेत. सिन्यॉर रेनाल्डीनी आम्हाला सांगितले की ही गढी भाड्याने द्यायचीये, कदाचित विकायचीये.''

त्याच्या शब्दांनी मला सत्यतेत परत आणले. त्या शांत बागेमुळे, त्या गुलाबांच्या वासामुळे आणि मावळत्या सूर्यप्रकाशामुळे मी क्षणभर जादू झाल्यागत भारावून गेलो होतो.

''हे सिन्यॉर रेनाल्डी कोण आहेत?'' मी विचारले.

तो माणूस माझ्याबरोबर गढीकडे वळला. ''सिन्यॉर रेनाल्डी, ते सरदारीणबाईंच्या सर्व गोष्टी पाहतात.'' तो म्हणाला, ''व्यवसायाच्या गोष्टी, ते सरदारीणबाईंना बरेच दिवस ओळखतात.'' त्याने मुलाला घेऊन आलेल्या बायकोकडे पाहून रागाने हात हलविला. त्यांना पाहून त्याला रागच आला. त्यांनी इथं असणे योग्य नव्हते. ती पुन्हा त्या गढीत दिसेनाशी झाली आणि पुन्हा खिडक्या बंद करू लागली.

''मला सिन्यॉर रेनाल्डींना भेटायचंय'', मी म्हणालो.

''मी तुम्हाला त्यांचा पत्ता देतो'', तो म्हणाला, ''त्यांना इंग्लिश चांगले बोलता येते.''

आम्ही पुन्हा गढीत परतलो आणि मी खोल्यांतून दिवाणखान्याकडे वळलो. माझ्यामागे एका मागोमाग एक खिडक्या बंद केल्या जात होत्या. मी माझ्या खिशातील पैसे चाचपडले. मी कुणीही असेन, ह्या भागात आलेला, ही गढी उत्सुकतेने पाहणारा आणि ती विकत घेण्याच्या विचारात असलेला प्रवासीही. माझे मन ताळ्यावर नव्हते, जिथं ॲम्ब्रोस राहिला आणि वारला त्या जागेकडे बघणारा मी काही पहिला आणि शेवटचा नव्हतो.

"तू जे काही मि. ॲश्लेंसाठी केलेस त्याबद्दल आभार" मी ती नाणी त्या माणसाच्या हातात देताना म्हणालो.

पुन्हा एकदा त्याच्या डोळ्यांत अश्रू उभे राहिले. ती बाई आणि ते मूल हॉलमध्ये आमच्या बाजूला उभी होती आणि ती पलीकडे असलेल्या खोल्यांकडे जाणारी कमान आणि तो जिना, एखाद्या तळघराच्या दरवाजासारखा पुन्हा अंधारा वाटत होता.

"त्यांच्या कपड्यांचे काय केले?" मी विचारले, "त्यांच्या वस्तू, त्यांची पुस्तके, कागद?"

तो माणूस जरा गडबडला. तो आपल्या बायकोकडे वळला आणि ते दोघं क्षणभर परस्परांशी बोलले. त्यांच्यामध्ये प्रश्नोत्तरे चालली. तिचा चेहरा निर्विकार झाला. तिने खांदे उडविले.

"सिन्यॉर", तो म्हणाला, "माझ्या बायकोने जेव्हा सरदारीणबाई गेल्या तेव्हा त्यांना मदत केली परंतु ती म्हणते की सरदारीणबाई सर्व घेऊन गेल्या. सिन्यॉर ॲश्लेंचे कपडे एका मोठ्या ट्रंकेत ठेवले गेले. त्यांची पुस्तके आणि सर्व वस्तू ठेवल्या गेल्या. मागे काही शिल्लक नाही."

मी त्या दोघांच्या डोळ्यांत पाहिले-त्यात काही चलबिचल नव्हती. मला कळले की ते खरं बोलत होते. "आणि तुम्हाला कल्पना नाही की मिसेस ॲश्ले कुठे गेली ते?" मी विचारले.

त्या माणसाने मान हलविली. "त्यांनी फ्लॉरेन्स सोडलंय एवढेच मला माहीत आहे." तो म्हणाला, "दफनविधी नंतर दुसऱ्याच दिवशी सरदारीणबाई निघून गेल्या."

त्याने पुढचा भक्कम दरवाजा उघडला आणि तो बाहेर पडला.

"त्यांना कुठे पुरले?" मी एखाद्या तिऱ्हाइतासारखे त्रयस्थपणे विचारले.

"फ्लॉरेन्समध्ये सिन्यॉर, नव्या प्रॉटेस्टंट दफनभूमीत. अनेक इंग्लीशांना तिथं दफन केलेले आहे. सिन्यॉर ॲश्ले हे काही एकटेच नाहीत."

जणू तो मला खात्री देत होता की ॲम्ब्रोसला कुणीतरी साथी आहेत आणि त्या थडग्यापलीकडच्या काळ्या जगात त्याचे देशवासी त्याचे सांत्वन करतील.

आता पहिल्यांदा मी त्या माणसाच्या डोळ्याला डोळा देऊ शकलो नाही. ते डोळे एखाद्या कुत्र्याच्या डोळ्यांसारखे प्रामाणिक आणि निष्ठावंत होते.

मी वळलो आणि मी असे केल्यावर ती बाई आपल्या नवऱ्याला अचानक काहीतरी म्हणाली आणि त्याने दरवाजा बंद करण्याआधी पुन्हा एकदा ती त्या गढीत धावत सुटली आणि तिने एक भिंतीजवळ असलेले ओकच्या लाकडाचे कपाट उघडले आणि ती काहीतरी हातात घेऊन आली आणि तिने ते आपल्या नवऱ्याला दिले आणि त्याने ते मला दिले. त्याचा सुरकुतलेला चेहरा आता दिलाशामुळे काहीसा समाधानी दिसत होता.

"सरदारीणबाई," तो म्हणाला, "त्या एक गोष्ट विसरल्या सिन्यॉर. ती तुमच्या बरोबर घ्या, ती फक्त तुमच्यासाठी आहे."

ती ॲम्ब्रोसची हॅट होती, मोठ्या कडा असलेली आणि वळलेली. ती हॅट तो गावात असताना उन्हापासून संरक्षण म्हणून वापरायचा. ती दुसऱ्या कुणाच्या डोक्याला बसणारी नव्हती. ती फार मोठी होती. ती हॅट मी हातात खालीवर करत असताना मी काहीतरी म्हणेन म्हणून त्याचे डोळे काळजीपूर्वक माझ्यावर लागलेले मला जाणवले होते.

८

मला फ्लॉरेन्सच्या परतीच्या प्रवासाची काही आठवण नाही. फक्त एवढंच आठवते की सूर्य मावळला होता आणि पटकन अंधार झाला होता. इथं घरी असतो तसा संधिप्रकाश नव्हता. रस्त्याजवळच्या खड्ड्यातून कीटक-बहुधा रातकिडे-ह्यांनी त्यांचे कंटाळवाणे गाणे सुरू केले होते आणि शेतकरी अनवाणी पायांनी, डोक्यावर टोपल्या घेऊन अधूनमधून जात होते.

जेव्हा आम्ही शहरात परतलो तेव्हा ती सभोवतालच्या टेकड्यांवरची स्वच्छ थंड हवा संपली आणि आता पुन्हा गरम वाटत होते, अर्थात दिवसासारखे जाळणारे आणि धुरकट नव्हे. फक्त संध्याकाळची ती एकसुरी शिळी उष्णता घराच्या आणि घरांच्या छपरावर, भिंतीत कित्येक तास मुरलेली होती. दुपारची सुस्ती आणि झोप ह्या नंतरचे ते संध्याकाळपूर्वीचे काही तास चैतन्यमय, जास्त जागृत आणि जास्त तीव्र झाले होते. त्या चौकात आणि त्या अरुंद रस्त्यावर जमलेले स्त्री, पुरुष रस्त्यावर दुसऱ्याच कारणाने रमत गमत चालले होते. जणू काही सबंध दिवस ते त्यांच्या शांत घरात पडून, झोपून होते आणि आता एखाद्या मांजरासारखे शहरात फिरायला आलेले होते. मार्केटमधील गाळे हे ज्योती आणि मेणबत्त्यांनी उजळले होते आणि त्यांच्याभोवती गिऱ्हाइकांचा गराडा पडलेला होता आणि पुढे केलेल्या सामानात ते चौकसपणे हात घालत होते. शाली गुंडाळलेल्या स्त्रिया एकमेकींना बडबडत, रागवत ढकलत होत्या. फेरीवाले त्यांच्या मालाबद्दल ऐकू जावे म्हणून ओरडत होते. त्या घंटांचे आवाज पुन्हा सुरू झाले आणि ते ह्यावेळी फार व्यक्तिगत आहेत असे मला वाटले. चर्चचे दरवाजे उघडले गेले होते, त्यामुळे मला आतील मेणबत्त्यांचा उजेड दिसत होता आणि ते माणसांचे घोळके जरा विस्कळीत होत होते, पसरत होते आणि घंटेच्या आवाजाने आत घुसत होते.

मी त्या चौकात, त्या मोठ्या चर्चजवळ माझ्या कोचवानाला पैसे दिले. त्या मोठ्या घंटेचा तो जोरदार, सारखा येणारा आवाज त्या शांत आणि शुष्क हवेत

एखाद्या आव्हानासारखा येत होता. मी काय करतोय हे न कळताच त्या मोठ्या चर्चमध्ये लोकांबरोबर शिरलो आणि त्या अंधारात डोळे ताणत, काही काळ एका खांबाशी उभा राहिलो. एक लंगडा शेतकरी माझ्या बाजूला एका कुबडीच्या आधाराने उभा होता. त्याने आपला आंधळा डोळा वेदीकडे लावला. त्याचे ओठ हलत होते. त्याचे हात कापत होते आणि माझ्या बाजूला आणि पुढे शाल घेतलेल्या आणि गूढ अशा स्त्रिया वाकल्या होत्या. त्या कर्कश्श आवाजात जे पाद्री सांगत होता ते पुन्हा म्हणत होत्या. त्यांचे गाठी आलेले हात माळेचे मणी फिरवण्यात गर्क होते.

माझ्या हातात अजूनही ॲम्ब्रोसची हॅट होती आणि मी त्या चर्चमध्ये उभा असताना, मी अगदी क्षुल्लक गोष्ट आहे असे वाटत असताना, त्या क्रूर सौंदर्य असलेल्या आणि रक्त वाहिलेल्या शहरात, त्या वेदीला तो पाद्री वंदन करत असताना, मी एक तिऱ्हाईत त्याचे ते अनेक शतकांपूर्वीचे गंभीर आणि जुने शब्द ऐकत होतो आणि ते मला समजतही नव्हते. त्यावेळी अचानक आणि तीव्रपणे माझे किती नुकसान झालंय ह्याची मला जाणीव झाली. ॲम्ब्रोस हा मृत झाला होता. मी त्याला पुन्हा पाहू शकणार नव्हतो. तो माझ्यापासून कायमचा दूर गेला होता. ह्यापुढे ते स्मित, ते मंद हास्य आणि ते हात माझ्या खांद्यावर येणार नव्हते. ह्यापुढे त्याची ताकद, त्याचे ते समजून घेणे नव्हते. त्याच्या लायब्ररीत पोक काढून बसलेली किंवा त्याच्या काठीवर वाकून उभी राहिलेली आणि समुद्राकडे पाहणारी, त्याची ती परिचित, गौरवलेली आणि आवडती, आकृती ह्यापुढे दिसणार नव्हती. संगलेट्टी गढीतील ज्या ठिकाणी तो वारला होता ती उघडीवाघडी खोली आणि कोपऱ्यात असलेली मॅडोना मला आठवली आणि कोणीतरी मला सांगितले की जेव्हा तो वारला तेव्हा तो त्या खोलीचा किंवा त्या गढीचा किंवा देशाचाही भाग नव्हता आणि त्याचा आत्मा ज्या ठिकाणचा होता तिथं त्याच्या त्या टेकड्यांत, त्याच्या त्या रानात, त्याच्या त्या आवडत्या बागेत आणि समुद्राच्या आवाजात परत गेला.

मी वळलो आणि त्या मोठ्या चर्चमधून बाहेर पडलो. त्या मोठ्या चौकात आलो आणि वर त्याच्या त्या मोठ्या घुमटाकडे आणि माझ्या बाजूला असलेल्या उंच, मनोऱ्यावजा आकाशात कोरल्यागत असलेल्या त्या इमारती पाहात असताना आता पहिल्यांदा एखाद्या मोठ्या धक्क्यानंतर आणि ताणतणावानंतर अचानक येणाऱ्या आठवणीप्रमाणे माझ्या लक्षात आले की मी दिवसात काही खाल्ले नाही. त्या मृतापासून माझे विचार वळवून मी परत जीवनाकडे वळवले आणि खाण्यासाठी आणि ड्रिंकसाठी त्या मोठ्या चर्चजवळ एक जागा सापडल्यावर आणि भूक शमल्यावर मी सिन्यॉर रेनाल्डीच्या शोधात निघालो. त्या गढीवरील नोकराने त्याचा पत्ता माझ्यासाठी लिहून दिला होता आणि एक-दोन ठिकाणी चौकशी केल्यावर तो

कागदाचा तुकडा दाखवल्यावर आणि त्या उच्चारांशी कसेबसे झगडल्यावर मला त्याचे घर सापडले. ते त्या माझ्या राहण्याच्या जागेच्या पुलापलीकडे ऑर्नो नदीच्या डाव्या बाजूला किनाऱ्यावर होते. ह्या बाजूची नदीची कड जास्त गडद आणि फ्लॉरेन्सच्या मध्यावरील भागापेक्षा जास्त शांत होती. अगदी थोडेच लोक रस्त्यावर फिरत होते. दरवाजे बंद होते आणि खिडक्या लावलेल्या होत्या; इतकेच नव्हे तर त्या फरशीच्या दगडांवर माझ्या पायांचा आवाज पोकळ वाटत होता.

सरतेशेवटी मी रेनाल्डीच्या घराकडे आलो आणि घंटी वाजवली. एका क्षणात नोकराने दरवाजा उघडला आणि माझे नाव न विचारताच मला तो वरच्या मजल्यावर एका बोळातून घेऊन गेला. त्याने दरवाजावर ठोकले आणि मला एका खोलीत नेले. मी त्या अचानक आलेल्या प्रकाशामुळे डोळे मिचकावत राहिलो आणि टेबलाजवळच्या खुर्चीवर बसलेल्या एका माणसाला पाहिले. तो कागदांची रास चाळत होता. मी खोलीत येताच तो उठला आणि माझ्याकडे टक लावून पाहात राहिला. तो माझ्याहून थोडा उंचीने कमी होता आणि बहुधा चाळिशीचा होता. त्याचा चेहरा निस्तेज आणि रंगहीन होता आणि त्याचे अवयव बारीक आणि बाकदार होते. त्याच्या चेहऱ्यावर काहीसा गर्विष्ठपणा आणि मग्रुरी होती म्हणजे एखाद्याला मूर्ख माणसाबद्दल किंवा त्याच्या शत्रूबद्दल फारशी दया वाटणार नाही असे काहीसे ते भाव होते. पण मला वाटते की माझे फक्त त्याच्या डोळ्यांकडे लक्ष गेले. ते काळे आणि खोल होते आणि मला पहिल्यांदा पाहताना त्याच्या नजरेत एक ओळखीचा भाव येऊन ते दचकले होते आणि हे सारे क्षणात नाहीसे झाले होते.

"सिन्यॉर रेनाल्डी?" मी म्हणालो, "माझे नाव ॲश्ले आहे, फिलीप ॲश्ले."

"हो", तो म्हणाला, "तुम्ही जरा बसाल?" त्याच्या आवाजात निर्दयपणा आणि कठोरता होती आणि त्याच्या शब्दोच्चारात तशी फारशी इटालियन छाप नव्हती. त्याने माझ्यापुढे खुर्ची सारली.

"मला पाहून तुम्हाला आश्चर्य वाटले ह्यात संशय नाही," मी त्याच्याकडे निरखून पाहात म्हणालो, "मी फ्लॉरेन्समध्ये असेन अशी तुम्हाला कल्पना नव्हती."

"नाही," तो म्हणाला, "नाही, तुम्ही इथं असाल अशी मला कल्पना नव्हती."

तो शब्द तोलूनमापून बोलत होता. कदाचित त्याचे इंग्लिशवरील प्रभुत्व तेवढे जास्ती नसेल म्हणून तो काळजीपूर्वक बोलत होता.

"मी कोण आहे हे तुम्हाला माहीत आहे का?" मी विचारले.

"मला वाटते की तुमचे काय नाते आहे त्याची मला कल्पना आहे," तो म्हणाला, "तुम्ही वारलेल्या ॲम्ब्रोसचे कझिन किंवा पुतण्या आहात, नाही का?"

"कझिन", मी म्हणालो, "आणि त्याचा वारस."

त्याने दोन बोटांत पेन धरले आणि ते तो टेबलावर ठोकू लागला, जणू काही तो वेळ काढत होता किंवा त्याला मनाचा गोंधळ लपवायचा होता.

"मी संगलेट्टी गढीवर जाऊन आलो," मी म्हणालो, "ज्या खोलीत तो वारला ती खोलीही मी पाहिली. गिसॅप्पाने मदत केली. त्याने सर्व तपशील दिला आणि तुमचा संदर्भ दिला."

हा मला झालेला आभास होता की खरंच त्या काळ्या डोळ्यांत एक लपवाछपवी होती?

"तुम्हाला फ्लॉरेन्सला येऊन किती दिवस झाले?" त्याने विचारले.

"ह्या दुपारपासून काही तासच."

"म्हणजे तुम्ही आजच आलात? म्हणजे तुमची आणि कझिन रेशेलची भेट झाली नाही तर?" ज्या हातात त्याने पेन धरले होते तो आता काहीसा अवघडलेला नव्हता.

"नाही," मी म्हणालो, "त्या गढीवरच्या नोकराकडूनच कळले की दफनविधी आटपताच दुसऱ्याच दिवशी तिने फ्लॉरेन्स सोडले."

"तिने संगलेट्टी गढी सोडली," तो म्हणाला, "तिने फ्लॉरेन्स सोडले नाही."

"ती ह्या शहरात आहे का?"

"नाही," तो म्हणाला, "नाही, आता ती निघून गेली आहे. ती गढी मी भाड्याने द्यावी नाहीतर शक्य तो विकावी अशी तिची इच्छा आहे."

त्याची वागण्याची पद्धत काहीशी ताठर आणि मुरड न घातली जाणारी होती. जणू काही तो मला देत असलेल्या माहितीचा आधी विचार करून आणि मनात ती नीट उलगडून मग देत होता.

"ती आता कुठे आहे हे तुम्हाला माहीत आहे का?" मी विचारले.

"नाही, मला माहीत नाही," तो म्हणाला, "ती अचानक निघून गेली; तिने काही बेत केले नव्हते; ती म्हणाली की भविष्याविषयी काही निर्णय झाला की ती मला लिहील."

"ती कदाचित आपल्या मित्रांबरोबर असेल," मी बोलण्याचे धाडस केले. मला असे आतून वाटत होते की अगदी आजच किंवा काल ती त्याच्याबरोबर ह्या खोलीत होती आणि तो कबूल करत होता त्यापेक्षा जास्त माहिती त्याला होती.

"तुम्ही हे जाणत असाल सिन्यॉर रेनाल्डी," मी म्हणालो, "मी माझ्या कझिनच्या मृत्यूची वार्ता एखाद्या नोकराकडून ऐकल्यावर मला मोठाच धक्का बसला. हे सर्व एखाद्या दुःस्वप्नासारखे आहे. काय झाले? तो आजारी होता हे मला कळवण्यात का आले नाही?"

तो माझ्याकडे निरखून पाहात होता. त्याने माझ्या चेहऱ्यावरून दृष्टी हलवली

नव्हती. ''तुझ्या कझिनचा मृत्यू तसा अचानक झाला,'' तो म्हणाला, ''आम्हा सर्वांनाच हा मोठा धक्का होता. तो आजारी होता, परंतु आम्हाला तो इतका आजारी आहे असे वाटले नव्हते. उन्हाळ्यात तसा अनेक परकीयांना येणारा ताप तसा त्यालाही आला होता आणि अशक्तपणा आला होता आणि तो भयानक डोके दुखते अशी तक्रारही करायचा. सरदारीणबाई- मला वाटते की मी मिसेस ॲश्ले म्हणावे- ह्यांना फार काळजी वाटत होती परंतु ते काही तसे शांत पेशंट नव्हते. त्यांना आमच्या डॉक्टरांबद्दल मनात ताबडतोब नावड उत्पन्न झाली. त्याला काय कारण होते हे शोधणे कठीणच. प्रत्येक दिवशी मिसेस ॲश्लेना काही सुधारणा होईल म्हणून आशा वाटायची आणि अर्थात तुम्हाला आणि इंग्लंडमधील मित्रमंडळींना त्यांना काळजीत टाकायची इच्छा नव्हती.''

''परंतु आम्ही काळजी करतच होतो,'' मी म्हणालो, ''म्हणून तर मी फ्लॉरेन्सला आलो. मला ॲम्ब्रोसकडून ही पत्रं आली.''

ही चाल तशी धाडसाचीच होती, कदाचित अविचारीपणाचीही; परंतु मी पर्वा करत नव्हतो. मी ॲम्ब्रोसने मला लिहिलेली दोन पत्रं त्याच्यापुढे केली. त्याने ती काळजीपूर्वक वाचली. त्याच्या चेहऱ्यावरचे भाव बदलले नाहीत. नंतर त्याने ती मला परत केली.

''हो!'' तो म्हणाला. त्याचा आवाज अगदी शांत होता. त्यात आश्चर्य नव्हते. ''मिसेस ॲश्लेना ॲम्ब्रोसने असे काही लिहिले असावे अशी भीती वाटत होती. ते शेवटचे आठवडे, जेव्हा ते अगदी गुप्तपणे आणि विचित्र वागू लागले होते त्यावेळी डॉक्टरांना वाईट घडणार अशी भीती वाटत होती आणि त्यांनी तिला तशी सूचनाही केली होती.''

''सूचना केली होती?'' मी विचारले, ''कशाची सूचना केली होती तिला?''

''की त्याच्या डोक्यावर कसलातरी दबाव पडत असावा.'' तो म्हणाला, ''एखादा ट्यूमर किंवा वाढ आणि तीही भरभर वाढणाऱ्या आकाराची, त्याच्या ह्या परिस्थितीला ती कारणीभूत असावी.''

एक हरवल्याची भावना माझ्या मनात आली - ट्यूमर? म्हणजे माझ्या धर्मपित्याचा निष्कर्ष सरतेशेवटी बरोबर होता तर! पहिल्यांदा फिलीपकाका आणि मग ॲम्ब्रोस आणि तरी...मग हा इटालियन माझे डोळे का निरखीत होता?

''डॉक्टर असे म्हणाले का, की ह्या ट्यूमरने त्याला मृत्यू आला?''

''प्रश्नच नाही,'' तो म्हणाला, ''ते कारण आणि ताप येऊन गेल्यावर आलेल्या अशक्तपणामुळे. मी त्यांना बोलावणे पाठवतो आणि काय प्रश्न विचारायचे ते तुम्ही विचारू शकता. फक्त इथं इंग्लिश नीट येत नाही.''

''नाही,'' मी हळूच म्हणालो, ''त्याची काही गरज नाही.''

त्याने खण उघडला आणि एक कागदाचा तुकडा बाहेर काढला.

"माझ्याकडे ही मृत्यूच्या सर्टिफीकेटची प्रत आहे." तो म्हणाला, "त्या दोघांची त्यावर सही आहे, ती वाचा. एक प्रत तुम्हाला ह्याआधीच पोस्टाने कॉर्नवॉलला पाठवलेली आहे आणि दुसरी प्रत तुमच्या कझिनच्या मृत्युपत्राच्या ट्रस्टीना, कॉर्नवॉलमधील लॉस्टवीचल जवळ राहणाऱ्या मि. निकोलीस केंडॉलना."

मी त्या सर्टीफकेटकडे पाहिले. मी ते वाचण्याच्या भानगडीत पडलो नाही.

"निकोलीस केंडॉल हे माझ्या कझिनच्या मृत्युपत्राला ट्रस्टी आहेत हे तुम्हाला कसे माहीत?"

"कारण तुमच्या कझिन ॲम्ब्रोसकडे त्या मृत्युपत्राची प्रत होती." रेनाल्डीने उत्तर दिले. "मी ते अनेकदा वाचले होते."

"तुम्ही माझ्या कझिनचे मृत्युपत्र वाचले होते?" मी काहीशा शंकेने विचारले.

"अर्थात," तो म्हणाला, "मी, सरदारीणबाई- मिसेस ॲश्ले, ह्यांचा ट्रस्टी आहे, त्यामुळे तिच्या नवऱ्याचे मृत्युपत्र बघणे माझे काम होते. ह्यात विचित्र काहीच नाही. त्यांचे लग्न झाल्यावर तुमच्या कझिनने ते मला लवकरच दाखविले. त्याची प्रत माझ्याकडे आहे हे खरं आहे, परंतु मला ती तुम्हाला दाखवण्याचे कारण नाही. ते काम आहे तुमचे पालक मि.केंडॉल ह्यांचे. मला वाटते की तुम्ही घरी पोहोचलात की तुम्हाला ते दाखवतीलच."

त्याला माहीत होते... माझा धर्मपिता माझा पालकही आहे हे माझ्यापेक्षा त्याला जास्त ठाऊक होते. कदाचित तो चुकीचे बोलला असेल. कुणीही एकवीस वर्षांचा झाल्यावर त्याला पालक नसतो आणि मी तर चोवीस वर्षांचा होतो. जणू काही ह्याला महत्त्व नव्हते. महत्त्वाचे होते ॲम्ब्रोस, त्याचा आजार आणि त्याचा मृत्यू.

"ही दोन पत्रं," मी अट्टहासाने म्हणालो, "ही आजारी माणसाची पत्रं नाहीत. ती पत्रं आहेत ज्याला शत्रू आहेत अशा माणसाची, ज्याचा त्यांच्यावर विश्वास नाही अशी माणसे भोवताली असलेल्या माणसाची."

सिन्यॉर रेनाल्डी माझ्याकडे एकटक पाहात होते.

"ही पत्रं आहेत मानसिकरित्या आजारी असलेल्या माणसाची, मि.ॲश्ले." तो मला म्हणाला, "मी स्पष्ट बोलतोय म्हणून मला क्षमा करा, कारण शेवटचे मी त्यांना पाहिले होते आणि तुम्ही पाहिले नव्हते. तो अनुभव आम्हा कुणालाही आनंददायी नव्हता. जास्त करून त्यांच्या पत्नीला. तुम्ही पाहताच की त्यांनी त्यांच्या पहिल्या पत्रात काय लिहिले होते ते. मी त्याबद्दल खात्री देतो. तिने रात्रंदिवस त्यांना एकटे सोडले नव्हते. एखाद्या स्त्रीने त्यांची चाकरी करायला नन्स ठेवल्या असत्या. ती एकटी त्यांची सेवा करत होती. तिने स्वत:ची जराही पर्वा केली नाही."

"तरीही त्यामुळे त्याला काही मदत झाली नाही," मी म्हणालो, "त्या पत्राकडे पाहा, विशेषत: शेवटची ओळ... तिने माझा घात केला शेवटी रेशेल, माझा छळ करणारी... ह्याचा अर्थ तुम्ही काय करता सिन्यॉर रेनाल्डी?"

मला वाटते की उत्तेजित झाल्यामुळे माझा आवाज चढला होता. तो खुर्चीवरून उठला आणि त्याने घंटी वाजवली. जेव्हा त्याचा नोकर आला, त्याने त्याला हुकूम केला. तो मग एक ग्लास वाईन आणि पाणी घेऊन आला. त्याने माझ्यासाठी काही ओतले पण मला ते काही नको होते.

"बोला," मी म्हणालो.

तो पुन्हा आपल्या जागेकडे गेला नाही. तो आपल्या खोलीच्या बाजूला जिथं भिंतीवर पुस्तके लावली होती तिथं गेला आणि त्याने एक ग्रंथ उचलला.

"मि. ॲश्ले, तुम्ही कोणत्यातरी शाखेचे वैद्यकीय विद्यार्थी आहात का?"

"नाही," मी म्हणालो.

"तुम्हाला ह्या इथं सापडेल," तो म्हणाला, "ज्या तऱ्हेची माहिती तुम्हाला हवीये ती किंवा त्या डॉक्टर्सना तुम्ही विचारू शकता. त्यांचे पत्ते मी खुशीने तुम्हाला देईन. मेंदूच्या त्या विशिष्ट आजारात जेव्हा तिथं काही वाढ किंवा ट्यूमर होतो तेव्हा तो त्रास आढळतो. मग त्या पिडीत व्यक्तीला विभ्रमावस्था होते. उदाहरणार्थ त्या व्यक्तीला असे वाटते की कोणीतरी आपल्यावर लक्ष ठेवून आहे, तिच्या जवळची व्यक्ती, तिची बायको ही तिच्या विरोधात गेलेय किंवा ती अविश्वासू आहे किंवा तिचा पैसा हडपण्याच्या प्रयत्नात आहे आणि तुम्ही कितीही प्रेम केलेत, मनधरणी केलीत तरी एकदा का हे मनात बसले तरी तो संशय दूर होत नाही. जर तुमचा माझ्यावर किंवा इथल्या डॉक्टर्सवर विश्वास बसत नसेल तर तुमच्या देशवासीयांना विचारा किंवा हे पुस्तक वाचा."

रेनाल्डी अगदी खरेपणे, निर्दयपणे आणि खात्रीने बोलत होता. त्या संगलेट्टी गढीत त्या लोखंडी पलंगावर पडलेल्या, ज्याचे हाल होत होते, जो आश्चर्यचकित झालेला होता- तो ॲम्ब्रोस माझ्या मनात होता. हा माणूस त्याच्याबद्दल बोलून दाखवत होता, त्याच्या रोगाची एका पाठोपाठ निदानं करत होता. कदाचित त्या तीन घड्यांच्या पडद्यामागून तो ते सर्व पाहात असावा. तो बरोबर होता की चूक हे मला माहीत नाही. मला फक्त एवढेच माहीत होते की मी रेनाल्डीचा द्वेष करतो.

"तिने मला पत्र का लिहिले नाही?" मी विचारले, "जर ॲम्ब्रोसचा तिच्यावरचा विश्वास उडाला होता तर मग मला का नाही बोलावले गेले? मी त्याला चांगला ओळखत होतो."

रेनाल्डीने हातातील पुस्तक घटक्यात बंद केले आणि ते पुन्हा शेल्फवर ठेवले.

"तुम्ही फारच लहान आहात, हो की नाही मि. अ‍ॅश्ले?" तो म्हणाला.

मी त्याच्याकडे पाहातच राहिलो. तो काय म्हणतोय हे मला समजत नव्हते.

"तुमच्या म्हणण्याचा अर्थ काय?" मी विचारले.

"एखादी भावनाशील स्त्री अशी सहजासहजी हार मानत नाही," तो म्हणाला, "तुम्ही त्याला घमेंड म्हणा किंवा चिवटपणा म्हणा, तुम्हाला काय पाहिजे ते म्हणा, त्यांच्या भावभावना ह्या आपल्यापेक्षा अव्वल असतात आणि अशा व्यक्ती त्यांना जे पाहिजे त्याचा घट्ट धरून बसतात आणि कधीही माघार घेत नाहीत. आपणा पुरुषांना युद्ध, लढाया असतात पण स्त्रियाही लढाई देऊ शकतात."

त्याने माझ्याकडे त्या निर्दय, खोल डोळ्यांनी पाहिले आणि मग माझ्या लक्षात आले की माझ्याजवळ त्याच्याशी बोलण्यासारखे काही नाही.

"मी जर इथं असतो तर त्याचा मृत्यू झाला नसता." मी म्हणालो.

मी खुर्चीतून उठलो आणि दरवाजाकडे गेलो. पुन्हा एकदा रेनाल्डीने घंटेची दोरी ओढली आणि नोकर मला बाहेर जायची वाट दाखवायला आला.

"मी तुमच्या पालकांना पत्र लिहिलंय, मि. केंडॉलना. मी त्यांना सर्व गोष्टी खुलासेवार लिहिल्यायत, जे काही घडलं ते सर्व. मी तुमच्यासाठी आणखी काही करू शकतो का? तुम्ही फ्लॉरेन्समध्ये आणखी राहणार आहात का?"

"नाही," मी म्हणालो, "मी कशासाठी राहायचे? इथं राहण्यासाठी माझ्याकडे काही कारण नाही."

"जर तुम्हाला मि. अ‍ॅम्ब्रोसच्या थडग्याला भेट द्यायची असेल तर मी प्रॉटेस्टंट दफनभूमीतील संरक्षकाला चिठ्ठी देईन. ती जागा अगदी साधी आणि सरळ आहे. अजून अर्थात दगड नाही. तो लवकरच उभा करण्यात येईल. मी ते काम लवकरच पुरे करीन."

तो टेबलाकडे वळला आणि त्याने एक चिठ्ठी खरडली.

"त्या दगडावर काय लिहिलेले असेल?" मी विचारले.

तो क्षणभर जणू काही विचार करत थांबला आणि तो नोकर जो दरवाजापाशी उभा होता त्याने ती चिठ्ठी मला दिली.

"मला वाटते," तो म्हणाला, "माझ्या अशा सूचना होत्या की त्यावर असे लिहायचे, अ‍ॅम्ब्रोस अ‍ॅश्लेच्या आठवणींसाठी जो रेशेल कॉर्यनचा नवरा होता आणि अर्थात तारीखही."

मग माझ्या लक्षात आले की मला दफनभूमीत जायची इच्छा नाही किंवा ते थडगेही पाहायचे नाही. ज्या जागी त्याला पुरले ते पाहण्याची मला इच्छा नाही. त्यांना पाहिजे तर तिथं दगड ठेवूदे आणि त्यांना वाटले तर मागाहून फुलं वाहूदे, पण अ‍ॅम्ब्रोसला हे कळणार नाही आणि तो ह्याची पर्वाही करणार नाही. तो माझ्याबरोबर

त्या पश्चिमेकडच्या देशात, त्याच्या जागेत, त्याच्या जमिनीखाली असेल.

"जेव्हा मिसेस ॲश्ले परत येईल," मी सावकाशीने सांगितले, "तिला सांगा की मी फ्लॉरेन्सला आलो होतो. मी त्या संगलेट्टी गढीवरही गेलो होतो आणि जिथं ॲम्ब्रोस वारला तीही जागा मी पाहिली. तुम्ही तिला ॲम्ब्रोसने लिहिलेल्या पत्राबद्दलही सांगा."

त्याने हस्तांदोलनासाठी हात पुढे केला. तो हात त्याच्यासारखा निर्दय आणि कठोर होता आणि तरीही त्याच्या खोल लपवाछपवी असलेल्या डोळ्यांनी तो माझे निरीक्षण करत होता.

"तुमची कझिन रेशेल ही बाई तशी मनस्वी बाई आहे." तो म्हणाला, "जेव्हा तिने फ्लॉरेन्स सोडले तेव्हा तिने आपल्या सर्व वस्तू बरोबर घेतल्या. मला नाही वाटत की ती परत येईल."

मी ते घर सोडले आणि त्या अंधाऱ्या रस्त्यावर आलो. जणू काही त्या बंद खिडक्यांतून त्याचे डोळे अजूनही माझा पाठलाग करत होते. मी त्या फरशी नसलेल्या रस्त्यावरून चाललो, तो पूल ओलांडला आणि त्या सराईत जाऊन सकाळ होईपर्यंत मला जी काही झोप मिळेल ती घेण्याआधी मी पुन्हा एकदा त्या ॲर्नो नदीच्या बाजूला उभा राहिलो.

शहर झोपले होते. मी फक्त एकटाच भटकणारा होतो. अगदी त्या गंभीर घंटाही बंद झाल्या होत्या आणि त्या नदीचा पुलाखालून जात असतानाचा जो काही आवाज होता तेवढाच. आता ती दिवसापेक्षा वेगाने वाहात होती असे वाटले- जणू काही ते पाणी साठलेले होते आणि त्या दीर्घ उष्णतेमुळे आणि सूर्याच्यामुळे आळसावले होते आणि आता रात्र झाल्यामुळे, शांतता असल्यामुळे त्याची सुटका झाली होती.

मी त्या नदीकडे पाहिले. त्या पाण्याचा फेस आणि प्रवाह आणि ते अंधारात कसे धावत होते ते पाहिले आणि त्या पुलावरील एकमेव हलणाऱ्या कंदिलाच्या उजेडात तिथं जमणारे फेसाळ तपकिरी बुडबुडेही मी पाहिले. त्या प्रवाहाने कडक झालेला आणि हळू फिरणारा कुत्र्याचा देह वाहवत आला. तो पुलाखालून पुढे आपल्या रस्त्याने गेला.

मी ॲर्नोशेजारी उभे राहून शपथ घेतली-

मी शपथ घेतली, की जिच्यामुळे ॲम्ब्रोसला मरणापूर्वी दु:ख आणि त्रास झाला तेवढाच त्रास त्या स्त्रीला परत करीन, कारण रेनाल्डीच्या गोष्टींवर माझा विश्वास नव्हता. माझा विश्वास होता मी उजव्या हातात धरलेल्या पत्रांवर. ॲम्ब्रोसने शेवटी मला ते लिहिलेले होते. कधीतरी, मी ह्याची माझ्या कझिन रेशेलला परतफेड करीन.

६

मी सप्टेंबरच्या पहिल्या आठवड्यात घरी परतलो. मी येण्याआधीच ती बातमी आली होती. ह्या इटालियनने जेव्हा मला सांगितले होते की त्याने निक केंडॉलला पत्र लिहिलंय ते काही खोटे नव्हते. माझ्या धर्मपित्याने ही बातमी नोकरांना आणि इस्टेटीवरील कुळांना कळवली होती. वेलिंग्टन गाडी घेऊन बोडमिनला माझी वाट पाहात होता. घोड्यांवरही काळ्या फिती होत्या, त्याचप्रमाणे वेलिंग्टन आणि मोतद्दाराने काळ्या फिती लावलेल्या होत्या. त्यांचे चेहरे गंभीर आणि दुःखी होते.

आपल्या देशात परत आल्यामुळे माझी सुटकेची भावना एवढी मोठी होती, की क्षणभर ते दुःख सुप्तच राहिले होते किंवा युरोपमधून केलेल्या त्या प्रदीर्घ प्रवासामुळे त्या भावना बोथट झाल्या होत्या; पण मला आठवते की वेलिंग्टनला आणि त्या मोतद्दाराला प्रथम पाहताच मला त्यांच्याकडे पाहून हसावेसे वाटले होते, घोड्यांना थोपटावेसे आणि ''सर्व ठीक आहे ना' असे विचारावेसे वाटले होते, जणू काही मी छोटा- शाळेतून परत येणारा मुलगा होतो. तो म्हातारा कोचवान आता काहीसा कडकपणे, एका नव्या अदबीने वागत होता आणि त्या मोतद्दाराने त्या गाडीचा दरवाजा मोठ्या अदबीने उघडला. ''हे घरी परतणे तसे दुःखाचे आहे मि. फिलीप,'' वेलिंग्टन म्हणाला आणि जेव्हा मी सीकुंब आणि घरातील इतरांबद्दल विचारले तेव्हा त्याने मान हलविली. ह्यावेळी तो म्हणाला की ते सर्व आणि सर्व कुळंही फार दुःखी झाली आहेत. ही बातमी कळल्यापासून त्या सर्व भागात दुसऱ्या कशाविषयीच बोलले गेलेले नाही. सबंध रविवारभर त्या चर्चमध्ये काळी निशाणे होती आणि इस्टेटीवरील चर्चमध्येही, पण सगळ्यात लोकांना धक्का बसला तो म्हणजे त्यांच्या मालकाला इटालीत दफन केले गेले आणि ॲश्ले ह्यांच्या कुटुंबीयांबरोबरच्या जागेत पुरले गेले नाही ह्याचा.

''आम्हा सर्वांना हे काही ठीक वाटले नाही मि. फिलीप,'' तो म्हणाला, ''आणि मला नाही वाटत की मि. ॲश्लेना हे पसंत पडलेले असेल असे.''

त्याच्या ह्या बोलण्यावर मी काहीच उत्तर देऊ शकलो नव्हतो. मी गाडीत बसलो आणि त्यांना मला गाडीतून घरी आणायला लावले.

त्या घराच्या दर्शनाने सारे मनोविकार आणि गेल्या काही आठवड्यांची थकव्याची जाणीव नाहीशी झाली. सर्व ताणतणाव दूर झाला आणि कित्येक तासांचा प्रवास झाल्यावरही मला विश्रांती मिळाल्यागत आणि शांत वाटत होते. गाडी जेव्हा दोन नंबरच्या गेटमधून उतारावरून वर घराकडे गेली तेव्हा दुपार होती आणि पश्चिमेकडच्या बाजूला खिडक्यांवर किरण पडले होते. तिथं कुत्रे माझी वाट पाहात होते आणि बिचारा सीकुंब इतर नोकरांसारखा हातावर काळी फीत लावून होता आणि जेव्हा मी त्याच्याशी हस्तांदोलन केले तेव्हा तर तो रडूच लागला.

''किती काळ लागला मि. फिलीप,'' तो म्हणाला, ''फारच वेळ लागला आणि आम्हाला कसे समजणार की तुम्हालाही मि. ॲश्लेंसारखे त्या तापाने गाठले तर नाही ना?''

मी जेवत असताना तो गंभीरपणे माझ्या प्रकृतिस्वास्थ्याकडे लक्ष ठेवून मला वाढत होता आणि त्याने माझ्यावर प्रवास, त्याच्या मालकाचा आजार आणि मरण ह्याबद्दल प्रश्नांचा भडिमार केला नाही म्हणून मी त्याचा आभारी होतो, उलट ह्या गोष्टीचा त्याच्यावर आणि घरावर कसा परिणाम झाला आणि सबंध दिवस घंटा कशा वाजत होत्या, ते पाद्री कसे बोलले, फुलांच्या माळा कशा आणल्या गेल्या होत्या हे सर्व तो सांगत होता आणि त्याच्या शब्दात एक नवीन तऱ्हेची अदब होती. आता मी मास्टर फिलीप नव्हतो हे मी कोचवान आणि मोतद्दार ह्यांच्या बाबतीतही पाहिले होते. हे अवचित होते पण मनाला सुखावणारे होते.

जेवण झाल्यावर मी माझ्या खोलीकडे वळलो आणि माझ्या अवतीभवती पाहिले आणि मग खाली लायब्ररीकडे आणि मग बाजूच्या जमिनीकडे पाहिले आणि मला एक प्रकारचे सुख वाटत होते आणि ॲम्ब्रोस वारल्यावर हे असे काही वाटेल असे मला वाटले नव्हते. जेव्हा मी फ्लॉरेन्सला जाण्यासाठी निघालो मी एकाकीपणाचा नीचांक गाठला होता आणि मला कसलीच आशा वाटत नव्हती.

इटाली आणि फ्रान्समधून जाताना मी अशी काही कल्पनाचित्रं पाहिली होती, जी मी मनातून घालवू शकलो नव्हतो. त्या कल्पनाचित्रात मी ॲम्ब्रोसला त्या संगलेट्टी बंगल्यात सावली असलेल्या अंगणात लॅबरमन झाडांजवळ त्या थेंबथेंब गळणाऱ्या कारंजाकडे पाहात बसलेला पाहिले होते. मी त्याला त्या साधूच्या खोलीसारख्या वरच्या रिकाम्या खोलीत दोन उशांवर टेकलेले, श्वासासाठी धडपडताना पाहिले होते आणि ते ऐकायला, बघायला, मी न पाहिलेली ती तिरस्करणीय स्त्री जवळपास होती. तिचे अनेक तोंडवळे, अनेक रूपं होती आणि काँटेसा हे नाव त्या गिसॅप्पाने आणि त्या रेनॉल्डीनेही तिला मिसेस ॲश्ले न म्हणता घेतले होते,

त्यामुळे माझ्या मनात सुरुवातीला नसलेली एक प्रभावळ निर्माण झाली होती. सुरुवातीला मी तिला दुसरी मिसेस पॅस्को असल्यासारखे पाहिले होते.

त्या बंगल्यावर गेल्यापासून ती एक राक्षसीण झाली होती आणि तीही प्रत्यक्षापेक्षा मोठी. तिचे डोळे त्या काटेरी वनस्पतीसारखे काळे होते आणि रेनॉल्डीसारखा तिचा तोंडवळा तरतरीत होता. त्या बंगल्यातील कुबट खोल्यांतून, वाकडी तिकडी आणि स्तब्धपणे ती एखाद्या सापासारखी फिरायची. ज्यावेळी ॲम्ब्रोसचा श्वास थांबला त्यावेळी मला ती दिसली- त्याचे कपडे, त्याची पुस्तके, त्याच्या मालकीच्या वस्तू उचलणारी आणि ट्रंकेत भरणारी आणि मग हळूच बाहेर पडणारी. पातळ ओठांची ती, कदाचित रोमला नाहीतर नेपल्सला किंवा ॲर्नोजवळच्या घरात लपून बसलेली, त्या बंद खिडक्यांच्या झडपांमागून हसत असलेली कझिन रेशेल. ही सर्व प्रतिबिंबं माझ्याबरोबर तो समुद्र ओलांडून डोव्हरला येईपर्यंत होती आणि आता- आता मी घरी परत आल्यावर, दुःस्वप्नं जशी सकाळ होताच नाहीशी होतात, तशी नाहीशी झाली होती. माझा कडवटपणाही गेला होता. ॲम्ब्रोस माझ्याबरोबर होता. त्याचा कुणी छळ करत नव्हते. त्याला काही सोसावेही लागत नव्हते. तो कधी फ्लॉरेन्स किंवा इटालीला गेलेला नव्हता. जणू काही तो इथं आपल्या घरात वारला होता आणि तो, त्याचे आई-वडील आणि माझे आई-वडिल यांच्याशेजारी पुरला गेला होता आणि माझे दुःख आता असे काहीतरी होते की ज्यावर मी मात करू शकत होतो. दुःख माझ्याबरोबर अजूनही होते पण ती दुर्दैवी घटना नव्हती. मीसुद्धा जिथला होतो तिथं परत आलो होतो आणि त्या घराचा गंध माझ्या अवतीभवती होता.

मी शेत ओलांडून गेलो. माणसे धान्यं कापत होती आणि धान्यांची कणसे मालाच्या डब्यात टाकली जात होती. त्या लोकांनी मी दिसताच काम थांबवले आणि मी जाऊन त्या सर्वांशी बोललो. म्हातारा बिली रोव जो मला आठवत होते तेव्हापासून बार्टनचे कूळ होता, ज्याने मला कधीही मास्टर फिलीपशिवाय हाक मारली नव्हती, त्याने मी जवळ जाताच कपाळाला हात लावून सलाम केला आणि इतरांबरोबर काम करत असलेली त्याची बायको आणि मुलगी ह्यांनीही मुजरा केला.

"तुम्ही नसल्यामुळे चुकल्या चुकल्यासारखे झाले सर," तो म्हणाला, "हे कापणीचे काम तुम्ही नसताना केले हे बरोबर केले असे वाटते. तुम्ही परत आलात म्हणून बरे वाटले." एका वर्षापूर्वी मी माझ्या शर्टच्या बाह्या इतरांसारख्या वर सारल्या असत्या आणि तो बेळका पकडला असता, पण हे त्यांना योग्य वाटणार नाही ह्या जाणिवेने मला थांबवले.

"घरी आल्यामुळे मला बरे वाटतंय," मी म्हणालो. "मि. ॲश्लेंच्या मृत्यूने मला दुःख झालेय आणि तुम्हालाही, परंतु ह्यापुढे आपण असे काम करु जसे

केल्याने त्याना बरे वाटले असते.''

"हो, सर,'' तो म्हणाला आणि त्याने पुन्हा सलाम केला.

मी काही वेळ बोलत थांबलो मग कुत्र्यांना बोलावले आणि मी मार्गस्थ झालो. मी कुंपणाशी पोहोचेपर्यंत बिली रोव थांबला आणि मग त्याने नोकरांना पुन्हा काम करण्यास सांगितले. घर आणि खाली उतार असलेल्या शेतामध्ये असलेल्या तट्टूंच्या तबेल्याशी आलो, तेव्हा मी थांबलो आणि त्या कोसळलेल्या कुंपणाकडे पाहिले. मालाच्या गाड्या दूरवरच्या टेकाडावर दिसत होत्या आणि ते बांधलेले घोडे आणि हलणाऱ्या आकृत्या क्षितिजावर छोट्या ठिपक्यांसारख्या दिसत होत्या. संध्याकाळच्या सूर्यकिरणात मक्याच्या गंजी पिवळ्या दिसत होत्या. समुद्र निळाभोर होता आणि खडकाजवळ तो जांभळा वाटत होता. भरतीच्या लाटांमुळे नेहमी येणारे खोल, भरीव असे रूपरंग त्याला आले होते. मासेमारीच्या होड्या बाहेर पडल्या होत्या आणि त्या पूर्वेकडच्या किनाऱ्यावरून येणाऱ्या वाऱ्याची वाट पाहात उभ्या होत्या. घरावर आता सावली आली होती आणि घडयाळ्यावरच्या मनोऱ्यावर, दिशा दाखवणाऱ्या कोंबड्यावर चुकार उन्हाची तिरीप पडली होती. मी गवतावरून सावकाश चालत पलीकडे उघड्या दरवाजाकडे गेलो.

खिडक्यांची झडपे अजूनही उघडीच होती, कारण सीकुंबने अजूनही नोकरांना ती बंद करायला पाठवले नव्हते. त्या उघड्या झडपांच्या आणि वाऱ्यावर हलणाऱ्या पडद्यांच्या आणि त्या खिडक्यांच्या मागे असलेल्या खोल्यांचा विचार माझ्या मनात आला. त्या माझ्या ओळखीच्या होत्या आणि आवडत्या होत्या. उंच आणि सरळ चिमण्यांमधून धूर वर येत होता. मारलेली शिकार शोधून आणणारा कुत्रा डॉन हा खूपच म्हातारा झाल्यामुळे आणि त्याचे हातपाय फारच कडक झाल्यामुळे, माझ्याबरोबर आणि छोट्या कुत्र्यांबरोबर चालायला असमर्थ होता आणि तो लायब्ररीच्या खिडकीखाली असलेल्या वाळूवर ओरबाडत होता. मी जवळ जाताच त्याने सावकाश आपली मान माझ्याकडे वळवली आणि आपली शेपूट हलवली.

आणि ॲम्ब्रोसच्या मृत्यूनंतर प्रथमच माझ्या मनात एक जोरदार विचारांचा झोत आला, की जे काही आता मी पाहतोय आणि मला दिसतंय ते सर्व माझ्या मालकीचे आहे आणि दुसऱ्या कोणाबरोबरही मला त्याची वाटणी व्हायला नको. त्या भिंती, त्या खिडक्या, ते छप्पर आणि मी पोहोचताच सातचे टोले देणारी ती घंटी; त्या घराच्या जीवित आणि अस्तित्वात असलेल्या सर्व वस्तू माझ्या होत्या, माझ्या एकट्याच्या. माझ्या पायाखालचे गवत, माझ्याभोवती असलेली झाडे, माझ्या मागच्या टेकड्या, ती कुरणे, ती जंगले आणि पलीकडे शेती करणारी ती कुळं हे माझ्या वारसा हक्काचे भाग होते. ते सर्व माझे होते.

मी आत गेलो आणि लायब्ररीत उभा राहिलो. माझी पाठ विस्तवाच्या शेगडीकडे

होती. माझे हात खिशात होते. नेहमीच्या पद्धतीप्रमाणे कुत्रे आत आले आणि माझ्या पायाशी बसले. 'उद्या सकाळी वेलिंग्टनला काही काम आहे का' हे विचारायला सीकुंब आला. मला ते घोडं आणि गाडी हवी का, की त्याने जिप्सीवर खोगीर टाकून ती तयार ठेवावी? ''नाही,'' मी त्याला सांगितले. ''आज रात्री मी काहीही हुकूम देणार नाही. नाश्ता झाल्यावर मी वेलिंग्टनला भेटेन. मला नेहमीच्या वेळी त्याने भेटावे.'' तो म्हणाला, ''हो सर,'' आणि निघून गेला. मास्टर फिलीप हा आता कायमचा गेला होता आणि मि. ॲश्ले घरी परत आले होते. ही भावना विचित्र होती. एका अर्थी त्यामुळे मला काहीसे नम्र बनवले आणि त्याच वेळी एक विचित्र गर्वही जाणवत होता. मला पूर्वी जाणवत नसलेला एक तऱ्हेचा आत्मविश्वास आणि ताकद ह्याची मला जाणीव झाली होती आणि एक प्रकारचा आनंद मला वाटत होता. एखाद्या शिपायाला त्याच्या तुकडीचे नेतृत्व करायची संधी मिळाल्यावर जसे वाटेल तसे मला वाटत होते. मालकीची भावना, वाटणारा गर्व आणि मालमत्तेच्या मालकीची भावना- ही मनात आली ती एखाद्या वरिष्ठ मेजरने कित्येक वर्षं दुय्यम अधिकारी म्हणून काम केल्यावर अचानक त्याच्याकडे अधिकार यावा त्यासारखी होती; परंतु त्या शिपायासारखा मला माझा हक्क कधीही सोडावा लागणार नव्हता. तो जन्मभरासाठी माझा होता. मला वाटते ह्या लायब्ररीतील विस्तवासमोर उभे असताना ही जाणीव मला झाल्यावर जन्मात कधी वाटले नव्हते, तेवढे समाधान मला क्षणभर झाले. आधी आणि त्या वेळेपर्यंत त्या तशा क्षणांसारखे ते पटकन आले आणि तसेच ते नाहीसेही झाले. नेहमीच्या त्या कुठल्यातरी आवाजाने ती जादू संपली. कदाचित एखादा कुत्रा हलला असावा, एखादा निखारा विस्तवातून पडला असावा किंवा खिडक्या बंद करायला गेलेला एखादा नोकर वर फिरत असावा. ते काय होते ते मला आठवत नाही. मला आठवते ती त्या रात्री जाणवलेली आत्मविश्वासाची भावना, जणू काही फार वेळ निद्रिस्त असलेले काहीतरी माझ्यात हलले होते आणि आता जिवंत झाले होते. मी लवकर झोपायला गेलो आणि स्वप्न न पडता मला झोप लागली.

माझे धर्मपिता निक केंडॉल दुसऱ्या दिवशी आले. त्यांनी ल्युसीला बरोबर आणले होते. कुणीही जवळचे नातेवाईक नसल्यामुळे आणि सीकुंब आणि इतर नोकरांना मृत्युपत्रात दाखवलेली रक्कम आणि आमच्या परगण्यातील गरिबांना, विधवांना आणि अनाथ मुलांना देणग्या दिल्या होत्या आणि बाकी सर्व इस्टेट आणि मालमत्ता माझ्यासाठी ठेवलेली होती. निक केंडॉलनी ते मृत्युपत्र लायब्ररीत माझ्या एकट्यासमोर वाचले. ल्युसी त्यावेळी बागेत फिरायला गेलेली होती. जरी भाषा कायद्याची होती तरी व्यवहार तसा साधा सरळ वाटत होता. फक्त एकच गोष्ट होती त्या इटालियन रेनॉल्डीचे म्हणणे बरोबर होते. निक केंडॉलना माझे पालकत्व

दिलेले होते, कारण ती इस्टेट मी पंचवीस वर्षांचा होईपर्यंत माझी होणार नव्हती.

"ॲम्ब्रोसचा असा समज होता," माझे धर्मपिता त्यांचा चष्मा हातात घेत आणि ती कागदपत्रे माझ्या वाचनासाठी पुढे करत म्हणाले, "की कोणताही तरुण पंचवीस वर्षांचा होईपर्यंत त्याला त्याचे मन कळत नाही. तुम्ही कदाचित ड्रिंक किंवा जुगार, स्त्रीचे व्यसन घेऊन मोठे झाले असाल तर ह्या पंचवीस वर्षांच्या मुद्याने त्याचे संरक्षण होते. तू हॅरोला असताना हे मृत्युपत्र तयार करायला त्याला मी मदत केली आणि जरी आम्हाला माहीत होते की अशा तऱ्हेच्या वाईट सवयी तुझ्यात उत्पन्न झालेल्या नव्हत्या तरीही ॲम्ब्रोसने ते कलम तसेच ठेवले होते. 'ह्यामुळे फिलीपचे काही नुकसान होणार नाही." तो नेहमी म्हणायचा, "आणि त्यामुळे तो सावध राहायला शिकेल." हे आहे असे ठीक आहे आणि त्याचे काही करता येण्यासारखे नाही. खरं सांगायचे तर त्याचा तुझ्यावर काही परिणाम होणार नाही. फक्त पैशासाठी तुला माझ्याकडे यावे लागेल आणि तेही पुढील सात महिन्यांसाठी. इस्टेटीच्या कारभारासाठी आणि स्वत:साठी पैसे हवे असले तर तू ते तसे नेहमीच करत आलायस. तुझा वाढदिवस एप्रिलमध्ये आहे होय ना?"

"तुम्हाला ते माहीत असायला हवं," मी म्हणालो, "तुम्ही माझे धर्मपिता आहात."

"तू एक मजेशीर छोटासाच मुलगा होतास," ते हसत म्हणाले, "पाद्र्याकडे तू गोंधळून पाहात असायचास. ॲम्ब्रोस नुकताच ऑक्सफर्डवरून परत आला होता. तू रडावास म्हणून त्याने तुझे नाक चिमटीत पकडले होते. त्याच्या काकीला त्यामुळे धक्काच बसला होता. त्यानंतर त्याने तुझ्या बापाला शर्यतीसाठी आव्हान केले आणि ते दोघे किल्ल्यापासून लॉस्ट व्हिव्हिअलपर्यंत वल्हवत गेले. ते दोघे पार भिजले होते. फिलीप तुला आईवडिलांची उणीव कधी भासली? मला बऱ्याचदा असे वाटले की आई नसणे हे तुला बरेच कठीण गेले असावे."

"मला माहीत नाही." मी म्हणालो, "मी त्याबद्दल कधी विचारच केलेला नाही. मला ॲम्ब्रोसशिवाय दुसरे कोणी नको असायचे."

"तरीही ते चूक होते," ते म्हणाले. "मी ॲम्ब्रोसला हे सांगायचो पण त्याने माझे कधीच ऐकले नाही. ह्या घरात कोणीतरी हवे होते. एखादी घराची व्यवस्था पाहणारी स्त्री, एखादे दूरचे नातेवाईक कुणीही. तू स्त्रियांबाबत तसा अज्ञानातच वाढलायस आणि तू जर कधी लग्न केलेस तर तुझ्या पत्नीला सर्व कठीणच जाईल. मी नाश्त्याच्या वेळेला ल्युसीला हेच सांगत होतो."

मग ते थांबले. माझ्या धर्मपित्याला आपण अस्वस्थ आहोत हे दाखवायचे नव्हते, पण तरी ते अस्वस्थ दिसत होते. ते मग थांबले, जणू काही बोलायचे होते त्यापेक्षा ते जास्त बोलले होते.

"ते ठीक आहे,'' मी म्हणालो, "जेव्हा वेळ येईल तेव्हा माझी पत्नी त्या सर्व अडचणींना तोंड देईल. जर कधी वेळ आली तर, पण ते जरा अशक्यच आहे. मला वाटते की मी बराच ॲम्ब्रोससारखा आहे आणि लग्नामुळे त्याचे काय झाले ते मला माहीत आहे.''

माझे धर्मपिता गप्प होते. मग मी त्यांना मी त्या बंगल्याला दिलेल्या भेटीबद्दल आणि रेनाल्डीला दिलेल्या भेटीबद्दलही सांगितले आणि त्या इटालियनने त्यांना लिहिलेले पत्र त्यांनी मला दाखवले. ते पत्र माझी अपेक्षा होती तसेच होते. निर्दयपणे, काहीशा कृत्रिम शब्दात त्याने ॲम्ब्रोसचा आजार आणि मृत्यूबाबतची कथा लिहिली होती. त्याला वाटणारे वैयक्तिक दुःख आणि ॲम्ब्रोसच्या पत्नीला बसलेला धक्का आणि दुःख आणि रेनाल्डीच्या मते ती सांत्वनापलीकडे गेलेली होती.

"इतकी सांत्वनापलीकडे गेलेली,'' मी माझ्या धर्मपित्याला म्हणालो, "की त्याच्या दफनाच्या दुसऱ्याच दिवशी एखाद्या चोरासारखी त्याची हॅट वगळता- जी ती विसरली होती- ॲम्ब्रोसच्या सर्व चीजवस्तू घेऊन ती निघून गेली होती. कारण, ती हॅट फाटलेली होती आणि त्याला किंमत नव्हती.''

माझे धर्मपिता खोकले. त्यांच्या दाट भुवया अक्रसल्या. "एवढं नक्की,'' ते म्हणाले, "त्याची काही पुस्तके आणि कपडे तिने घेतले ह्याबद्दल तुझी काही तक्रार नाही ना? सोडून दे फिलीप, ते फक्त तेवढेच तिच्याकडे आहे.''

"तुम्ही काय म्हणता?'' मी विचारले, "तिच्याकडे तेवढेच आहे म्हणजे?''

"ठीक आहे. मी तुला मृत्युपत्र वाचून दाखवलेच आहे.'' ते म्हणाले, "आणि ते तुझ्यासमोरच आहे. दहा वर्षांपूर्वी मी केलेले तेच ते मृत्युपत्र आहे. लग्नानंतरही मृत्युपत्राला पुरवणी नाही. तिथं पत्नीसाठी काही व्यवस्था केलेली नाही. गेल्या सबंध वर्षांत त्याच्याकडून कधी ना कधी पत्नीसाठी तो काही व्यवस्था करील अशी मी अपेक्षा करत होतो. हे तसे स्वाभाविक आहे, परंतु त्याच्या परदेशातील वास्तव्यामुळे ह्या अशा गरजेबाबत त्याचे दुर्लक्षच झाले आणि तो परत यायची अपेक्षा करत होता, मग त्याच्या आजारामुळे सगळा व्यवहार ठप्प झाला. मला जरा आश्चर्य वाटले की ह्या इटालियन, सिन्यॉर रेनाल्डी, ज्याचा तुला एवढा तिटकारा वाटतो, तो मिसेस ॲश्लेबद्दलच्या हक्कांबद्दल काहीही कसा बोलला नाही! ही त्याच्या बाबतीत तरी सभ्यतेची बाब आहे.''

"मिसेस् ॲश्लेचा हक्क?'' मी म्हणालो, "अरे देवा! जेव्हा तुम्हाला हे पक्के माहीत आहे की तिने त्याला मृत्यूकडे पाठवले, तेव्हा तुम्ही तिच्या हक्कांबद्दल कसे बोलता?''

"आपल्याला त्याबद्दल तसे काही माहीत नाही,'' माझे धर्मपिता म्हणाले,

"आणि तू जर का तुझ्या कझिनच्या विधवेबद्दल असेच बोलणार असशील तर मला ते ऐकायचे नाही." ते उठले आणि कागद गोळा करू लागले.

"म्हणजे तुम्ही ह्या ट्यूमरच्या बातमीवर विश्वास ठेवता?" मी विचारले.

"हो, अर्थात माझा त्यावर विश्वास आहे." ते म्हणाले. "इथं त्या इटालियन रेनाल्डीचे पत्र आहे आणि मृत्यूबद्दलचे डॉक्टरनी दिलेले सर्टीफकेटही आहे. त्यावर दोन डॉक्टरांच्या सह्या आहेत. मला तुझ्या फिलीपकाकाचा मृत्यू आठवतो जो तुला आठवत नाही. तीच सर्व लक्षणं होती. जेव्हा ॲम्ब्रोसकडून पत्र आले आणि तू फ्लॉरेन्सला गेलास तेव्हा मला ह्याचीच भीती वाटत होती. अर्थात तू तिथं पोहोचायला उशीर झाला त्यामुळे तुझी काही मदत झाली नाही, ही दुर्दैवी घटना होती. ह्याला कुणीच जबाबदार नव्हते. जेव्हा मी त्याचा आता विचार केला तेव्हा वाटले की ते दुर्दैव नव्हते तर ती दया होती. त्याला वेदना होताना बघायची तू नक्कीच इच्छा केली नसतीस."

"मी त्या म्हाताऱ्या मूर्खाला असा हटवादीपणा आणि आंधळेपणा केल्याबद्दल मारलेही असते."

"तुम्ही दुसरे पत्र पाहिले नाही," मी म्हणालो, "ज्या दिवशी मी गेलो त्या दिवशी आलेली ही चिठ्ठी पाहा."

ती माझ्याकडे अजून होती. ती मी नेहमीच माझ्या छातीवरच्या खिशात ठेवायचो. ती मी त्यांना दिली. त्यांनी चष्मा पुन्हा डोळ्यावर चढविला आणि ते वाचू लागले.

"मला क्षमा कर फिलीप," ते म्हणाले, "ते हृदय पिळवटून टाकणारे खरडलेले ते बिचारे शब्दही माझे मत बदलणार नाहीत. तू सत्याला तोंड द्यावेस. तुझे ॲम्ब्रोसवर प्रेम होते, तसे माझेही होते. तो जेव्हा वारला तेव्हा माझा परम मित्र मी गमावला. त्याला जो मानसिक त्रास सोसावा लागला त्याचा विचार केला की मी तुझ्याएवढाच दुःखी होतो. कदाचित जास्तही, कारण मी ते दुःख दुसऱ्या व्यक्तीने सोसलेले बघितले आहे. तुझी अडचण अशी आहे की जो माणूस आपल्याला माहीत होता आणि ज्याचे आपल्याला कौतुक होते आणि ज्याच्यावर आपले प्रेम होते अशा माणसाचे मरणापूर्वी डोके ताळ्यावर नव्हते, ह्या सत्याला तू सामोरे जाणार नाहीस. तो मानसिक आणि शारीरिक दृष्ट्या आजारी होता आणि त्याने जे काही लिहिले किंवा तो जे काही बोलला त्याला तो जबाबदार नव्हता."

"माझा ह्यावर विश्वास नाही," मी म्हणालो, "मी ह्यावर विश्वास ठेवूच शकत नाही."

"तुला असे म्हणायचंय की तू विश्वास ठेवणार नाहीस," माझे धर्मपिता म्हणाले. "अशा परिस्थितीत जास्त काही बोलण्यात अर्थ नाही. परंतु ॲम्ब्रोससाठी

आणि ज्यांना तो माहीत होता त्या प्रत्येकासाठी आणि ज्यांचे त्याच्यावर प्रेम होते, ह्या इथं इस्टेटीवर आणि आजूबाजूच्या प्रदेशात तू तुझी मते दुसऱ्यांच्यात फैलावू नकोस असे मला तुला सांगावेसे वाटते, त्यामुळे प्रत्येकाला दु:ख आणि यातना होतील आणि जर ह्याची कुणकुण त्याच्या विधवेपर्यंत गेली आणि ती कुठेही असली तरी तू तिच्या नजरेतून उतरशील आणि तुझ्याविरुद्ध अब्रूनुकसानीचा खटला करणे तिच्या हक्कात बसेल. जर मी तिचे कामकाज तो इटालियन पाहतोय तसे पाहात असेन तर मी हे करायला मागेपुढे पाहणार नाही.''

मी इतक्या जोरात माझ्या धर्मपित्यांना बोलताना कधी ऐकले नव्हते. ह्या विषयावर आणखी बोलण्यासारखे नाही हे त्यांचे म्हणणे बरोबर होते. मी माझा धडा शिकलो होतो. मी हा विषय काढणार नाही.

''आपण ल्युसीला बोलावू या का?'' मी विचारपूर्वक म्हणालो, ''मला वाटते की ती फार काळ बागेत भटकत आहे. तुम्ही दोघांनी थांबून रात्रीचे जेवण माझ्याबरोबर घ्या.''

माझे धर्मपिता जेवताना गप्प होते. मी जे काही बोललो होतो त्याचा त्यांना धक्का बसला होता हे मला समजू शकत होते. ल्युसीने माझ्या प्रवासाबद्दल चौकश्या केल्या. मला पॅरीस कसे वाटले तो फ्रेंच प्रदेश, आल्प्स आणि खुद्द फ्लॉरेन्सबद्दलही आणि माझ्या त्रोटक उत्तराने संभाषणातील पोकळी भरून निघत होती. ती तशी बुद्धिमान होती आणि काहीतरी बिनसलंय हे तिने ताडले आणि जेवणानंतर जेव्हा माझ्या धर्मपित्याने सीकुंबला आणि नोकरांना त्यांना मृत्युपत्राद्वारे ज्या काही देणग्या मिळाल्या आहेत त्याबद्दल सांगण्यासाठी बोलावले, तेव्हा मी उठलो आणि ल्युसीबरोबर दिवाणखान्यात बसलो.

''माझे धर्मपिता माझ्यावर नाराज आहेत,'' मी म्हणालो आणि तिला सर्व कथा सांगितली. तिने माझ्याकडे त्या टीकात्मक आणि चौकस नजरेने नेहमीप्रमाणे पाहिले. त्याची मला सवय होती. अशा वेळी तिचे डोके एका बाजूला असायचे आणि हनुवटी उचललेली असायची.

''तुला माहीत आहे,'' माझे बोलणे संपल्यावर ती म्हणाली, ''मला वाटते की तू बहुतेक बरोबर आहेस. मला असे वाटते की बिचारे मि. ॲश्ले आणि त्यांची बायको सुखी नव्हते आणि ते आजारी पडायच्याआधी असे तुला लिहायला त्यांच्या स्वाभिमानाने त्यांना थांबवले असावे आणि मग त्यांचे भांडण झाले असावे आणि सर्वच एकदम घडले आणि म्हणून त्यांनी तुला ती पत्रं लिहिली. तेथील ते नोकर तिच्याबद्दल काय म्हणतात? ती तरुण होती की म्हातारी?''

''मी विचारलेच नाही कधी,'' मी म्हणालो, ''हे महत्त्वाचे आहे असे मला नाही वाटत. तो वारला त्यावेळी त्याचा तिच्यावर जराही विश्वास नव्हता ही गोष्ट

महत्त्वाची आहे.''

तिने मान हलवली. ''हे भयानक होते,'' तिने मान्य केले. ''त्यांना किती एकाकी वाटले असेल!'' ती म्हणाली. मला ल्युसीबद्दल जिव्हाळा वाटू लागला. कदाचित ती तरुण होती, माझ्या वयाची होती आणि तिला तिच्या बापापेक्षा दूरदृष्टी होती. ते म्हातारे झाले होते आणि म्हणून त्यांना नीट निर्णयशक्ती उरली नव्हती असे मी मनाशी म्हणालो.

''त्या इटालियन रेनाल्डीला तू ती कशी दिसते हे विचारायला हवे होतेस,'' ल्युसी म्हणाली, ''मी तरी असे केले असते. तो माझा पहिला प्रश्न असता आणि तिचा पहिला नवरा, काऊंटला काय झाले? तू मला एकदा सांगितले होतेस की तो द्वंद्वयुद्धात मारला गेला म्हणून. तेसुद्धा तिच्या विरोधातच जाते. कदाचित तिचे अनेक प्रियकर असतील.''

माझ्या कझिन रेशेलबद्दलचा हा मुद्दा माझ्या लक्षातच आला नव्हता. मला ती दुष्ट, दुरात्मा कोळ्यासारखी वाटली होती तेवढीच. माझ्या मनात तिरस्कार होता तरी मला हसू आवरेना. ''हा विचार अगदी मुलगीछाप आहे.'' मी ल्युसीला म्हणालो, ''प्रियकर आहेत अशी चित्रं रंगवणे आणि अंधारात असलेले दरवाजे आणि गुप्त जिन्यावर कट्यारी वगैरे. मी तुला माझ्याबरोबरच न्यायला हवे होते. मला जे काही कळले त्यापेक्षा तुझ्या जास्त लक्षात आले असते.''

मी असे म्हटल्यावर तिचा चेहरा लाल झाला आणि मग माझ्या मनात आले की मुली किती विचित्र असतात! जिला मी आयुष्यभर ओळखतोय ती ल्युसीही मी केलेला विनोद समजू शकली नव्हती. ''काही असो,'' मी म्हणालो, ''त्या बाईचे शंभर प्रियकर असोत वा नसोत. त्याच्याशी मला काही करायचे नाही. ती रोम किंवा नेपल्समध्ये छपून बसली असो किंवा ह्या घडीला ती कुठेही असो परंतु एक दिवस मी तिला शोधून काढीन आणि तिला त्याचा पश्चात्ताप करावा लागेल.''

त्या क्षणी माझे धर्मपिता आम्हाला शोधत आले आणि मी बोलणे थांबवले. ते आता चांगल्या मन:स्थितीत होते ह्यात संशय नव्हता. सीकुंब आणि इतर नोकर मृत्युपत्रामुळे मिळालेल्या रकमेमुळे ॠणी होते आणि नकळत ह्या गोष्टीचा कर्ताकरविता ते आहेत असे त्यांना वाटत होते.

''पुन्हा कधीतरी ये आणि मला भेट,'' तिच्या वडिलांसमवेत त्या घोडागाडीत बसण्यासाठी तिला मदत करत असताना मी म्हणालो. ''तू माझ्यासाठी खूप छान आहेस आणि मला तुझा सहवास आवडतो.'' ती पुन्हा लाल झाली. मूर्ख मुलगी, तिच्या वडिलांनी हे बोलणे कसे घेतले म्हणून तिने त्यांच्याकडे पाहिले, जणू काही आम्ही घोड्यावरून मागे-पुढे जात ह्यापूर्वी कधी परस्परांना अनेकवेळा भेटलोच नव्हतो. कदाचित माझ्या नव्या दर्जामुळे तीही जरा दबली होती आणि मला हे

कळण्याआधीच मी तिलाही फिलीप न वाटता मि. ॲश्ले असेच वाटू लागणार होतो. ल्युसी केंडॉल- जिचे केस मी अगदी काही वर्षांपूर्वी खेचायचो- तिच्या ह्या माझ्याकडे अदबीने बघण्याच्या कल्पनेने मी हसतच घरात गेलो आणि दुसऱ्याच क्षणी मी तिला विसरलो आणि माझ्या धर्मपित्यालाही, कारण घरी आल्यावर दोन महिन्यांच्या गैरहजेरीनंतर बरेच काही करायचे होते.

पंधरवडाभर तरी मी आता माझ्या धर्मपित्याला भेटणार नव्हतो. कापणी आणि इतर गोष्टी होत्याच परंतु एक आठवडाही झाला नव्हता, तर त्यांचा मोतद्दार एका सकाळी- दुपार व्हायच्या आत मी जाऊन त्यांना भेटावे असा तोंडी निरोप घेऊन आला होता. त्यांना सर्दी झाली होती आणि त्यामुळे ते घरात अडकून पडले होते परंतु त्यांच्याकडे मला द्यायला काही बातमी होती.

मला काही ती गोष्ट फारशी निकडीची वाटली नव्हती. आम्ही त्या दिवशी शेवटचे धान्य भरले आणि दुसऱ्या दिवशी दुपारी मी त्यांच्याकडे भेटायला गेलो.

ते एकटेच त्यांच्या अभ्यासिकेत होते. ल्युसी कुठेतरी गेली होती. त्यांच्या चेहऱ्यावर एक उत्सुकतेचा, गोंधळलेला, काहीसा अस्वस्थपणाचा भाव होता आणि त्यांची मन:स्थिती ठीक नाही हे मला दिसत होते.

''ठीक,'' ते म्हणाले, ''आता काहीतरी करायची वेळ आली आहे आणि ते बरोबर काय करायचे आणि केव्हा करायचे ते तू ठरवायचे आहेस. ती बोटीने प्लायमाऊथला आली आहे.''

''कोण आलेय?'' मी विचारले पण मला वाटते की मला माहीत होते. त्यांनी हातात असलेले चिठोरे मला दाखवले.

''माझ्याकडे हे पत्र आहे,'' ते म्हणाले, ''ते तुझ्या कझिन रेशेलकडून आलंय.''

७

माझ्या धर्मपित्यांनी मला पत्र दिले. मी त्या दुमडलेल्या कागदावरील हस्ताक्षराकडे पाहिले. मला काय दिसणार होते हे मला माहीत नव्हते. काहीतरी ठसठशीत गोल वेलांट्या आणि छानदार फाटे किंवा त्याच्याविरुद्ध अंधूकपणे खरडलेले आणि कसेबसे लिहिलेले, परंतु हे हस्ताक्षर दुसऱ्या कुणाच्याही हस्ताक्षरासारखे होते, फक्त शब्दांच्या शेवटी छोट्या रेषा मारलेल्या होत्या त्यामुळे ते शब्द समजणे कठीण जात होते.

''आपल्याला ही बातमी कळलेय असे तिच्या पत्रावरून वाटत नाही.'' माझे धर्मपिता म्हणाले, ''सिन्यॉर रेनाल्डीने हे पत्र लिहिण्याआधीच तिने फ्लॉरेन्स सोडले असावे. तुला काय वाटते ते तू बघ. मी माझे मत नंतर देईन.''

मी ते पत्र उघडले. ते पत्र प्लायमाऊथ येथील एका विश्रामगृहातून तेरा सप्टेंबरला लिहिलेले होते.

प्रिय मि. केंडॉल,

जेव्हा ॲम्ब्रोस तुमच्याबद्दल बोलला- आणि तसे तो बऱ्याच वेळा करायचा- तेव्हा तुमच्याबरोबरचे माझे पहिले पत्र हे एवढ्या दुःखाने भरलेले असेल असे मनातही आलेले नव्हते. मी आज सकाळी जिनोआवरून प्लायमाऊथला आले तीच दुःखपूर्ण अवस्थेत आणि एकटी!

माझा लाडका फ्लॉरेन्समध्येच छोट्याशा आजाराने पण आलेल्या जीवघेण्या झटक्याने वीस जुलैला वारला. जे शक्य होते तेवढे सर्व केले गेले. उत्तमातील उत्तम डॉक्टर्सना मी बोलावले पण ते त्याला वाचवू शकले नाहीत. ह्या वसंत ऋतूच्या सुरुवातीला पुन्हापुन्हा येणाऱ्या तापाने त्याला गाठले होते, परंतु शेवटी आलेला हा ताप मेंदूवरील दाबामुळे होता.

डॉक्टरांच्या मते हा ताप कित्येक महिने सुप्तावस्थेत होता, मग भराभर वाढून त्याने त्याची पकड घेतली. फ्लॉरेन्समधील प्रोटेस्टंट दफनभूमीत त्याचे दफन केलंय. ती जागा मीच निवडलीये. ती जागा शांत आणि इतर इंग्लिश लोकांच्या थडग्यांपासून थोडी दूर आहे. भोवती वृक्ष आहेत. त्याने हीच अपेक्षा केली असती. माझे वैयक्तिक दुःख आणि निर्माण झालेली पोकळी ह्याबद्दल मी काहीच बोलत नाही. तुम्ही मला ओळखत नाही आणि मला माझे दुःख तुमच्यावर लादायचे नाही.

माझा पहिला विचार आहे तो फिलीपबद्दल. त्याच्यावर ॲम्ब्रोसचे फार प्रेम होते आणि त्याचे दुःख माझ्याएवढेच असेल. माझा फ्लॉरेन्समधील चांगला मित्र आणि सल्लागार- सिन्यॉर रेनाल्डी ह्याने पत्र लिहून ही बातमी तुम्हाला कळवण्याची जबाबदारी घेतल्याची मला खात्री दिली होती, म्हणजे ती मग तुम्ही फिलीपला कळवाल. परंतु इटालीवरून इंग्लंडला येणाऱ्या पत्रांवर माझा तेवढा विश्वास नाही आणि तुमच्या कानावर ही गोष्ट ऐकीव स्वरूपात येईल- तीही एखाद्या तिऱ्हाइताकडून- ह्याची मला भीती वाटत होती किंवा कदाचित ती येणारही नाही, म्हणून ह्या देशात मी आलेय. मी माझ्याबरोबर ॲम्ब्रोसच्या सर्व चीजवस्तू, त्याची पुस्तके, त्याचे कपडे आणि प्रत्येक गोष्ट जी फिलीपला ठेवावीशी वाटेल ती आणलीये आणि आता ही हक्काने त्याची आहे. त्याचे काय करायचे, त्या कशा पाठवायच्या आणि मी फिलीपला पत्र लिहावे की नाही ह्याबद्दल जर तुम्ही सांगितलेत तर मी ऋणी राहीन.

लहर आली म्हणून मी फ्लॉरेन्स ताबडतोब आणि पश्चात्ताप न होता सोडले. ॲम्ब्रोसच्या मृत्यूनंतर मी तिथं राहूच शकले नाही. पुढच्या योजनांबद्दल म्हणाल तर माझ्याकडे काहीही नाही. ह्या एवढ्या मोठ्या धक्क्यानंतर विचार करायला वेळ हवा. तो अतिशय गरजेचा आहे असे मला वाटते. मी ह्याआधीच इंग्लंडला पोहोचण्याची आशा केली होती पण जिनोआत मी अडकून बसले, कारण जे जहाज मला घेऊन आले ते पुढच्या प्रवासासाठी तयार झाले नव्हते. माझ्या घराण्यातील कॉर्न्स कॉर्नवॉलमध्ये इकडेतिकडे पसरलेले आहेत पण मी त्यांना ओळखत नसल्यामुळे मला त्यांच्याकडे आगंतुकपणे जायचे नव्हते. मी एकटेच राहणे पसंत करीन. काही वेळ इथं विश्रांती घेतल्यावर मी कदाचित लंडनला जाईन आणि पुढचे बेत करीन.

तुमच्याकडून येणाऱ्या पत्रात माझ्या नवऱ्याच्या वस्तूंचे काय करायचे ह्याबद्दलच्या सूचनांची मी वाट पाहीन.

तुमची,

रेशेल ॲश्ले

मी ते पत्र एकदा वाचले, दोनदा- कदाचित तीनदाही. मग ते माझ्या धर्मपित्याला दिले. ते माझ्या बोलण्याची वाट पाहात होते. मी एकही शब्द बोललो नाही.

"हे बघ," ते मागाहून म्हणाले, "तिने सरतेशेवटी स्वत:जवळ काहीच ठेवलेले नाही. एखादे पुस्तक किंवा हातमोजांचा जोडही- ते सर्व तुझ्यासाठी आहे."

मी उत्तर दिले नाही.

"ती घराला भेट देण्यासंबंधी काही विचारत नाही." ते बोलत होते, "जर ॲम्ब्रोस जिवंत राहिला असता तर ते घर तिचे झाले असते. जो प्रवास तिने आता केला तो- गोष्टी बदलल्या असत्या तर, अर्थात त्या दोघांनी एकत्र केला असता हे तुझ्या लक्षात आलेच असेल. मग तिचे येणे हे घरी येणे झाले असते. केवढा फरक पडला असता नाही का? इस्टेटीवरचे सर्व लोक तिच्या स्वागतासाठी, उत्तेजनेमुळे उत्कंठित झालेले नोकर, भेटायला येणारे शेजारी ह्याऐवजी ती प्लायमाऊथला एकाकी कोणत्यातरी विश्रामस्थानात आहे. ती चांगली आहे की वाईट हे मी कसे सांगू? मी काही तिला भेटलेलो नाही. मुद्दा एवढाच आहे, की जरी ती काही मागत नसली किंवा कसली अपेक्षा करत नसली तरीही ती मिसेस ॲश्ले आहे. मला माफ कर फिलीप. मला तुझे विचार माहीत आहेत आणि त्यापासून तू ढळणारही नाहीस परंतु ॲम्ब्रोसचा एक मित्र, त्याचा एक विश्वस्त म्हणून त्याची बायको ह्या देशात कोणी मित्र नाहीत अशा अवस्थेत एकटी येते आणि मी काही न करता इथं स्वस्थ बसणे मला शक्य नाही. आपल्या ह्या घरात एक पाहुण्यासाठी खोली आहे. तिचे बेत ठरेपर्यंत तिने तिथे राहावे."

मी उठलो आणि खिडकीजवळ उभा राहिलो. ल्युसी काही घरात नव्हती असे नव्हे. तिच्या हातात एक टोपली होती आणि झाडांची सुकलेली फुले ती तोडत होती. तिने आपली मान वर केली, मला पाहिले आणि हात हलवला. माझ्या धर्मपित्याने ते पत्र तिला वाचून दाखवले होते की नाही ह्याचा मी मनाशी विचार करत होतो.

"मग काय फिलीप?" ते म्हणाले, "तू तिला पत्र लिहायचे की नाही ही तुझी इच्छा. मला वाटत नाही की तुला तिला भेटायचंय आणि जर तिने माझे बोलावणे स्वीकारले तर ती इथं असताना मी तुला बोलावणार नाही, परंतु तरीही काहीतरी संदेश निदान तुझ्याकडून अपेक्षित आहे. ज्या वस्तू तिने तुझ्यासाठी आणल्यात त्याबद्दलची निदान पोच तरी. मी तिला जेव्हा पत्र लिहीन त्यात मी ती पोच टाकीन."

मी खिडकीपासून वळलो आणि त्यांच्याकडे पाहिले.

"मला तिला भेटायची इच्छा नाही असे तुम्हाला का वाटते?" मी विचारले. "मला तिला भेटायची फारफार इच्छा आहे. ती जर लहरी बाई असेल- ह्या पत्रावरून तरी तसे वाटते... इतकेच नव्हे तर रेनाल्डीनीही मला हेच सांगितल्याचे आठवते-तर मग मीही लहरीपणे वागू शकतो आणि ते मी करणार आहे. मनाने अशी उचल खाल्ली म्हणून मी फ्लॉरेन्सला पहिल्यांदा गेलो नाही का?"

"मग?" माझ्या धर्मपित्याने विचारले. त्यांच्या भिवया अक्रसल्या होत्या आणि ते माझ्याकडे संशयाने पाहात होते.

"तुम्ही जेव्हा प्लायमाऊथला पत्र लिहाल," मी म्हणालो, "तेव्हा कळवा की अम्ब्रोसच्या मृत्यूची वार्ता फिलीपला आधीच कळली आहे. दोन पत्रं मिळाल्यावर तो फ्लॉरेन्सला गेला. संगलेट्टी बंगल्यावरही गेला, तिच्या नोकरांना आणि तिचा मित्र आणि सल्लागार सिन्यॉर रेनाल्डी ह्यांनाही भेटला आणि आता तो परत आला आहे. तिला असेही कळवा की तो साधा माणूस आहे आणि तो साध्या पद्धतीने जगतोय. त्याच्याकडे वागण्याबोलण्याच्या छान पद्धती नाहीत आणि बायकांच्या सहवासाचाही किंबहुना कुणाच्याच सहवासाचा त्याला अनुभव नाही आणि तरीही जर त्याला भेटायला आणि मृत नवऱ्याच्या घराला भेट द्यायला ती इच्छुक असेल, तर फिलीप ॲश्लेच्या घरात जेव्हा ती इथं भेटायचे ठरवील त्यावेळी कझिन रेशेलची व्यवस्था होईल." मी माझा हात माझ्या छातीवर ठेवला आणि सलाम ठोकला.

"मला कधीही वाटले नव्हते," माझे धर्मपिता सावकाशपणे म्हणाले, "तू इतका कठोर होऊ शकशील. तुला काय झालंय काय?"

"मला काही झालेले नाही," मी म्हणालो, "फक्त एखाद्या युद्धभूमीवरील घोड्याप्रमाणे मला रक्ताचा वास येतो. तुम्ही हे विसरलात का की माझे वडील सैनिक होते?"

मग मी बागेत ल्युसीला शोधत गेलो. ह्या बातमीमुळे तिला वाटणारी काळजी माझ्याहून जास्त होती. मी तिचा हात धरून तिला हिरवळीजवळ असलेल्या उन्हाळी घरात ओढत नेले आणि तिथं आम्ही दोघं कटात सामील असल्यासारखे बसलो.

"तुझे घर कोणालाही राहण्यायोग्य नाही," ती ताबडतोब म्हणाली, "ह्या काऊंटेसासारख्या मिसेस ॲश्लेची बातच सोड. हे बघ काऊंटेस म्हणणे थांबवू शकत नाही. ते सहजपणे तोंडात येते. हे बघ फिलीप गेली वीस वर्षे त्या घरात कोणी स्त्री राहात नाहीये. तू तिला कोणती खोली राहायला देशील? आणि घरात असलेली ती धूळ, वरच्या मजल्यावरच नव्हे तर दिवाणखान्यातही. गेल्या आठवड्यात माझे तिकडे लक्ष गेले."

"त्याला काही महत्त्व नाही," मी घायकुतीला येऊन म्हणालो. "तिला पाहिजे तर आणि तिला नको वाटली तर तेथील धूळ ती झाडील. तिला ही जागा जितकी जास्त घाणेरडी वाटेल तेवढा मला जास्त आनंद होईल. तिला कळू दे की आम्ही चिंताहीन, सुखी जीवन कसे जगत होतो ते- ॲम्ब्रोस आणि मी. त्या बंगल्यासारखे नव्हे..."

"अरे, पण तू चुकतोयस," ल्युसी म्हणाली. "तू इस्टेटीवरच्या एखाद्या शेतकऱ्यासारखा गावंढळ आणि अडाणी माणूस दिसावास असे तर तुला वाटत नाही ना? तिच्याशी बोलण्याआधीच तू अडचणीत येशील. ती मध्य युरोपात सबंध आयुष्य जगलेय आणि तिला चांगल्या गोष्टींची, नोकरांचाकरांची सवय असावी. ते म्हणतात की परकीय नोकर हे आपल्या नोकरांपेक्षा चांगले असतात आणि तिने आपल्याबरोबर मि. ॲश्लेंच्या वस्तूंशिवाय बरेच कपडे आणि दागदागिने आणले असावेत हे नक्की. तिने त्यांच्या तोंडून ह्या घराविषयी इतके ऐकले असेल की तिची तिच्या बंगल्यासारखी ह्या घराबद्दल छान अपेक्षा असेल आणि हे घर असे अव्यवस्थित, धुळीने भरलेले आणि कुत्र्याच्या घरासारखे वासट तिला सापडावे हे मि. ॲश्लेंसाठी तरी निदान नक्कीच नको ना?"

"वैतागच आहे नुसता!" मी चिडलो होतो. "ह्याचा अर्थ काय?" मी विचारले, "माझ्या घराला कुत्र्याच्या घरासारखा वास येतो म्हणजे काय? ते पुरुषाचे घर आहे, साधे आणि घरगुती आणि देव करो ते तसेच राहो. ॲम्ब्रोस किंवा मलाही ते आधुनिक पद्धतीने सजवावे आणि टेबलावर काही अलंकृत वस्तू ठेवाव्या असे कधी वाटलेच नाही, कारण टेबलाला जरा ढोपर लागले तरी त्या खाली कोसळणार."

तिच्या चेहऱ्यावर पश्चात्ताप दिसला. ती मात्र शरमली वगैरे नाही. "मला माफ कर," ती म्हणाली, "मला तुला दुखवायचे नव्हते. तुला माहीत आहे की मला हे घर किती आवडते ते! माझे त्यावर फार प्रेम आहे आणि ते नेहमीच तसे राहील, परंतु ते ज्या तऱ्हेने ठेवले गेलेय त्याबद्दल बोलणे मी टाळू शकत नाही. कित्येक दिवसांत नवीन काही नाही. त्या घराला तशी खरी ऊब नाही आणि सुखसोयींचाही अभाव आहे. माझ्या ह्या बोलण्याबद्दल तू मला क्षमा कर."

मला तिची ती नीटनेटकी बाहेरची खोली आठवली. तिथं माझे धर्मपिता संध्याकाळी बसायचे आणि मला माहीत होते की तशी खोली आपल्याकडे असावी असे मला वाटत होते आणि माझ्या धर्मपित्यालाही. जर लायब्ररी आणि त्या खोलीतून निवड करायला सांगितले असते तर माझ्या धर्मपित्यानी आणि मी काय निवड केली असती हे मला माहीत होते.

"ठीक आहे," मी म्हणालो, "माझ्या सुखसोयींच्या उणिवेबद्दल विसर. ॲम्ब्रोसला ते ठीक वाटत होते आणि मलाही. ज्या काही काळासाठी- तो कितीही

दीर्घ काळ असला आणि ती आपल्या अस्तित्वाने माझा सन्मान करणार असेल तेवढा वेळ ते तिलाही सोयीचं वाटायला हवं."

ल्युसीने माझ्याकडे बघून मान हलवली.

"तू अगदी सुधारण्यापलीकडे गेलेला आहेस," ती म्हणाली, "जर मिसेस ॲश्ले मला वाटते तशी स्त्री असेल तर ती एक नजर ह्या घरावर टाकील आणि सेंट ऑस्टेल किंवा आमच्या घरी राहायला येईल."

"तुला ती लखलाभ होवो," मी म्हणालो, "फक्त माझे तिच्याजवळचे काम उरकल्यावर."

ल्युसीने माझ्याकडे उत्सुकतेने पाहिले. "तू खरंच तिला प्रश्न विचारण्याची हिंमत करशील?" तिने विचारले, "तू कुठून सुरुवात करशील?"

मी माझे खांदे उडवले. "तिला बघितल्याशिवाय मी काहीच सांगू शकत नाही. ती त्यातून मार्ग काढायचा प्रयत्न करील ह्यात मला संशय नाही किंवा भावभावनांच्या काळाचे नाटक करील- बेशुद्ध पडण्याचे, फेपरे आल्याचे नाटक करील, त्याचा माझ्यावर काहीही परिणाम होणार नाही. मी तिचे हे नाटक बघेन आणि त्यात आनंदही मानेन."

"मला नाही वाटत की ती आक्रस्ताळेपणे बोलेल असे," ल्युसी म्हणाली, "किंवा तिला फेपरेही येणार नाही. ती घरात घुसेल आणि सर्व सत्ता आपल्या हातात घेईल; हे विसरू नको की तिला हुकूम करायची सवय आहे."

"हे ती माझ्या घरात करणार नाही."

"बिचारा सीकुंब! अशावेळी त्याचे तोंड बघायला काय गंमत येईल. तिने घंटी वाजवल्यावर तो आला नाही तर ती त्याच्या अंगावर वस्तू फेकेल. इटालियन्स हे रागीट असतात हे तुला माहीत आहे का? ते पटकन चिडतात. मी असे ऐकलंय तरी."

"ती फक्त अर्धीच इटालियन आहे." मी ल्युसीला आठवण करून दिली. "आणि सीकुंब त्याची काळजी घ्यायला समर्थ आहे. कदाचित तीन दिवस पाऊस पडेल आणि संधिवाताने ती बिछान्याला खिळून जाईल."

एखाद्या लहान मुलांच्या जोडगोळीसारखे आम्ही त्या उन्हाळी घरात हसत होतो परंतु जरी मी नाटक करत असलो तरी माझे मन एवढे स्वस्थ नव्हते.

एखाद्या आव्हानासारखे ते बोलावणे पाठवले गेले होते आणि मला आताच त्याचा पश्चात्ताप होत होता. अर्थात हे मी ल्युसीला सांगितले नाही. मी घरी गेलो, आजूबाजूला पाहिले आणि माझा पश्चात्ताप वाढलाच. अरे देवा, ही मी मूर्खपणाची गोष्ट केली होती आणि माझा ताठा आड आला नसता, तर मी परत माझ्या धर्मपित्याकडे गेलो असतो आणि ते जेव्हा प्लायमाऊथला पत्र लिहितील त्यात

माझ्याकडून निरोप न पाठवण्याबद्दल मी त्यांना सांगितले असते.

ती बाई माझ्या घरात असताना मी काय करायचे होते? मी तिच्याशी काय बोलणार होतो आणि मी काय कृती करायची होती? जर रेनाल्डी दिखाऊ आणि नाटकी होता तर, ही त्याच्या दसपट लाघवी असेल. सरळसरळ हल्ला कदाचित यशस्वी होणार नाही आणि तो इटालियन तरी लवचिकता आणि स्त्रियांच्या युद्ध करण्याबद्दल काय म्हणाला होता? ती जर बडबडी, आणि गावंढळ असेल तर तिला कसे गप्प करायचे ते मला माहीत होते. एक शेतावरील माणूस अशा एका स्त्रीच्या कचाट्यात सापडला होता. तिने त्याच्यावर वचनभंगाचा गुन्हाही कोर्टात दाखल केला असता आणि मी लवकरच तिला सामान बांधायला लावून डेव्हानला ती जिथली होती तिथं पाठवून दिले होते. परंतु गोड, लाघवी, लबाड, गदगदणारी छाती आणि भेदरट भाव असलेले डोळे ह्या अशा स्त्रीशी मी मुकाबला करू शकणार होतो का? मी करू शकेन असा माझा विश्वास होता. अशा काही स्त्रिया मला ऑक्सफर्डला भेटल्या होत्या. क्रूर वाटले तरी अगदी उघडउघड बोलून मी त्यांना त्यांची जागा फारसे नुकसान न करता दाखवून दिली होती. सर्व गोष्टींचा विचार केल्यावर मला खात्री होती, मला विश्वासही होता की जेव्हा मी प्रत्यक्ष माझ्या कझिन रेशेलशी बोलेन- मला तसे बोलता येईल- परंतु ह्या भेटीआधीची तयारीही एक कटकट होती, सभ्यपणाचे हे नाटक युद्ध पुकारण्याआधी करायलाच हवे होते.

आश्चर्य म्हणजे सीकुंबने हे कल्पना न घाबरता स्वीकारली, जणू काही त्याने ही अपेक्षाच केली होती. मी त्याला थोडक्यात सांगितले की मिसेस अ‍ॅश्ले इंग्लंडमध्ये आलेय. तिने आपल्याबरोबर अ‍ॅम्ब्रोसचे सामानही आणलंय आणि ह्या आठवड्यात ती छोट्याशा भेटीसाठी येईलही. एखादी समस्या आली की त्याचा खालचा ओठ पुढे यायचा तसा आला नाही आणि त्याने माझे बोलणे गंभीरपणे ऐकले.

"हो सर," तो म्हणाला, "अगदी बरोबर आणि योग्यही. आम्हाला मिसेस अ‍ॅश्लेचे स्वागत करायला आवडेल."

मी त्याच्याकडे, त्याच्या त्या तोऱ्याकडे गमतीने माझ्या पाइपवरून पाहिले.

"मला वाटते," मी म्हणालो, "तुझे मत माझ्यासारखे होते. ह्या घरात स्त्रिया असण्याबद्दल तुझे फारसे चांगले मत नव्हते. मी जेव्हा- अ‍ॅम्ब्रोसने लग्न केले आणि ती ह्या घराची मालकीण म्हणून येईल असे सांगितल्यावर तुझे मत वेगळे होते."

त्याला ह्या बोलण्याने धक्का बसल्यागत दिसला. आता त्याचा खालचा ओठ पुढे आला.

"तसे काही नव्हते सर," तो म्हणाला, "त्यानंतर एक दुःखद घटना घडलीये. ती बिचारी स्त्री विधवा झालीये. मि. अ‍ॅम्ब्रोसना जे आपल्याला शक्य आहे

ते आपण करावे असे नक्की वाटले असते. विशेषत: असे दिसतेय की--'' तो धोरणीपणे खोकला, ''की मृत व्यक्तीकडून मिसेस ॲश्लेना काहीच फायदा झालेला नाही.''

त्याला हे कसे कळले ह्याचे मला आश्चर्य वाटले आणि मी त्याला विचारलेही.

''हे सर्वांच्या तोंडी आहे सर,'' तो म्हणाला, ''सर्व जागी हेच बोलले जातेय. तुम्हाला सर्वकाही मिळालंय... आणि त्या विधवेला काही नाही. हे काही नेहमीप्रमाणे नाही. आमच्या घराण्यात मोठा असो वा छोटा तिथं नेहमीच विधवेसाठी तरतूद केली जाते.''

''मला तुझे आश्चर्य वाटते सीकुंब,'' मी म्हणालो, ''तू अशा वावड्या ऐकतोस ह्याचे.''

''ह्या वावड्या नाहीत सर,'' तो जरा रुबाबातच सांगू लागला. ''जे ॲश्ले कुटुंबात घडते त्याची आम्हालाही काळजी वाटते. आम्हा नोकरांना विसरण्यात आले नव्हते.''

माझ्या डोळ्यांसमोर चित्र उभे राहिले. त्या तिथं- मागे- त्याच्या खोलीत, तिला कारभाऱ्याची खोली असे फार पूर्वी म्हटले जायचे. त्या खोलीत तो बसलेला आहे आणि तिथं गप्पा मारायला आणि कडवट ड्रिंकचे घुटके घ्यायला वेलिंग्टन, जुना कोचवान, मुख्य माळी आणि जुना लाकुडतोड्या टॅम्लीन आलेले असतील, अर्थात नव्या नोकरांपैकी कुणालाही ह्यात सहभागी व्हायची परवानगी नाही आणि मग मृत्युपत्राची गोष्ट जी मला गुप्त वाटली होती, त्याची चर्चा केली जाईल, त्याबद्दल गोंधळून पुन्हा चर्चा होईल ती ओठ वाकडे करून आणि मान हलवत.

''हा प्रश्न काही विसराळूपणाचा नव्हता,'' मी जरा रागावूनच म्हणालो, ''खरं म्हणजे मि. ॲश्ले परदेशात होते आणि घरी नव्हते त्यामुळे अशा कामकाजासंबंधी काही करणे शक्य नव्हते. आपण तिथं मरू असे त्यांना वाटले नव्हते. तो जर का घरी आला असता तर नक्कीच गोष्टीत बदल झाला असता.''

''हो सर,'' तो म्हणाला, ''आमच्याही मनात तेच आले.''

त्या मृत्युपत्राबद्दल त्यांच्या जिभा कितीही वळवळू देत. त्याने काही फरक पडणार नव्हता, परंतु एक कडवट विचार माझ्या मनात आला, की जर का ही मालमत्ता वारसा हक्काने माझी झाली नसती तर त्यांची माझ्याशी वागण्याची काय पद्धत असती? तो मान तिथं असता का? तो आदर, ते इमान? का मी लहान म्हणून मास्टर फिलीप आणि मागच्या खोलीत राहणारा एक गरीब नातेवाईक झालो असतो? मी पाईप झटकला. त्याची चव कोरडी आणि धुरकट होती. असे किती लोक होते ज्यांना मी आवडत होतो आणि ते म्हणून माझी चाकरी करत होते ह्याचे मी मनाशी आश्र्चर्य करत होतो.

"एवढंच सीकुंब," मी म्हणालो, "मिसेस ॲश्लेनी भेटायचे ठरवले तर मी तुला कळवीन. खोल्यांबद्दल मला काही माहीत नाही. हे काम मी तुझ्यावर सोपवतो."

"नक्कीच मि. फिलीप सर," सीकुंब आश्चर्याने म्हणाला, "मि. ॲश्लेंच्या खोलीत मिसेस ॲश्लेंची व्यवस्था केली तर चालेल का?"

मी त्याच्याकडे पाहातच राहिलो. धक्क्याने मी गप्पच झालो आणि माझ्या भावना माझ्या तोंडावर दिसतील असे वाटून मी तोंड वळवले.

"नाही," मी म्हणालो, "ते शक्य नाही. मी स्वःच मि. ॲश्लेंच्या खोलीत जातोय, हे मी तुला आधीच सांगणार होतो. ह्या बदलाबद्दल मी काही दिवसांपूर्वीच ठरवलं."

ही सर्व थाप होती. ह्या क्षणापर्यंत मी असला काही विचार केला नव्हता.

"ठीक आहे तर मग सर," तो म्हणाला, "अशा परिस्थितीत ती निळी खोली आणि ड्रेसिंगरूमही मिसेस ॲश्लेसाठी योग्य ठरेल." आणि तो निघून गेला.

अरे देवा! ॲम्ब्रोसच्या खोलीत त्या बाईला... हे म्हणजे ती जागा भ्रष्ट करण्यासारखे होते. मी स्वतःला माझ्या खुर्चीत लोटले आणि पाइपचे टोक चावत राहिलो. मला राग आला होता, अस्थिर वाटत होते आणि ह्या सर्व काळजीने मला वैताग आला होता. माझ्या धर्मपित्यामार्फत असा निरोप पाठवणे हा निव्वळ वेडेपणा होता आणि तिला घरात आणणे हा आणखी वेडेपणा होता. मी सैतानाच्या नावाखाली स्वतःला कशात अडकवलाय? तो मूर्ख सीकुंब आणि त्याच्या त्या बरोबर आणि चूक ह्यासंबंधी कल्पना!

केलेले बोलावणे तिने स्वीकारले. तिने माझ्या धर्मपित्याला उलट उत्तर पाठवले, मला नाही. अर्थात सीकुंबला हे योग्य आणि बरोबर वाटले असते ह्यात संशय नाही. ते बोलावणे सरळसरळ माझ्याकडून गेले नव्हते, त्यामुळे ते बरोबर मार्गातूनच परत यायला हवं होते. जेव्हा कधी तिला गाडी पाठवणे सोयीचे असेल त्यावेळी ती तयार राहील किंवा ते सोयीचे नसेल तर ती भाड्याच्या गाडीने येईल. मी माझ्या धर्मपित्यामार्फत पुन्हा उत्तर पाठवले की शुक्रवारी तिच्यासाठी गाडी पाठवली जाईल. हे एवढ्यावरच संपले.

शुक्रवार फारच लवकर आला. एक लहरी, अनियमित असा वादळी वाऱ्यांचा दिवस. आमच्याकडे हे असे दिवस बरेचदा सप्टेंबरच्या तिसऱ्या आठवड्यात असायचे. त्यावेळी समुद्रात वर्षातील मोठ्या लाटाही उसळायच्या. ढग खाली आले होते. ते वायव्येकडून सरळ आकाशात वर जात होते आणि संध्याकाळच्या आत पाऊस पडेल अशी भीती दाखवत होते. मी आशा करत होतो की पाऊस पडेल. आमच्याकडे कोसळणाऱ्या पावसासारखी जोरदार सर येईल आणि त्यात भर म्हणून

वादळही यावे. पश्चिम प्रदेशाने केलेले स्वागत, इटालियन आकाश नव्हे. मी वेलिंग्टनला घोडे घेऊन आदल्या दिवशीच पाठवले होते. तो रात्री प्लायमाऊथला राहील आणि तिच्याबरोबर परतेल. ज्या वेळेपासून मी नोकरांना मिसेस ॲश्ले येतेय असे सांगितले होते, त्या वेळेपासून घरावर एक तऱ्हेची बेचैनी आली होती. त्या कुत्र्यांनाही हे समजले होते आणि ते माझ्या मागोमाग खोल्यांतून फिरत होते. एखाद्या पाद्र्याने बरीच वर्षं धार्मिक उत्सवात भाग घेतलेला नसला आणि तो अचानक कर्मकांड ठरावीक रितीने करू लागला की कसा असेल, तशी सीकुंबला पाहून मला त्या पाद्र्याची आठवण होत होती. तो घरात गूढ तऱ्हेने आणि गंभीरपणे फिरत होता. पायांचा आवाज न करता आणि त्याने स्वत:साठी मऊ सोलवाले स्लिपर्स आणले होते. मी माझ्या आयुष्यात न पाहिलेली चांदीची भांडी ही जेवणाच्या खोलीत आणली गेली होती आणि ती टेबलावर आणि बाजूच्या टेबलावर ठेवली गेली होती. ती जुनी भांडी होती आणि तीही फिलिप्स काकाच्या काळातील. मोठ्या मेणबत्त्या ठेवायचे स्टँड, साखरेची भांडी, पिण्याचे प्याले आणि एक चांदीचे भांडे त्यात गुलाब भरून ते मध्यभागी ठेवलेले होते.

"तू केव्हापासून पाद्र्याचा मदतनीस बनलास?" मी सीकुंबला विचारले, "कापूर आणि पवित्र पाणी कुठाय?"

त्याने तोंडावर जराही काही दाखवले नाही. तो मागे उभा राहून त्या वस्तू नीट पाहात होता.

"मी टॅम्लीनला त्या बागेतून फुले कापून आणायला सांगितली आहेत," तो म्हणाला. "मुलं ती मागच्या बाजूला निवडत आहेत. आपल्याला दिवाणखान्यासाठी फुलं लागतील आणि त्या निळ्या बेडरूममध्येही, ड्रेसिंगरूम आणि स्त्रियांच्या बैठकीच्या खोलीतही." तो जेवणाच्या खोलीत काम करणाऱ्या जॉनवर वैतागला. तो हातात मेणबत्त्यांच्या स्टँडची जोडी घेऊन आला आणि त्यांच्या वजनाने त्याचा पाय चुकला आणि तो पडला.

कुत्रे माझ्याकडे टक लावून पाहात होते, काहीसे उदासवाणे. त्यांच्यापैकी एक हळूच दिवाणखान्यातील सोफ्याखाली लपला. मी वर गेलो. मी कधी त्या निळ्या खोलीत पाऊल टाकले होते ते देवालाच माहीत. आमच्याकडे कुणी पाहुणे येत नसत आणि ल्युसी एकदा ख्रिसमससाठी आली असताना आम्ही खेळलेल्या लपंडावाशी ह्या खोलीची आठवण माझ्या मनात जोडली गेली होती. मी त्या शांत खोलीत आलो होतो आणि त्या पलंगाखाली धुळीत लपलो होतो, त्याची मला आठवण होती. मला अंधूकसे आठवते की ॲम्ब्रोसने एकदा सांगितले होते की ही खोली फोब आत्याची होती. फोब आत्या नंतर केंटमध्ये राहायला गेली होती आणि वारली होती.

तिची इथं काहीही खूण नव्हती. सीकुंबच्या हुकुमानुसार मुलांनी खूप काम केले होते आणि फोब आत्यालाही त्या धुळीबरोबर झाडून टाकण्यात आले होते. खिडक्या उघड्या होत्या; त्या पटांगणाकडे उघडत होत्या आणि सकाळचे किरण त्या स्वच्छ झाडलेल्या रग्जवर पडलेले होते. स्वच्छ चादर- त्याची गुणवत्ता मला माहीत नाही, पलंगावर घातलेली होती. हात धुण्यासाठी असलेला तो स्टँड आणि सुरई हे नेहमीच तिथं होते का हे मला सांगता येत नाही. ती ड्रेसिंगरूममध्ये होती की बाजूच्या खोलीत? ती आरामखुर्ची तिथं होती का? मला ह्या वस्तूंपैकी काहीच आठवत नव्हते, परंतु मला फोब आत्याबद्दलही काहीच आठवत नव्हते. ती माझ्या जन्माआधीच केंटला निघून गेली होती. जे तिला योग्य होते ते कझिन रेशेललाही चालेल.

त्या पुऱ्या खोल्यांचा संचातील कमानीखालची तिसरी खोली ही फोब आत्याची बायकांच्या उठबशीसाठी ठेवलेली खोली होती- त्याचाही केरकचरा काढलेला होता आणि खिडक्या उघड्या होत्या. मला वाटते की त्या लपंडावाच्या दिवसानंतर मी ह्या खोल्यांत शिरलो नव्हतो. विस्तवाच्या जागेजवळ ॲम्ब्रोसचे चित्र भिंतीवर टांगलेले होते. तो तरुण असताना ते काढलेले होते. त्या चित्राच्या अस्तित्वाचीही मला कल्पना नव्हती आणि तोही बहुधा ते विसरला होता. ते चित्र कुणी प्रख्यात चित्रकाराने काढलेले असते तर ते खाली इतर कुटुंबीयांच्या चित्रांबरोबर असते, पण ते खाली न राहता वापरात नसलेल्या खोलीत पाठवले गेले होते; ह्याचा अर्थ त्याबद्दल कुणाला फारसे काही वाटले नव्हते. ते तीन चतुर्थांश लांबीचे होते आणि त्याच्या हातात त्याची बंदूक होती आणि डाव्या हातात शिकार केलेला तितर पक्षी होता. ते डोळे माझ्या डोळ्यात सरळ पाहात होते आणि ते तोंड किंचित हसत होते. मला आठवते त्याच्यापेक्षा त्याचे केस लांब होते. त्या चित्रात फारसे उठावदार असे काही नव्हते किंवा चेहऱ्यातही, फक्त एक गोष्ट विलक्षण तऱ्हेने माझ्यासारखी होती. मी आरशात पाहिले आणि पुन्हा चित्राकडे पाहिले. फरक होता तो फक्त डोळ्यांच्या तिरकेपणात. ते माझ्याहून थोडे अरुंद होते. त्याचे केस गडद काळे होते. आम्ही दोघे भाऊ असू शकतो, जणू जुळे भाऊ. तो त्या चित्रातील तरुण मुलगा आणि मी. आमच्या दोघांच्यातील साम्याच्या त्या अचानक जाणिवेमुळे माझ्या मनाला थोडी उभारी आली, जणू काही तो तरुण ॲम्ब्रोस माझ्याकडे बघून हसत होता आणि म्हणत होता, "मी तुझ्याबरोबर आहे." आणि तो वयाने मोठा ॲम्ब्रोसही जवळचा वाटत होता. मी माझ्यामागे दरवाजा लावला आणि पुन्हा एकदा ड्रेसिंगरूममधून आणि निळ्या बेडरूममधून खाली गेलो.

बाहेर फरसबंदीवर चाकांचा आवाज आला. ल्युसी आपल्या घोडागाडीतून आली होती आणि तिच्या बाजूच्या सीटवर डेझी, डेलिया वगैरेंचे मोठेमोठे घोस होते.

''दिवाणखान्यासाठी,'' मला बघितल्यावर ती म्हणाली. ''मला वाटले की ते मिळाले तर सीकुंबला आनंद होईल.''

सीकुंब त्यावेळेला हॉलमधून आपले मदतनीस घेऊन चालला होता. तो जरा दुखावल्यासारखाच वाटला. ल्युसी हातात फुले घेऊन गेली तेव्हा तो ताठपणे उभा होता. ''तुम्ही त्रास घ्यायला नको होता मिस ल्युसी,'' तो म्हणाला. ''मी टॅम्लीनबरोबर सर्व व्यवस्था केलीये. भिंत घातलेल्या त्या बागेतून पुरेशी फुले आणली गेली आहेत.''

''मग मी ती लावते,'' ल्युसी म्हणाली, ''तुझी कामाची माणसे ही त्या फुलदाण्याच तोडतील. मला वाटते की तुमच्याकडे फुलदाण्या आहेत. का तुम्ही फुलं मुरांब्याच्या भांड्यात गच्च खोचता?''

सीकुंबच्या चेहऱ्यावर दुखावल्याचा भाव होता. मी तिला घाईने लायब्ररीत ढकलले आणि दरवाजा लावला.

''मी मनाशी म्हणत होते,'' ल्युसी हळू आवाजात म्हणाली, ''मी इथे थांबून सर्व ठाकठीक असल्याचे बघणं आणि मिसेस ॲश्ले येईल तेव्हा इथे थांबणे तुला आवडेल का? डॅडी माझ्याबरोबर आले असते पण त्यांची तब्येत अजूनही बरी नाही आणि पावसाची शक्यता असल्यामुळे त्यांनी घरी राहावे हे जास्त चांगले. तुला काय वाटते? मी थांबावे? ही फुलं म्हणजे केवळ एक सबब होती.''

ती आणि माझा धर्मपिता ह्या दोघांनाही मी अगदी कुचकामी आहे असे वाटावे ह्याचा मला जरा रागच आला आणि बिचाऱ्या सीकुंबचेही हेच मत होते. गेले तीन दिवस तो गुलामांना पर्यवेक्षकासारखा काम करत होता.

''हे तू सुचवलेस ते बरे झाले,'' मी म्हणालो, ''पण त्याची काही गरज नाही. आम्ही सर्व ठीक करू.''

ती जरा निराश झालेली दिसली. ती माझ्याकडे येणाऱ्या पाहुणीला पाहायला अतिशय उत्सुक होती. मी तिला सांगितले नव्हते की ती जेव्हा येईल तेव्हा घरात थांबण्याचा माझा मानस नव्हता.

ल्युसीने टीकाकाराच्या नजरेने खोलीकडे पाहिले, परंतु काहीही शेरा तिने मारला नाही. तिला बऱ्याच चुका दिसल्या होत्या, परंतु बोलायचे नाही एवढी अक्कलहुशारी तिने वापरली होती.

''तुला पाहिजे तर तू वर जाऊन निळी खोली पाहा,'' मी तिच्या निराशेवर जरा मलमपट्टी करत म्हणालो.

''ती पूर्वेकडे तोंड करून आहे, ती दिवाणखान्यावरची? म्हणजे तू तिला मि. ॲश्लेंच्या खोलीत ठेवणार नाहीस तर?''

''नाही!'' मी म्हणालो, ''मी स्वतःच ॲम्ब्रोसची खोली वापरतोय.''

त्याच्या विधवेच्या वापरासाठी ॲम्ब्रोसची खोली द्यायची ह्यावर प्रत्येकाने दिलेल्या भरामुळे माझ्या वाढत्या वैतागात भरच पडली.

"जर तुला खरंच फुलं लावायची असली तर तू सीकुंबकडे काही फुलदाण्या माग." मी दरवाज्याकडे जात म्हणालो, "मला बाहेर बऱ्याच गोष्टी करायच्या आहेत आणि दिवसाचा बहुतेक भाग मला इस्टेटीवर काम करण्यासाठी घालवावा लागेल."

तिने फुलं उचलताना माझ्याकडे पाहिले.

"मला वाटते की तू घाबरलायस," ती म्हणाली.

"मी घाबरलो वगैरे काही नाही," मी म्हणालो, "मला एकट्याला रहायचय."

तिचा चेहरा गोरामोरा झाला आणि ती वळली. मग नेहमीप्रमाणे कुणालाही दुखवले की माझ्या सदसद्विवेकबुद्धीला टोचणी लागते तशी आता लागली.

"क्षमा कर ल्युसी," मी तिचा खांदा थोपटत म्हणालो, "माझ्याकडे लक्ष देऊ नको. तुझ्या येण्याबद्दल, फुले आणल्याबद्दल आणि इथं राहण्यासंबंधी तयारी दाखवल्याबद्दल मी तुझा आभारीच आहे."

"मी तुला पुन्हा कधी भेटू?" तिने विचारले. "मिसेस ॲश्लेसंबंधी ऐकण्यासाठी? तुला माहीत आहे की सर्व ऐकण्यासाठी मी अगदी आतुरतेने वाट पाहात असेन. अर्थात जर डॅडींना बरे असले तर आम्ही चर्चला येऊ, परंतु उद्याचा सबंध दिवस मी विचारच करत असेन..."

"कशाबद्दल विचार करशील?" मी म्हणालो, "मी माझ्या कझिन रेशेलला टोकावरून खाली फेकले की काय म्हणून. जर तिने अशा सारख्या मला पराण्या लावल्या तर मी ते करीनही. ऐक... तुझ्या समाधानासाठी मी उद्या दुपारी पेलियनला येईन आणि तिचे हुबेहूब चित्र तुझ्यासमोर रंगवीन, त्यामुळे तुला समाधान वाटेल ना?"

"त्यामुळे सर्व ठीक होईल," तिने हसत उत्तर दिले आणि ती सीकुंब आणि फुलदाण्या पाहायला गेली.

मी सबंध दिवस बाहेर होतो आणि दुपारी दोनला परतलो. घोड्यावरून केलेल्या रपेटीनंतर मी तहानलेला आणि भुकेलेला होतो. मग मी थंड मांस आणि एक दारूचा पेला घेतला. ल्युसी निघून गेलेली होती. सीकुंब आणि इतर नोकर आपल्या खोल्यांतून होते. ते आपले दुपारचे जेवण आटपत होते. मी एकटाच लायब्ररीत होतो आणि माझे मांसाहारी सँडविच खात होतो, एकटा-- कदाचित एकटे राहण्याची ही शेवटची वेळ, माझ्या मनात विचार आला. आज रात्री ती इथं येईल. ती इथं असेल किंवा दिवाणखान्यात. एक अनोळखी, प्रतिकूल व्यक्तिमत्त्व आणि आपल्या त्या व्यक्तिमत्त्वाचा प्रभाव ती माझ्या त्या खोल्यांवर, घरावर पाडत

असेल. ती एखाद्या घुसखोरासारखी माझ्या घरात येणार होती. बारीक दृष्टीने पाहणारी, शोध घेणारी बोटे असणारी, जे माझे अगदी सलगीचे आणि वैयक्तिक आहे आणि जे फक्त माझे एकट्याचे आहे अशा वातावरणात स्वत:ला जबरदस्तीने घुसवणारी अशी ती किंवा दुसरी कोणतीही स्त्री मला नको होती. ते घर शांत आणि स्तब्ध होते. जसा ॲम्ब्रोस त्या घराचा भाग होता आणि अजूनही कुठेतरी सावलीत आहे, तसा मी त्या घराचा भाग होतो. ती शांतता भंग करण्यासाठी आम्हाला दुसरे कोणीही नको होते.

मी त्या खोलीकडे निरोप घेतल्यागत दृष्टी टाकली आणि घरातून बाहेर पडलो आणि रानात गेलो.

वेलिंग्टन गाडी घेऊन पाच वाजण्याच्या आधी येणार नाही असा माझा अंदाज होता, त्यामुळे मी सहा वाजेपर्यंत बाहेर थांबायचे ठरवले. त्यांना माझ्या रात्रीच्या जेवणासाठी वाट पाहू दे. सीकुंबला ह्याआधीच सूचना दिल्या होत्या. ती जर भुकेलेली असली तर ह्या घराचा मालक येईपर्यंत तिने भूक तशीच धरून ठेवायला हवी. ती थाटामाटाचा पोशाख करून एकटीच रुबाबात बसलेय आणि तिला भेटायला कुणीच नाही हा विचार मला एक समाधान देत होता.

त्या वृक्षाच्छादित रस्त्यावरून जिथं चार रस्ते मिळतात तिथं आणि मग पूर्वेकडे आमच्या जमिनीच्या सीमेपर्यंत मी वाऱ्या-पावसात चालत गेलो, मग त्या रानातून आणि मग उत्तरेकडे बाहेर असलेल्या शेतावर मी कुळांशी बोलत उशीर करत वेळ काढत राहिलो. त्या पार्कच्या पलीकडे आणि त्या पश्चिमेच्या टेकड्यांवरून आणि बार्टनवरून घराकडे निघालो तेव्हा अंधार पडू लागला होता. मी भिजून पार चिंब झालो होतो, परंतु मला त्याची पर्वा नव्हती.

मी दिवाणखान्याचा दरवाजा उघडला आणि घरात गेलो. मला तिच्या आगमनाच्या खुणा दिसतील असे वाटले होते. पेट्या, टँका, प्रवासातील रग्ज आणि टोपल्या... परंतु तिथे काहीच नव्हते. सर्व नेहमीसारखेच होते.

लायब्ररीत विस्तव पेटलेला होता परंतु ती खोलीही रिकामी होती. जेवणाच्या खोलीत एकासाठीच ताट मांडलेले होते. मी सीकुंबसाठी घंटा वाजवली. "काय?" मी म्हणालो.

त्याच्या चेहऱ्यावर स्वत:चे महत्त्व पटवणारा असा नवाच भाव होता आणि त्याचा आवाज हळू होता.

"मॅडम आल्या आहेत," तो म्हणाला.

"हो, आल्यात असे मला वाटते," मी म्हणालो, "कारण आता सात वाजले आहेत. तिने काही सामान आणलंय की नाही?त्याचे तू काय केलेस?"

"मॅडमने स्वत:चे असे फारच थोडे सामान आणलेय," तो म्हणाला, "मि.

ॲम्ब्रोस साहेबांच्या पेट्या आणि ट्रंका होत्या त्या मी तुमच्या जुन्या खोलीत ठेवल्यात सर.''

''अस्सं,'' मी म्हणालो. मी विस्तवाजवळ गेलो आणि एक ओंडका लाथेने आत ढकलला. माझे हात थरथरत आहेत हे त्याला दिसू नयेत म्हणून मी काहीही केले असते.

''आता मिसेस ॲश्ले कुठे आहेत?'' मी विचारले.

''मॅडम त्यांच्या खोलीत गेल्या आहेत, सर.'' तो म्हणाला, ''त्या थकलेल्या वाटल्या आणि रात्रीचे जेवण तुमच्याबरोबर न घेण्याबद्दल त्यांनी तुमची क्षमा मागितली आहे. एक तासापूर्वी मी त्यांच्यासाठी जेवणाचा ट्रे घेऊन गेलो.''

त्याच्या शब्दांनी मला सुटल्यासारखे वाटले, पण एका अर्थी हे उंचावरून खाली पडल्यासारखे वाटत होते.

''त्यांचा प्रवास कसा झाला?'' मी विचारले.

''वेलिंग्टन म्हणाला की लिस्कर्ड नंतर रस्ता खराब होता, सर,'' त्याने उत्तर दिले, ''आणि वाराही जोरात वाहात होता. एका घोड्याचा नाळ सुटला आणि त्यामुळे लॉस्टविथअलला पोहोचण्यापूर्वी त्यांना लोहाराकडे जावे लागले.''

''हं,'' मी विस्तवाकडे पाठ केली आणि माझे पाय शेकले.

''तुम्ही भिजले आहात, सर,'' सीकुंब म्हणाला, ''तुमचे कपडे बदला नाहीतर सर्दी होईल.''

''मी ताबडतोब जातोच आहे,'' मी त्याला म्हणालो आणि त्या खोलीत इकडे तिकडे पाहात मी विचारले, ''कुत्रे कुठे आहेत?''

''मला वाटते की ते मॅडमबरोबर वर गेले,'' तो म्हणाला, ''निदान म्हातारा डॉन तरी. मला इतरांबद्दल खात्री नाही.''

मी विस्तवाशी माझे पाय शेकत राहिलो. सीकुंब अजूनही दरवाजाजवळ घोटाळत होता, जणू काही मी त्याला बोलण्यात गुंतवावे म्हणून वाट पाहात होता.

''ठीक आहे,'' मी म्हणालो, ''मी आंघोळ करून कपडे बदलतो. कोणत्या तरी मुलाला वर गरम पाणी आणायला सांग. मी अर्ध्या तासानंतर जेवेन.''

मी त्या संध्याकाळी जेवणासाठी घासूनपुसून साफ केलेल्या मेणबत्तीचे स्टँड आणि गुलाबांच्या रुपेरी भांड्यासमोर बसलो. सीकुंब माझ्या खुर्चीमागे उभा होता परंतु आम्ही बोललो नाही. ही शांतता त्याला बहुधा असह्य वाटत होती आणि तीही सर्व रात्रींतील ह्या रात्री, कारण मला माहीत होते की नव्याने आलेल्या त्या व्यक्तीबद्दल चर्चा करायची त्याची फार फार इच्छा होती. ह्यासाठी त्याने स्वतःला थोपवून धरावे आणि कारभाऱ्याच्या खोलीत मग पाहिजे तेवढे बोलावे.

माझे जेवण संपतंय तोच जॉन जेवणाच्या खोलीत आला आणि त्याच्या

कानात कुजबुजला. सीकुंब आला आणि माझ्या खांद्यावर वाकला.

"मॅडमने निरोप पाठवलाय की जर तुम्हाला त्यांना भेटायची इच्छा असली तर तुमचे जेवण झाल्यावर तुम्हाला भेटायला त्यांना आनंद वाटेल," तो म्हणाला.

"थँक्स सीकुंब."

जेव्हा ते खोलीतून बाहेर पडले, जी मी क्वचितच करायचो ती गोष्ट केली. अगदी खूप थकल्यावर, बरीच रपेट केल्यावर, कदाचित शिकारीत कष्ट झाल्यावर किंवा उन्हाळ्यातील वादळात ॲम्ब्रोसबरोबर बोटीतून प्रवास केल्यावर मी हे करायचो. मी बाजूच्या टेबलाशी गेलो आणि स्वत:साठी पेल्यात ब्रँडी ओतली मग मी वर गेलो आणि त्या स्त्रियांच्या बैठकीच्या खोलीच्या दरवाजावर ठोकले.

८

अगदी ऐकू न येणाऱ्या इतक्या हळू आवाजाने मला आत येण्याची सूचना केली. आता जरी अंधार पडला होता आणि मेणबत्त्या लावलेल्या होत्या, तरी पडदे ओढलेले होते आणि ती खिडकीजवळच्या जागेत बागेकडे पाहात बसली होती. तिची पाठ माझ्याकडे होती आणि तिचे हात मांडीवर एकात एक गुंफलेले होते. तिला मी नोकरांपैकी एक असावा असे वाटले असावे, कारण जेव्हा मी खोलीत शिरलो तेव्हा ती हलली नाही. डॉन विस्तवासमोर बसलेला होता. त्याचे तोंड त्याच्या पायावर होते आणि दुसरे एक छोटे कुत्रे त्याच्या बाजूला होते. त्या छोट्या कपाटातील ड्रॉवर्स उघडलेले नव्हते किंवा कपडे फेकलेले नव्हते. आल्यानंतरचा कचरा कुठेच नव्हता.

"गुड इव्हिनिंग," मी म्हणालो आणि माझा आवाज त्या छोट्या खोलीत काहीसा तणावपूर्ण आणि काहीसा अनैसर्गिक असा वाटला. ती वळली आणि ताबडतोब उठली आणि माझ्याकडे आली. हे इतके पटकन घडले की तिच्याबद्दलच्या ज्या शेकडो कल्पना गेल्या अठरा महिन्यांत मी केल्या होत्या, त्याबद्दलही क्षणभर विचार करायला मला वेळच उरला नाही. ह्या स्त्रीने माझा रात्रंदिवस पाठपुरावा केला होता, माझे जागृतीचे क्षण पछाडले होते आणि माझी स्वप्ने अस्ताव्यस्त केली होती, ती आता माझ्या बाजूला होती. माझी पहिली भावना म्हणजे मला हा एक वेड्यासारखा धक्काच बसला होता, कारण ती इतकी छोटी होती की ती जेमतेम माझ्या खांद्यापर्यंतही नव्हती. तिला ल्युसीची उंची किंवा बांधाही नव्हता.

तिने गडद रंगाचा पोशाख केलेला होता, त्यामुळे तिच्या चेहऱ्याचा रंग उडालेला वाटत होता आणि तिच्या गळ्याजवळ आणि मनगटांजवळ लेस होती. तिचे केस तपकिरी होते. मध्ये भांग पाडलेला होता आणि मागे एक छोटा अंबाडा होता. तिचे नाक-डोळे नीट आणि व्यवस्थित होते. तिच्याबाबत जे काही मोठे होते ते म्हणजे तिचे डोळे- जे मला पहिल्यांदा पाहताच मला ओळखल्यामुळे अचानक

विस्फारले होते. एखाद्या हरणाच्या डोळ्यांप्रमाणे दचकलेले होते आणि ओळखीबरोबर त्यात एक आश्चर्याचा भाव होता. आश्चर्यानंतर वेदना अगदी जवळजवळ भीतीच होती. तिच्या चेहऱ्यावर रंग आला आणि तो पुन्हा उडाला हे मी पाहिले आणि मला वाटते, तिला पाहून मला जसा मोठा धक्का बसला होता तसाच तिलाही बसला होता. हे सांगणे कठीण होते की आमच्यापैकी कोण जास्त बावरलेले होते आणि कोण जास्त अस्वस्थ होते!

मी तिच्याकडे निरखून पाहिले ती वर माझ्याकडे पाहात होती आणि आमच्यापैकी कुणी बोलण्यापूर्वी एक क्षणभर असाच गेला. आम्ही दोघं एकदमच बोललो.

"मला वाटते की तुमची विश्रांती झाली असेल," मी एवढेच म्हणालो आणि ती, "मी तुमची क्षमा मागते." मग तिने माझ्या बोलण्यावर, "आभारी आहे फिलीप," असे सांगितले आणि विस्तवाकडे जात ती तिथं एका ठेंगण्या स्टुलावर बसली आणि समोरच्या खुर्चीवर बसण्यासाठी तिने मला खूण केली. शिकारी डॉन कुत्र्याने हातपाय लांब केले, जांभई दिली आणि स्वत: बसत आपले डोके तिच्या मांडीवर ठेवले.

"हा डॉन आहे, होय ना?" ती आपला हात त्याच्या नाकावर ठेवत म्हणाली, "तो गेल्या वाढदिवसाला खरंच चौदाचा झाला का?"

"हो," मी म्हणालो, "त्याचा वाढदिवस माझ्या वाढदिवसाच्या एक आठवडा आधी आहे."

"तुला तो नाश्त्याच्या वेळी मिठाईच्या खोक्यात सापडला होता." ती म्हणाली, "ॲम्ब्रोस हा जेवणाच्या खोलीतील पडद्याआड लपलेला होता आणि त्याने तुला तो खोका उघडताना पाहिले. तो मला म्हणाला, की तू जेव्हा त्या खोक्याच्या वरचा कागद उचललास आणि डॉन धडपडत बाहेर आला, तेव्हा तुझ्या तोंडावर उमटलेले आश्चर्य तो कधीही विसरू शकला नव्हता. तू दहा वर्षांचा होतास आणि तो एप्रिलचा पहिला दिवस होता."

तिने डॉनला थोपटताना मान वर करून पाहिले आणि ती माझ्याकडे बघून हसली. तिच्या डोळ्यात त्या घडीला आलेले पाणी पाहून मी अतिशय बेचैन झालो.

"मी जेवणाला आले नाही ह्याबद्दल मी तुझी क्षमा मागते." ती म्हणाली. "तू माझ्यासाठी एवढी तयारी केली होतीस आणि इच्छा नसतानाही तू घाईने घरी आला असणार, परंतु मी फार थकले होते आणि माझी संगत तेवढी चांगली झाली नसती. मला वाटले की तू एकट्याने जेवण घेतलेस तर ते तुला चांगले जाईल."

मला आठवण झाली की तिला वाट पाहायला लावण्यासाठी मी इस्टेटीवर पूर्वेकडून पश्चिमेकडे फिरत राहिलो होतो आणि मी काहीच बोललो नाही. छोट्या कुत्र्यांपैकी एकाने उठून माझे हात चाटले. काहीतरी करायचे म्हणून मी त्याचे कान उपटले.

"सीकुंबने तू कामात किती गर्क आहेस ते सांगितले आणि इथं किती काम करावे लागते तेही.'' ती म्हणाली, ''माझ्या ह्या अनपेक्षित भेटीमुळे तुझी गैरसोय व्हावी अशी माझी इच्छा नाही. मी माझा मार्ग एकटीनेच आक्रमीन आणि तसे करण्यात मला सुखही वाटेल. माझ्यासाठी तू उद्या तुझ्या दिवसाच्या कार्यक्रमात काहीही बदल करू नकोस. मला एक गोष्ट सांगावीशी वाटते ती म्हणजे फिलीप, मला येऊ दिल्याबद्दल मी तुझे आभार मानते. ते तुझ्यासाठी नक्कीच सोपे नसणार.''

ती मग उठली आणि पडदे ओढण्यासाठी खिडकीकडे गेली. त्या तावदानावर पाऊस पडत होता. कदाचित ते पडदे मी तिच्यासाठी ओढायला हवे होते. मला समजत नव्हते. ते करण्यासाठी मी कसाबसा उभा राहिलो परंतु ह्या गोष्टीसाठी फार उशीर झाला होता. ती मग पुन्हा विस्तवाशी आली आणि आम्ही दोघे पुन्हा बसलो.

"ती अशी एक विचित्र भावना होती,'' ती म्हणाली, ''पार्ककडून घराकडे येत असताना, सीकुंब दरवाजाशी माझे स्वागत करण्यासाठी उभा असलेला कल्पनेत मी अनेक वेळा पाहिलाय. मी जशी कल्पना केली होती तसेच सर्व आहे- तो दिवाणखाना, ती लायब्ररी, भिंतीवरची चित्रे. जेव्हा गाडी दरवाजाशी आली तेव्हा घड्याळाने चारचे ठोके दिले. मला त्याचा आवाजही परिचित होता.'' मी त्या पपीचे कान ओढत राहिलो. मी तिच्याकडे पाहिले नाही. "फ्लॉरेन्समध्ये संध्याकाळी,'' ती म्हणाली, ''गेल्या उन्हाळ्यात आणि हिवाळ्यात ॲम्ब्रोस आजारी पडण्याआधी आम्ही घरी परतण्याच्या प्रवासाबद्दल बोलायचा. त्याचे ते आनंदाचे क्षण होते. तो मला बागांबद्दल, जंगलांबद्दल आणि समुद्राकडे जाणाऱ्या रस्त्यांबद्दल सांगायचा. ज्या मार्गाने मी आले त्याच मार्गाने आम्ही यायचे ठरवले होते, म्हणून तर मी असा प्रवास केला. जिनोआ, प्लायमाऊथ आणि तिथं आम्हाला गाडी घेऊन न्यायला आलेला वेलिंग्टन. मला कसे वाटेल हे जाणून तू केलेस ते चांगले केलेस.''

मला अगदी मूर्खासारखे वाटत होते परंतु मी बोललो.

"मला वाटले की तो प्रवास तसा खडतर होता,'' मी म्हणालो, ''आणि सीकुंब मला म्हणाला की तुम्हाला घोड्याचा एक नाळ मारण्यासाठी एका लोहाराकडे थांबावे लागले. मला त्याबद्दल वाईट वाटते.''

"त्याचे मला काहीच वाटले नाही,'' ती म्हणाली, ''तिथं विस्तवाशी बसून ते काम पाहात असताना मी वेलिंग्टनशी मजेत बोलत होते.''

तिची वर्तणूक आता अगदी सहज झाली होती. तिची पहिली भीती आता गेली होती- जर खरोखरच ती भीती असली तर. मी काही सांगू शकत नव्हतो. आता मला जाणवत होते की चूक कोणाची असली तर ती माझी होती. त्या छोट्याशा खोलीत मला स्वतःला मी मोठाड आणि धांदरट वाटत होतो आणि ज्या खुर्चीत मी बसलो होतो ती एखाद्या खुजासाठी बनवलेली असावी. अशा तऱ्हेने गैरसोयीने

बसल्यामुळे सहज हालचाली करणे तसे अशक्यच असते आणि त्या फालतू, छोट्या खुर्चीत पोक काढून बसल्यामुळे माझी काय तऱ्हेची प्रतिमा निर्माण झाली असावी ह्याचा मी विचार करत होतो, कारण माझे लांब पाय ह्याच्याखाली कसेबसे येत होते आणि माझे दोन्ही हात खुर्चीच्या दोन्ही बाजूंना लोंबकळत होते.

"वेलिंग्टनने मि. केंडॉल ह्यांच्या घराचे प्रवेशद्वार मला दाखवले," ती म्हणाली, "आणि क्षणभर मला वाटले की त्यांना जाऊन भेटावे आणि नमस्कार करावा, पण हे बरोबर आणि रीतसर वाटेल का हे मला समजत नव्हते. उशीर झाला होता आणि घोडेही बरेच चालले होते आणि हवं तर स्वार्थीपणा म्हण पण मी इथे येण्याची अगदी मनापासून वाट पाहात होते." ती 'इथे' हे म्हणण्यासाठी काही क्षण थांबली होती आणि मला असे वाटले, की तिला घर असे म्हणायचे होते परंतु तिने स्वत:ला सावरले. "अॅम्ब्रॉसने ह्याचे वर्णन माझ्याजवळ इतके छान केले होते." ती म्हणाली, "घरात शिरताच दिवाणखान्यापासून प्रत्येक खोलीचे त्याने रेखाचित्र काढले होते, त्यामुळे मला वाटते की डोळे बंद करूनही मी माझी वाट आज सहज शोधू शकले असते." ती क्षणभर थांबली आणि मग म्हणाली, "आम्ही एकत्र असतो तर ज्या खोल्या आम्ही वापरणार होतो त्या खोल्या तू विचारपूर्वक मला दिल्यास. त्याची खोली तुला द्यायची हा अगदी पहिल्यापासूनचा अॅम्ब्रोसचा बेत होता. सीकुंबने सांगितले की तू आता ती वापरतोयस. अॅम्ब्रोसला आनंद वाटेल."

"मला वाटते की तुम्हाला इथं आरामदायी होईल," मी म्हणालो, "ह्या खोल्यात फोब आत्यानंतर इथं कुणीच राहात नव्हते."

"फोब आत्या एका पाद्र्याच्या प्रेमात पडली आणि ती टॉनब्रिजला आपला हृदयभंग नीट करण्यासाठी गेली." ती म्हणाली, "परंतु ते हृदय हट्टी होते आणि फोब आत्याला सर्दीची लागण झाली आणि ती वीस वर्षं टिकली, ही गोष्ट तू कधी ऐकली नव्हतीस का?"

"नाही," मी म्हणालो आणि हळूच तिच्याकडे पाहिले. ती हसत विस्तवाकडे पाहात होती. मला वाटते की फोब आत्याच्या विचाराने तिचे हात तिच्या मांडीवर जुळवलेले होते. मोठ्या माणसाचे एवढे छोटे हात ह्यापूर्वी मी कधी पाहिलेले नव्हते. ते अगदी सडपातळ आणि अरुंद होते- एखाद्या जुन्या चित्रकाराने रंगवलेल्या चित्रातील एखाद्याच्या हातासारखे आणि ते चित्र त्याने पुरे केलेले नव्हते.

"अच्छा," मी म्हणालो, "फोब आत्याचे पुढे काय झाले?"

"ती सर्दी वीस वर्षांनंतर संपली तीही दुसऱ्या पाद्र्याला पाहून परंतु त्यावेळी फोब आत्या ही पंचेचाळीस वर्षांची होती आणि तिचे हृदय एवढे कमकुवतही राहिलेले नव्हते. तिने त्या दुसऱ्या पाद्र्याशी लग्न केले."

"ते लग्न यशस्वी झाले का?"

“नाही,” माझी कझिन रेशेल म्हणाली, “ती लग्नाच्या रात्री धक्क्याने वारली.”

ती वळली आणि तिने माझ्याकडे पाहिले. तिचे तोंड थरथरत होते. पण डोळे अगदी गंभीर होते आणि अचानक माझ्या डोळ्यांना हास्य लपवत असलेली गोष्ट सांगणारा ॲम्ब्रोस दिसला. त्याने हे असेच केले असणार. खुर्चीत तो पोक काढून बसलेला असेल. हास्यामुळे त्याचे खांदे गदगदत असतील आणि तीही अशाच तऱ्हेने त्याच्याकडे पाहात असेल. मी स्वत:ला आवरू शकलो नाही. मी कझिन रेशेलकडे बघून हसलो आणि तिच्या डोळ्यात काहीतरी भाव दिसले आणि ती माझ्याकडे बघून हसली.

“मला वाटते ह्या क्षणी ती तू रचलीस,” मी तिला म्हणालो. मला आता माझ्या त्या हास्याचा पश्चात्ताप होत होता.

“मी असले काही केलेले नाही,” ती म्हणाली, “सीकुंबला ही कथा माहीत असेल, त्याला विचार.”

मी मान हलवली. “त्याला ते योग्य वाटणार नाही आणि तूही मला सांगितलीस म्हणून त्याला धक्का बसेल. त्याने तुझ्यासाठी काही जेवण आणले की नाही हे मी विचारायचे विसरलोच.”

“हो, एक कपभर सूप, चिकनचा एक तुकडा आणि मसालेदार किडनी- सर्व छान होते.”

“तुझ्या लक्षात आले असेल की घरात कोणी स्त्री नोकर नाही. तुझे काम पाहायला कोणी नाही, तुझे कपडे लावायलाही, जॉन किंवा ऑर्थर तुझे आंघोळीचे पाणी काढतील.”

“मला हे जास्त पसंत आहे. बायका बडबडतात आणि माझ्या कपड्यांबद्दल म्हणशील तर ह्या सुतकात सर्व काही सारखेच असते. मी हा आणि दुसरा एक गाऊन आणलाय तेवढाच आणि आजूबाजूला चालण्यासाठी पायात मजबूत बूट आणलेत.”

“जर आजच्यासारखा पाऊस पडला तर तुला घरातच राहावे लागेल,” मी म्हणालो, “इथं लायब्ररीत पुष्कळ पुस्तके आहेत. मी काही जास्त वाचत नाही, परंतु तुला तुझ्या आवडीचे काही सापडेल.”

तिचे तोंड किंचित हलले आणि तिने माझ्याकडे गंभीरपणे पाहिले. “मी चांदीच्या भांड्यांना पॉलिश करीन,” ती म्हणाली, “मला एवढी भांडी दिसतील असे वाटले नव्हते. ॲम्ब्रोस नेहमी म्हणायचा की त्यांना समुद्रामुळे बुरशी येते.”

तिच्या चेहऱ्यावरच्या भावांवरून मी खात्रीने सांगितले असते की ती जुनी भांडीही बरेच काळ बंद ठेवलेल्या कपाटातून आलेली होती हे तिने ओळखले होते आणि तिच्या त्या मोठ्या डोळ्यांमागे असलेले हसू... ती मला हसत होती. मी

दुसरीकडे पाहिले. मी एकदा तिच्याकडे पाहून हसलो होतो. मी तिच्याकडे पाहून पुन्हा हसलो तर माझा धिक्कारच होता.

"त्या बंगल्यात," ती सांगू लागली, "जेव्हा फार गरम असायचे तेव्हा आम्ही त्या कारंज्याजवळच्या छोट्या अंगणात बसायचो. ॲम्ब्रोस मला डोळे बंद करायला सांगायचा आणि इकडे घरी पाऊस पडत असल्याचा आभास निर्माण करायचा. तुला माहीत आहे का की त्याला नेहमी वाटायचे की मी मी अक्रसेन आणि ह्या इंग्लिश हवेत कापत राहीन, विशेषत: कॉर्निश दमट हवेत. तो मला हरितगृहातील झुडूप म्हणायचा. त्याच्या मते त्याची कसबी लोकांकडूनच लागवण करावी लागते आणि ते साध्या जमिनीत निरुपयोगी ठरते. मी शहरात वाढलेली आहे आणि जरा जास्तच सुधारलेली आहे असे तो म्हणायचा. एकदा मी रात्रीच्या जेवणासाठी नवीन गाऊन घालून आले आणि तो म्हणाला की मला जुन्या रोमचा वास येतोय. मी घरी ह्यात पार गोठून जाईन असे तो म्हणाला, कारण इथं अंगाजवळ फ्लॅनेल कापड वापरावे लागते आणि लोकरी शाल. मी त्याचा उपदेश विसरलेली नाही. मी शाल आणलेय," मी वर पाहिले. खरंच तिच्याकडे शाल होती, काळी तिच्या ड्रेससारखी, तिच्या शेजारच्या स्टुलावर ती पडलेली होती.

"इंग्लंडमध्ये," मी म्हणालो, "विशेषत: आम्ही हवेवर जास्त भर देतो. आम्हाला द्यायलाच हवा कारण जवळ समुद्र आहे. आमची जमीन फारशी सुपीक नाही. जमीन निकृष्ट आहे आणि सात दिवसांत चार दिवस पाऊस पडतो, त्यामुळे जेव्हा सूर्य प्रकाशतो आम्ही त्यावर अवलंबून असतो. कदाचित उद्या उघडीप असेल आणि मला वाटते की तुला फिरायला जाता येईल."

"बोव्ह टाऊन आणि बावडेनचे कुरण," ती म्हणाली, "केम्फ जवळ आहे, बीफ पार्क किल्मूर आणि बेकन शेत, ट्वेंटी एकर्स आणि पश्चिमेकडच्या टेकड्या."

मी तिच्याकडे आश्चर्याने पाहिले. "तुला ह्या बार्टन जमीनींची नावे माहीत आहेत?" मी विचारले, "होय अर्थात, गेली दोन वर्षं माझी ती तोंडपाठ आहेत," ती म्हणाली.

मी गप्प होतो. ह्यावर उत्तर असं म्हणून मी काहीच देऊ शकलो नाही. "बाई माणसाला हे चालणे तसे अवघड आहे," मी उद्दामपणे सांगितले.

"परंतु माझ्याकडे मजबूत बूट आहेत." ती मला म्हणाली. तिने आपला पाय माझ्यापुढे केला, तो चालण्यासाठी फारच अयोग्य होता, कारण त्यावर काळे मखमली स्लिपर्स होते.

"ते?" मी विचारले.

"अर्थात नाही, त्याहून काहीतरी मजबूत," ती म्हणाली परंतु ती शेतातून भटकतेय हे चित्र जरी तिने ते पाहिले होते तरी मी काही पाहू शकत नव्हतो, आणि

माझ्या नांगरणीच्या बुटात ती पार बुडून गेली असती.

"तू घोड्यावर बसू शकत्येस?" मी विचारले.

"नाही,"

"जर कुणी घोडा धरला तर तू बसू शकशील?"

"मला ते कदाचित जमेल," ती म्हणाली, "परंतु मला ती घोड्याची रिकीब दोन्ही हातांनी धरावी लागेल आणि इथं ज्याच्यावर तोल संभाळता येतो असा काही खोगीर नाही का?"

तिने तो प्रश्न अगदी उत्सुकतेने विचारला. तिच्या डोळ्यांत गंभीर भाव होता, तरीही पुन्हा एकदा मला खात्री होती की तिथं हसू लपलेले होते आणि ती मलाही त्यात ओढत होती. "मला खात्री नाही," मी जरा ताठरपणेच सांगितले, "आमच्याकडे बायकांसाठीचा खोगीर आहे का हे मी वेलिंग्टनला विचारीन, परंतु घोड्यांचे सामान ठेवतात त्या खोलीत मी काही पाहिलेले नाही."

"कदाचित फोब आत्या घोड्यावरून रपेट मारत असेल," ती म्हणाली, "जेव्हा तिने तो पाद्री गमावला तेव्हा तिचे दु:ख परिहाराचे हेच साधन असेल."

आता उपयोग नव्हता. तिच्या आवाजातही हास्य होते आणि माझा नाइलाज झाला. तिने मला हसताना पाहिले ही वाईट गोष्ट होती. मी दुसरीकडे पाहिले.

"ठीक आहे," मी म्हणालो, "मी त्याबद्दल सकाळी बघेन, मी सीकुंबला कपाट धुंडाळायला लावून फोबआत्याने तिचा रपेटीचा पोशाख ठेवलाय का हे बघायला सांगावे असे तुला वाटते का?"

"मला काही पोशाखाची जरुरी नाही," ती म्हणाली. "तू जर का नीट धरलेस आणि मी खोगिरावर व्यवस्थित तोल संभाळला की झाले."

त्या क्षणी सीकुंबने दरवाजावर टकटक केली आणि तो आत आला. त्याच्या हातात एका मोठया चांदीच्या ट्रेमध्ये तशीच सुंदर एक मोठी चांदीची किटली होती आणि एक चांदीचे चहाचे भांडे आणि चहासाठी लहान चांदीचा डबा होता. मी कधीच ह्या गोष्टी पाहिलेल्या नव्हत्या आणि मी विचार करत होतो की, जेवणाच्या खोलीतील कोणत्या चक्रव्यूहातून त्याल्या ह्या सापडल्या होत्या आणि त्या कोणत्या हेतूने इथं आणल्या होत्या. माझ्या कझिन रेशेलने माझ्या डोळ्यातील आश्चर्य पाहिले. मी सीकुंबला कोणत्याही कारणाने दुखावले नसते. त्याने त्याचे हे सामान मोठ्या रुबाबात टेबलावर ठेवले परंतु एक तऱ्हेची गदगदल्याची लाट माझ्या छातीत फुटली. मी खुर्चीवरून उठलो आणि खिडकीशी जाऊन बाहेरचा पाऊस पाहण्याचे नाटक करू लागलो.

"चहा तयार आहे, मॅडम," सीकुंब म्हणाला.

"आभारी आहे, सीकुंब," ती गंभीरपणे म्हणाली.

कुत्रे वास घेत त्यांची नाके ट्रेकडे वळवत उठले. तेसुद्धा माझ्यासारखे आश्चर्यचकित झाले होते. सीकुंबने जिभेने चक् असा त्यांना आवाज दिला.

"डॉन, ये," तो म्हणाला, "तुम्ही तिघांनी या, मॅडम मला वाटते की मी कुत्र्यांना येथून हलवावे हे बरे. ते कदाचित ट्रे पालथा करतील."

"हो, सीकुंब," ती म्हणाली, "ते कदाचित करतीलही."

पुन्हा एकदा ते हसू "तिच्या" आवाजात होते. माझी पाठ तिच्याकडे वळलेली होती हे बरे होते. "नाश्त्याचे काय, मॅडम?" सीकुंबने विचारले. "मि. फिलीप त्यांचा नाश्ता आठ वाजता जेवणाच्या खोलीत घेतात."

"मला तो माझ्या खोलीत घ्यायला आवडेल," ती म्हणाली. "मि. ॲश्ले म्हणायचे की अकरा वाजण्याच्या आधी कोणतीही स्त्री बघण्याजोगी नसते. तुला काही त्रास होईल का?"

"नक्कीच नाही, मॅडम."

"तर मग धन्यवाद सीकुंब आणि गुड नाइट."

"गुड नाइट मॅडम, गुडनाईट सर. चला कुत्र्यांनो." त्याने बोटांनी टिचकी वाजवली आणि ते नाइलाजाने त्याच्यामागून गेले. काही वेळ त्या खोलीत शांतता होती, मग ती हळूच म्हणाली, "तुला चहा हवा का? मला माहीत आहे की ही कॉर्निश पद्धत आहे."

माझा रुबाब नाहीसा झाला. तो तसा धरून राहणे ही तशी फार तणावाची गोष्ट होती. मी पुन्हा विस्तवाजवळ गेलो आणि टेबलाजवळच्या स्टुलावर बसलो.

"मी तुला एक गंमत सांगतो." मी म्हणालो, "मी ह्यापूर्वी कधीही हा ट्रे, किटली किंवा चहाचे भांडे पाहिलेले नाही."

"मला नाही वाटत की तू पाहिले असशील," ती म्हणाली. "जेव्हा सीकुंबने ते खोलीत आणले त्यावेळी तुझ्या डोळ्यातील भाव मी पाहिले. मला नाही वाटत की त्यानेही हे कधी पाहिलेले होते. ही पुरलेली संपत्ती आहे. त्याने बहुधा ती तळघरातून काढलेली असावी."

"रात्रीच्या जेवणानंतर चहा पिणे ही अशी करायची गोष्ट असते का?" मी विचारले.

"अर्थात," ती म्हणाली. "जेव्हा स्त्रिया हजर असतात तेव्हा उच्चभ्रू समाजात हे असेच चालते."

"ज्यावेळी केंडॉल आणि पास्कोज जेवायला येतात तेव्हा आम्ही रविवारी कधी चहा घेत नाही," मी म्हणालो.

"कदाचित सीकुंबला ते वरच्या स्तरातील लोक वाटत नसतील," ती म्हणाली. "मला फारच कौतुक झाल्यासारखे वाटतंय. मला चहा आवडतो. तू ब्रेड

आणि बटर खा.''

ही आणखीन एक नवीन पद्धत होती. ब्रेडच्या तुकड्यांची छोटी गुंडाळी केलेली होती. ''स्वयंपाकघरात ते कसे करायचे हे माहीत होते ह्याचे मला आश्चर्य वाटते,'' मी ते खात असताना म्हणालो, ''परंतु ते फार छान आहेत.''

''अचानक आलेली स्फूर्ती,'' कझिन रेशेल म्हणाली, ''आणि उरलेसुरले असेल ते तुला नाश्त्यासाठी मिळेल ह्यात संशय नाही. ते लोणी वितळतंय. तू तुझी बोटे चोखावी हे चांगले.''

कपावरून माझ्याकडे पाहत ती चहा पीत होती.

''जर तुला पाईप ओढावासा वाटत असेल तर तू ओढू शकतोस,'' ती म्हणाली.

मी तिच्याकडे आश्चर्याने पाहात राहिलो.

''स्त्रियांच्या बैठकीच्या खोलीत?'' मी म्हणालो. ''तू खरंच सांगतीयेस ना? रविवारी जेव्हा मिसेस पॅस्को पाद्र्याबरोबर येते तेव्हा आम्ही दिवाणखान्यात कधीही पाईप ओढत नाही.''

''हा दिवाणखाना नाही आणि मी मिसेस पॅस्कोही नाही,'' ती म्हणाली.

मी माझे खांदे उडवले आणि माझ्या खिशात पाईप चाचपडू लागलो.

''सीकुंबला ते बरोबर वाटणार नाही,'' मी म्हणालो. ''सकाळी त्याला त्याचा वास येईल.''

''मी झोपायला जाण्याआधी खिडकी उघडीन. तो सर्व वास पावसामुळे नाहीसा होईल.''

''पाऊस आत येईल आणि गालिचा खराब होईल,'' मी म्हणालो, ''पाइपच्या वासापेक्षा ते जास्त वाईट ठरेल.''

''ते कापडाने पुसता येईल,'' ती म्हणाली. ''एखाद्या म्हाताऱ्या माणसासारखा तू किती काटेकोर आहेस!''

''मला वाटते की स्त्रिया ह्याबाबत जरा जास्त लक्ष देतात.''

''जेव्हा त्यांच्याकडे काळजी करायला काहीच नसते तेव्हा त्या असे करतात.'' ती म्हणाली.

मी पाईप ओढत असताना आणि फोब आत्याच्या खोलीत बसलेला असताना अचानक माझ्या लक्षात आले की ह्या अशा तऱ्हेने संध्याकाळ घालवायचा माझा बेत नव्हता. मी थंडपणे काहीतरी बोलणार होतो आणि पटकन निरोप घेणार होतो. ढवळाढवळ करणाऱ्या तिला गप्प बसवून तिची खोड मोडणार होतो.

मी तिच्याकडे पाहिले. तिने चहा संपविला होता आणि ट्रेमध्ये कप आणि बशी ठेवलेली होती. पुन्हा एकदा माझं लक्ष तिच्या हातांकडे गेले. अरुंद, छोटे आणि

एकदम पांढरे. मी मनात विचार करत होतो की त्यांनाही ॲम्ब्रोसने 'शहरात वाढलेले' ही उपाधी दिली होती का? तिच्या बोटात दोन अंगठ्या होत्या, त्या दोन्हींचे खडे सुंदर होते, परंतु त्या तिच्या सुतकाच्या दु:खी अवस्थेत ते तसे वाईट दिसत नव्हते किंवा तिच्या व्यक्तिमत्त्वाच्या विरुद्धही नव्हते. मला माझ्या पाईपचे भांडे धरता येत होते आणि पाइपचे टोक चावता येत होते म्हणून मला बरे वाटले. त्यामुळे मला मी स्वत: असल्यासारखे जास्त वाटत होते आणि स्वप्नात गुरफटलेला आणि झोपेत चालणाऱ्यासारखे कमी वाटत होते. अशा बऱ्याच गोष्टी मी करायला हव्या होत्या, बऱ्याच गोष्टी मी बोलायला हव्या होत्या पण इथं मी मूर्खासारखा विस्तवाजवळ बसून माझे विचार किंवा मते जुळवू शकत नव्हतो. तो एवढा मोठा वाटलेला आणि तणावाचा दिवस संपला होता आणि तो माझ्या फायद्याचा ठरला की माझ्या विरुद्ध गेला हे काही मी ठरवू शकत नव्हतो. मी मनात रंगवलेल्या चित्राशी तिचे जर थोडे साम्य असते तर काय करायचे हे मला समजले असते, परंतु आता ती इथं होती. माझ्या बाजूला प्रत्यक्ष त्यामुळे ती चित्रे भयानक विचित्र वाटत होती. ती एकमेकात मिसळत होती आणि अंधारात लुप्त होत होती.

कुठेतरी एक कडवट प्राणी खेकड्यासारखा झालेला आणि म्हातारा, वकिलांच्या कोंडाळ्यात असलेला, कुठेतरी मिसेस पास्कोसारखी मोठ्याने बोलणारी घमेंडखोर स्त्री होती. कुठेतरी एक चिडखोर, बिघडलेली, बाहुलीसारखी केसांच्या वळलेल्या लड्या असलेली स्त्री होती. कुठेतरी एक साप वेटोळे केलेला आणि गप्प, ही चित्रं अशी होती पण त्यांपैकी एकही चित्र माझ्याबरोबर ह्या खोलीत नव्हते. राग हा आता व्यर्थ होता, द्वेषही आणि भीतीचे म्हणाल तर ती माझ्या खांद्याशीही पोहोचत नव्हती आणि तिच्याकडे विनोद आणि छोटे हात सोडले तर असे काही खास वैशिष्ट्यही नव्हते. ह्या अशा स्त्रीची भीती ती काय वाटणार? तिच्यासाठी एका माणसाने द्वंद्वयुद्ध केले होते आणि दुसऱ्याने मला पत्र लिहिले होते आणि म्हणाला होता, "तिने माझा शेवटी घात केला. माझा छळ करणारी रेशेल?" जणू काही मी हवेत बुडबुडा सोडला होता आणि बाजूला उभा राहून तो नाचताना पाहात होतो आणि तो बुडबुडा आता फुटला होता.

त्या कमीजास्त होणाऱ्या विस्तवाच्या आचेशी मान डोलावत बसलेला मी मनाशी म्हणालो की आठवण ठेवायला हवी की दहा मैल पावसात चालल्यावर ब्रँडी घ्यायला नको, त्यामुळे आपली इंद्रिये नीट काम करत नाहीत आणि जिभेवर सहजता राहत नाही. मी ह्या स्त्रीशी भांडायला आलो होतो आणि मी सुरुवातही केली नव्हती. फोबआत्याच्या खोगिराबद्दल ती काय म्हणाली होती?

"फिलीप," तो आवाज अत्यंत हळू आणि खोल होता. "फिलीप तू जवळजवळ झोपलायस. ऊठ आणि आपल्या खोलीत झोपायला जा प्लीज."

मी माझे डोळे चटकन उघडले. ती आपले हात मांडीवर ठेवून मला बघत बसली होती. मी धडपडत उठलो आणि जवळजवळ तो ट्रे पाडलाच.

''मला क्षमा कर,'' मी म्हणालो, ''हे असे झाले कारण मी त्या स्टुलावर अवघडून बसलो होतो त्यामुळे मला झोप आली. नेहमी लायब्ररीत मी माझे पाय लांब करतो.''

''तू आज खूपच मेहनत घेतलीस, हो ना?'' ती म्हणाली. ती तशी साधेपणेच म्हणाली आणि तरी... तिला काय म्हणायचे होते? मी कपाळाला आठ्या घातल्या आणि तिच्याकडे पाहात उभा राहिलो, काहीही न बोलण्याचे ठरवून. ''तर मग उद्या सकाळी,'' ती म्हणाली, ''तू खरंच माझ्यासाठी घोडा पाठवशील का? तो शांत आणि गडबड्या नसावा आणि त्यामुळे मी त्यावर बसून बार्टन एकर्सची पूर्ण जागा पाहीन.''

''हो,'' मी म्हणालो, ''जर तुला जायचे असेल तर.''

''ह्यात तुला काही त्रास देण्याची मला गरज नाही. वेलिंग्टन मला घेऊन जाईल.''

''नाही, मी तुला घेऊन जाईन. मला दुसरे काही काम नाही.''

''थांब जरा,'' ती म्हणाली, ''तू विसरलायस की उद्या शनिवार आहे. त्या दिवशी सकाळी तू मजुरी देतोस. आपण दुपार होईपर्यंत थांबू या.''

मी तिच्याकडे काय करावे हे न समजून बघत राहिलो. ''बाप रे,'' मी म्हणालो, ''मी शनिवारी मजुरी देतो हे तुला कसे काय समजले?''

मला आश्चर्य वाटले - किंचित लाजही. तिच्या डोळ्यात अचानक लकाकी आली आणि ते ओले झाले. ह्याआधी जेव्हा ती माझ्या दहाव्या वाढदिवसाबद्दल बोलली होती तेव्हाही तसेच झाले होते. तिचा आवाज पूर्वीपेक्षा जरा कठोर झाला होता.

''जर तुला हे माहीत नसेल तर,'' ती म्हणाली, ''मला वाटले त्यापेक्षा तुला समजूत कमी आहे. इथं थांब, तुझ्यासाठी मी भेट वस्तू आणलेय.''

तिने दरवाजा उघडला आणि ती त्या समोरच्या निळ्या झोपायच्या खोलीत गेली आणि क्षणात हातात काठी घेऊन परत आली.

''ही घे,'' ती म्हणाली, ''ही घे, ही तुझी आहे. बाकीच्या गोष्टी तू सवडीनुसार कोणत्याही वेळी निवड परंतु मला ही काठी आज रात्री तुला स्वत:च द्यायची होती.''

ती ॲम्ब्रोसची चालण्याची काठी होती. ती तो नेहमी वापरायचा आणि तिचा आधार घ्यायचा. त्यावर एक सोन्याचा पट्टा होता आणि मुठीवर हस्तिदंताचे कोरलेले कुत्र्याचे डोके होते.

"धन्यवाद," मी कसेबसे म्हणालो, "तुझे फार फार आभार."

"आता जा," ती म्हणाली, "प्लीज चटकन जा."

आणि तिने मला खोलीतून ढकलले आणि दरवाजा लावला.

मी हातात काठी घेऊन बाहेर उभा होतो. तिने मला 'गुडनाईट' असं म्हणण्या इतकाही वेळ दिला नव्हता. बैठकीच्या खोलीतून काही आवाज येत नव्हता. मग मी हळूहळू चालत माझ्या खोलीकडे गेलो. तिने मला जेव्हा काठी दिली त्यावेळचे तिच्या चेहऱ्यावरचे भाव माझ्या मनात आले. एकदा- फार पूर्वी नव्हे- मी पुरातन वेदनेचे भाव असलेले दुसरे डोळे पाहिले होते. त्या डोळ्यातही असाच संकोच आणि अभिमान आणि त्याच्या जोडीला तीच मानहानी आणि तेच क्षमायाचनेचे दुःख होते. ते असेच असावेत असे माझ्या खोलीकडे नव्हे, ती ॲम्ब्रोसची खोली होती तिथं येताना माझ्या मनात आले आणि मी ती माझ्या आठवणीत असलेली चालण्याची काठी तपासली. ते असेच असावे कारण त्या डोळ्यांचा रंग तोच होता आणि ते त्याच वंशाचे होते. त्याशिवाय त्यांच्यात असे काहीच साम्य नव्हते. ती ॲर्नो नदीशेजारी बसलेली भिकारी स्त्री आणि माझी कझिन रेशेल.

९

दुसऱ्या दिवशी सकाळी मी लवकर खाली आलो. नाश्ता होताच ताबडतोब तबेल्याकडे गेलो आणि वेलिंग्टनला बोलावले आणि आम्ही दोघे खोगीर वगैरे ठेवतात त्या खोलीत गेलो.

तिथं इतर खोगिरांत बायकांनी वापरण्याचे अर्धा डझन तरी खोगीरं होती. खरं सांगायचे तर माझे त्यांच्याकडे लक्षही गेले नव्हते.

''मिसेस ॲश्लेंना घोड्यावर बसता येत नाही,'' मी त्याला म्हणालो. ''तिला घोड्यावर बसण्यासाठी त्याला धरून राहता येईल असे काहीतरी हवंय.''

''तर मग आपण तिला सॉलोमनवर बसवूया,'' तो म्हातारा गाडीवान म्हणाला. ''त्याने जरी कोणा स्त्रीला वाहून नेले नसले तरी तो तिला पाडणार नाही हे नक्की. बाकीच्या घोड्यांबद्दल मी खात्री नाही देऊ शकत सर.''

ॲम्ब्रोस सॉलोमनला पूर्वी शिकारीवर घेऊन जायचा, परंतु आता वेलिंग्टनच त्याला व्यायाम हवा म्हणून मोठ्या रस्त्यावर घेऊन गेला तर नाहीतर आता तो कुरणातच फिरायचा. ते स्त्रियांचे खोगीर त्या घोड्यांच्या सामानाच्या खोलीत भिंतीवर उंच ठिकाणी ठेवलेले होते. मग त्यासाठी त्याला मोतद्दार आणि छोट्या शिडीसाठी बोलवावे लागले, त्यामुळे तिथं गडबड आणि खळबळ उडाली. मग ते खोगीर निवडू लागले, हा जास्तच वापरलेला आहे आणि दुसरा सॉलोमनच्या रुंद पाठीवर अरुंद होईल आणि मग त्या छोट्या मुलाला राग भरण्यात आले कारण, तिसऱ्यावर कोळ्याचे जाळे होते. मी मनातल्या मनात हसत होतो. वेलिंग्टन किंवा दुसऱ्या कोणी त्या खोगिरांबद्दल गेल्या पंचवीस वर्षांत विचारही केलेला नव्हता, हे मी ओळखले होते आणि वेलिंग्टनला सांगितले की त्याला चांगले पॉलिश केले की तो ठीक होईल आणि मिसेस ॲश्लेला वाटेल की हा खोगीर कालच लंडनहून आलाय.

"मालकीणबाई किती वाजता निघायचे म्हणतायत?'' त्याने विचारले आणि त्याच्या ह्या शब्दप्रयोगामुळे मी क्षणभर त्याच्याकडे पाहातच राहिलो.

"दुपारी केव्हा तरी,'' मी जरा घुश्शातच म्हणालो. "तू सॉलोमनला पुढच्या दरवाजाशी घेऊन ये आणि मी स्वत: मिसेस ॲश्लेला घेऊन जाईन.''

मग मी घरातील इस्टेटीच्या खोलीकडे पुन्हा वळलो. आठवड्याची पुस्तके मला पाहावयाची होती आणि मजूर त्यांची मजुरी घ्यायला येतील त्याआधी त्यांचे हिशोबही तपासायचे होते. वेलिंग्टन, सीकुंब आणि इतर मालकीण म्हणून खरोखरच ह्या अशा तऱ्हेने तिच्याकडे पाहात होते का? एका तऱ्हेने हे त्यांच्या बाबत नैसर्गिकच होते, तरीही माझ्या मनात आले की पुरुष माणसे, विशेषत: नोकरमंडळी - स्त्री आली की कसे पटकन मूर्ख बनतात. जेव्हा सीकुंबने काल रात्री चहा आणला तेव्हा त्याच्या डोळ्यांत दिसणारी ती आदराची भावना आणि तिच्यापुढे चहाचा ट्रे ठेवताना त्याने दाखवलेला आदर आणि आज सकाळी नाश्त्याच्या वेळी जॉन ह्या पोराने मला विनंति केली होती की तो आज माझी सेवा करण्यासाठी सीकुंबच्याऐवजी बाजूच्या टेबलाजवळ उभा राहणार होता आणि माझ्यासाठी ठेवलेल्या डुकराच्या मांसावरचे झाकण त्याने काढले होते, कारण "सीकुंब,'' तो म्हणाला, "ट्रे घेऊन बायकांच्या बसायच्या खोलीत गेलाय.'' आणि इथं वेलिंग्टन उत्तेजित होऊन जुना बायकांचा खोगीर घासत होता आणि पॉलिश करत होता आणि मागे वळून ओरडून सॉलोमनकडे लक्ष द्यायला सांगत होता. मी ते हिशोब तपासले. माझ्या नर्सला ॲम्ब्रोसने घरी पाठवल्यानंतर आज पहिल्यांदा कोणीतरी स्त्री ह्या छपराखाली झोपलेय ह्याबद्दल मी जराही विचलित झालो नव्हतो आणि ह्याचा आनंद मला झाला होता आणि आता विचार करताना माझ्या मनात आले की मी जेव्हा जवळजवळ झोपी गेलो होतो अशावेळी तिने मला दिलेली वागणूक तिचे, "फिलीप झोपायला जा,'' हे शब्द माझ्या नर्सने वीस वर्षांपूर्वी वापरले होते तसे होते.

दुपारी नोकर आले आणि इतर लोक जे तबेल्याच्या बाहेर काम करायचे, जंगलात आणि बागेत काम करायचे ते सर्व आले आणि मी त्यांना त्यांचे पैसे दिले. मग माझ्या लक्षात आले की मुख्य माळी टॅम्लीन हा त्यांच्यात नव्हता. मी त्याबद्दल विचारल्यावर मला सांगण्यात आले की तो बाहेर कुठेतरी मालकिणीबरोबर होता. मी त्याबद्दल कुणाशी काही बोललो नाही, इतरांना त्यांची मजुरी दिली आणि त्यांना पाठवून दिले. माझ्या अंतर्मनाने मला टॅम्लीन आणि माझी कझिन रेशेल कुठे असेल ते सांगितले आणि माझा तर्क बरोबर ठरला, कारण पुढच्या बाजूच्या तयार केलेल्या अंगणात, जिथं आम्ही कॅमेलियाची आणि ओलिएण्डर्स आणि इतर झाडे जी ॲम्ब्रोसने त्याच्या भटकंतीतून गोळा केलेली होती, ती लावली होती. तिथं टॅम्लीन आणि माझी कझिन रेशेल होती.

मी ह्या क्षेत्रात कधीच तज्ज्ञ नव्हतो- मी ते सर्व टॅम्लीनवर सोडलेले होते- आणि आता मी त्या कोपऱ्यावर वळून जेव्हा त्यांच्याकडे आलो तेव्हा मी तिच्या तोंडून छाटणी, स्तर, उत्तरेकडची बाजू आणि जमिनीसाठी खत ह्याबद्दल बोलताना ऐकले आणि टॅम्लीन हे सर्व ऐकत होता. त्याची हॅट हातात होती आणि सीकुंब आणि वेलिंग्टनसारखा तोच आदराचा भाव त्याच्या नजरेत होता. मी दिसताच ती हसली आणि उठून उभी राहिली. ती एका तरटाच्या तुकड्यावर वाकून उभी होती आणि लहान झाडांची नवीन पालवी तपासत होती.

"मी साडेदहापासून बाहेर आहे," ती म्हणाली, "तुझी परवानगी विचारण्यासाठी मी तुला शोधले परंतु मला तू सापडला नाहीस, मग मी धाडस केले आणि स्वत: टॅम्लीनच्या झोपडीकडे गेले आणि माझी ओळख करून दिली, हो की नाही टॅम्लीन?"

"हो, मॅडम," टॅम्लीन म्हणाला. त्याच्या नजरेत मेंढीचे बावळट भाव होते.

"हे बघ, फिलीप," ती म्हणाली, "मी माझ्याबरोबर प्लायमाऊथला... मी ते गाडीत घेऊ शकले नव्हते ते दुसऱ्या भाड्याच्या गाडीने येतील... जी काही झाडेझुडपे गेल्या दोन वर्षांत आम्ही- ॲम्ब्रोस आणि मी- गोळा केली होती, ती आणली होती आणि ती कुठे लावायची हेही त्याने ठरवले होते. त्याची यादी माझ्याजवळ इथं आहे आणि मला वाटले की त्या यादीबद्दल मी टॅम्लीनशी बोलले तर वेळ वाचेल आणि ते प्रत्येक काय आहे त्याचाही खुलासा करीन. जेव्हा भाड्याची गाडी सामान घेऊन येईल त्यावेळी मी गेलेली असेन."

"ते सर्व ठीक आहे," मी म्हणालो, "माझ्यापेक्षा तुम्हा दोघांना ह्या बाबतीत जास्त कळते, प्लीज चालू द्या तुमचे."

"आमचे संपलेय, टॅम्लीन हो की नाही?" ती म्हणाली, "आणि प्लीज टॅम्लीन मिसेस टॅम्लीनने दिलेल्या चहाच्या कपाबद्दल तू त्यांचे आभार मानशील ना? मला आशा वाटते की त्यांचा लाल झालेला खवखवणारा घसा आज संध्याकाळपर्यंत ठीक झालेला असेल. निलगिरी तेल हे त्यावर औषध आहे. मी ते तिला पाठवून देईन."

"थँक्स मॅडम," टॅम्लीन म्हणाला. त्याच्या बायकोच्या खराब झालेल्या घशाबद्दल मी पहिल्यांदाच ऐकत होतो. माझ्याकडे बघत तो काहीसा विक्षिप्तपणे लाजत म्हणाला, "आज सकाळी मी काही गोष्टी शिकलो, फिलीप सर, एखाद्या स्त्रीकडून मला त्या कळतील असे मला वाटले नव्हते. मला नेहमी वाटायचे की मला माझे काम माहीत आहे परंतु मिसेस ॲश्लेंना बागकामाबद्दल माझ्यापेक्षा जास्त माहिती आहे आणि खरं सांगायचे तर मला अशी एवढी माहिती होणारही नाही आणि त्यांनी मला मी अगदी अडाणी असल्यागत वाटायला लावलंय."

“काहीतरीच काय, टॅम्लीन?” माझी कझिन रेशेल म्हणाली. “मला फक्त झाडे आणि झुडपांबद्दल माहिती आहे, फळांबद्दल म्हणशील तर- पीचची लागवड कशी करायची ह्याची मला जराही कल्पना नाही आणि हे तू लक्षात ठेव की तू मला कुंपण असलेल्या बागेत नेलेले नाहीस. ते तू उद्या करशील.”

“जेव्हा तुम्ही सांगाल तेव्हा मॅडम,” टॅम्लीन म्हणाला, तिने त्याला गुडमॉर्निंग म्हटले आणि आम्ही घराकडे परतलो.

“जर का तू दहा वाजल्यापासून बाहेर असलीस,” मी तिला म्हणालो, “तर मग तुला आता विश्रांतीची गरज वाटेल तर मग घोड्यावर खोगीर चढवू नको असे मी वेलिंग्टनला सांगतो.”

“विश्रांती?” ती म्हणाली. “कोण म्हणतंय विश्रांती घ्यायची? मी सकाळपासून ह्या फेरफटक्याबद्दल उत्सुक आहे. तो सूर्य बघ, तू म्हणाला होतास की आज तो दिसेल. तू मला घेऊन जाशील की वेलिंग्टन?”

“नाही,” मी म्हणालो, “मी तुला घेऊन जाईन आणि मी तुला ताकीदच देतो की तू टॅम्लीनला कॅमेलियाबद्दल शिकवू शकशील परंतु तू हे माझ्याबाबत आणि शेतीबाबत करू शकणार नाहीस.”

“मला ओट्स आणि बार्ली ह्यामधील फरक कळतो,” ती म्हणाली. “त्यामुळे तुझ्यावर काही छाप पडली असली तर?”

“जराही नाही,” मी म्हणालो, “आणि आपल्या जमिनीत ह्या दोन्ही गोष्टी तुला दिसणार नाहीत. ते सर्व पीक कापून झालंय.”

जेव्हा मी घराशी आलो तेव्हा मला शोध लागला की सीकुंबने जेवणाच्या खोलीत मांस आणि कोशिंबिरीचा थंडा फराळ मांडलाय. तिथं मिष्टान्न आणि पुडींग होते. जणू काही आम्ही रात्रीचे जेवण घेणार होतो. माझ्या कझिन रेशेलने माझ्याकडे पाहिले. तिचा चेहरा गंभीर होता तरीही तिच्या डोळ्यात हास्य लपलेले होते.

“तू तरुण मुलगा आहेस आणि अजूनही तुझी पूर्ण वाढ झालेली नाही,” ती म्हणाली. “खा आणि आभार मान. त्या मिष्टान्नाचा काही भाग खिशात टाक आणि जेव्हा आपण पश्चिमेच्या टेकड्यांवर जाऊ तेव्हा मी ते तुझ्याकडे मागेन. मी आता वर जाते आणि घोड्यावर बसण्यास योग्य कपडे घालून येते.”

मी जेव्हा थंड मांस भुकेपोटी खाऊ लागलो तेव्हा माझ्या मनात आले की निदान ती तिच्यासाठी थांबावे अशी अपेक्षा करत नाही किंवा इतर काही सोपस्कारही तिला गरजेचे वाटत नाहीत. तिच्याकडे स्वतंत्र अशी वृत्ती होती. ती स्त्रियांना शोभण्यासारखी नव्हती ह्याबद्दल देवा तुझे आभार, पण सगळ्यात वैताग होता की माझी तिच्याबरोबर वागण्याची पद्धत. मला वाटते की ती काहीशी लागेल अशी होती, परंतु तिने उघड उघड ती चांगल्या तऱ्हेने घेतली होती आणि त्यात तिला

गंमतही वाटत होती. माझे वर्मी बोलणे तिने गंमत म्हणून घेतले होते.

माझे खाणे संपतंय तोच सॉलोमनला दरवाजाशी आणले गेले होते. त्या दणकट घोड्याची आज जन्मभराची साफसफाई झालेली होती. त्याच्या खुरांनाही पॉलिश केलेले होते. इतके लक्ष माझ्या जिप्सीकडेही कुणी दिलेले नव्हते. दोन कुत्रे त्याच्या टाचांजवळ उड्या मारत होते. डॉन त्यांच्याकडे जराही विचलित न होता पाहात होता. त्याचे धावण्याचे दिवस आता संपले होते, त्याचा जुना मित्र सॉलोमनसारखे.

आम्ही चार वाजेपर्यंत बाहेर असू हे सांगायला मी सीकुंबकडे गेलो आणि जेव्हा मी परतलो तेव्हा माझी कझिन रेशेल खाली आली होती आणि सॉलोमन घोड्यावर बसलेली होती. वेलिंग्टन तिची रिकीब ठीकठाक करत होता. तिने सुतकात वापरण्याचा दुसरा गाऊन घातला होता. तो जरा जास्त घेरदार होता आणि हॅट ऐवजी तिने डोक्यावर आपली शाल गुंडाळून आपले केस झाकले होते. ती वेलिंग्टनशी बोलत होती आणि तिचा तिरका चेहरा माझ्याकडे वळवलेला होता आणि काही कारणाने किंवा दुसऱ्या काही गोष्टींमुळे तिने काल रात्री ॲम्ब्रोस तिला कसा चिडवायचा आणि एकदा त्याने तिला कसे सांगितले होते की तिला जुन्या रोमचा उग्र वास कसा येतो ते बोलणे मला आठवले. मला वाटते की त्याला काय म्हणायचे होते ते आता माझ्या लक्षात आले. तिचे नाक-डोळे रोमन नाण्यांवर छापलेले असतात तसे होते, अगदी स्पष्ट पण लहान आणि आता ती लेस लावलेली शाल तिने केसांभोवती गुंडाळलेली असल्यामुळे मला फ्लॉरेन्समधील चर्चेसमधील मी पाहिलेल्या गुडघ्यांवर टेकलेल्या एका स्त्रीची आठवण येत होती किंवा त्या शांत घरांच्या दरवाजात पटकन दिसेनाशा होणाऱ्या स्त्रियांची. ती जमिनीवर उभी असताना ती उंचीने कमी आहे हे काही तुम्ही सॉलोमनवर बसल्यावर सांगू शकत नव्हतात. तिचे हात आणि तिचे बदलणारे डोळे आणि वेळप्रसंगी तिच्या आवाजात जाणवणारे हास्यांचे बुडबुडे सोडले तर जी बाई अगदी सामान्य आहे असे मला वाटले होते- पण आता ती वेगळी दिसत होती. ती जरा असंदिग्ध आणि दूरवरची आणि जास्त इटालियन वाटत होती.

तिने माझी पावले ऐकली आणि ती माझ्याकडे वळली आणि ते असंदिग्ध परकीय स्वरूप जे मधल्या अवधीत तिच्या नाकाडोळ्यांवर आले होते ते पटकन नाहीसे झाले. ती आता पूर्वीसारखीच दिसत होती.

"तयार?" मी म्हणालो, "का तुला पडण्याची भीती वाटतेय?"

"मी माझी मदार तुझ्यावर आणि सॉलोमनवर टाकलेय," ती उत्तरली.

"ठीक आहे, मग चल, वेलिंग्टन, आम्हाला साधारण दोन तास लागतील." आणि लगाम हातात धरून मी तिच्याबरोबर बार्टन एकर्सच्या सफरीवर निघालो.

कालचा तो वारा आता वरच्या प्रदेशात गेला होता आणि त्याच्याबरोबर त्याने पाऊसही नेला होता आणि दुपारी सूर्य बाहेर पडला होता आणि आकाश निरभ्र होते. हवेत एक प्रकारची खारट चकाकी होती, त्यामुळे चालायला मजा येत होती आणि त्या खाडीच्या जवळ असलेल्या खडकांवर पाण्याच्या भरतीच्या फुटणाऱ्या लाटांचा आवाज येत होता. आमच्याकडे असे वातावरण पतझडीच्या वेळी बरेचवेळा असायचे. हे दिवस तसे कोणत्याच ऋतूमध्ये नसल्यामुळे त्यांना एक वेगळाच ताजेपणा होता आणि पुढे येणाऱ्या थंड तासांची ते सूचना द्यायचे आणि त्यात उन्हाळ्याच्या नंतरचा परिणामही जाणवायचा.

आमची ही यात्रा थोडी विचित्रच होती. आम्ही बार्टन एकर्सला भेट देऊन ह्याची सुरुवात केली होती. बिली रोव आणि त्याच्या बायकोला त्यांच्या त्या फार्म हाऊसमध्ये केक्स आणि क्रिम खाण्यासाठी त्यांनी बोलावल्यावर मी तिथं जायचे टाळू शकलो ते खरं म्हणजे असे सोमवारी करायचे असे आश्वासन दिल्यावरच! मी सॉलोमन आणि कझिन रेशेलला घेऊन गोशाळा, शेणकीवरून त्या गेटमधून कसेबसे बाहेर पडून त्या पश्चिमेकडील टेकड्यांवरील छोट्या कापलेल्या खुंटावर आलो होतो.

बार्टन जमीन द्वीपकल्पच आहे आणि जिथं दीपस्तंभ आहे ते त्याचे पुढचे टोक आहे आणि समुद्र पूर्वेकडे आणि पश्चिमेकडे दोन्ही बाजूस खाड्यातून वाहतो. जसे मी तिला सांगितले होते तसे सर्व धान्य नेलेले होते आणि मी सॉलमनला जिथं पाहिजे तिथं घेऊन जात होतो कारण तो त्या कापलेल्या खुंटांचे काही नुकसान करू शकणार नव्हता. बार्टन जमिनीचा बराचसा भाग ही चराऊ जागा आहे आणि त्याची संपूर्ण भटकंती करायची म्हणून आम्ही समुद्राजवळ होतो आणि मग त्या दीपस्तंभाकडे आलो होतो, त्यामुळे मागे पाहिल्यावर तिला इस्टेटीचा सर्व भाग दिसेल. पश्चिमेकडच्या वाळूने भरलेल्या समुद्राच्या सीमा आणि तीन मैल पूर्वेकडे खाडी, ते बार्टन शेत आणि ते घर- घर कसले महालच सीकुंब त्याला हेच म्हणायचा हे एका बशीत असल्यासारखे होते, परंतु ॲम्ब्रोसने आणि फिलीप काकांनी लावलेल्या झाडांमुळे आणि ती पटपट वाढल्यामुळे त्या घरावर बरीच दाट सावली पडत होती आणि उत्तरेकडे नवा वृक्षाच्छादित मार्ग होता. तो जंगलापासून गुंडाळत गेला होता आणि वर उंचावर जिथं चौरस्ता होता तिथपर्यंत गेला होता.

तिचे रात्रीचे बोलणे आठवल्यावर मी माझ्या कझिन रेशेलची बार्टन शेतांच्या नावांची परीक्षा घेऊ लागलो पण त्यात तिची चूक झाली नव्हती. तिला ती सर्व नावे येत होती. तिच्या बुद्धीने तिला दगा दिला नव्हता. तिने अचूक ते निरनिराळे समुद्र किनारे, ती भूशिरे आणि इस्टेटीवरील इतर शेते सांगितली होती. तिला कुळांची नावे, त्यांच्या कुटुंबांचा आकार, सीकुंबचा पुतण्या किनाऱ्यावर मासेमारीच्या

घरात राहतो आणि त्याचा भाऊ चक्की पाहतो हे सर्व माहीत होते. तिला असलेली माहिती ती काही माझ्यापुढे घडघडा बोलून दाखवत नव्हती. माझी उत्सुकता जागृत झाल्यामुळे ते खरं तर मी तिला सांगायला लावले होते आणि जेव्हा तिने सांगितले आणि त्या लोकांबद्दल ती बोलली तेही अगदी सहजतेने आणि मला हे सर्व विचित्र वाटले ह्याचेच तिला आश्चर्य वाटले.

"तुला काय वाटले आम्ही काय बोलायचो- ॲम्ब्रोस आणि मी?" आम्ही जेव्हा दीपस्तंभाच्या जमिनीवरून खालच्या पूर्वेकडच्या शेताकडे आलो तेव्हा ती मला म्हणाली, "त्याचे घर हा त्याचा ध्यास होता. त्यामुळे मी तो माझा ध्यास केला. तुझ्या बायकोने असे करावे असे तुला नाही का वाटणार?"

"बायकोच नसल्यामुळे हे मी सांगू शकत नाही." मी म्हणालो, "परंतु मला असे वाटते की तू सर्व आयुष्य युरोप खंडाच्या मुख्य भागात काढल्यावर तुझे स्वारस्य अगदी आमूलाग्र वेगळे असायला हवे होते."

"मी ॲम्ब्रोसला भेटेपर्यंत ती वेगळे होते." ती म्हणाली,

"मला वाटते फक्त बागा सोडल्या तर..."

"फक्त बागा," तिने कबूल केले, "त्याने तुला सांगितले असेलच, त्यामुळेच त्या सर्वांची सुरुवात झाली. माझ्या बंगल्याजवळच्या बागा फार सुंदर होत्या, परंतु ही..." ती क्षणभर थांबली. तिने सॉलमनला थांबवले आणि मी लगाम पकडून उभा राहिलो. "मला नेहमी बघायचे होते ते हे आहे. हे वेगळे आहे." ती एकदोन क्षण काहीच बोलली नाही. ती नुसता खाली समुद्र पाहात होती. "बंगल्यावर," ती सांगू लागली, "मी जेव्हा लहान होते आणि माझे पहिले लग्न झाले होते- मी ॲम्ब्रोसबद्दल बोलत नाहीये- मी काही सुखी नव्हते, त्यामुळे तेथील बागांची वेगळ्या तऱ्हेची रचना करायची सुरुवात करून मी माझे मन दुसरीकडे वळवले. तिथं नवीन झाडे लावली आणि मजगेवाली बाग केली. मी लोकांकडून माहिती घेतली, पुस्तके वाचली आणि जे फळ मिळाले ते फारच छान होते. निदान मला तरी तसे वाटले आणि सांगितलेही गेले- तुला त्याबद्दल काय वाटेल ह्याचे मला आश्चर्य वाटते."

मी तिच्याकडे वर पाहिले. तिने आपला चेहरा तिरका समुद्राकडे वळवला होता आणि मी तिच्याकडे पाहतोय ह्याची तिला कल्पना नव्हती. तिला काय म्हणायचे होते? मी त्या बंगल्यावर गेलो होतो हे माझ्या धर्मपित्याने तिला सांगितले नव्हते का?

एक शंका अचानक माझ्या मनात आली आणि मला काल रात्रीचे तिचे स्वास्थ्य आठवले. भेटीच्या सुरुवातीच्या अस्वस्थतेनंतर आणि मग आमच्या संभाषणात आलेली सहजता ह्याबद्दल नाश्त्याच्या वेळी विचार करताना हे सर्व मी तिला असलेली सामाजिक जाणीव आणि मी ब्रँडी प्याल्यामुळे माझ्या बुद्धीला

आलेले जडत्व ह्यावर सोडले होते. आता मात्र हे विचित्र वाटत होते की फ्लॉरेन्सला मी दिलेल्या भेटीबद्दल ती काल रात्री काहीच बोलली नव्हती आणि आणखी विचित्र म्हणजे ज्या तऱ्हेने मला ॲम्ब्रोसच्या मरणाबद्दल कळले त्याबद्दलही तिने उल्लेख केला नव्हता. माझ्या धर्मपित्याने हा मुद्दा टाळला होता- त्याबद्दल मी तिच्याशी बोलावे असे तर त्यांना वाटले नव्हते ना? चुका करणारा म्हातारा आणि भित्रा म्हणून मी त्यांना दूषणेही दिली आणि मी जरी असे केले तरी मला माहीत होते की मी स्वत: भित्रा होतो. जर मी तिला काल रात्री सांगितले असते तेव्हा तर माझ्या पोटात ब्रँडी गेलेली होती, पण आता... परंतु आता ते सोपे नव्हते. मी ह्याआधी हे का बोललो नाही ह्याचे तिला आश्चर्य वाटेल हीच घडी होती, हाच क्षण होता सांगायचा की मी तुझ्या संगलेट्टी बंगल्यातील बागा पाहिलायत, तुला माहीत आहे का? तिने सॉलोमनला चुचकारले आणि तो पुढे चालू लागला.

"आपण चक्कीवरून जंगलातून दुसऱ्या बाजूने जाऊया का?" तिने विचारले.

मी माझी संधी घालवली होती आणि आम्ही घराकडे परतलो. आम्ही जंगलातून जात असताना ती अधूनमधून झाडांबद्दल शेरे मारत होती किंवा टेकड्यांच्या पुंजक्यांबद्दल किंवा दुसऱ्या कशाबद्दल बोलत होती, परंतु माझ्यासाठी दुपारची ती सहजता संपली होती. कसेही करून आणि काहीही करून मला त्या फ्लॉरेन्सच्या भेटीबद्दल सांगायला हवे होते. जर मी काही सांगितले नाही तर त्याबद्दल तिला सीकुंबकडून कळेल किंवा जेव्हा माझा धर्मपिता रविवारी रात्रीच्या जेवणासाठी येईल तेव्हा त्याच्याकडून कळेल. घराकडे येत असताना मी जास्त जास्तच गप्प होत गेलो.

"मी तुला थकवलं." ती म्हणाली, "मी एखाद्या राणीसारखी सॉलोमनवरून रपेट करतेय आणि तू एखाद्या यात्रेकरूसारखा चालतोयस. मला क्षमा कर फिलीप. मी फार सुखात होते. किती सुखात ते तू ओळखू शकणार नाहीस."

"नाही, मी थकलेलो नाही," मी म्हणालो, "मला आनंद झालाय की तुला ह्या फेरफटक्यामुळे मजा वाटली म्हणून." काही असो त्या सरळ आणि प्रश्न विचारणाऱ्या डोळ्यांत मी पाहू शकलो नाही.

वेलिंग्टन घराजवळ तिला खाली उतरवण्यासाठी थांबला होता. रात्रीच्या जेवणाआधी कपडे बदलणे आणि विश्रांती घेणे ह्यासाठी ती वर गेली आणि मी लायब्ररीत पाईप ओढत कपाळाला आठ्या घालत आणि तिला फ्लॉरेन्सबद्दल कसे सांगायचे ह्याचा विचार करत बसलो. ह्यातील सर्वांत वाईट गोष्ट होती ती म्हणजे माझ्या धर्मपित्याने तिला हे पत्रात सांगितले असेल तर हा विषय काढणे हे तिचे काम होते आणि मी आरामात बसून ती काय म्हणत्येय ते ऐकायचे होते, पण आता गोष्टी ज्यारीतीने घडल्या होत्या, त्यामुळे मला पहिली हालचाल करायला हवी

होती. जर का ती मी अपेक्षा केली तशी स्त्री असती तर ह्यालाही काही हरकत नव्हती, परंतु दैवाने तिला निराळी का केली होती आणि मी केलेल्या योजना चौपट का केल्या होत्या?

मी माझे हात धुतले. रात्रीच्या जेवणासाठी माझा कोट बदलला आणि ॲम्ब्रोसने मला लिहिलेली दोन पत्रं खिशात टाकली, पण जेव्हा मी दिवाणखान्यात ती बसलेली असेल आणि भेटेल म्हणून गेलो तेव्हा ती खोली रिकामी होती. सीकुंब त्या घडीला हॉलमधून जात असताना मला म्हणाला, ''मॅडम लायब्ररीत गेल्या आहेत.''

आता ती सॉलोमनवर बसलेली नव्हती आणि माझ्याहून उंच जागी नव्हती आणि तिने डोक्यावरची शाल काढली होती आणि केस ठीक केले होते, त्यामुळे ती पूर्वीपेक्षाही लहान वाटत होती आणि आणखी निराधार वाटत होती आणि मेणबत्तीच्या उजेडात निस्तेजही वाटत होती आणि तिचा तो सुतकाचा गाऊन - त्यामुळे तुलनेत तो अधिक गडद वाटत होता.

''मी इथं बसले तर तुझी काही हरकत नाही ना?'' ती म्हणाली.

''दिवाणखाना दिवसा छान वाटतो पण काहीही असो आता संध्याकाळी पडदे ओढलेले आणि मेणबत्त्या पेटवलेल्या असताना हीच खोली सर्वांत छान वाटते. ह्याशिवाय इथं तू आणि ॲम्ब्रोस नेहमी एकत्र बसायचात.''

आता मला संधी होती, आता म्हणायची वेळ होती, ''हो, तुझ्या त्या बंगल्यात असे काही नाही.'' मी गप्प होतो आणि कुत्रे आल्यामुळे चित्तविभ्रम झाला. जेवणानंतर मी स्वत:शी म्हणालो, जेवण झाल्यानंतर वेळ आहे आणि त्यावेळी मी पोर्ट किंवा ब्रँडीही घेणार नाही.

जेवणाच्या वेळी सीकुंबने तिला माझ्या उजवीकडे बसवले आणि तो आणि जॉन आम्हाला वाढायला थांबले. तिने त्या गुलाबांच्या भांड्यांचे आणि मेणबत्त्यांच्या स्टँडचे कौतुक केले आणि सीकुंब वाढत असताना ती त्याच्याशी बोलत होती आणि हा सर्व वेळ तो कदाचित म्हणेल, ''जेव्हा मि. फिलीप इटलीला होते तेव्हा ते घडले मॅडम किंवा हे घडले.'' ह्या विचाराने मला घाम फुटला होता.

जरी फ्लॉरेन्सच्या माझ्या भेटीबद्दलचे सांगायचे क्षण जवळ येत होते, तरी मी जेवण संपण्याची आणि आम्ही दोघे पुन्हा एकत्र, एकटे असू ह्याची वाट पाहात होतो. आम्ही दोघं एकत्र लायब्ररीतील विस्तवाशेजारी बसलो आणि काहीतरी भरतकाम काढून त्यावर ती काम करू लागली. मी त्या छोट्या कुशल हातांकडे पाहात होतो आणि आश्चर्य करत होतो.

''तुझ्या मनात कसले त्रासदायक विचार चाललेयत ते मला सांग,'' ती थोड्या वेळाने म्हणाली. ''काहीतरी आहे हे नाकबूल करू नकोस कारण तू खरं बोलत

नसलास तर मला कळेल. ॲम्ब्रोस मला नेहमी सांगायचा की माझ्यात प्राण्यांची संकट ओळखण्याची उपजत प्रवृत्ती आहे आणि आज रात्री ती मला तुझ्या बाबतीत जाणवतेय, प्रत्यक्षात दुपार नंतरच. मी तुला लागेल असे काही बोललेली नाही ना?''

ठीक आहे, आता संधी होती. निदान तिने माझ्यासाठी रस्ता मोकळा केला होता.

''तू मला दुखावण्यासारखे काहीही बोललेली नाहीस,'' मी उत्तर दिले, ''परंतु तू सहज मारलेल्या एका शेऱ्याने मी गोंधळून गेलो. तू मला सांगशील का की निक केंडॉलने तुला प्लायमाऊथला लिहिलेल्या पत्रात काय लिहिले होते ते?''

''नक्कीच,'' ती म्हणाली. ''त्यांनी पत्राबद्दल माझे आभार मानले. त्यांनी मला सांगितले की तुम्हा दोघांना ह्या आधीच ॲम्ब्रोसच्या मृत्यूबाबतच्या सत्य घटना माहीत आहेत. सिन्यॉर रेनाल्डीने त्यांना पत्र लिहिलेय त्यात मृत्यूच्या दाखल्याच्या प्रति आणि इतर माहिती पाठवली आहे आणि तू मला माझे पुढचे बेत करण्याआधी छोट्या भेटीसाठी निमंत्रित केले आहेस. त्यांनी तर असे सुचवले होते की भेटीनंतर मी पेलयनला जावे. हा त्यांचा दयाळूपणा होता.''

''ते फक्त एवढेच म्हणाले?''

''हो, ते पत्र अगदी त्रोटक होते.''

''त्यांनी मी काही दिवस इथं नसल्यासंबंधी काही लिहिले नव्हते?''

''नाही,''

''अस्सं.'' मला आतून गरम झाल्यासारखे वाटले आणि ती तिथं अगदी शांत आधी स्तब्ध बसलेली होती आणि भरतकाम करत होती.

नंतर मी म्हणालो, ''माझे धर्मपिता तुला म्हणाले की त्यांना आणि नोकरांना ॲम्ब्रोसच्या मृत्यूसंबंधी सिन्यॉर रेनाल्डीकडून कळले हे बरोबरच आहे, परंतु माझ्या बाबतीत ते तसे नव्हते कारण मला हे फ्लॉरेन्सच्या बंगल्यावर तुझ्या नोकराकडून कळले.''

तिने डोके वर केले आणि माझ्याकडे पाहिले आणि ह्यावेळी तिच्या डोळ्यांत अश्रू नव्हते किंवा हास्याची चुणूकही नव्हती; ती एकटक बराच वेळ पाहात होती आणि तिची नजर शोधक होती आणि मला असे वाटले की तिच्या डोळ्यात सहानुभूती आणि नाराजीची भावना मी पाहिली.

१०

"तू फ्लॉरेन्सला गेला होतास? केव्हा, किती दिवसांपूर्वी?"

"मला घरी आल्याला तीन आठवडे झाले," मी म्हणालो, "मी तिथं गेलो आणि फ्रान्समधून परत आलो. मी फ्लॉरेन्समध्ये फक्त एकच रात्र घालवली, पंधरा ऑगस्टची रात्र."

"पंधरा ऑगस्टची रात्र?" मला तिच्या आवाजात एक बदल जाणवला. तिचे डोळे आठवणीने चमकत होते. "परंतु मी जिनोआसाठी आदल्या दिवशीच फ्लॉरेन्स सोडले होते, हे शक्य नाही."

"हे दोन्ही शक्य आणि खरं आहे." मी म्हणालो, "हे घडलंय."

ते भरतकाम तिच्या हातातून पडले होते आणि तिच्या नजरेत तो विचित्र भाव जवळजवळ- भीतीचा- पुन्हा तिच्या डोळ्यात आला.

"तू मला आधी का नाही सांगितलेस? तू मला घरात चोवीस तास रहायला दिलेस आणि ह्यातील एक शब्दही कधी बोलला नाहीस? काल रात्री, निदान काल रात्री तरी तू मला सांगायला हवे होतेस."

"मला वाटले तुला माहीत आहे," मी म्हणालो, "मी माझ्या धर्मपित्याला ते पत्रात लिहायला सांगितले होते. काही झाले तरी ते मी तुला सांगितलंय आणि ते आता तुला कळलंय."

माझ्यातील एक घाबरट वृत्ती आशा करत होती की ही गोष्ट आम्ही इथंच थांबवू आणि तिने ते भरतकाम पुन्हा उचलावे पण ते असे होणार नव्हते.

"तू बंगल्यावर गेला होतास," ती म्हणाली, जणू स्वत:शी बोलल्यागत तिने विचारले. "गिसॅप्पाने तुला बहुतेक आत घेतले असावे. त्याने पुढची कवाडी उघडली असेल आणि तुला तिथं उभा पाहिला असेल आणि त्याला वाटले असेल--" तिने पुढचे बोलणे थांबवले. तिच्या डोळ्यांत एक छाया दाटली. तिने मग माझ्याकडे बघण्याचे टाळून विस्तवाकडे बघितले.

"काय घडले ते तू मला सांगावेस असे मला वाटते फिलीप," ती म्हणाली.

मी माझा हात माझ्या खिशात घातला. ती पत्रे माझ्या हाताला लागली.

"मी ॲम्ब्रोसकडून खूप दिवसात काही ऐकले नव्हते," मी म्हणालो, "इस्टरपासून किंवा कदाचित व्हिटसन--मला ती तारीख आठवत नाही, परंतु माझ्याकडे वर त्याची सर्व पत्रे आहेत. मला काळजी वाटू लागली आणि आठवडे उलटले. मग जुलैत ते पत्र आले फक्त एक पान, त्याच्या नेहमीच्या पत्राप्रमाणे नव्हे, नुसते खरडलेले. मी ते पत्र माझा धर्मपिता निक केंडॉल ह्यांना दाखवले आणि त्यांचेही मत पडले की मी ताबडतोब फ्लॉरेन्सला निघावे आणि त्याप्रमाणे मी एकदोन दिवसांत केले. मी निघालो त्याचवेळी दुसरे पत्र आले- फक्त काही वाक्ये- माझ्या खिशात आता ही दोन्ही पत्रं आहेत. तुला ती पाहायची आहेत का?"

तिने ताबडतोब उत्तर दिले नाही. विस्तवाकडे पाठ करून आता पुन्हा एकदा ती माझ्याकडे पाहात होती. तिच्या डोळ्यात एक तऱ्हेची अनिवार्यता होती. ती फार जोरदार नव्हती किंवा अधिकारपूर्णही नव्हती, परंतु विलक्षण खोल आणि हळुवार. जणू काही मला तो विषय पुढे चालू ठेवायचा नाही आणि त्यासाठी कारणं शोधायची नाहीत ह्याबद्दलची माझी अनिच्छा ती वाचू शकत होती आणि समजू शकत होती आणि म्हणून ती मला उद्युक्त करत होती.

"एवढ्यात नको," ती म्हणाली, "नंतर,"

मी माझी नजर तिच्या डोळ्यांवरून, तिच्या हातांकडे वळवली. ते तसेच पुढ्यात एकमेकात गुंफलेले होते, छोटे आणि निश्चल. जर मी तिच्याकडे सरळ पाहिले नाही आणि तिच्या हातांकडे पाहिले तर मला बोलणे सोपे होते.

"मी फ्लॉरेन्सला आलो," मी म्हणालो, "मी एक गाडी भाड्याने घेतली आणि सरळ तुझ्या बंगल्यावर गेलो. नोकरिणीने दरवाजा उघडला आणि मी ॲम्ब्रोसबद्दल चौकशी केली. ती घाबरलेली दिसली आणि तिने आपल्या नवऱ्याला बोलावले. तो आला आणि नंतर त्याने मला सांगितले की ॲम्ब्रोसचा मृत्यू झाला आणि तू निघून गेली आहेस. त्याने मला बंगला दाखवला. ज्या खोलीत त्याने प्राण सोडले ती जागा मला दाखवली. मी निघण्यापूर्वी त्या नोकरिणीने खण उघडला आणि मला ॲम्ब्रोसची हॅट दिली. ती फक्त एकच गोष्ट तू बरोबर घ्यायला विसरली होतीस."

मी थांबलो आणि त्या हातांकडे पाहात राहिलो. उजव्या हाताची बोटे डाव्या हातावरच्या अंगठीला स्पर्श करत होती. तिने ती घट्ट पकडलेली मी पाहिली.

"पुढे," ती म्हणाली.

"मी फ्लॉरेन्सला गेलो," मी म्हणालो, "तुझ्या नोकराने मला सिन्यॉर रेनाल्डीचा पत्ता दिला होता. मी गेलो आणि त्याला भेटलो. मला पाहताच तो दचकला पण नंतर सावरला. त्याने मला ॲम्ब्रोसच्या आजाराचा आणि मृत्यूचा वृत्तांत दिला आणि

जर मला ते थडगे बघायचे असेल तर त्यासाठी प्रोटेस्टंट दफनभूमीतील व्यवस्थापकाला चिठ्ठीही दिली. मी ते केले नाही. मी तुझ्याबद्दल चौकशी केली परंतु त्याला ते माहीत नसल्याचे तो म्हणाला, बस, एवढेच. दुसऱ्या दिवशी मी परतीच्या प्रवासाची सुरुवात केली.''

थोडा वेळ तिथं शांतता होती. त्या बोटांनी त्या अंगठीवरची पकड जरा ढिली केली. ''मी ती पत्रे पाहू का?'' ती म्हणाली.

मी ती माझ्या खिशातून काढली आणि तिला दिली. मग मी पुन्हा विस्तवाकडे पाहिले आणि तिने पत्रं उघडताना झालेला कागदाचा आवाज ऐकला मग एक दीर्घ शांतता पसरली. नंतर ती म्हणाली, ''ही फक्त दोनच?''

''हो, ही फक्त दोनच,'' मी उत्तर दिले.

''ही येईपर्यंत इस्टर आणि व्हिटसन नंतर काही पत्रे नव्हती असे तू म्हणालास ना?''

''नाही, काहीच नव्हती.''

ती पत्रे ती पुन्हा पुन्हा वाचत असावी. मी जसे केले तसे ते शब्द ती बहुधा पाठ करत असावी. शेवटी तिने ती मला परत दिली.

''तू माझा किती द्वेष केला असशील!'' ती सावकाशीने म्हणाली.

मी दचकून वर पाहिले आणि जेव्हा आम्ही एकमेकांकडे लक्षपूर्वक पाहिले तेव्हा तिला माझ्या सर्व कल्पना, माझी स्वप्ने माहीत झाली होती आणि इतके महिने मी मनात आणलेल्या स्त्रियांची चित्रे तिने एका पाठोपाठ एक पाहिली. नाकबूल करण्याचा काही उपयोग नव्हता, हरकती घेणे मूर्खपणाचे होते, मधला अडसर आता खाली आला होता. जणू काही मी नग्नावस्थेत खुर्चीत बसलो आहे अशी एक विचित्र भावना होती.

''मग,'' मी म्हणालो.

एकदा बोलल्यावर सारे सोपे होते. एखाद्या कॅथलिक माणसाला पाद्र्याजवळ पापांची कबुली दिल्यावर जसे वाटते तसे मला स्वतःला बहुधा वाटत होते. शुद्धीकरण म्हणजे हेच असावे. एक ओझे उचलले गेले आणि तिथं पोकळी निर्माण झाली.

''तू मला इथं का बोलावलेस?'' तिने विचारले.

''तुझ्यावर आरोप करण्यासाठी,''

''माझ्यावर कसले आरोप?''

''मला खात्री नाही, कदाचित त्याचा हृदयभंग केल्याबद्दल, तोही खून होतो, नाही का?''

''आणि नंतर?''

''त्यानंतरची योजना मी आखलेली नाही. ह्या जगातील कोणत्याही गोष्टीपेक्षा

तुला सोसावे लागावे हीच माझी इच्छा होती आणि ते तू सोसत असताना मी बघावे आणि मग वाटले की तुला सोडून द्यावे.''

''हा दयाळूपणा होता. माझी लायकी होती त्यापेक्षा जास्त कनवाळूपणा, तरीही तू यशस्वी झालायस. तुला जे काही हवे होते ते तुला मिळालेय. तुझ्या मनाचे समाधान होईपर्यंत तू माझ्याकडे पाहात राहा.''

''जे डोळे माझ्याकडे पाहात होते. त्या डोळ्यात काहीतरी घडत होते. तो चेहरा पांढराफट्ट आणि स्तब्ध होता. तो बदलला नव्हता. मी तो चेहरा माझ्या टाचेखाली घालून त्याचा भुगा केला असता तरी ते डबडबलेले डोळे तसेच शुष्क राहिले असते. त्यातील अश्रू गालावर ओघळून खाली पडले नसते.''

मी माझ्या खुर्चीतून उठलो आणि त्या खोलीत पलीकडे चालत गेलो.

''त्याचा काही उपयोग नाही,'' मी म्हणालो, ''ॲम्ब्रोस मला म्हणायचा की मी एक शेंदाड शिपाई होईन मी निर्दयपणे ठार मारू शकत नाही. आता तू येथून वर जा किंवा कुठेही जा फक्त इथं नको. माझ्या आठवणीपूर्वीच माझी आई वारली आणि मी कधी स्त्रीला रडताना पाहिलेले नाही.'' मी तिच्यासाठी दरवाजा उघडला, पण ती शेकोटीजवळ बसूनच राहिली.

''कझिन रेशेल वर जा,'' मी म्हणालो.

माझा आवाज कसा वाटत होता हे मला माहीत नाही. तो कठोर किंवा मोठा होता का? परंतु जमिनीवर झोपलेल्या डॉनने डोके वर केले आणि माझ्याकडे पाहिले. त्याच्या त्या कुत्र्याच्या पद्धतीने त्याने माझ्याकडे टक लावून पाहिले मग स्वत:चे हातपाय ताणत त्याने जांभई दिली आणि तो उठला. त्याने तिच्या पायांवर डोके ठेवले आणि तो विस्तवाशेजारी झोपला, मग ती हलली. तिने आपला हात खाली केला. त्याच्या डोक्याला स्पर्श केला. मी दरवाजा बंद केला आणि पुन्हा शेगडीशी आलो. मी ती दोन्ही पत्रं घेतली आणि विस्तवात टाकली.

''त्याचा काही उपयोग नाही,'' ती म्हणाली, ''जेव्हा आपण दोघांना तो काय म्हणाला ते आठवतंय.''

''मी विसरेन,'' मी म्हणालो, ''जर तू विसरणार असलीस तर. विस्तवाबद्दल काहीतरी शुचिता असते, काही राहत नाही, राखेला काही किंमत नसते.''

''तू जर वयाने आणखी मोठा असतास,'' ती म्हणाली, ''किंवा तुझे आयुष्य वेगळे असते आणि जर तू, तू सोडून दुसरा कोणी असतास आणि त्याच्यावर इतके प्रेम केले नसतेस तर मी त्या पत्रांबद्दल आणि ॲम्ब्रोसबद्दल तुझ्याशी बोलले असते, परंतु ते मी करणार नाही. तू माझा धिक्कार केलेला मी सहन करीन. आपल्या दोघांच्या दृष्टीने, भविष्यकाळाच्या दृष्टीने ते सोपे ठरेल. तू जर मला सोमवारपर्यंत राहू दिलेस तर त्यानंतर मी जाईन आणि तुला माझ्याबद्दल विचार करण्याची गरज

पडणार नाही. जरी तुझी हे करण्याची इच्छा नव्हती तरी कालची रात्र आणि आज माझे खूप सुखाचे गेले. देव तुझे कल्याण करो फिलीप.''

मी माझ्या पायाने कोळपलेले निखारे हलवले आणि ते खाली पडले.

''मी तुझा धिक्कार करत नाही,'' मी म्हणालो, ''मी जसा विचार केला किंवा बेत केले तसे काहीच घडले नाही आणि जी अस्तित्वातच नाही अशा स्त्रीचा मी द्वेष करू शकत नाही.''

''परंतु मी तर आहेच.''

''जिचा मी द्वेष करायचो ती तू नाहीस, ह्यापेक्षा अधिक काही नाही.''

ती डॉनचे डोके थोपटत राहिली. मग त्याने ते उचलले आणि ते तिच्या ढोपरावर ठेवले.

''ही स्त्री,'' ती म्हणाली, ''जिचे तू मनात चित्र काढले होतेस ती तू पत्र वाचल्यावर साकार झाली होती की आधी?''

मी त्यावर क्षणभर विचार केला आणि ते सर्व घडाघडा बोलू लागलो. मागे ठेवून ते कुजवण्यात काय अर्थ होता?

''त्या आधी,'' मी हळूच म्हणालो, ''जेव्हा ती पत्रं आली तेव्हा मला एक प्रकारे दिलासा मिळाला. त्या पत्रांमुळे तुझा द्वेष करण्याचे कारण मिळाले. ज्याची मी आस पकडावी असे तोपर्यंत काहीच नव्हते आणि मला लाज वाटली.''

''तुला लाज का वाटली?''

''कारण मला वाटते की मत्सराइतके स्वतःचा विनाश करणारे आणि कोणतीही तिरस्करणीय भावना दाखवणारे काहीही नाही.''

''तुला मत्सर वाटत होता...''

''हो, आता मी हे म्हणू शकतो. जरी विचित्र वाटत असले तरी अगदी सुरुवातीपासूनच जेव्हा त्याने लिहिले आणि सांगितले की त्याने लग्न केलंय. कदाचित ह्या पूर्वीही एक प्रकारची छटा असावी, मला माहीत नाही. प्रत्येकाला असे वाटत होते की त्यांच्यासारखाच मलाही आनंद वाटायला हवा आणि ते शक्य नव्हते. कदाचित हे तुला जास्त भावनात्मक आणि मूर्खपणाचे वाटेल की मला मत्सर वाटला. कदाचित एखाद्या बिघडलेल्या मुलासारखा मी तसाच असावा आणि आहे. सगळ्यात त्रासाची गोष्ट ही आहे की मी ॲम्ब्रोस सोडून दुसऱ्या कोणालाही एवढा ओळखत नाही आणि जगामध्ये दुसऱ्या कोणावरही इतके प्रेम केले नाही.''

आता मी प्रगट विचार करत होतो. तिचे माझ्याबद्दल काय मत होईल ह्याची मला पर्वा नव्हती. ज्या गोष्टी मी स्वतःशी कबूल केल्या नव्हत्या त्या मी आता शब्दांत मांडत होतो.

''ही त्याचीही समस्या नव्हती का?'' तिने विचारले.

"म्हणजे तुला काय म्हणायचंय?"

तिने डॉनच्या डोक्यावरून आपला हात काढला आणि आपली हनुवटी हातात धरत आणि ढोपरांवर कोपर ठेवत ती विस्तवाकडे टक लावून पाहू लागली.

"तू फक्त चोवीस वर्षांचा आहेस फिलीप." ती म्हणाली, "तुझे सर्व आयुष्य तुझ्यापुढे आहे. वैवाहिक जीवनाची पुष्कळ सुखाची वर्षं ह्यात संशय नाही. जिच्यावर तू प्रेम करशील अशी पत्नी आणि तुझी स्वत:ची मुलं. तुझे ॲम्ब्रोसवरचे प्रेम कमी होणार नाही परंतु ते जिथं असायला हवं त्या जागी सरकेल. एखाद्या मुलाचे बापावरचे प्रेम- पण त्याच्या बाबतीत असे नव्हते. त्याचे लग्न फार उशिरा झाले."

मी विस्तवाजवळ एका ढोपरावर वाकून माझा पाईप पेटवला. तिची परवानगी मागायचा विचारही केला नाही. मला माहीत होते की तिची हरकत नव्हती.

"फार उशीर का?" मी विचारले.

"तो जेव्हा फ्लॉरेन्सला दोन वर्षांपूर्वी आला आणि जेव्हा मी त्याला पहिल्यांदा भेटले तेव्हा तो त्रेचाळीस वर्षांचा होता," ती म्हणाली, "तुला माहीत आहे की तो कसा दिसायचा, तो कसा बोलायचा, त्याच्या लकबी आणि त्याचे हसणे. ते बालपणापासून तुझे आयुष्य होते परंतु एखाद्या स्त्रीवर, विशेषत: अशा स्त्रीवर जिचे आयुष्य सुखात गेलेले नाही आणि जिला वेगळे पुरुष माहीत आहेत तिच्यावर त्याचा काय परिणाम होतो हे तुला कळणार नाही."

मी काहीच बोललो नाही परंतु ती काय म्हणत्येय ते माझ्या लक्षात आले.

"तो माझ्याकडे का वळला ते मला कळत नाही परंतु तो वळला," ती म्हणाली. "ह्या गोष्टींचा उलगडा करता येत नाही, त्या घडतात. ह्या माणसाने त्या स्त्रीवर का प्रेम करावे, आपल्या शरीरात अशी काय विचित्र रसायने आहेत ज्यामुळे आपण एकमेकांकडे आकर्षित होतो हे कोण सांगणार? माझ्यासारख्या एकट्या चिंतातुर आणि आयुष्यात अनेक भावनिक घडामोडी घडलेल्या स्त्रीच्या आयुष्यात तो एक प्रार्थनेला धावून आलेला त्राता होता. तो तसा कणखर होता पण हळुवारही. त्याच्याकडे गर्व नव्हता. अशा तऱ्हेची व्यक्ती मला कधी भेटली नव्हती. तो माझ्यासाठी काय होता हा एक चमत्कारच होता पण मी त्याच्यासाठी..."

ती थांबली आणि आपल्या भिवया अक्रसत आणि कपाळाला आठ्या घालत विस्तवाकडे बघत राहिली. पुन्हा एकदा तिची बोटे तिच्या डाव्या हातावरील अंगठीशी खेळत होती.

"एखादा झोपी गेलेला अचानक जागा व्हावा आणि त्याला जग सापडावे तसा तो होता," ती म्हणाली, "त्या जगातील सौंदर्य आणि दु:ख, भूक आणि तहान ज्याचा त्याने कधीही विचार केला नव्हता किंवा जे त्याला माहीत नव्हते ते सर्व त्याच्या पुढ्यात होते आणि ते सर्व एका व्यक्तीत केंद्रित झाले होते. तू ही

आक्समिक घडलेली गोष्ट म्हण किंवा दैव म्हण, ती व्यक्ती मी होते. रेनाल्डी-त्याला मुळीच आवडत नसे. तसे म्हणायचे तर तो तुलाही आवडत नसावा- मला म्हणाला की काही लोकांना जशी धार्मिकतेची अचानक जाग येते तसा ॲम्ब्रोस माझ्याबाबत जागा झालाय. तो त्याच तऱ्हेने झपाटला गेला होता. ज्या माणसाला धार्मिकतेचा झटका येतो तो मठात जातो आणि सबंध दिवस वेदीवरील अवर लेडी ची प्रार्थना करतो. ती काही झाली तरी प्लास्टरची बनवलेली असते आणि ती बदलत नाही. फिलीप, स्त्रिया तशा नसतात. त्यांची मन:स्थिती दिवसा-रात्री बदलते, काही वेळा तासातासानेही जशी पुरुषाची बदलू शकते. आपण माणसे आहोत आणि तोच आपला दोष आहे.''

ती धर्माबद्दल काय म्हणत होती ते मला समजले नाही. मला फक्त सेंट ब्लेज मधील म्हातारा इसैहा माहीत होता. तो मेथॉडीस्ट झाला होता आणि गल्ली बोळातून उघड्या बोडक्या डोक्याने धर्माचा प्रचार करत राहायचा. तो जिहोवाला आवाहन करायचा आणि म्हणायचा की तो आणि आपण सर्व देवाच्या नजरेत दु:खी, पापी आहोत आणि आपण सर्वांनी न्यू जेरूसलेमच्या दरवाजावर ठोकले पाहिजे. मला हे कळत नव्हते की अशी परिस्थिती ॲम्ब्रोसला कशी लागू पडत होती! कॅथलिक निराळे होते. तिच्या म्हणण्याचा बहुधा हा अर्थ असावा की ती ॲम्ब्रोसला टेन कमांडमेंट्समधील भारदस्त प्रतिमा वाटली असावी. तू त्याच्यापुढे वाकणार नाहीस आणि त्यांची पूजाही करणार नाहीस.

''म्हणजे तुला असं म्हणायचंय का,'' मी विचारले, ''की त्याची तुझ्याबद्दल फार अपेक्षा होती? त्याने तुला आदर्श म्हणून चबुतऱ्यावर ठेवले होते का?''

''नाही,'' ती म्हणाली, ''माझ्या वादळी आयुष्यानंतर मी चबुतऱ्याचे स्वागत केले असते. एखादे प्रभामंडळ ही तशी छानच गोष्ट आहे. अर्थात ती अधूनमधून काढून तुम्हाला माणूस बनता आले की झाले.''

''मग काय?''

तिने सुस्कारा सोडला आणि आपले हात बाजूला सोडले. ती अचानक थकल्यासारखी वाटत होती. ती खुर्चीवर मागे टेकली आणि उशीवर डोके टेकून तिने डोळे मिटून घेतले.

''धार्मिक झाल्यावर माणूस काही नेहमीच सुधारत नाही,'' ती म्हणाली, ''जगातील सत्य स्थिती समजल्यावर ॲम्ब्रोसला काही फायदा झाला नाही. त्याचा स्वभाव बदलला.''

तिचा आवाज थकलेला वाटत होता आणि भावनाहीनही. जर का मी पाद्र्याजवळ कबुलीजबाब देण्याच्या खोलीत असतो तर तीही तशीच होती. ती खुर्चीत काहीशी पडून राहिली होती आणि आपल्या तळहातांनी ती डोळे दाबत होती.

"बदलला?" मी म्हणालो, "त्याचा स्वभाव कसा काय बदलला?"

मला, माझ्या हृदयाला एक विचित्र धक्का जाणवला. जसे लहानपणी तुम्ही अचानक मृत्यूसंबंधी, कुकर्माबद्दल किंवा दुष्टपणाबद्दल ऐकलेत तर जसा बदलेल तसा.

"नंतर डॉक्टरनी मला सांगितले की हे त्याच्या आजारामुळे घडलेय," ती म्हणाली, "तो स्वत:ला आवरू शकत नव्हता. त्याच्या जन्मभर सुप्त असलेल्या भावना शेवटी पृष्ठभागावर आल्या होत्या, त्या वेदना आणि भीतीमुळे, परंतु मला खात्री देता येत नाही; हे असे घडायला हवे होते ह्याची मला खात्री नाही. माझ्यातील कोणत्यातरी गोष्टीमुळे त्या भावना चेतवल्या होत्या. काही क्षण मी सापडणे हे त्याच्या दृष्टीने परमोच्च गोष्ट होती आणि मग विनाश. तू माझा द्वेष करत होतास हे बरोबरच होते. तो जर इटालीला आला नसता तर... तर तो आता तुझ्याबरोबर राहत असता, तो मृत्यू पावला नसता."

मला शरम वाटली, मी गोंधळलो. मला काय बोलावे ते कळेना. "तो असाही आजारी पडला असता," जणू तिला मदत करण्यासाठी मी असे म्हणालो. "मग त्याचा दोष मी माझ्यावर घेतला असता, तुझ्यावर नव्हे."

तिने आपले हात चेहऱ्यावरून काढले, न हलता माझ्याकडे पाहिले आणि ती हसली.

"त्याचे तुझ्यावर एवढे प्रेम होते!" ती म्हणाली, "तू जणू काही त्याचा मुलगाच होतास. त्याला तुझा एवढा अभिमान होता! नेहमी म्हणायचा, माझा फिलीप हे करील, माझा छोकरा ते करील. जर का तू गेले अठरा महिने माझा हेवा करत असलास तर फिटंफाट झाली. देवाशपथ, कधी कधी तुझ्याबद्दल जरा कमी बोलणे बरे झाले असते."

मी तिच्याकडे पाहिले आणि हळूच हसलो.

"तू माझी कल्पनाचित्रं काढली होतीस का?" मी तिला विचारले.

"मी कधीच थांबले नव्हते," ती म्हणाली. "तो बिघडलेला पोरगा, मी स्वत:ला सांगायचे, नेहमी त्याला पत्रं पाठवतो त्यातील काही उतारे ॲम्ब्रोस वाचून दाखवतो पण पत्र मात्र मला दाखवत नाही. त्याच्यात काही दोष नसलेला आणि सर्व गुणच असलेला तो मुलगा, जिथं मला जमत नसे तिथं त्याला समजून घेणारा तो मुलगा, त्याच्या हृदयाचा तीन चतुर्थांश भाग व्यापून टाकणारा तो मुलगा आणि त्याच्या हृदयातील सर्व काही चांगल्या गोष्टी, मी मात्र एक तृतीयांशाची आणि वाईट असेल त्याची हक्कदार होते. हो, फिलीप-" ती थांबली आणि माझ्याकडे पाहून पुन्हा हसली. "अरे देवा," ती म्हणाली, "तू मत्सराबद्दल बोलतोयस. पुरुषांचा मत्सर हा एखाद्या लहान मुलासारखा क्षणैक, उथळ आणि मूर्खासारखा असतो. स्त्रीचा मत्सर हा परिपक्व असतो. तो अगदी वेगळा असतो." मग तिने

आपल्या डोक्याखालची उशी काढली आणि ती जरा थोपटली. तिने आपला गाऊन नीट केला आणि ती खुर्चीत ताठ बसली. "मला वाटते की आज रात्री मी तुझ्याशी पुरेसे बोलले," ती म्हणाली. ती खाली वाकली आणि तिने जमिनीवर खाली पडलेले भरतकाम उचलले.

"मी थकलेलो नाही," मी म्हणालो, "मी आणखी काही काळ जागू शकेन, ह्याहूनही जास्त. मला असे म्हणायचेय की मी कदाचित बोलणार नाही पण तुझे बोलणे ऐकत राहीन."

"आपल्याकडे उद्याचा दिवस आहे," ती म्हणाली.

"फक्त उद्याच का?"

"कारण मी सोमवारी जाणार आहे. मी फक्त आठवड्याच्या सुट्टीसाठीच आलेय. तुझ्या धर्मपित्याने, निक केंडॉलने मला पेलियनला बोलावलंय."

तिने आपली राहण्याची जागा इतक्या लवकर बदलावी हे मला मूर्खपणाचे आणि हेतूहीन वाटले.

"तिथं जाण्याचे काही कारण नाही," मी म्हणालो, "तू आता कुठे आली आहेस. तुला पेलियनला भेट द्यायला भरपूर वेळ आहे. तू आपल्या इस्टेटीचा अर्धाही भाग पाहिलेला नाहीस. इथला नोकरवर्ग किंवा इस्टेटीवरचे लोकही. त्यांना काय वाटेल हे मला माहीत नाही. त्यांना फार दुखावल्यासारखे वाटेल."

"ते दुखावले जातील?" तिने विचारले.

"त्या शिवाय," मी म्हणालो, "निरनिराळी झुडपे आणि कलमे घेऊन प्लायमाऊथ वरून गाडीही येणार आहे. तुला त्याबद्दल टॅम्लीनशी चर्चा करायची आहे आणि ॲम्ब्रोसच्या वस्तू पाहून त्याची वर्गवारी करायची आहे,"

"मला वाटले की ते तू स्वत: करू शकशील," ती म्हणाली.

"का?" मी म्हणालो, "आपण दोघे एकत्रपणे ते करू शकत असताना मी एकटाच का?" मी म्हणालो.

मी माझ्या खुर्चीतून उठून उभा राहिलो आणि माझे हात डोक्यावर लांब केले. मी डॉनला लाथेने ढकलले. "जागा हो," मी म्हणालो, "आता तुझे ते घोरणे थांबवून इतर कुत्र्यांच्या बरोबर कुत्र्यांच्या घरात जायची वेळ आलीये." तो जागा झाला आणि कुरकुरला. "आळशी म्हातारा सैतान," मी म्हणालो. मी रेशेलकडे पाहिले आणि ती माझ्याकडे वर अशा विचित्र नजरेने पाहात होती- जणू काही ती माझ्यातून दुसऱ्या कोणाला बघत होती.

"काय झाले?" मी विचारले.

"काही नाही," ती म्हणाली, "काहीच नाही... फिलीप माझ्यासाठी तू मेणबत्ती आणशील आणि मला बिछान्यापर्यंत दिवा दाखवशील?"

"ठीक आहे,'' मी म्हणालो, "मी डॉनला त्याच्या कुत्र्याच्या घरात मागाहून घेऊन जाईन.''

दरवाजाजवळच्या त्या टेबलावर त्या मेणबत्त्या स्टँडवर वाट पाहात होत्या. तिने आपली मेणबत्ती घेतली आणि मी ती तिच्यासाठी पेटवली. हॉलमध्ये अंधार होता परंतु दोन जिन्यांच्या मधल्या जागेत सीकुंबने पुढच्या वाटेसाठी दिवा ठेवला होता.

"ठीक आहे,'' ती म्हणाली.

"आता मी एकटीने जाईन.''

जिन्याच्या एका पायरीवर ती काही वेळ थांबली. तिचा चेहरा छायेत होता. एका हातात मेणबत्ती होती आणि दुसऱ्या हाताने तिने ड्रेस वर उचलला होता.

"तू आता ह्यापुढे माझा द्वेष करत नाहीस ना?'' तिने विचारले.

"नाही,'' मी म्हणालो, "मी तुला सांगितले ना की ती तू नव्हतीस. ती दुसरी स्त्री होती.''

"तुझी खात्री आहे का की ती दुसरी स्त्री होती?''

"अगदी नक्की.''

"मग गुड नाइट आणि शांतपणे झोप.''

ती जाण्यासाठी वळली पण मी तिच्या हातावर हात ठेवला आणि तिला थांबवले.

"थांब,'' मी म्हणालो, "आता प्रश्न विचारण्याची पाळी माझी आहे.''

"काय आहे, फिलीप?''

"तू अजूनही माझा हेवा करत्येस का की तोही दुसरा कोणी माणूस होता आणि मी कधीच नव्हतो?''

ती हसली आणि तिने आपला हात माझ्या हातात दिला आणि आता ती जिन्यावर माझ्याहून उंच पायरीवर उभी असल्यामुळे तिच्यात एक वेगळीच नजाकत मला दिसली जी मला आधी कधीच आढळली नव्हती. त्या थरथरत्या मेणबत्तीच्या उजेडात तिचे डोळे मोठे वाटत होते.

"तो भयानक मुलगा, अगदी बिघडलेला आणि शिष्ट?'' ती म्हणाली, "का, तो कालच गेला. तू फोबआत्याच्या बसायच्या खोलीत शिरलास तेव्हाच.''

अचानक ती वाकली आणि तिने माझ्या गालाचे चुंबन घेतले.

"तुला कधी मिळाले ते हे पहिले,'' ती म्हणाली, "जर ते तुला आवडले नसले तर मी ते तुला दिलेच नाही असा आव आण आणि ते त्या दुसऱ्या स्त्रीकडून मिळाले असे समज.''

ती मग पायऱ्या चढून माझ्यापासून दूर गेली आणि त्या थरथरणाऱ्या मेणबत्तीने एक गडद आणि असंदिग्ध छाया भिंतीवर टाकली.

११

आम्ही रविवारचा कार्यक्रम तसा शिस्तीनेच पाळायचो. नाश्ता जरा उशिरा म्हणजे नऊ वाजता असायचा आणि मला आणि ॲम्ब्रोसला चर्चला घेऊन जाण्यासाठी गाडी सव्वादहा वाजता यायची. नोकर माणसे मागून एका छोट्या गाडीने यायची. चर्चमधील प्रार्थना वगैरे संपल्यावर ते दुपारचे जेवण उशिरा एक वाजता घेण्यासाठी परत यायचे आणि दुपारी चार वाजता आम्ही जेवण घ्यायचो; त्यावेळी पाद्री आणि मिसेस पॅस्को असायची. त्यांच्याबरोबर त्यांच्या एक-दोन अविवाहित मुली असायच्या आणि बहुतेक करून माझे धर्मपिता आणि ल्युसी असायची. ॲम्ब्रोस परदेशात गेल्यापासून मी ती गाडी वापरलीच नव्हती परंतु जिप्सीवर बसून मी चर्चला जात असे, त्यामुळे लोकांत थोडीबहुत चर्चाही होत असे. अर्थात त्याचे कारणही मला माहीत नव्हते.

ह्या रविवारी माझ्या आलेल्या पाहुणीसाठी जुन्या पद्धतीप्रमाणे मी गाडी आणण्यासाठी हुकूम केला आणि माझी कझिन रेशेल जेव्हा सीकुंबने तिच्यासाठी नाश्ता आणला तेव्हा तिला ह्याबाबत तयार केल्यावर ती बरोबर दहा वाजता खाली हॉलवर आली. काल रात्रीपासून एक प्रकारचा सहजपणा माझ्या वृत्तीत आला होता आणि जेव्हा मी तिच्याकडे पाहिले तेव्हा मला वाटले की ह्यापुढे भविष्यात मला जे काही वाटेल ते मी बोलू शकेन. मला काहीही मागे ठेवायचे कारण नाही, काळजीमुळे नाही की रागामुळे नाही किंवा अगदी नेहमीच्या सभ्यतेमुळेही नाही.

"एक सूचना," मी तिला अभिवादन केल्यावर म्हणालो. "चर्चमध्ये सर्वांच्या नजरा तुझ्यावर असतील, अगदी पाठीमागे रेंगाळणारेही- जे कधीकधी झोपून राहण्यासाठी काहीही थापा मारतात असे लोकही आज घरी राहणार नाहीत. ते खुर्च्यांच्या दोन रांगांमधील जागेत माना उंचावून चवड्यावर उभे राहतील."

"तू मला घाबरवतोयस," ती म्हणाली, "मग मी जातच नाही कशी."

“ते आणखीनच शरमेचे ठरेल,” मी म्हणालो, “आणि त्यासाठी तुला किंवा मला कधीही क्षमा केली जाणार नाही.”

तिने गंभीर नजरेने माझ्याकडे पाहिले.

“मला खात्री नाही,” ती म्हणाली, “कसे वागायचे याची मला माहिती आहे की नाही वगैरेंची. मी कॅथलिक म्हणून वाढले”

“ते तू स्वत: जवळच ठेव,” मी तिला म्हणालो. “ह्या भागात पोपचे अनुयायी हे फक्त नरकातील आगीसाठी योग्य मानले जातात किंवा असे मला सांगितले गेलंय तरी मी जे काय करतो ते पाहा. मी तुला चुकवणार नाही.”

गाडी दरवाजाजवळ आली. वेलिंग्टन साफसूफ केलेली हॅट आणि त्यावर फितीचा तुरा अडकवून आलेला होता. त्याच्या बाजूला मोतद्दार आपण फार महत्त्वाचे आहोत अशा रुबाबात एखाद्या पिसारा फुलवलेल्या कबुतरासारखा थाटात बसला होता. सीकुंब कांजी घातलेल्या स्वच्छ कपड्यात आणि रविवारचा कोट घालून पुढच्या दरवाजाजवळ रुबाबात उभा होता. हा जीवनातील मोठा प्रसंग होता.

मी माझ्या कझिन रेशेलला गाडीत बसवण्यासाठी हात दिला आणि तिच्या बाजूला मी बसलो. तिने खांद्याभोवती एक जाड शाल पांघरली होती आणि तिच्या हॅटवरच्या जाळीमुळे तिचे तोंड दिसत नव्हते.

“लोकांना तुझे तोंड बघायची इच्छा असेल,” मी तिला म्हणालो.

“तर मग त्यांची इच्छा तशीच राहू दे,” तिने उत्तर दिले.

“तू समजू शकत नाहीस,” मी म्हणालो, “जवळ जवळ गेल्या तीस वर्षांत अशा तऱ्हेचे त्यांच्या आयुष्यात कधी काही घडलेले नाही. जुन्या लोकांना माझी आत्या आणि मला वाटते माझी आई बहुतेक आठवत असेल, परंतु नव्या पिढीला कुणी मिसेस अॅश्ले ह्यापूर्वी चर्चला आलेली माहीत नाही, त्याशिवाय तू त्यांच्या अज्ञानावर थोडा प्रकाश टाक. त्यांना माहीत आहे की तू बाहेरच्या भागातून आलेली आहेस. त्यांना कदाचित असेही वाटत असेल की इटालियन लोक काळे असतात.”

“तू जरा गप्प बसशील का?” ती पुटपुटली. “तिथं बसलेला वेलिंग्टन पाठ करून बसलेला असला तरी तू जे काही बोलतोयस ते त्याला ऐकू जातंय हे मला माहीत आहे.”

“मी गप्प बसणार नाही,” मी म्हणालो, “ही गोष्ट फार महत्त्वाची आहे. बातम्या कशा पसरतात हे मला माहीत आहे. ह्या भागातील लोक रविवारी रात्रीच्या जेवणासाठी परत जातील ते माना डोलावत आणि सांगतील की मिसेस अॅश्ले ही निरोगी स्त्री आहे.”

“मी चर्चमध्ये गेल्यावर तोंडावरची जाळी काढीन, आधी नाही,” ती म्हणाली,

"आणि मी जेव्हा ढोपरावर टेकेन त्यावेळी जर त्यांना इच्छा असेल तर त्यांना पाहू दे परंतु त्यांनी हे असे काही करू नये हे योग्य ठरेल. त्यांचे डोळे त्यांच्या प्रार्थना पुस्तकावर लागलेले असावेत."

"चर्चमधील आपण बसण्याच्या जागेभोवती एक उंच बाक आहे आणि त्या भोवती पडदे आहेत." मी तिला सांगितले. "तिथं तू ढोपरे टेकल्यावर त्यांच्या दृष्टीस पडणारच नाहीस. तुला वाटले तर तू तिथं गोट्याही खेळू शकशील. मी लहान असताना तसे करायचो."

"तुझे बालपण," ती म्हणाली, "त्याबद्दल बोलूच नकोस. मला सर्व तपशील ठाऊक आहे. तू तीन वर्षांचा असताना तुझ्या आयाला ॲम्ब्रोसने कामावरून कसे काढून टाकले ते. त्याने तुला झबली वगैरे न घालता सरळ तुमानी कशा घातल्या आणि ज्या भयानक पद्धतीने तू मुळाक्षरे शिकलास, त्या माहितीमुळे तू चर्चच्या जागेत गोट्या खेळत होतास ह्याचे मला आश्चर्य वाटत नाही. तू ह्यापेक्षा वाईट केले नाहीस ह्याचेच आश्चर्य वाटते."

"मी एकदा केले," मी म्हणालो, "मी माझ्या खिशातून पांढरे उंदीर आणले आणि ते बैठकीखालून पळू लागले. मागच्या बाजूला बसलेल्या एका वृद्ध स्त्रीच्या फ्रॉक मधून सरळ वर गेले आणि ती भीतीने बेशुद्ध झाली आणि तिला चर्चमधून बाहेर न्यावे लागले."

"ह्या कारणासाठी ॲम्ब्रोसने तुला मारले नाही का?"

"का? नाही, त्यानेच तर ते जमिनीवर मोकळे सोडले होते."

माझ्या कझिन रेशेलने वेलिंग्टनच्या पाठीकडे बोट दाखवले. त्याचे खांदे ताठ झाले होते आणि कान लाल झाले होते.

"आज तू नीट वाग नाहीतर मी चर्चमधून सरळ बाहेर पडेन," ती मला म्हणाली.

"मग सर्वांना वाटेल की तुलाही गरगरल्यासारखे वाटायला लागले की काय?" मी म्हणालो, "आणि मग माझे धर्मपिता आणि ल्युसी तुझ्या मदतीसाठी धावत येतील. अरे देवा-" मी थांबलो आणि माझे हात माझ्या ढोपरावर त्रेधा तिरपीट झाल्यामुळे ठेवले.

"काय झालं?"

"मला आताच आठवले की मी काल पेलियनला ल्युसीला भेटण्यासाठी जाण्याचे आश्वासन दिले होते आणि मी ते सर्व विसरलो. तिने सबंध दुपारभर माझी वाट पाहिली असेल."

माझी कझिन रेशेल म्हणाली, "तुझे हे अगदी चुकले. तिने तुला झिडकारायलाच हवं."

"त्याचा दोष मी तुझ्यावर टाकीन," मी म्हणालो, "आणि ते खरंही आहे. मी

सांगेन की तू बार्टनला फेरफटका घालायला मला भाग पाडलेस.''

''जर का तू दुसरीकडे कुठे जायचास हे मला माहीत असते तर मी हे तुला करायला सांगितले नसते.'' ती म्हणाली, ''तू मला हे का नाही सांगितलेस?''

''कारण त्याबाबत मीच सर्व विसरलो होतो.''

''मी जर ल्युसी असते,'' ती म्हणाली, ''तर मी हे अगदी मनाला लावून घेतले असते. एखाद्या स्त्रीला ह्याहून वाईट सबब तू सांगूच शकत नाहीस.''

''ल्युसी ही बाई नाही,'' मी म्हणालो, ''ती माझ्याहून लहान आहे आणि ती झग्यात धावत असल्यापासून मी तिला पाहात आलेलो आहे.''

''हे काही त्यावरचे उत्तर नव्हे. तिलाही भावना वगैरे आहेतच की.''

''ठीक आहे, ती त्यावर मात करील. रात्री जेवताना ती माझ्या बाजूला बसेल तेव्हा तिने पुष्परचना कशी छान केलेय ह्याबद्दल मी तिला सांगेन.''

''कोणती फुले?''

''घरातील फुले, तुझ्या उठण्या-बसण्याच्या खोलीतील आणि झोपण्याच्या खोलीतील, ही रचना करण्यासाठी ती मुद्दाम गाडी घेऊन आली होती.''

''किती औचित्यपूर्ण वागणे!''

''सीकुंब ते नीट लावील ह्यावर तिचा विश्वास नव्हता.''

''त्याबद्दल मी तिला दोष देत नाही. त्यांची रचना तिने अगदी नाजूकपणे आणि चांगल्या तऱ्हेने केली होती. मला सर्वांत जास्त फायरप्लेसवरच्या फळीवरचे भांडे आवडले आणि खिडकीजवळची ती हिवाळ्यातील पिवळी, जांभळी फुले आवडली.''

''त्या फायरप्लेसवरच्या फळीवर फुलांनी भरलेले पात्र होते?'' मी विचारले, ''आणि दुसरे खिडकीजवळ होते? मी दोन्ही पाहिली नाहीत परंतु तरीही त्याबद्दल मी तिची प्रशंसा करीन आणि आशा करतो की ती मला त्याचे वर्णन करायला सांगणार नाही.''

मी तिच्याकडे बघितले आणि हसलो आणि जाळीमागून तिचे डोळे माझ्याकडे पाहून हसताना दिसले परंतु तिने मान हलवली.

ती उंच टेकडी उतरून आम्ही खाली आलो होतो आणि गाडीतून वळून आम्ही त्या खेड्यात, चर्चशी आलो होतो. मी म्हटल्याप्रमाणे लोक कठड्याशी थव्याने उभे होते. मी त्यातील बहुतेकांना ओळखत होतो. तिथं दुसरेही काही कुतूहलापोटी आलेले होते. गाडी गेटजवळ थांबल्यावर जसे आम्ही उतरलो तेव्हा तिथे त्यांच्यात काहीसे दबावाचे वातावरण निर्माण झाले होते. मी माझी हॅट काढली आणि माझ्या कझिन रेशेलला माझा हात दिला. माझ्या धर्मपित्याला ल्युसीबाबत असे करताना मी अनेकदा बघितले होते. आम्ही त्या वाटेतरून चालत चर्चच्या दरवाजापाशी गेलो. लोक आमच्याकडे टक लावून पाहात होते. मला मी अगदी मूर्खासारखे

आणि स्वभावाविरुद्ध वागेन असे वाटले होते पण ते अगदी उलटच घडले. मला अगदी धीट असल्यागत आणि गर्व वाटत होता आणि एक विलक्षण आनंद वाटत होता. उजवीकडे किंवा डावीकडे न बघता सरळ समोर बघत आम्ही चालत होतो. पुरुषांनी आपल्या हॅट्स आमच्यासाठी आदराने काढल्या आणि स्त्रियांनी कुर्निसात केला. मी एकटा असताना त्यांनी असे कधी केलेले मला आठवत नाही. काही म्हणा आजचा प्रसंग फारच मोठा होता.

आम्ही जेव्हा चर्चमध्ये शिरलो आणि घंटा वाजत होत्या तेव्हा आधीच आपल्या जागेवर बसलेल्या लोकांनी आमच्याकडे पाहण्यासाठी मागे वळून पाहिले. तिथं पुरुषांच्या पावलांचा आवाज आणि स्त्रियांच्यामध्ये स्कर्टची सळसळ ऐकू आली. आम्ही त्या रांगांतून चालत जात केंडॉल ह्यांच्या बसण्याच्या जागेवरून आमच्या जागेकडे वळलो. माझी नजर माझ्या धर्मपित्याकडे गेली. त्यांच्या जाड भिवया एकत्र येऊन एक विचारक्रांत असा भाव त्यांच्या चेहऱ्यावर होता. मी गेल्या अठ्ठेचाळीस तासात कसा वागलो असेन ह्याचाच ते बहुधा विचार करत होते. सभ्यतेच्या मर्यादांमुळे त्यांनी आम्हा दोघांकडे बघायचे टाळले. ल्युसी त्यांच्या बाजूलाच ताठ आणि सरळ बसलेली होती. ती जरा रागावल्यासारखीच वाटली आणि मला वाटते की मी त्यासाठी तिचा गुन्हा केला होता पण माझ्या कझिन रेशेलला पुढे जाऊ देण्यासाठी जेव्हा मी मागे सरलो तेव्हा ल्युसीला अगदी रहावेना. तिने माझ्या पाहुणीकडे टक लावून पाहिले आणि मग माझ्या नजरेला नजर भिडवली. तिने आपल्या भिवया उंचावून प्रश्न केला, परंतु मी न पाहिल्यासारखे करत आमच्या बसण्याच्या जागेचा दरवाजा माझ्या मागे लावला. प्रार्थनेसाठी ती सभा ढोपरांवर वाकली.

त्या चर्चमधील जागेत एक स्त्री आपल्या बाजूला आहे ही भावनाच विचित्र होती. माझी आठवण अगदी सरळ माझ्या बालपणाकडे वळली. जेव्हा ॲम्ब्रोस मला पहिल्यांदा इथं घेऊन आला त्यावेळी पायाखाली ठेवलेल्या स्टुलावर उभे राहून पुढच्या बाकापलीकडे पाहावे लागले होते. मी ॲम्ब्रोसची नक्कल करत असे, हातात प्रार्थनेचे पुस्तक घेऊन. पण बऱ्याचदा ते उलटे असायचे आणि जेव्हा काही प्रतिक्रिया द्यायची वेळ यायची तेव्हा जे काही तो पुटपुटायचा तेच मी म्हणायचो. त्याचा अर्थ काय ह्याचा मला विचार नव्हता. मी मोठा झाल्यावर पडदे बाजूला सारून बाहेर लोकांकडे बघायचो, पाद्री आणि तिथं असलेल्या गाणाऱ्या मुलांना त्यांच्या जागेत बघायचो आणि नंतर हॅरोमधून सुट्टीत आल्यावर हाताची घडी करून ॲम्ब्रोससारखा बसायचो आणि जर का पाद्र्याचे प्रवचन लांबले तर डुलक्या खायचो. आता मी तरुण होतो आणि चर्च ही मागे वळून विचार करण्याची जागा झाली होती. माझ्या चुका आणि मी टाळलेल्या गोष्टींबद्दल मी पश्चात्ताप करत होतो

असे नव्हे, परंतु पुढच्या येणाऱ्या आठवड्याच्या माझ्या योजना, शेतीच्या जागेवर किंवा जंगलात काय करायला हवं, मी सीकुंबच्या पुतण्याला खाडीतील मत्सालयाबद्दल काय सांगायला हवं आणि कोणत्या विसरलेल्या सूचना टॅम्लेनला करायला हव्यात वगैरेंचा विचार करत असे. मी त्या चर्चच्या राखीव जागेत एकटा स्वत:त गुरफटून बसलो होतो आणि तिथं माझे चित्त विचलित करायला काहीही किंवा कोणीही नव्हते. मी पूर्वीच्या सवयीने स्तोत्रे गात होतो आणि नेहमीसारख्या प्रतिक्रिया देत होतो, परंतु हा रविवार वेगळा होता. ती माझ्या बाजूला आहे ह्याची जाणीव मला सदैव होती. काय करावे हे तिला माहीत असण्याचा प्रश्नच नव्हता. जणू काही चर्च ऑफ इंग्लंडच्या प्रार्थनेला दर रविवारी ती हजर राहिली होती. तिचे डोळे गंभीरपणे पाद्र्यावर खिळलेले होते आणि जेव्हा ती गुडघ्यांवर वाकली तेव्हा माझ्या लक्षात आले, की ती गुडघ्यांवर पूर्णपणे वाकली होती आणि ॲम्ब्रोस किंवा मी करायचो तशी सीटवर अर्धवट बसली नव्हती. ती हलत नव्हती किंवा मान वळवत नव्हती किंवा आजूबाजूला पाहात नव्हती. मिसेस पॅस्को किंवा तिच्या मुली त्यांच्या खुर्च्यांवरून नेहमी असेच करायच्या कारण पाद्र्यांना त्या तिथं दिसत नसत. जेव्हा आम्ही स्तोत्रे गाऊ लागलो तेव्हा तिने आपल्या तोंडावरची जाळी वर केली आणि तिचे ओठ शब्द पुटपुटताना मी पाहिले, परंतु स्तोत्रे म्हणताना मी तिला ऐकले नाही. जेव्हा आम्ही प्रवचन ऐकायला लागलो तेव्हा तिने ती जाळी खाली केली.

ॲश्लेंच्या जागेत बसणारी शेवटची स्त्री कोण होती ह्याचा मी विचार करत होतो. कदाचित आपल्या पाद्र्यासाठी नि:श्वास सोडत असलेली फोब आत्या किंवा ॲम्ब्रोसची आई- फिलीपकाकांची बायको- जिला मी कधीच पाहिले नव्हते ती. कदाचित माझे वडील फ्रेंचांशी लढण्यासाठी आणि त्यांनी जीव गमावण्यासाठी जाण्याआधी इथं बसले असतील आणि माझी तरुण आणि नाजूक आईही. ती अवघी पाच महिने त्यांच्या मागे जिवंत राहिली असे ॲम्ब्रोसने मला सांगितले होते. मी त्यांच्याबद्दल कधी जास्त विचार केला नव्हता किंवा मला त्यांची उणीवही भासली नव्हती. ती उणीव ॲम्ब्रोसने भरून काढली होती, पण आता कझिन रेशेलकडे पाहताना माझ्या मनात आईबद्दलचे विचार आले. ती माझ्या वडिलांबरोबर बाजूच्या स्टुलावर ढोपरे टेकवून वाकली असेल का आणि मग मागे टेकून मांडीवर हातात हात अडकवून तिने धार्मिक प्रवचन ऐकले असेल का आणि मग नंतर घरी जाऊन तिने मला पाळण्यातून उचलले असेल का? तिथं बसलेला असताना आणि पॅस्को पाद्रींचा आवाज ऐकू येत असताना लहानपणी आईने हातात धरल्यावर कसे वाटले असेल त्याचाच मी विचार करत होतो. तिने माझ्या केसांना स्पर्श केला असेल आणि माझ्या गालाची पापी घेतली असेल का?आणि मग हसत तिने मला पुन्हा पाळण्यात ठेवले असेल का? मला अचानक वाटू लागले की मी तिला

आठवू शकलो असतो तर बरे झाले असते. लहान मुलाचे मन एखाद्या ठरावीक मर्यादेपलीकडे मागे जाऊ का शकत नाही? मी ॲम्ब्रोसच्या मागे लडखडत जाऊन त्याला ''माझ्यासाठी थांब'' म्हणून ओरडणारा लहान मुलगा होतो. त्या पूर्वीचे मला काही आठवत नव्हते, काहीच नाही...

''आणि आता आपला पिता, मुलगा आणि पवित्र आत्मा असलेल्या देवाला...'' पाद्र्याच्या शब्दांनी मला जागे केले. मी त्यांचे प्रवचन जराही ऐकले नव्हते आणि पुढच्या आठवड्याच्या योजनाही तयार केल्या नव्हत्या. मी स्वप्न पाहात आणि माझ्या कझिन रेशेलला बघत तिथं बसलो होतो.

मी हॅट घेतली आणि तिच्या बाहूला स्पर्श केला. ''तू सर्व छानच केलेस,'' मी म्हणालो, ''परंतु आता तुझी खरी परीक्षा आहे.''

''धन्यवाद,'' ती कुजबुजली, ''तशी तुझीही परीक्षा आहे. तुला वचनभंगाबद्दल आता क्षमा मागायची आहे.''

आम्ही चर्चमधून बाहेर पडून उन्हात आलो तेव्हा तिथं आमच्यासाठी वाट पाहात लोक होते, कुळं होती, ओळखीचे आणि मित्र होते आणि त्या घोळक्यात पाद्रींची बायको मिसेस पॅस्को, तिच्या मुली, माझे धर्मपिता आणि ल्युसी होती. एका मागोमाग एक ते ओळख करून घेण्यासाठी आले. जसं काही आम्ही दरबारातच होतो. माझ्या कझिन रेशेलने आपल्या तोंडावरची जाळी वर केली आणि तिला ह्यावरून ती एकटी असताना चिडवायचे अशी मी मनाशी नोंद केली.

आणि जसे आम्ही वाट पाहात असलेल्या घोडागाडीकडे गेलो, तेव्हा इतरांसमोर ती मला म्हणाली त्यामुळे मी काही प्रतिकार करू शकलो नाही आणि तिच्या डोळ्यातील त्या भावांवरून आणि आवाजात असलेल्या त्या विशिष्ट उकळी फुटणाऱ्या स्वरांवरून तिने हे मुद्दाम केले हे मी सांगू शकत होतो- ''फिलीप तू मिस केंडॉलला आपल्याबरोबर आपल्या गाडीत घ्यावेस आणि मी मि. केंडॉलबरोबर त्यांच्या गाडीतून जावे असे तुला नाही का वाटत?''

''जर तुला तसे चालत असले तर नक्कीच,'' मी म्हणालो.

''मला वाटते की ही सगळ्यात छान व्यवस्था आहे,'' ती माझ्या धर्मपित्याकडे पाहात हसत म्हणाली. मग त्यांनी वाकून तिला अभिवादन करत आपला हात पुढे केला. ते दोघे एकदमच केंडॉलच्या गाडीकडे वळले आणि आता ल्युसीला पुढच्या गाडीत बसण्याशिवाय गत्यंतर नव्हते. एखाद्या शाळकरी मुलाला थोबाडीत द्यावी तसे मला वाटले. वेलिंग्टनने घोड्यांना चाबूक मारला आणि आम्ही निघालो.

''हे बघ ल्युसी कालच्याबद्दल माफ कर,'' मी ताबडतोब सुरुवात केली, ''काल दुपारी बाहेर पडणे अशक्यच झाले बघ मला. माझ्या कझिन रेशेलला बार्टनची जागा पाहायची होती. तेव्हा मी तिच्याबरोबर गेलो. तुला कळवण्याइतका

वेळच राहिला नव्हता, नाहीतर मी चिठ्ठी देऊन एखाद्या मुलाला पाठवले असते.''

''ए, क्षमा मागू नको,'' ती म्हणाली. ''मी दोन तास वाट पाहिली पण त्याचे काही नाही. नशिबाने दिवस तसा छान होता आणि उशिरा आलेली गौरीफळं वेचण्यात मी वेळ घालवला.''

''ही फारच दुर्दैवी गोष्ट झाली,'' मी म्हणालो, ''मला खरंच वाईट वाटतंय.''

''तू अशाच काही कामात अडकला असावास असा माझा अंदाज होता,'' ती म्हणाली, ''परंतु काही गंभीर प्रकरण नव्हते ह्याबद्दल देवाचे आभार. ह्या सर्व भेटीबद्दल तुला काय वाटत होते हे मला माहीत आहे आणि तू काहीतरी हिंसक कृत्य करून बसशील अशी मला भीती वाटत होती. कदाचित एखादा भयंकर वादविवाद होऊन ती आमच्या दारात येईल अशी भीती वाटत होती. ठीक आहे, काय घडलं? इतका वेळ भांडण न होता तुम्ही राहू शकलात? मला सर्व काही सांग.''

मी माझी हॅट डोक्यावर तिरपी केली आणि हातांची घडी घातली.

''सर्व? सर्व म्हणजे काय?''

''का, सर्वच. तू तिला काय म्हणालास, तिने ते सर्व कसे घेतले? तू जे काही बोललास त्यामुळे ती घाबरली का? की तिने अपराधाची काहीही झलक दाखवली नाही?''

तिचा आवाज हळू होता आणि वेलिंग्टन हे ऐकू शकला नाही, परंतु ह्या सर्व बाबींमुळे मला चिडचिडल्यासारखे वाटत होते आणि मी विनोद करण्याच्या मन:स्थितीत नव्हतो. ह्या अशा तऱ्हेच्या संभाषणासाठी काय जागा आणि वेळ तिने निवडली होती आणि तिने मला असे प्रश्न विचारावेतच का?

''आम्हाला बोलायला फारसा वेळ मिळाला नाही,'' मी म्हणालो. ''पहिल्या संध्याकाळी ती थकली होती आणि ती झोपायला लवकर गेली. कालचा दिवस जमीन पाहण्यात गेला. सकाळी बागा पाहिल्या आणि दुपारी बार्टनची जमीन.''

''म्हणजे अजूनपर्यंत गंभीर स्वरूपाचे बोलणे झालेच नाही का?''

''तू कशाबद्दल गंभीर स्वरूपाचे म्हणत्येस त्यावर ते अवलंबून आहे. मला कशी असेल असे वाटले होते त्याहूनही ती वेगळी आहे हे मला कळलंय. जे थोडेफार तू तिला पाहिलेस त्यावरून ते तुलाही जाणवेल.''

ल्युसी गप्प होती. माझ्यासारखी ती गाडीच्या सीटवर मागे टेकलेली नव्हती. ती सरळ ताठ बसली होती. तिचे हात तिच्या हातमोज्यांत होते.

''ती फार सुंदर आहे,'' ती सरतेशेवटी म्हणाली.

मी समोरच्या सीटवरून माझे पाय खाली घेतले आणि वळून तिच्याकडे पाहिले.

''सुंदर?'' मी थक्क होऊन म्हणालो. ''माझ्या प्रिय ल्युसी तुला वेड लागले असावे.''

"ओ, नाही, मी वेडी नाही," ल्युसी म्हणाली. "माझ्या वडिलांना किंवा कुणालाही विचार. तू बघितले नाहीस का की जेव्हा तिने आपली जाळी वर केली, तेव्हा लोक तिच्याकडे कसे टक लावून पाहात होते ते? तुझ्या ते लक्षात आले नाही कारण स्त्रियांच्या बाबतीत तू तसा आंधळाच आहेस."

"मी असले मूर्ख बोलणे जन्मात ऐकलेले नाही," मी म्हणालो. "कदाचित तिचे डोळे सुंदर आहेत पण बाकी तशी ती सर्वसामान्य आहे. मला कधीही भेटलेल्या लोकांमध्ये सर्वांत सामान्य अशी व्यक्ती. मी एवढंच सांगू शकतो की मला जे वाटते ते मी तिच्याशी बोलू शकतो, मी कशावरही बोलू शकतो, मला तिच्यासमोर खास अशी पद्धत किंवा वागणूक ठेवावी लागत नाही. तिच्यासमोर खुर्चीत बसून पाईप पेटवायचा ही जगातील सर्वांत सोपी गोष्ट आहे."

"मला वाटते की तू म्हणालास की तुला तिच्याशी बोलायला वेळ मिळाला नाही?"

"शब्दात पकडू नको. अर्थात रात्रीचे जेवताना आम्ही बोललो आणि शेतातून फिरतानाही. मला एवढेच सांगायचंय की ह्यासाठी मला खास प्रयत्न करावे लागले नाहीत."

"हे उघड आहे."

"आणि सुंदर असण्याबद्दल म्हणशील तर मला तिला हे सांगायला हवं. ती त्यावर हसेल. लोक तिच्याकडे टक लावून पाहात होते हे नैसर्गिक आहे. ते पाहात होते कारण ती मिसेस ॲश्ले होती म्हणून."

"ते असेलही पण सर्वस्वी नव्हे. ती सामान्य असो वा नसो तिची तुझ्यावर बरीच छाप पडलेली वाटतेय. अर्थात ती मध्यम वयाची आहे. पस्तिशीची तरी नक्की असे मला वाटते. तुझे काय मत आहे? का तुला ती कमी वयाची आहे असे वाटते?"

"मला त्याची काहीही कल्पना नाही आणि ल्युसी मला त्याची पर्वाही नाही. मला लोकांच्या वयात स्वारस्य नाही, ती नव्याण्णव वर्षांची का असेना!"

"मूर्खासारखे काहीतरी बोलू नको. नव्याण्णवच्या वर्षी बायकांचे डोळे असे नसतात किंवा त्यांचा वर्णही. ती पोशाखही छान करते. तिचा गाऊन छान कापलेला होता, त्याप्रमाणे ती खांद्यावरची शालही. सुतकाचे कपडे नक्कीच तिच्यावर भकास वाटत नाहीत."

"अरे देवा, ल्युसी तू अगदी मिसेस पॅस्कोच झालीस. मी ह्यापूर्वी तुझ्या तोंडून अशा बायकांच्या गप्पा ऐकल्या नव्हत्या."

"किंवा तुझ्याकडून इतका उत्साहही, त्यामुळे फिटंफाट झाली. अठ्ठेचाळीस तासांत काय बदल झालाय! एक माणूस सुटकेचा निःश्वास टाकील आणि ते

म्हणजे माझे वडील. मागच्या भेटीतील बोलण्यावरुन ती तुला भेटल्यावर रक्ताचा सडा पडेल अशी त्यांना भीती वाटली होती आणि त्यांना तरी कोणी दोष द्यायचा?''

ती मोठी टेकडी आली म्हणून मला बरे वाटले त्यामुळे मी गाडीतून उतरून मोतद्दाराबरोबर घोड्यांना सोयीचे जावे म्हणून नेहमीप्रमाणे चालू लागलो. काय विलक्षण रोखाने ल्युसी बोलत होती. माझ्या कझिन रेशेलची भेट ही व्यवस्थित झाली होती म्हणून सुटकेच्या भावनेऐवजी ती काहीशी रागावली होती, कुचेष्टा करत होती. आपली मैत्री दाखवण्याचा तिचा हा निष्फळ प्रयत्न होता. जेव्हा आम्ही टेकडीच्या माथ्यावर आलो तेव्हा मी पुन्हा आत चढून तिच्या शेजारी बसलो आणि मग सबंध वाटभर आम्ही एकमेकांशी बोललोही नाही. हे अगदी हास्यास्पद होते परंतु ती जर शांतता भंग करण्याचा प्रयत्न करणार नसेल तर मग मी तरी कशाला करायचा? चर्चकडे खाली जातानाचा प्रवास परतीपेक्षा किती चांगला होता हा विचार माझ्या मनात आला.

दुसऱ्या गाडीत त्या दोघांचे कसे काय चालले होते देवजाणे, ठीक असावेसे वाटते. जेव्हा आम्ही आमच्या गाडीतून उतरलो आणि वेलिंग्टनने त्यांच्या गाडीसाठी आमची गाडी वळवली, तेव्हा ल्युसी आणि मी दरवाजाजवळ उभे राहून माझा धर्मपिता आणि कझिन रेशेलची वाट पाहात थांबलो. ते दोघे जुने मित्र असल्यागत बोलत होते. नेहमी स्पष्ट बोलणारे आणि अल्पभाषी असे माझे धर्मपिता कोणत्यातरी विषयावर भरभरून बोलत होते. मी 'लाजिरवाणा' आणि 'देश हे सहन करणार नाही' हे शब्द ऐकले. मग मला कळले की ते त्यांच्या आवडत्या विषयावर बोलत होते, सरकार आणि विरोधी पक्ष. मी पैजेने सांगू शकत होतो की टेकडी चढताना घोड्यांना सोपे जावे म्हणून ते चालले नसावेत.

"तुमचा प्रवास चांगला झाला ना?'' कझिन रेशेलने माझ्या डोळ्यात पाहात विचारले. तिच्या ओठांच्या झालेल्या हालचालीवरून मला खात्री झाली की आमच्या चेहऱ्यावरील गंभीर भावांवरून तो कसा झाला असावा हे तिला कळले होते.

"हो, धन्यवाद!'' तिला मान देत पुढे जाण्यास देऊन ल्युसी म्हणाली परंतु माझ्या कझिन रेशेलने तिचा हात धरला आणि ती म्हणाली, "तू माझ्याबरोबर माझ्या खोलीत ये आणि तुझी हॅट आणि कोट काढ. मला त्या सुंदर फुलांबद्दल तुझे आभार मानायचे आहेत.''

माझे धर्मपिता आणि मी हात धुतोय न धुतोय आणि एकमेकांना अभिवादन करतोय तेवढ्यात सर्व पॅस्को कुटुंबीय तिथं आले आणि पाद्री आणि त्यांच्या मुलींना बागेत फिरवणे हे काम माझ्यावर पडले. ते पाद्री तसे निरुपद्रवी होते परंतु त्यांच्या मुली नसत्या तर माझे चालले असते. पाद्र्यांची पत्नी मिसेस पॅस्को बायकांना भेटण्यासाठी म्हणून एखादा कुत्रा भक्ष्यामागे धावतो तशी वर गेली होती. धूळ पडू

नये म्हणून आच्छादलेली ती निळी खोली, त्या खोलीच्या मूळ स्वरूपात तिने पाहिलेली नव्हती... त्यांच्या मुली माझ्या कझिन रेशेलच्या कौतुकात दंग होत्या आणि ती सुंदर असल्याचे सांगत होत्या, त्यामुळे ती छोटी आणि तशी सामान्य आहे असे सांगताना मला आनंद वाटला आणि त्यावर त्यांनी जोरात हरकत घेतली, "असामान्य नाही असे नाही," हातातील काठीने एका झाडाच्या शेंड्यावर झटका देत मि. पॅस्को म्हणाले, "नक्कीच ती सामान्य नाही, माझ्या मुलींसारखी मी काही म्हणणार नाही की ती सुंदर आहे, पण ती नाजूक आहे. हा शब्द योग्य आहे, नक्कीच नाजूक."

"परंतु डॅडी," त्यांपैकी एक मुलगी म्हणाली, "तुम्ही मिसेस ॲश्लेंच्या बाबतीत ती वेगळी असेल अशी अपेक्षा नक्कीच करणार नाही."

"अगं बाई," पाद्री म्हणाले, "तुला आश्चर्य वाटेल पण कित्येक स्त्रियांकडे ह्या गुणांची कमी असते."

मिसेस पॅस्को आणि तिच्या घोड्यासारख्या डोक्याचा विचार माझ्या मनात आला आणि मग मी झटकन ॲम्ब्रोसने इजिप्तवरून आणलेले ताडाचे रोप दाखवले. त्याने ते आधी अनेकदा पाहिलेले असणार परंतु हा विषय मी चतुराईने बदलला.

जेव्हा आम्ही घरी आलो आणि दिवाणखान्यात शिरलो तेव्हा आम्हाला दिसले, की मिसेस पॅस्को माझ्या कझिन रेशेलला आपल्या स्वयंपाकघरात काम करणाऱ्या नोकराणीबद्दल जोरजोरात सांगत होती. माळीकाम करणाऱ्या एका मुलाने तिला अडचणीत आणले होते.

"मला हे समजत नाही मिसेस ॲश्ले की हे कुठे घडले असावे? ती आमच्या स्वयंपाकिणीबरोबर एका खोलीत राहायची आणि ती घर सोडून बाहेर पडलेली मला आठवत नाही."

"तळघराबद्दल काय?" माझ्या कझिन रेशेलने विचारले.

आम्ही खोलीत येताच ते बोलणे ताबडतोब बंद झाले.

दोन वर्षांपूर्वी ॲम्ब्रोस घरी असतानाच्या वेळेपासून आज प्रथमच रविवार असा पटकन गेल्याचे मला जाणवले. कधी कधी तो असतानाही रविवार कंटाळवाणा जायचा. त्याला मिसेस पॅस्को आवडत नसे आणि त्यांच्या मुलींबद्दल तो उदासीन असायचा आणि ल्युसी त्याच्या मित्राची मुलगी असल्यामुळे तो तिला सहन करायचा. पाद्र्याशी आणि माझ्या धर्मपित्याशी एकटेपणे बोलता येईल असे पाहायचा- मग आम्ही चौघे आरामात बसू शकायचो. जेव्हा बायका यायच्या तेव्हा तास दिवसांसारखे वाटायचे, परंतु आजचा दिवस वेगळा होता.

जेवण वाढले गेले आणि मांस टेबलावर ठेवले गेले आणि त्या पॉलिश केलेल्या चांदीच्या भांड्यांमुळे आमच्यासमोर ते एखाद्या मेजवानीसारखे मांडले आहे असे वाटत होते. मी टेबलावरच्या मुख्य जागेवर ज्या ठिकाणी ॲम्ब्रोस नेहमी

बसायचा तिथं बसलो आणि माझी कझिन रेशेल दुसऱ्या टोकाला. त्यामुळे मिसेस पॅस्को माझ्याशेजारी बसली. आज प्रथमच तिने मला राग येईल असे काही केले नाही. तीन चथुर्तांश वेळ तरी तिचा मोठा, चौकस चेहरा दुसऱ्या बाजूला वळलेला होता. ती हसत होती, बोलत होती आणि आपल्या नवऱ्यावर खेकसायचे विसरली होती. पाद्री आज आयुष्यात प्रथमच मोकळेपणे बोलत असल्यामुळे त्यांचा चेहरा लाल झाला होता आणि डोळे चमकत होते आणि ते कविता गाण्याच्या बेतात होते. सर्व पॅस्को कुटुंब गुलाबासारखे उमलले होते आणि माझा धर्मपिताही एवढ्या आनंदात मी कधी पाहिला नव्हता.

फक्त ल्युसी गप्प आणि अंतर्मुख झाली होती. मी तिला बोलते करण्याचा खूप प्रयत्न केला पण ती प्रत्युत्तर देत नव्हती किंवा तिला द्यायचे नव्हते. ती माझ्या डाव्या बाजूला काहीशी ताठपणे बसली होती. फारसे खात नव्हती आणि ब्रेडचे तुकडे मोडत होती. तिच्या चेहऱ्यावर जणू काही तिने गोटी गिळल्याचा भाव होता. जर तिला असे फुरंगुटून बसायचे असेल तर बसू दे. तिच्याबद्दल काळजी करण्यापेक्षा माझी मी चांगलीच करमणूक करून घेत होतो. मी माझ्या खुर्चीत पोक काढून बसलो होतो आणि माझे हात बाजूला ठेवले होते. माझ्या कझिन रेशेलकडे बघून मी हसत होतो. ती पाद्र्यांना त्यांच्या कवितेबद्दल प्रोत्साहन देत होती. जिथे मी बसून जेवलो होतो आणि त्याचा आनंद लुटला होता असे हे माझ्यामते रविवारच्या संध्याकाळच्या जेवणातील सर्वात मस्त जेवण होते आणि ॲम्ब्रोस इथे असायला पाहिजे आणि त्याने ह्यात सहभागी व्हावे म्हणून मी सारे जगही दान दिले असते. जेवणानंतरचे मिष्टान्न खाल्ल्यावर टेबलावर पोर्ट ठेवली गेली. मला हे कळत नव्हते की मी नेहमी करायचा तसा उठून दरवाजा उघडावा की माझ्यासमोर आता यजमानीण असल्यामुळे तिने त्याबद्दल खूण करावी. संभाषणात खंड पडला. अचानक तिने माझ्याकडे पाहिले आणि ती हसली. मी उत्तरादाखल हसलो. क्षणभर आम्ही एकमेकांकडे आकर्षित झालो. ते काहीसे विचित्र, विलक्षण होते. ती भावना माझ्यातून आरपार गेली; असे कधी घडले नव्हते.

मग माझ्या धर्मपित्याने आपल्या खडबडीत आवाजात विचारले, "मला सांगा मिसेस ॲश्ले, तुम्हाला फिलीपमुळे ॲम्ब्रोसची आठवण येत नाही का?"

क्षणभर तिथं शांतता पसरली. तिने आपला नॅपकीन टेबलावर ठेवला. "खूपच होते," ती म्हणाली, "इतकी की आता इथं जेवायला बसलेली असताना त्या वेळेत आणि आताच्यात काही फरक आहे का ह्याचाच मी विचार करत होते."

ती मग उठली आणि इतर स्त्रियाही. मी उठून गेलो आणि दरवाजा उघडला. जेव्हा त्या निघून गेल्या आणि मी खुर्चीकडे परत आलो तेव्हा ती भावना अजूनही माझ्याबरोबर होती.

१२

ते सर्वजण सहा वाजताच निघून गेले, कारण पाद्रींना दुसऱ्या चर्चमध्ये संध्याकाळची प्रार्थना घ्यायची होती. मिसेस पॅस्कोने माझ्या कझिन रेशेलला आठवड्यात एक दुपारी तिच्याबरोबर घालवण्यासाठी बोलावले होते आणि प्रत्येक पॅस्को मुलगी तिच्यावर आपला हक्क असल्याचा दावा करू लागली. एकीला रंगाबद्दल तिचे मत हवे होते, तर दुसरीला काही आच्छादनांवरील वेलबुट्टीसंबंधी विचारायचे होते आणि तिने कोणती लोकर घ्यावी ह्याबद्दल मत होत नव्हते. तिसरी दर रविवारी खेड्यातील आजारी स्त्रियांना वाचून दाखवायची आणि कझिन रेशेल तिच्याबरोबर येईल का असे विचारत होती. ''खरंच,'' आम्ही हॉलमधून दरवाजाकडे जाताना ती म्हणाली, ''असे अनेक लोक आहेत ज्यांना तुमची ओळख करून घ्यावीशी वाटते. मिसेस ॲश्ले त्यामुळे मला वाटते की पुढचे चार आठवडे तुमची प्रत्येक दुपार कुठे ना कुठे गुंतलेली असेल.''

''ती पेलियनमधूनही हे करू शकेल,'' माझे धर्मपिता म्हणाले, ''आम्ही अशा जागी राहतो की भेटीगाठी घेणे शक्य होईल, इथल्यापेक्षा नक्कीच आणि मला वाटते की तिच्या संगतीचा आनंद एखाद्या दिवशी आम्हालाही मिळेलच.''

त्यांनी माझ्याकडे पाहिले आणि मी उत्तर देण्याची घाई केली आणि पुढे आणखी काही गुंतागुंत होण्याआधीच ती कल्पना मोडली.

''नाही सर,'' मी म्हणालो, ''माझी कझिन रेशेल सध्या इथंच राहणार आहे. बाहेरची बोलावणी येण्याआधी तिला सर्व इस्टेटीला भेट द्यायची आहे. उद्यापासून बार्टनला चहा घेऊन आम्ही सुरुवात करतोय, बाकीची शेती क्रमवार घेतली जाईलच. तिने आपल्या कुळांना भेट त्यांच्या क्रमाप्रमाणे दिली नाही तर फारच मोठा अपराध झाल्यासारखा वाटेल.''

ल्युसी माझ्याकडे आश्चर्याने पाहात असल्याचे मी पाहिल, परंतु मी लक्ष दिले नाही.

“हो, बरोबर अर्थातच,” माझे धर्मपिता म्हणाले, तेही जरा आश्चर्यचकित झाले होते. “अगदी बरोबर, अगदी योग्य. मी स्वत:च मिसेस ॲश्लेंना घेऊन गेलो असतो, परंतु तू जर हे करायला तयार असशील तर मग गोष्टच वेगळी!”

ते माझ्या कझिन रेशेलकडे वळून म्हणाले, “तुम्हाला इथं गैरसोयीचे वाटले-हे म्हणण्याबद्दल फिलीप मला क्षमा करील हे मला माहीत आहे, कारण त्यांना गेली अनेक वर्षं स्त्रियांनी इथं रहायची सवय नाही, हे तुम्हाला नि:संशय माहीत आहेच आणि इथली व्यवस्था तेवढी ठीक नसेल-किंवा जर तुम्हाला स्त्रीची सोबत हवी असेल तर माझी मुलगी तुमच्या येण्यामुळे खूशच असेल.”

“आमच्या घरात पाहुण्यांसाठी एक खोली आहे,” मिसेस पॅस्को म्हणाली, “जर कधी तुम्हाला एकटे वाटले मिसेस ॲश्ले तर लक्षात ठेवा, की ती तुमच्यासाठीच आहे. तुम्ही तिथं आलात तर आम्हाला आनंदच होईल.”

“खरं आहे, खरं आहे,” पाद्री त्यावर म्हणाले. त्यांच्या ओठावर आणखी एखादी कविता रुळत नाही ना असे माझ्या मनात येत होते.

“तुम्ही सर्व दयाळू आणि अतिशय उदार आहात,” माझी कझिन रेशेल म्हणाली. “जेव्हा माझे येथील इस्टेटीवरचे कर्तव्य संपले की त्यानंतर पुन्हा आपण त्याबद्दल बोलू. ठीक आहे? परंतु तोवर विश्वास ठेवा मला खरंच कृतज्ञता वाटतेय.”

मग खूपखूप बडबड आणि निरोप घेण्याचा समारंभ झाला आणि गाड्या निघून गेल्या.

आम्ही दिवाणखान्यात परत फिरलो. ती संध्याकाळ तशी छानच गेली होती. देवालाच माहीत पण ते लोक गेले म्हणून मला बरे वाटत होते आणि ते घर पुन्हा एकदा शांत झाले होते. तिच्याही मनात बहुधा हाच विचार आला असावा, कारण दिवाणखान्यात इकडेतिकडे पाहात ती क्षणभर उभी राहिली आणि म्हणाली, “मला मेजवानीनंतरची खोलीतील शांतता आवडते. खुर्च्या हलवलेल्या असतात. उशांची पण हलवाहलव झालेली असते आणि तिथं प्रत्येक गोष्ट दाखवत असते की लोकांनी इथं मजा केली आहे आणि मग माणूस आनंदात रिकाम्या खोलीत येतो, ते आरामात बसायला आणि म्हणतो,‘आता आपण पुन्हा एकटे आहोत.’ ॲम्ब्रोस फ्लॉरेन्समध्ये मला म्हणायचा की पाहुणे जाण्याचे सुख अनुभवायचे असेल तर त्यांच्या येण्याचा कंटाळवाणा भाग अनुभवणे गरजेचे आहे. तो अगदी बरोबर होता.”

तिने खुर्चीवरचे आच्छादन नीट केले आणि एका उशीला स्पर्श केला. ते पाहून मी तिला म्हणालो. “तुला ते करायला नको. सीकुंब, जॉन आणि इतर त्याकडे उद्या लक्ष देतील.”

“स्त्रीची उपजत भावना,” ती मला म्हणाली. “माझ्याकडे बघत बसू नको. खाली बस आणि तुझा पाईप भर. तुझा वेळ मजेत गेला की नाही?”

“हो,” मी स्टुलावर बाजूला पसरून बसलो, “मला कळत नाही ते,” मी म्हणालो, “रविवार मला नेहमी कंटाळवाणे वाटतात त्याचे कारण आहे की मी काही गप्पा मारत नाही. आज मात्र तुला बोलायला लावून मी खुर्चीत आरामात टेकून बसलो होतो.”

“अशावेळी स्त्री उपयोगी पडते,” ती म्हणाली, “त्यांच्या प्रशिक्षणातील हा एक भाग आहे. जर संभाषण रेंगाळले तर काय करायचे ह्याची सूचना त्यांना अंतर्मनातून मिळते.”

“हो, पण ते तू सहज लक्षात येईल अशा तऱ्हेने करत नाहीस,” मी म्हणालो. “मिसेस पॅस्को ही निराळी आहे. ती इतकी बोलत राहते की वाटते मोठ्याने किंचाळावे. इतर रविवारी दुसऱ्या कोणत्याही पुरुषाला बोलण्याची संधी मिळालेली नाही आणि हे सर्व छान व्हावे ह्यासाठी तू काय केलेस ते मला समजत नाही.”

“तर मग ते आनंददायी होते तर?”

“हो, मी तसे तुला सांगितलेही.”

“तर मग तू घाई कर आणि तुझ्या त्या ल्युसीशी लग्न कर आणि खरी यजमानीण मिळव, फिरस्ता नव्हे.”

मी स्टुलावर बसलो आणि तिच्याकडे पाहिले. ती आरशासमोर आपले केस सारखे करत होती.

“ल्युसीशी लग्न?” मी विचारले. “काहीतरी हास्यास्पद बोलू नको. मला कोणाशीच लग्न करायचे नाही आणि ती माझी ल्युसीही नाही.”

“ओ!” माझी कझिन रेशेल म्हणाली, “मला वाटले की ती तुझी आहे. निदान तुझ्या धर्मपित्याने तरी तसे मला जाणवून दिले.”

ती एका खुर्चीवर बसली आणि तिने भरतकाम सुरू केले. मग जॉन पडदे लावण्यासाठी आला म्हणून मी गप्प राहिलो, पण आतल्याआत मी धुमसत होतो. माझ्या धर्मपित्याने कोणत्या हक्काने ही समजूत करून घेतली होती? जॉन जाईपर्यंत मी वाट पाहिली.

“माझे धर्मपिता काय म्हणाले,” मी विचारले.

“मला ते तसे खास आठवत नाही,” ती म्हणाली, “मला असे वाटते की ही जमेस धरलेली गोष्ट आहे असे त्यांना वाटत असावे. त्यांच्या गाडीतून चर्चमधून परत येत असताना त्यांनी उल्लेख केला होता की त्यांची मुलगी फुलांची सजावट करण्यासाठी इथं आली होती आणि तू निव्वळ पुरुषांच्यात वाढल्यामुळे त्यावेळी तुझी किती अडचण झाली होती ते. जितक्या लवकर तू लग्न करशील आणि तुझे

बघायला पत्नी असेल तेवढे ते चांगले होईल. ते म्हणाले की ल्युसी तुला आणि तू तिला जास्त छान समजून घेता. मला वाटते की शनिवारच्या त्या तुझ्या वागण्याबद्दल तू तिची क्षमा मागितलीस.''

"हो, मी मागितली,'' मी म्हणालो, "परंतु त्यामुळे फारसा काही फरक पडलेला दिसत नाही. मी ल्युसीला इतक्या वाईट मनःस्थितीत कधीच पाहिलेले नाही. एक हे सांगायचे राहिलेच की तिला वाटते की तू सुंदर आहेस आणि त्या पॅस्कोच्या मुलींनाही तसेच वाटते.''

"हे किती खूश करणारे बोलणे आहे.''

"आणि पाद्रींचे मात्र ह्याबाबत दुमत होते.''

"किती दुर्दैवी!''

"तू त्यांना अगदी नाजूक वाटत्येस, अगदी कोमल.''

"मला कळत नाही की कोणत्या दृष्टीने?''

"मला वाटते की मिसेस पॅस्कोपेक्षा अगदी वेगळी.''

एक हास्याचा बुडबुडा तिच्या मुखातून निसटला आणि तिने भरतकामातून डोके वर काढून पाहिले. "तू ह्याची व्याख्या कशी करशील फिलीप?''

"कसली व्याख्या?''

"आम्हा दोघींच्या स्त्रीत्वातील फरक,''

"ओ, देवालाच माहीत,'' मी त्या स्टुलाच्या पायावर लाथ मारीत म्हणालो, "ह्या विषयातील मला काही कळत नाही. मला एवढेच माहीत आहे की मला तुझ्याकडे बघायला आवडते आणि मिसेस पॅस्कोकडे बघायला आवडत नाही.''

"हे अगदी छान आणि सोपे उत्तर आहे. धन्यवाद फिलीप.''

मी ते तिच्या हातांविषयीही म्हणालो असतो. मला ते बघायला आवडतात. मिसेस पॅस्कोचे हात उकडलेल्या डुकराच्या मांसासारखे होते. "ल्युसीविषयीची ही बडबड अर्थशून्यच आहे. काहीही असो,'' मी म्हणालो, "ते कृपा करून विसर. मी तिचा पत्नी म्हणून कधीच विचार केलेला नाही आणि तसा माझा बेतही नाही.''

"बिचारी ल्युसी.''

"माझ्या धर्मपित्याच्या डोक्यात अशी कल्पना आली हे हास्यास्पद आहे.''

"असे काही नाही, जेव्हा दोन तरुण मुले एकाच वयाची असतात ती बराच वेळ एकत्र येतात आणि दोघांना परस्परांची संगत आवडते, तेव्हा बघणाऱ्यांच्या मनात लग्नाचा विचार येणे स्वाभाविकच आहे. ह्याशिवाय ती छान, देखणी आणि कर्तृत्ववान आहे आणि ती तुला अगदी छान पत्नी शोभेल.''

"कझिन रेशेल तू गप्प राहशील का?''

तिने पुन्हा एकदा वर माझ्याकडे पाहिले आणि ती हसली.

"आणि दुसरी गप्प राहण्याची गोष्ट म्हणजे इतर प्रत्येकाला भेटीगाठी द्यायची ही निरर्थक बडबड." मी म्हणालो, "त्या पाद्र्याच्या घरी राहणे, पेलियनमध्ये राहणे. माझे घर आणि माझ्या संगतीत काय उणीव आहे?"

"अजूनपर्यंत तरी नाही."

"तर, मग..."

"सीकुंबला माझा कंटाळा येईपर्यंत मी इथं राहीन."

"सीकुंबला ह्याच्याशी काही देणेघेणे नाही," मी म्हणालो, "किंवा वेलिंग्टन, टॅम्लेन किंवा आणि दुसरा कोणीही. मी इथला मालक आहे आणि ह्याचा संबंध माझ्याशी आहे."

"तर मग मला जसा हुकूम केला जाईल तसे मला करायला हवं," तिने उत्तर दिले, "हाही स्त्रीच्या प्रशिक्षणाचा एक भाग आहे."

ती हसत तर नाही ना म्हणून मी संशयाने तिच्याकडे पाहिले, परंतु ती आपल्या भरतकामाकडे पाहात होती आणि मला तिचे डोळे दिसूच शकत नव्हते.

"उद्या," मी म्हणालो, "मी सर्व कुळांची यादी त्यांच्या ज्येष्ठतेप्रमाणे तयार करीन. ज्यांनी आपल्या कुटुंबासाठी जास्त काम केलंय त्यांना पहिल्यांदा भेटायचे. शनिवारी ठरल्याप्रमाणे आपण बार्टनपासून सुरुवात करू. प्रत्येक दुपारी दोन वाजल्यापासून सुरुवात करू आणि हे इस्टेटीवरील तू सर्व कुळांना भेटेपर्यंत चालू ठेवायचे."

"हो फिलीप."

"तुला त्या पॅस्को आणि तिच्या मुलींना ह्यासंबंधी पत्र लिहून तू इतर कामांत गुंतली आहेस असे कळवायला हवं."

"मी ते उद्या सकाळी करीन."

"जेव्हा आपण ह्या कुळांच्या भेटीगाठी संपवू त्यानंतर मला वाटते, की कुणी आपल्या भागातील लोक तुला भेटायला आले तर आठवड्यातील तीन दुपारी- ते मंगळवार, गुरुवार आणि शुक्रवार असतील. तू घरात राहायला हवंस."

"तुला हे दिवस कसे माहीत?"

"कारण पॅस्को आणि ल्युसीला ह्या दिवसांबद्दल बोलताना मी ऐकलंय."

"अस्सं आणि ह्या दिवाणखान्यात मी एकटीने बसायचे की तूही माझ्याबरोबर बसशील फिलीप?"'

"तू एकटीनेच बसायचे. ते तुला भेटायला येतील, मला नाही. भेटायला आलेल्या आपल्या प्रदेशातील लोकांना भेटणे हे पुरुषाचे काम नाही."

"जर मला जेवणाचे बोलावणे आले तर मी ते स्वीकारायचे का?"

"तुला बोलावले जाणार नाही. तू सुतकात आहेस. जर का पाहुणचार करायचा

ठरला तर तो इथं केला जाईल, परंतु एकावेळी दोन जोडप्यांपेक्षा जास्त नाही.''

"जगाच्या ह्या भागातील ही रीत आहे का?'' तिने विचारले.

"रीत गेली खड्ड्यात,'' मी तिला उत्तर दिले. "ॲम्ब्रोस आणि मी कधी रितीभाती पाळल्या नाहीत. आमच्या रीती आम्ही ठरवल्या.''

मी तिने आपले डोके खाली कामावर वाकवल्याचे पाहिले आणि माझा तर्क होता की ते हसू लपवण्यासाठी होते. ती कशासाठी हसत होती हे मात्र मी सांगू शकत नव्हतो. मी गमतीदार बोलण्याचा प्रयत्न करत नव्हतो.

"मला वाटते,'' ती काही वेळानंतर म्हणाली, "माझ्यासाठी तू नियमांची एखादी यादी तयार करणार नाहीस का? वर्तणुकीची संहिता? कुणी भेटायला यायच्याआधी बसून मी त्याचा अभ्यास करीन. मी जर काही सामाजिकदृष्ट्या आणि तुझ्या नियमांच्या दृष्टीने चुकीचे केले तर ते फारच दुर्दैवी ठरेल आणि मीच मला कमीपणा आणीन.''

"तुला जे काही बोलायचंय आणि ज्याच्याजवळ बोलायचंय ते तू करू शकशील,'' मी म्हणालो, "मला एवढंच सांगायचंय की जे बोलायचंय ते तू इथंच, ह्या दिवाणखान्यातच सांगावेस आणि कोणत्याही कारणाने कुणालाही लायब्ररीत जाऊन देऊ नको.''

"का? लायब्ररीत काय घडेल?''

"कारण तिथं माझे पाय विस्तवावरच्या फळीवर ठेवून मी बसलेला असेन.''

"मंगळवार, गुरुवार आणि शुक्रवारीही?''

"गुरुवारी नाही कारण गुरुवारी मी शहरातील बँकेत जातो.''

तिने रेशमाच्या लड्या त्यांचा रंग पाहण्यासाठी मेणबत्तीजवळ धरल्या आणि मग त्या गुंडाळल्या आणि त्यांना आपल्या चालू असलेल्या कामात बांधून ठेवल्या. तिने कामाची गुंडाळी केली आणि ते बाजूला ठेवले.

मी घड्याळाकडे पाहिले. अजून तसा वेळ होता. ती इतक्या लवकर वर जाण्याच्या तयारीत होती की काय? मला उगाचच निराश वाटू लागले.

"आणि जेव्हा येथील लोकांचे मला भेटायला येण्याचे संपेल तेव्हा,'' ती म्हणाली. "मग काय होईल?''

"त्यानंतर तुला त्यांना भेटायला जावे लागेल- अगदी प्रत्येकाच्या घरी जावे लागेल. मी प्रत्येक दिवशी दोन वाजता गाडीची व्यवस्था ठेवेन. माफ कर प्रत्येक दुपारी नाही पण प्रत्येक मंगळवार, गुरुवार आणि शुक्रवारी.''

"आणि मी एकटे जायचे?''

"हो, तू एकटे जायचे.''

"आणि सोमवारी आणि बुधवारी मी काय करायचे?''

"सोमवारी आणि बुधवारी, थांब, बघू या..." मी घाईघाईने विचार केला, परंतु मला काही सुचत नव्हते. "तू चित्र काढतेस किंवा गातेस का? त्या पॅस्को मुलींसारखी? तू गाण्याचा सराव सोमवारी करायचा आणि बुधवारी चित्रं काढावीस."

"मला चित्रं काढता येत नाहीत किंवा गाताही," माझी कझिन रेशेल म्हणाली, "आणि मला वाटते की जो कार्यक्रम तू माझ्यासाठी आखतोयस, तो माझ्यासाठी अगदी अयोग्य आहे. लोकांनी मला भेटायला येण्याऐवजी मी त्यांच्या घरी इटालियनचे धडे द्यायला जाईन; ते माझ्यासाठी जास्त योग्य ठरेल."

तिच्या बाजूच्या उंच स्टँडवरील मेणबत्त्या विझवल्यावर ती उठली. मीही माझ्या स्टुलावरून उठलो.

"मिसेस ॲश्ले इटालियनचे धडे देणार?" मी भीतीचा भाव चेहऱ्यावर आणत म्हणालो. "हा त्या नावाला किती कमीपणा आहे! फक्त अविवाहित, प्रौढ स्त्रिया, त्यांना काही योगक्षेमाचे साधन नसते- अशा शिकवण्या करतात."

"आणि अशा परिस्थितीत सापडलेल्या विधवा काय करतात?" तिने विचारले.

"विधवा?" मी विचार न करता म्हणालो. "हं, शक्य तेवढ्या लवकर लग्न करतात किंवा त्यांच्या अंगठ्या विकतात."

"अस्सं! ठीक आहे, पण ह्यापैकी काही करण्याचा माझा बेत नाही. मी इटालियन शिकवणेच पसंत करीन." तिने माझ्या खांद्यावर थोपटलं आणि मागे वळून गुडनाईट म्हणत ती खोलीतून निघून गेली.

मला एकदम शरम वाटली. अरे देवा! मी काय बोलून गेलो होतो? ती कोण आहे? आणि काय घडले होते ह्या परिस्थितीचा विचार न करता मी बोलून गेलो होतो. मी जसे पूर्वीच्या काळात ॲम्ब्रोसजवळ संभाषणाची मजा लुटत असताना बोलायचो, तसे तिच्याशी बोललो होतो आणि ह्याचा परिणाम म्हणजे माझी जीभ वाहवत सुटली होती. पुनर्विवाह, तिच्या अंगठ्या विकणे... अरे देवा, तिला माझ्याबद्दल काय वाटले असेल?

मी किती गडबड्या, भावना विरहित, स्वार्थी आणि वाईट तऱ्हेने वाढलेला आहे असे तिला वाटले असेल. माझ्या मानेच्या मागे केसांच्या मुळापर्यंत लाली आल्याचे मला जाणवले. नरक आणि धिक्कार. माफी मागण्यात काही अर्थ नाही कारण, त्यामुळे त्याला उगाचच महत्त्व दिल्यासारखे होईल. ते तसेच सोडून दिलेले बरे आणि आशा आणि प्रार्थना करायची की ती ते विसरून जाईल. दुसरे कोणी तिथं हजर नव्हते म्हणून मला बरे वाटले. जर माझे धर्मपिता असते तर त्यांनी मला बाजूला घेऊन रितीभाती अशा मोडल्याबद्दल समज दिली असती किंवा हे जेवणाच्या टेबलावर घडले असते आणि सीकुंब आणि जॉन तिथं असते तर...? पुनर्विवाह कर अंगठ्या वीक... अरे देवा... मला कुणी पछाडले होते? आज रात्री मला आता झोप

येणार नाही. मी जागा राहून तळमळत असेन आणि सर्व वेळ मला विजेसारखे तिने पटकन दिलेले उत्तर आठवेल. ''माझा ह्यातील काही करण्याचा बेत नाही. मी इटालियन भाषेच्या शिकवण्या करणे पसंत करेन.''

मी डॉनला बोलावले आणि बाजूच्या दरवाजाने बाहेर पडत मी बाहेर मैदानावर गेलो. मी चालत असताना मला वाटले की माझ्या अपराधाचे ओझे कमी होण्याऐवजी वाढलेच. असंस्कृत, अविचारी, बिनडोक, मूर्ख... आणि तिच्या मनात काय होते? तिच्याकडे इतका पैसा कमी आहे की ती जे बोलली ते खरोखरच गंभीरपणे होते? मिसेस् ॲश्लेने इटालियनच्या शिकवण्या करायच्या? मला प्लायमाऊथवरून माझ्या धर्मपित्याला आलेले तिचे पत्र आठवले. थोडी विश्रांती घेतल्यावर तिचा लंडनला जायचा विचार होता. तो माणूस, रेनाल्डी काय म्हणाला होता ते मला आठवले. तिला तो फ्लॉरेन्समधील बंगला विकणे भाग होते. त्याच्या म्हणण्याचा अर्थ मला आठवला; नव्हे जाणवला की ॲम्ब्रोसने आपल्या मृत्युपत्रात तिच्यासाठी काहीही ठेवलेले नव्हते, काहीच नाही. त्याच्या मालमत्तेतील प्रत्येक दमडा माझा होता. मला पुन्हा एकदा नोकरांच्या गप्पा आठवल्या. मिसेस ॲश्लेंसाठी काहीही व्यवस्था केलेली नव्हती. जर मिसेस ॲश्ले इटालियनचे धडे देत फिरत राहिली तर नोकरांच्या खोल्यांत, इस्टेटीवर किंवा शेजार-पाजारी लोकांना काय वाटेल?

दोन किंवा तीन दिवसांपूर्वी मला ह्याची पर्वा वाटली नव्हती. ती माझ्या कल्पनेतील स्त्री उपाशी राहिली असती आणि ते तिच्यासाठी योग्यच होते, परंतु आता नाही. आता ते वेगळे होते. ती सर्व परिस्थितीच बदललीय. त्याबद्दल काहीतरी करायला हवं आणि काय करायचे ते मला समजत नव्हते. मी हा विषय तिच्याजवळ बोलू शकत नव्हतो. केवळ विचाराने मला पुन्हा एकदा लाज आणि ओशाळवाणे वाटू लागले होते. मग माझ्या लक्षात आले आणि सुटकेची भावना झाली की ती मालमत्ता, इस्टेट अजून कायदेशीररित्या माझी नव्हती आणि सहा महिन्यांनी माझा वाढदिवस येईपर्यंत ती माझी होणार नव्हती, त्यामुळे मला काही करणे शक्य नव्हते. ही माझ्या धर्मपित्याची जबाबदारी होती. ते ह्या इस्टेटीचे ट्रस्टी होते आणि माझे पालक होते, त्यामुळे माझ्या कझिन रेशेलला भेटून त्या इस्टेटीमधून तिच्यासाठी काही व्यवस्था करायची हे त्यांचे काम होते. पहिली संधी सापडताच मी त्यासाठी त्यांना भेटेन. ह्या बाबतीत माझे नाव गोवले जाता कामा नये. असे वाटले पाहिजे की जणू काही हा कायदेशीर व्यवहाराचा भाग होता आणि तो तसा झालाही असता. आमच्या प्रदेशातील रीत समजा. हाच मार्ग होता. नशीब मला हे सुचले म्हणून! इटालियनच्या शिकवण्या... किती लाजिरवाणे, किती भयंकर!!

मनात बरे वाटून मी घरात आलो, परंतु मी प्रथम केलेली चूक विसरू शकत नव्हतो. पुनर्विवाह, अंगठ्या विकणे... मी पूर्वेकडील बाजूच्या हिरवळीच्या टोकाशी

आलो आणि हळूच डॉनला शिट्टी घातली. तो खाली जमिनीवर हुंगत होता. त्या दगडगोट्यांच्या रस्त्यावर माझ्या पावलांचा आवाज झाला. एका आवाजाने मला वरून हाक दिली, "तू रात्रीचा जंगलात बरेचदा फिरायला जातोस का?" ती माझी कझिन रेशेल होती. ती त्या निळ्या बेडरूमच्या उघड्या खिडकीत अंधारात बसली होती. मी केलेली चूक मला प्रकर्षाने जाणवली, परंतु ती माझे तोंड बघू शकणार नाही म्हणून मी देवाचे आभार मानले.

"कधी कधी," मी म्हणालो, "जेव्हा माझे मन काही कारणाने व्यग्र असते तेव्हा."

"ह्याचा अर्थ आज रात्री तुझ्या मनात काही चालू आहे का?"

"हो," मी उत्तर दिले. "रानात चालताना मी एका गंभीर निर्णयापर्यंत पोहोचलो."

"तो निर्णय कोणता?"

"मी अशा निर्णयाप्रत आलो की तू मला पाहण्यापूर्वी तुला मी आवडत नव्हतो, ह्या बाबतीत तू अगदी बरोबर होतीस आणि त्यावेळी तू जशी समजायचीस तसाच मी अहंमन्य, धीट आणि बिघडलेला आहे. मी ह्या तिन्ही दुर्गुणांनी युक्त आहे आणि त्याशिवाय ह्याहून वाईटही आहे."

ती खिडकीच्या कट्ट्यावर हात ठेवून पुढे वाकली.

"मग रानात चालणे हे तुझ्या दृष्टीने वाईट आहे," ती म्हणाली, "आणि तू काढलेले निष्कर्ष मूर्खपणाचे आहेत."

"कझिन रेशेल..."

"काय?"

परंतु तिची क्षमा कशी मागायची ते मला कळेना. ते शब्द इतक्या सहजपणे ओठातून बाहेर येऊन त्यांनी एवढा घोटाळा दिवाणखान्यात केला होता ते आता मला चूक सुधारायची असताना बाहेर येत नव्हते. मी तिच्या खिडकीखाली उभा होतो, जीभ टाळ्याला चिकटलेला आणि शरमलेला. अचानक... अचानक ती वळली आणि तिने मागे वळून हात लांब केले, मग पुन्हा ती एकदा पुढे वाकली आणि खिडकीतून तिने माझ्याकडे काहीतरी टाकले. ते माझ्या गालावर आपटले आणि खाली पडले. मी ते उचलण्यासाठी खाली वाकलो. ते तिच्या फुलदाणीतील एक फूल होते, हिवाळ्यातील क्रोकस.

"असा मूर्खपणा करू नको फिलीप, झोपायला जा," ती म्हणाली.

तिने आपली खिडकी लावली आणि पडदे सारले. काही करून मला वाटणारी ती शरम निघून गेली आणि मी केलेली चूकही. माझ्या हृदयावरचे दडपण दूर झाले.

पेलियनला, त्या आठवड्याच्या सुरुवातीला मी कुळांना भेटण्याचा कार्यक्रम

आखल्यामुळे मला घोड्यावरून जाणे जमले नव्हते, त्याशिवाय मी माझ्या धर्मपित्याला भेटण्याची सबब सांगून कझिन रेशेलला ल्युसीला भेटायला न नेणे शक्य नव्हते. गुरुवारी संधी मिळाली. प्लायमाऊथवरून तिने इटालीतून आणलेली ती झाडे आणि झुडपे घेऊन ती गाडी आली आणि सीकुंबने तिला ह्याची बातमी देताच- त्यावेळी मी नाश्ता संपवत होतो- माझी कझिन रेशेल कपडे करून खाली आली. तिची ती लेसवाली शाल तिच्या डोक्याभोवती गुंडाळलेली होती आणि ती बागेत जायला तयार झाली होती. जेवणाच्या खोलीचा दरवाजा हॉलमध्ये उघडत होता. मी तिला जाताना पाहिले आणि मी तिला गुडमॉर्निंग म्हणण्यासाठी बाहेर गेलो.

"मला ह्याची कल्पना आहे," मी म्हणालो, "की ॲम्ब्रोस म्हणाला होता की कोणतीही स्त्री अकरा वाजण्यापूर्वी बघायला योग्य नसते, तर मग तू साडेआठ वाजता खाली काय करत्येस?"

"ती गाडी आलेय," ती म्हणाली, "आणि सप्टेंबरच्या शेवटच्या सकाळी साडेआठ वाजता मी स्त्री राहत नाही, मी माळी होते. टॅम्लीनला आणि मला काम आहे."

जशी एखाद्या मुलाला काही गमतीची गोष्ट दिसावी, तशी ती खूप आनंदी आणि खूश वाटत होती.

"तू ती रोपे मोजणार आहेस का?" मी विचारले.

"मोजायची? नाही," ती म्हणाली, "मला बघायचंय की त्यातली किती प्रवासानंतर जिवंत राहिल्येत आणि कोणती ताबडतोब जमिनीत लावायला हवीत. टॅम्लीनला कळणार नाही पण मला माहीत आहे. झाडांसाठी घाई करण्याचे कारण नाही. ते आपल्या सवडीनुसार करता येईल परंतु मला ती रोपे मात्र ताबडतोब बघायला हवीत." मला दिसले की तिने आपल्या हातावर जुने जाडेभरडे मोजे घातले होते आणि ते तिच्या छान हातांवर विसंगत दिसत होते.

"तू त्या मातीत आपले हात घाण करणार नाहीस ना?" मी तिला विचारले.

"अर्थात मी करणारच. तू बघशीलच. टॅम्लीन आणि त्याच्या माणसांपेक्षा मी भरभर काम करीन. दुपारच्या जेवणासाठी माझी वाट बघू नको."

"परंतु आज दुपारी?" मी तक्रारवजा सुरात म्हणालो. "आपण लँकेली आणि कुंबकडे जायचे ठरवलेय. त्यांच्या घरातील स्वयंपाकघरे झाडूनपुसून स्वच्छ केलेली असतील आणि चहाही तयार असेल."

"तर मग ही भेट लांबणीवर टाकल्याची चिठ्ठी तू पाठवायला हवीस," ती म्हणाली.

"जेव्हा रोपे लावायची असतात तेव्हा मी दुसरे काही करू शकत नाही. गुड बाय."

तिने माझ्याकडे पाहून हात हलवला आणि पुढच्या कवाडातून ती दगडगोट्यांच्या रस्त्यावरून निघाली.

''कझिन रेशेल?'' मी तिला जेवणाच्या खोलीच्या खिडकीतून हाक मारली.

''काय?'' तिने वळून पाहात विचारले.

''ॲम्ब्रोस जे काही स्त्रियांबद्दल म्हणाला ते चुकीचे होते,'' मी ओरडलो. ''सकाळी आठ वाजता त्या खरंच छान दिसतात.''

''ॲम्ब्रोस साडेआठच्या ह्या वेळेबद्दल बोलत नव्हता,'' ती मला म्हणाली, ''तो साडेसहाबद्दल बोलत होता आणि ते खाली येण्याबद्दल नव्हे.''

मी हसत मागे वळलो आणि सीकुंबला माझ्या कोपरांजवळ उभा असलेला पाहिला. त्याचे ओठ दुमडलेले होते. तो काहीशा नाराजीने बाजूच्या टेबलाकडे वळला आणि जॉनला त्याने नाश्त्याच्या बश्या हलवण्याची खूण केली. ह्या रोपे लावण्याच्या दिवसाबद्दल एक गोष्ट होती, माझी तिथं गरज नव्हती. मग मी माझे सकाळचे बेत बदलले आणि जिप्सीवर खोगीर चढवायला सांगितले आणि दहा वाजण्याच्या सुमारास मी पेलियनच्या रस्त्याला लागलो. माझे धर्मपिता मला घरीच सापडले. ते त्यांच्या अभ्यासिकेत होते आणि मग आढेवेढे न घेता मी माझ्या भेटीचा विषय काढला. ''तर तुमच्या हे लक्षात येईल,'' मी त्यांना म्हणालो, ''काहीतरी करायला हवं आणि तेही ताबडतोब. समजा मिसेस ॲश्ले इटालियनच्या शिकवण्या घेण्याचा विचार करतेय, ही बातमी मिसेस पॅस्कोच्या कानावर गेली तर ती ह्या भागात चोवीस तासांत पसरेल.''

माझे धर्मपिता मला वाटले होते तसेच खूप धक्का बसल्यागत आणि खूप दुःखी होते. ''किती लाजिरवाणे,'' त्यांनी मान्य केले, ''हा प्रश्नच उद्‌भवत नाही. हे असे कधी चालणारच नाही. ही गोष्ट अर्थात तशी नाजूक आहे. हा विषय कसा काढावा ह्याबद्दल विचार करायला मला वेळ हवा.''

मी अगदी घायकुतीला आलो होतो. मला त्यांच्या मनाची ती सावध कायदेशीर चौकट माहीत होती. ह्या विषयावर ते दिवसेन्‌दिवस घोळ घालत बसतील.

''आपल्याकडे दवडायला फारसा वेळ नाही,'' मी म्हणालो. ''मला माझी कझिन रेशेल जितकी माहीत आहे तेवढी तुम्हाला माहीत नाही. ती अगदी सहजपणे एखाद्या कुळाला सांगू शकेल, की इटालियन शिकायची इच्छा असलेली व्यक्ती त्याला माहीत आहे का? आणि मग आपले काय राहील? सीकुंबकडून मी वावड्या ऐकल्याच आहेत. प्रत्येकाला माहीत आहे की मृत्युपत्रात तिला काहीच ठेवलेले नाही. ते सर्व सुधारले पाहिजे आणि तेसुध्दा ताबडतोब.''

ते विचारात पडलेले दिसले आणि ते पेन चावत होते.

''त्या इटालियन वकिलाने तिच्या परिस्थितीविषयी काहीच सांगितले नाही. तो

म्हणाला की तो माझ्याजवळ ह्या गोष्टीची चर्चा करू शकत नाही हे दुर्दैव आहे. आपल्याला तिचे स्वत:चे काय उत्पन्न आहे हे माहीत नाही किंवा तिच्या पूर्वीच्या लग्नाने तिला काय मिळाले तेही.''

''मला वाटते की ते सर्व संगलेट्टीची कर्जे चुकवण्यातच गेले,''मी म्हणालो, ''ॲम्ब्रोसनेही अशा प्रकारचा उल्लेख मला लिहिलेल्या पत्रात केला होता. ह्याच कारणाने ते गेल्या वर्षी इथं परत आले नाहीत. तिच्या पैशाच्या व्यवहारात ते गुंतले होते. कदाचित तिला तो बंगला विकायचाय त्याच्यामागे हेच कारण असावे. कदाचित तिच्या नावावर एक दमडीही नसेल. तुम्ही तिच्यासाठी काहीतरी केले पाहिजे आणि तेही आजच.''

माझ्या धर्मपित्याने टेबलावर असलेली कागदपत्रांची वर्गवारी केली.

''मला फार आनंद झाला, फिलीप,'' त्यांच्या चष्म्यातून रोखून पाहात ते म्हणाले, ''की तू तुझे मत बदललेस. तुझी कझिन रेशेल येण्याआधी मी फारच अस्वस्थ होतो. तू अतिशय उद्धटपणे वागण्याची तयारी केली होतीस आणि तिच्यासाठी तुझी काही करायचीही तयारी नव्हती, त्यामुळे लोकापवाद वाढला असता. निदान आता तुला परिस्थितीचे आकलन झालेय.''

''मी चुकलो होतो,'' मी रागावून म्हणालो, ''आपण ते सारे विसरू या.''

''ठीक आहे मग,'' ते म्हणाले, ''मी मिसेस ॲश्लेला पत्र लिहीन आणि बँकेलाही आणि मी तिला आणि बँकेलाही इस्टेट काय करायला तयार आहे त्याचा खुलासा करीन. सर्वांत उत्तम मार्ग म्हणजे तिमाहीला इस्टेटीतून एक चेक मी तिच्यासाठी उघडलेल्या खात्यात जमा करेन. जेव्हा ती लंडन किंवा दुसरीकडे कुठे जाईल तेव्हा तेथील शाखेला आपल्याकडून येथून सूचना मिळतील. सहा महिन्यांनी तू पंचविशीचा झालास की हा सर्व व्यवहार तू स्वत:च करू शकशील. दर तिमाहीला देण्याच्या पैशांसंबंधी तुझे काय मत आहे?''

मी क्षणभर विचार केला आणि एक आकडा सांगितला. ''हे जरा उदार आहे फिलीप,'' ते म्हणाले,''जरा जास्तच उदार. तिला एवढ्याची गरज लागणार नाही निदान ह्या घडीला तरी नाही.''

''अहो, आपण जास्त कंजूषपणा करू नये,'' मी म्हणालो, ''जर हे करायचेच असेल, तर ॲम्ब्रोसने केले असते तेच आपण करू या किंवा काहीच नको.''

''हं,'' ते म्हणाले. त्यांनी एकदोन आकडे कागदावर लिहिले.

''मला वाटते की ह्यामुळे तिला आनंद होईल,'' ते म्हणाले, ''त्या मृत्युपत्रामुळे झालेल्या निराशेची भरपाई होईल.''

ते मनाने किती कठोर आणि निर्दय होते! ते काही आकडे पेनने लिहीत होते.

''एक करा सर,'' मी म्हणालो, ''आणि तुमचे पत्र लिहा. मी ते माझ्याबरोबर

घेऊन जाईन. मी बँकेतही जाईन. त्यामुळे त्यांनाही तुमचे पत्र मिळेल आणि माझ्या कझिन रेशेलला त्यांच्या बँकेतून पैसे ताबडतोब काढता येतील.''

''अरे बाबा, मिसेस ॲश्लेची काही एवढी दुरवस्था नसेल. तू एका टोकापासून दुसऱ्या टोकाकडे जातोयस.''

त्यांनी दीर्घ उसासा सोडला आणि एक कागदाचा ताव पुढे ओढला.

''ती जे म्हणाली की तू ॲम्ब्रोससारखा आहेस ते बरोबर आहे,'' ते म्हणाले.

जेव्हा ते पत्र लिहीत होते तेव्हा मी त्यांच्या मागे उभा होतो, त्यामुळे त्यांनी तिला काय लिहिलंय ह्याची मला खात्री होती. त्यांनी माझ्या नावाचा उल्लेख केला नाही. ते इस्टेटीबद्दल बोलत होते. इस्टेटीची ही इच्छा होती की तिच्यासाठी काही तरतूद करावी. इस्टेटीने तिमाही किती रक्कम द्यायची हे ठरवले होते. मी एखाद्या ससाण्यासारखा त्यांच्यावर लक्ष ठेवून होतो.

''जर का तुला ह्या व्यवहारात तू गुंतलायस असे दाखवायचे नसले,'' ते मला म्हणाले, ''तर मला वाटते की तू हे पत्र नेऊ नयेस. डॉब्सन आज दुपारी तुमच्या बाजूला जाणार आहे. तो माझ्यासाठी हे पत्र घेऊन जाऊ शकेल. ते जास्त बरे दिसेल.''

''छान,'' मी म्हणालो, ''आणि मी बँकेत जाईन. धन्यवाद, काका''

''जाण्याआधी ल्युसीला भेटायला विसरू नको.'' ते म्हणाले, ''ती घरात कुठेतरी आहे.''

माझ्या जाण्याच्या गडबडीत मी ल्युसीला भेटलो नसतो तरी चालले असते, पण मी असे म्हणू शकत नव्हतो. ती बाहेरच्या खोलीत होती आणि अभ्यासिकेतून त्या उघड्या दरवाजावरून मला जावे लागणार होते.

''मी तुझा आवाज ऐकला असे मला वाटले,'' ती म्हणाली. ''तू आज दिवस इथं घालवायला आला आहेस का? चल, मी तुला काही फळं आणि केक देते. तुला भूक लागली असेल.''

''मला ताबडतोब गेले पाहिजे,'' मी म्हणालो, ''धन्यवाद ल्युसी, मी आज इथं आलो ते माझ्या धर्मपित्याला कामाच्या निमित्ताने भेटण्यासाठी.''

''ओ,'' ती म्हणाली, ''अस्सं.'' तिचा चेहरा मला पाहून प्रसन्न आणि नैसर्गिक वाटला होता, तो आता रविवारसारखा काहीसा कठोर झाला. ''आणि मिसेस ॲश्ले कशी आहे?'' तिने विचारले.

''माझी कझिन रेशेल ठीक आहे आणि कामात अतिशय व्यग्र आहे,'' मी म्हणालो. ''तिने इटालीहून आणलेली सर्व रोपे आज सकाळी आली आहेत आणि टॅम्लीनबरोबर ती रोपे कझिन रेशेल वाफ्यात लावत आहे.''

''मला वाटते की तू तिला मदत करायला घरी राहायला हवे होते,'' ल्युसी म्हणाली.

ह्या मुलीला काय झाले होते देव जाणे, परंतु तिच्या आवाजात आलेला फरकही फारच त्रासदायक वाटत होता. लहानपणी आम्ही बागेत शर्यती लावायचो त्यावेळची तिच्या त्या पूर्वीच्या वागणुकीची मला अचानक आठवण झाली. मी मजेत असा गुंतलेला असताना काही कारण नसताना आपल्या बटा उडवीत ती मला म्हणायची, "मला नाही वाटत मी खेळेन असे," आणि तसाच हट्टी चेहरा ठेवून ती माझ्याकडे बघत राहायची.

"तुला माहीत आहे की बागकामाच्या बाबतीत मी अगदीच मूर्ख आहे," मी म्हणालो आणि मग हलकटपणे मी विचारले, "अजून तुझा तो राग गेला नाही वाटते?"

ती उभी राहिली. तिचा चेहरा लाल झाला. "रागावणे? तुला काय म्हणायचाय ते मला नाही कळत," ती पटकन म्हणाली.

"होय, तुला माहीत आहे." मी उत्तर दिले. "रविवारचा संबंध दिवस तू चिडलेली होतीस ते. ते अगदी दिसण्यासारखेच होते. मला आश्चर्य वाटते की पॅस्को मुली त्यावर कशा काय बोलल्या नाहीत ते."

"त्या पॅस्को मुली," ती म्हणाली, "इतरांसारख्या दुसऱ्या कशावर तरी बहुतेक बोलण्यात गर्क होत्या."

"आणि ते काय होते?" मी विचारले.

"बरेच हिंडलेल्या मिसेस ॲश्लेसारख्या बाईला तुझ्यासारख्या तरुण माणसाला आपल्या बोटाभोवती फिरवणे किती सोपे आहे," ल्युसी म्हणाली.

मी वळलो आणि खोली सोडली. रागाच्या भरात मी तिला थप्पडही मारली असती.

१३

मी पेलियनवरून जेव्हा हमरस्त्यावरून तो प्रदेश पार करून घोड्यावरून खाली शहरात आलो आणि घरी परतलो तेव्हा मी वीस मैलांचे अंतर कापले असणार. मी सफरचंदाचा रस घेण्यासाठी खानावळीत थांबलो होतो, परंतु मी काही खाल्लेले नव्हते आणि चार वाजेपर्यंत माझी फार उपासमार झाली होती.

घड्याळाच्या घंटाळ्यातून तासाचा ठोका पडला आणि मी सरळ तबेल्यात घुसलो आणि दुर्दैव म्हणजे तिथं मोतद्दाराच्या ऐवजी वेलिंग्टन वाट पाहात होता.

जिप्सीच्या तोंडातून फेस येताना पाहून त्याने आपल्या जिभेचा चकचक असा आवाज केला. ''हे चालणार नाही फिलीप सर,'' जेव्हा मी खाली उतरलो तेव्हा तो म्हणाला आणि हॅरोवरून सुट्टीत आल्यावर अपराधी वाटायचे तसेच आता मला वाटले.

''जर ही घोडी जास्त तापली तर तिला सर्दी होते हे तुम्हाला माहीत आहे आणि इथं तर तुम्ही तिला वाफा काढत आणली आहेत. जर तुम्ही असे करत असलात तर ती कुत्र्यांच्या मागे धावण्याच्या परिस्थितीत राहणार नाही.''

''जर मी शिकारी कुत्र्यांमागे गेली असतो तर मी बॉडमिन मूरवर गेलो असतो,'' मी म्हणालो. ''काहीतरी मूर्खासारखे बोलू नको वेलिंग्टन. मी केंडॉलना काही कामानिमित्त भेटायला गेलो होतो आणि मग शहरात गेलो. जिप्सीबद्दल मला माफ कर परंतु काही मार्गच नव्हता. तिला काही त्रास होईल असे मला वाटत नाही.''

''मी अशी आशा करतो सर,'' वेलिंग्टन म्हणाला आणि तो जिप्सीच्या पुठ्ठयांवर हात फिरवू लागला. जणू काही मी तिला घोड्यांच्या शर्यतीत पाठवले होते.

मी घराकडे परतलो आणि लायब्ररीत गेलो. तिथं विस्तव झगमगत होता परंतु माझ्या कझिन रेशेलचा पत्ता नव्हता. मी सीकुंबसाठी घंटी वाजवली.

"मिसेस ॲश्ले कुठे आहे?" तो खोलीत येताच मी विचारले.

"मॅडम तीन वाजल्यावर परतल्या सर," तो म्हणाला, "त्या आणि माळी तिथं जमिनीवर तुम्ही गेल्यापासून काम करत होते. टॅम्लीन आता माझ्याबरोबर कारभाऱ्याच्या खोलीत आहे. तो म्हणतो की त्याने असले कधी काही पाहिलेलं नव्हते. ज्या पद्धतीने मॅडम काम करत होत्या ते म्हणजे एक आश्चर्यच आहे असे तो म्हणतो."

"ती खूप थकली असेल," मी म्हणालो.

"मला त्याचीच भीती वाटत होती सर, त्यांनी झोपायला जावे असे मी सुचवले परंतु त्यांनी ते ऐकले नाही, 'मुलांना गरम पाण्याच्या बादल्या आणायला सांग, मी आंघोळ करीन सीकुंब,' असे त्या मला म्हणाल्या, 'मी माझे केसही धुवेन.' मी माझ्या पुतणीला बोलावणार होतो... मॅडमने स्वतःचे केस धुणे बरोबर दिसत नाही... पण मॅडमने तेही ऐकले नाही."

"मुलांनी माझ्यासाठीही हेच करावे," मी त्याला सांगितले, "माझाही दिवस तसाच दगदगीचा गेलाय आणि मला फार भूक लागलेय. मला माझे रात्रीचे जेवण लवकर हवंय."

"ठीक आहे सर, पावणेपाच वाजता?"

"प्लीज सीकुंब, तुला जमले तर."

मी शीळ घालत वर गेलो. माझे कपडे काढायचे आणि गरम पाण्याच्या टबमध्ये बसायचे आणि नंतर माझ्या झोपायच्या खोलीतील विस्तवासमोर बसायचे हा विचार माझ्या मनात होता. माझ्या कझिन रेशेलच्या खोलीकडून कुत्रे आले. त्यांना पाहुणीची सवय झाली होती आणि ते तिच्या मागून सर्व ठिकाणी जायचे. जिन्याच्या टोकावरून म्हाताऱ्या डॉनने माझ्याकडे पाहून जमिनीवर शेपूट आपटली.

"अरे लबाडा," मी म्हणालो, "तू अविश्वासू आहेस. तू मला एका स्त्रीसाठी सोडलेस." त्याने माझा हात आपल्या लांब, खरखरीत जिभेने चाटला आणि माझ्याकडे मोठे डोळे करून पाहिले.

मुलगा पाण्याची बादली घेऊन आला आणि त्याने टब भरला. टबमध्ये पायाची घडी घालून बसण्यात, स्वतःचे अंग चोळण्यात आणि त्या वाफेवर एखादे बेसूर गाणे शिळेवर घालण्यात खूप छान वाटत होते. मी जेव्हा स्वतःला टॉवेलने कोरडे केले तेव्हा मी पाहिले की माझ्या पलंगाच्या बाजूच्या टेबलावर फुलदाणी होती, त्यात जंगलातील स्प्रिंग्ज, ऑर्चिस आणि सायग्लॉमेन होती. ह्यापूर्वी कुणीही माझ्या खोलीत फुले ठेवलेली नव्हती. सीकुंबच्या हे मनातही आले नसते किंवा मुलांच्याही. हे माझ्या कझिन रेशेलचेच काम असावे. त्या फुलांना पाहून माझ्या चांगल्या मनःस्थितीत भरच पडली. ती त्या रोपे, झुडपांत सबंध दिवस व्यस्त होती तरी तिने फुलदाणी सजवण्याइतका वेळ काढला होता. मी माझा मफलर बांधला, जेवणाच्या

वेळचा कोट घातला आणि अजूनही मी ते बेसूर गाणे गुणगुणत होतो. मग मी बोळातून गेलो आणि त्या स्त्रियांच्या उठण्या-बसण्याच्या खोलीच्या दरवाजावर ठोकले.

"कोण आहे?" तिने आतून विचारले.

"मी फिलीप आहे," मी म्हणालो. "मी तुला हे सांगायला आलोय की आज रात्रीचे जेवण लवकर होईल. मला भूक लागलेय आणि ज्या काही गोष्टी मी ऐकल्या आहेत त्यावरून तुलाही लागली असेल. तू आणि टॅम्लीन एवढे काय करत होतात की तुला आंघोळ करताना केस धुवावे लागले?"

ते 'संसर्गजन्य खुदखुदणारे हास्य' हे तिचे उत्तर होते.

"आम्ही जमिनीत मोल प्राण्यांसारखी विवरं तयार करत होतो," ती म्हणाली.

"ती माती तुझ्या भिवयांपर्यंत आली होती का?"

"जिकडे तिकडे माती झाली होती," ती म्हणाली. "माझी आंघोळ झालेय आणि मी केस वाळवत आहे. मी पिना लावल्यायत आणि ठाकठीक आहे आणि मी फोब आत्याची प्रतिकृती दिसत्येय. तू आत येऊ शकतोस."

मी दरवाजा उघडला आणि त्या खोलीत गेलो. ती विस्तवासमोर स्टुलावर बसली होती आणि क्षणभर मी तिला ओळखलेच नाही. सुतकी कपड्यात नसताना ती किती वेगळी दिसत होती! तिने एक पांढरा कपडा अंगाभोवती गुंडाळला होता. तो गळ्याजवळ आणि मनगटांजवळ रिबिनने बांधलेला होता आणि तिचे केस मध्ये भांग पाडून न ठेवता डोक्यावर मध्यभागी पिना लावून ठेवलेले होते.

मी एवढ्या कमी कपड्यात फोब आत्यासारखे किंवा दुसऱ्या कोणी आत्यालाही पाहिलेले नव्हते. मी दरवाजातच तिच्याकडे डोळ्यांची उघडमीट करत पाहात राहिलो.

"ये आणि बस, इतक्या आश्चर्याने बघू नको," ती मला म्हणाली.

मी माझ्यामागे दरवाजा बंद केला, आत गेलो आणि खुर्चीवर बसलो.

"मला क्षमा कर," मी म्हणालो, "खरी गोष्ट म्हणजे मी ह्यापूर्वी कोणत्याही स्त्रीला आतल्या कपड्यात पाहिलेले नाही."

"हा काही आतला कपडा नाही," ती म्हणाली, "हे मी नाश्त्याच्यावेळी वापरायचे. ॲम्ब्रोस ह्याला माझा पाद्रिणीचा झगा असे म्हणायचा."

तिने हात वर केले आणि ती केसात पिना अडकवू लागली.

"चोविसाव्या वर्षी," ती म्हणाली, "तू फोब आत्याचे केस बांधतानाच्या छानसे घरगुती दृश्यासारखे दृश्य पाहण्याची वेळ आलेली आहे. तुला संकोचल्यासारखे वाटतेय का?"

मी हाताची घडी घातली आणि पाय एकमेकावर ठेवले आणि तिच्याकडे

पाहात राहिलो, ''मला थोडासाही संकोच वाटत नाही,'' मी म्हणालो, ''फक्त माझी मती गुंग झालेय.''

ती हसली आणि पिना तोंडात धरून त्यातील एकएक पीळ गोल फिरवत अशा तऱ्हेने बसवत गेली की त्याचे मागे 'चक्र' झाले. ह्या सर्वांना काहीच सेकंद लागले असे मला वाटले.

''तू हे रोज एवढ्या पटकन करत्येस का?'' मी आश्चर्याने विचारले.

''अरे फिलीप, तुला किती शिकायचे आहे,'' ती मला म्हणाली, ''तू ल्युसीला असे केस बांधताना कधी पाहिले नाहीस का?''

''नाही, आणि मला हे करायचेही नाही.'' मी पटकन सांगून टाकले. त्यावेळी पेलियनवरून निघताना ल्युसीने जो काही शेरा मारला होता तो मला आठवला होता. माझी कझिन रेशेल हसली आणि तिने एक केसांची पिन माझ्या ढोपरावर टाकली.

''ही संग्राह्य वस्तू,'' ती म्हणाली, ''ही तू तुझ्या उशाखाली ठेव आणि सकाळी सीकुंबचा चेहरा नाश्त्याच्यावेळी कसा असेल ते बघ.''

ती मग त्या बैठकीच्या खोलीतून समोरच्या आपल्या झोपायच्या खोलीत गेली आणि तो दरवाजा सताड उघडा होता.

''जोवर मी कपडे करतेय तोवर तू तिथं बस आणि माझ्याशी मोठ्या आवाजात बोल,'' तिने सांगितले.

माझ्या धर्मपित्याचे पत्र आलंय की नाही हे बघण्यासाठी मी त्या खणांच्या टेबलाकडे हळूच नजर टाकली परंतु मला काही दिसले नाही. काय घडले असावे ह्याचा मी मनाशी विचार करत होतो. कदाचित ते पत्र तिच्याबरोबर झोपण्याच्या खोलीत असावे. ती कदाचित ह्याबद्दल मला काहीच सांगणार नाही. ही गोष्ट माझा धर्मपिता आणि तिच्यात गुप्त राहील. मी अशी आशा करत होतो.

''तू सबंध दिवस होतास कुठे?'' तिने आतून मला विचारले.

''मला शहरात जावे लागले,'' मी म्हणालो, ''काही लोकांना मला भेटायचे होते.'' मला बँकेबद्दल एक शब्दही बोलण्याची गरज नव्हती.

''मी टॅम्लीन आणि इतर माळ्यांबरोबर अगदी मजेत होते,'' ती म्हणाली. ''अगदी थोडीशीच रोपे फेकावी लागली. त्या लागवडीबाबत अजून इतके करायचे आहे फिलीप, कुरणाच्या काठावरचे वाढलेले तण स्वच्छ करायला हवेत आणि मधून पायवाट करायला हवी आणि तेथील सर्व जमिनीवर कॅमेलिया लावायला हवेत, त्यामुळे वीस वर्षांच्या आधीच तुला तिथं वसंत ऋतूतील बाग दिसेल आणि ती पाहायला सर्व कॉर्नवॉल येईल. ''मला माहीत आहे,'' मी म्हणालो, ''ॲम्ब्रोसचा हाच विचार होता.''

"ह्यासाठी काळजीपूर्वक योजना आखायला हवी," ती म्हणाली, "आणि हे निव्वळ दैवावर आणि टॅम्लीनवर सोडून चालणार नाही. तो चांगला आहे पण त्याचे ज्ञान मर्यादित आहे. तू स्वत: त्यात जास्त स्वारस्य का घेत नाहीस?"

"मला पुरेशी माहिती नाही," मी म्हणालो, "ते माझे खाते कधीच नव्हते. ॲम्ब्रोसला त्याची माहिती होती."

"तुला मदत करायला लोक हवेत," ती म्हणाली. "लंडनहून एखाद्या डिझायनरला ही योजना आखण्यासाठी आणावेस."

मी उत्तर दिले नाही. मला लंडनहून डिझायनर नको होता. मला खात्री होती की तिला त्या डिझायनरपेक्षा जास्त माहिती होती.

तेवढ्यात सीकुंब आला आणि बोळात घोटाळत राहिला.

"काय आहे सीकुंब? जेवण तयार आहे का?" मी विचारले.

"नाही सर," तो म्हणाला. "मि. केंडॉलचा माणूस डॉब्सन आलाय आणि मॅडमसाठी चिठ्ठी घेऊन आलाय."

मला धक्का बसला. तो नालायक माणूस बहुधा रस्त्यावर कुठेतरी पीत बसला असावा आणि म्हणून त्याला इतका उशीर झाला होता आणि आता मी बसलेला असताना ती चिठ्ठी वाचणार. किती चुकीची वेळ! सीकुंबने तिच्या दारावर ठोकल्याचे मी ऐकले आणि त्याने चिठ्ठी दिली.

"मला वाटते की खाली जाऊन मी तुझी लायब्ररीत वाट पाहीन," मी म्हणालो.

"नको, जाऊ नको," ती म्हणाली, "माझे कपडे घालून झालेयत. आपण दोघे बरोबरच खाली जाऊ या. हे बघ मि. केंडॉलकडून पत्र आलंय. कदाचित त्यांनी आपल्या दोघांना पेलियनला येण्याचे निमंत्रण दिले असावे."

सीकुंब बोळातून दिसेनासा झाला. मी उभा राहिलो आणि त्याच्या मागोमाग जावे असे माझ्या मनात आले. अचानक मला बेचैनी आणि भीती वाटू लागली. त्या निळ्या बेडरूममधून काही आवाज आला नाही. ती बहुधा पत्र वाचत असावी. युगं गेल्यासारखे वाटले. सरतेशेवटी बेडरूममधून ती बाहेर आली आणि दरवाजात उभी राहिली. ते उघडे पत्र तिच्या हातात होते. तिने जेवणासाठी कपडे केलेले होते. कदाचित ते काळे कपडे आणि तिची कातडी ह्याच्या फरकामुळे ती पांढरीफट्ट दिसत होती.

"तू काय करत होतास?" ती म्हणाली.

तिचा आवाज अगदी वेगळा वाटला. त्यात विचित्र तणाव होता.

"काय करत होतो?" मी विचारले. "काही नाही, का?"

"खोटे बोलू नको फिलीप कारण ते कसे बोलायचे ते तुला माहीत नाही."

मी त्या विस्तवासमोर कसाबसा उभा होतो. ते शोध घेणारे आणि आरोप करणारे डोळे सोडून इकडे तिकडे पाहात होतो.

"तू पेलियनला गेला होतास," ती म्हणाली, "तू तिथं तुझ्या पालकांना भेटायला गेला होतास."

ती बरोबर होती. मी अगदी एकदम बेकार खोटे बोलणारा होतो. निदान तिच्याशी बोलताना तरी.

"मी केले असेन," मी म्हणालो. "आणि मी केले तर काय बिघडले?"

"तू त्यांना हे पत्र लिहायला लावलेस," ती म्हणाली.

"नाही," मी अवंढा गिळत म्हणालो. "मी असले काही केलेले नाही. ते त्यांनी स्वतःहून लिहिलंय. काही व्यवहारांवर चर्चा करायची होती आणि निरनिराळ्या कायदेशीर बाबींवर चर्चा करत असताना हे पुढे आले आणि -"

"आणि तू त्यांना सांगितलेस की तुझी कझिन रेशेल इटालियनच्या शिकवण्या करणार आहे, हे खरं आहे की नाही?" ती म्हणाली.

मला गरम आणि गार वाटू लागले आणि मी पार गोंधळून गेलो.

"तसेच काही नाही," मी म्हणालो.

"जेव्हा तुला मी हे सांगितले तेव्हा मी चेष्टा करत होते हे तुझ्या नक्कीच लक्षात आले नाही का?" ती म्हणाली, जर तिने हे चेष्टेत म्हटले असले तर मग ती आता माझ्यावर एवढी का रागावली होती?

"तू काय केलंयस हे तुला कळत नाही," ती म्हणाली, "तू मला अगदी लाज आणल्येस." ती उठली आणि खिडकीशी जाऊन उभी राहिली. तिची माझ्याकडे पाठ होती. "जर तुला माझा अपमानच करायचा असला," ती म्हणाली, "तर देवाशप्पथ तू अगदी योग्य पद्धतीने तो केलायस."

"मला कळत नाही," मी म्हणालो, "तुला एवढी मिजास कशाला वाटायला हवी?"

"मिजास?" ती वळली. तिचे डोळे काळे आणि मोठे होते आणि ती रागाने माझ्याकडे पाहात होती, "तुझी हिंमतच कशी झाली मला मिजासखोर म्हणायची?" ती म्हणाली.

मी तिच्याकडे पाहातच राहिलो. जी व्यक्ती काही क्षणांपूर्वी माझ्याबरोबर हसत होती ती अचानक एवढी रागावते ह्याचे मला आश्चर्य वाटत होते. मग मला स्वतःचेच आश्चर्य वाटले. माझ्या मनाचा कमजोरपणा नाहीसा झाला. मी तिच्याकडे गेलो आणि तिच्या बाजूला उभा राहिलो.

"मी तुला मिजासखोर म्हणणारच," मी म्हणालो, "मी तुला तू फारफार मिजासखोर आहेस असे म्हणेन. तू काही अपमानित होणार नाहीस पण मी होईन.

तू जेव्हा इटालियनच्या शिकवण्या द्यायच्या म्हणत होतीस तेव्हा ती चेष्टा नव्हती. तुझे उत्तर इतके पटकन आले होते की ती चेष्टा असणेच शक्य नव्हते. तू ते म्हणालीस कारण तुला ते तसे वाटत होते.''

''आणि जर मला तसे वाटत असले तर?'' तिने विचारले. ''इटालियनच्या शिकवण्या करणे हे काही लाजिरवाणे काम आहे का?''

''सामान्यत: नाही,'' मी म्हणालो, ''परंतु तुझ्या बाबतीत आहे, कारण मिसेस ॲम्ब्रोस ॲश्लेने इटालियनच्या शिकवण्या कराव्या हे लाजिरवाणे आहे. तिच्या नवऱ्याने मृत्युपत्रात तिच्यासाठी काही तरतूद केली नाही, अशा नवऱ्यावर तो ठपका आहे आणि मी फिलीप ॲश्ले- त्याचा वारस हे चालवून घेणार नाही. तू तो भत्ता प्रत्येक तिमाहीला घ्यायचास कझिन रेशेल आणि जेव्हा तू बँकेतून पैसे काढशील तेव्हा हे लक्षात ठेव की ते इस्टेटीतून किंवा त्या इस्टेटीच्या वारसाकडून येत नाहीत परंतु तुझा नवरा ॲम्ब्रोस ॲश्लेकडून येतात.''

तिच्यासारखाच रागाचा झटका मलाही बोलताना आला होता. कुणी लहानशा आणि नाजूकशा व्यक्तीने तिथं उभे राहून मी तिचा अपमान केला म्हणून माझ्यावर आरोप करत असेल तर माझा धिक्कार असो आणि जर तिने तिच्या हक्काचा असलेला पैसा नाकारला असता तर माझा धिक्कार आणखी झाला असता.

''ठीक आहे, मी तुला जे काही सांगतोय ते तुला समजलंय का?'' मी विचारले.

एक क्षणभर मला वाटले की ती मला मारणार. ती माझ्याकडे बघत अगदी स्तब्ध उभी राहिली. मग तिचे डोळे अश्रूंनी भरले आणि मला ढकलून ती तिच्या बेडरूममध्ये गेली आणि तिने दरवाजा जोरात लावला. मी खाली आलो. जेवणाच्या खोलीत गेलो आणि घंटी वाजवली आणि सीकुंबला सांगितले की जेवणासाठी मिसेस ॲश्ले खाली येणार नाहीत असे मला वाटते. मी माझ्यासाठी एक ग्लासभर लाल दारू ओतली आणि एकटाच त्या टेबलाच्या मुख्य जागी बसलो. देवा, अशा तऱ्हेने स्त्रिया वागतात का? मी मनाशी विचार केला. मला इतका राग कधीही आलेला नव्हता किंवा इतकी थकावटही कधी जाणवलेली नव्हती. कापणीच्या वेळी इतर लोकांबरोबर काम केल्यावर, उघड्यावर सबंध दिवस काढल्यावर, भाडी थकलेल्या कुळांबरोबर वादविवाद करताना किंवा त्यांची शेजाऱ्यांजवळ झालेली भांडणे सोडवताना झालेला त्रास- हा एखाद्या बाईची आनंदाची मन:स्थिती एखाद्या कारणावरून अचानक शत्रुत्वाची झालेय अशा बाईबरोबर काढलेल्या पाच मिनिटांच्या तुलनेची वरील कोणत्याही त्रासाशी बरोबरी होऊ शकत नाही आणि सर्वांत शेवटचे अस्त्र हे अश्रू होते का? कारण त्यांचा परिणाम बघणाऱ्यावर काय होईल हे तिला माहीत होते का? मी आणखी एक दारूचा ग्लास घेतला. सीकुंब माझ्या कोपराजवळ

घोटाळत होता. तो माझ्यापासून खूप लांब असता तर बरे असे मला वाटत होते.

"मॅडमची तब्येत ठीक नाहीये का? तुम्हाला काय वाटते सर?" त्याने मला विचारले.

मी त्याला कदाचित सांगितले असते की मॅडमची तब्येत बरी नाही असे काही नाही. ती रागावलेली आहे आणि कदाचित एका क्षणात घंटी वाजवून वेलिंग्टनला बोलावून गाडी आणायला सांगेल आणि प्लायमाऊथला जायला निघेल.

"नाही," मी म्हणालो, "अजून तिचे केस वाळलेले नाहीत. मला वाटते जॉनला तू बैठकीच्या खोलीत ट्रे घेऊन जायला सांगावास."

मला वाटते की लग्न झाल्यावर पुरुषांना ज्याला तोंड द्यावे लागते ते हे प्रसंग, दरवाजे आपटणे, शांतता आणि एकट्याने जेवण. त्यामुळे सबंध दिवस बाहेर काढल्यामुळे वाढलेली भूक टबमधील आंघोळीमुळे वाढलेला आराम आणि संध्याकाळी विस्तवाजवळ बसून मधूनमधून गप्पा मारत शांततेत घालवणे आणि भरतकाम करणारे पांढरे आणि छोटे हात आळसावून बघणे हे सर्व आतल्याआतच राहते. मी किती आनंदात जेवणासाठी कपडे करून त्या बोळातून जाऊन त्या बैठकीच्या खोलीचा दरवाजा ठोकला होता आणि ती पांढऱ्या पोशाखात डोक्यावरील केस पिना मारून बसवून स्टुलावर बसलेली मला दिसली होती. आम्हा दोघांच्या मन:स्थितीत असलेल्या सहजतेने एक प्रकारची जवळीक निर्माण झाली होती, त्यामुळे ती संध्याकाळ उत्साहात जायची शक्यता होती आणि आता मी एकटा टेबलाशी होतो आणि गोमांस खात होतो आणि ते चामडे असले तरी मला त्याची पर्वा नव्हती आणि ती काय करत होती? पलंगावर झोपली होती? त्या मेणबत्त्या विझवलेल्या होत्या? पडदे ओढलेले होते आणि ती खोली अंधारात होती का? का आता मनाची लहर बदलली होती आणि ती शांतपणे बैठकीच्या खोलीत डोळे पुसून त्या ट्रेवरचे जेवण सीकुंबला दाखवण्यासाठी खात होती? मला माहीत नव्हते. मला त्याची पर्वा नव्हती. ॲम्ब्रोस जेव्हा म्हणायचा की स्त्रिया ही वेगळीच जात आहे , हे किती खरे होते! एक गोष्ट आता अगदी नक्की होती की मी कधीही लग्न करू नये...

जेवण संपले. मी उठलो आणि लायब्ररीत जाऊन बसलो. मी पाईप पेटवला आणि माझे पाय उचलून शेगडीच्या लोखंडाच्या पट्टयावर टेकले आणि जेवणानंतरच्या डुलकीच्या तयारीला लागलो. ही डुलकी बऱ्याचवेळा छान आणि बेफिकीर असते पण आज मात्र त्यात गंमत नव्हती. माझ्या समोरच्या खुर्चीत ती बसायची ह्याची मला सवय झाली होती. हातात असलेल्या कामावर प्रकाश पडावा म्हणून तिचे खांदे वळलेले असायचे आणि डॉन तिच्या पायाशी असायचा. आता ती खुर्ची विचित्र तऱ्हेने रिकामी वाटत होती. एखादी स्त्री अशा तऱ्हेने दिवसाचा शेवट करत

असेल तर नुसता वैतागच! मी उठलो आणि शेल्फवरचे एक पुस्तक शोधले आणि पाने उलटली. मग मला डुलकी लागली असावी कारण कोपऱ्यातील घड्याळ नऊ वाजायला थोडा वेळ असल्याचे दाखवत होते. मग पलंगावर जायचे आणि झोपायचे. विस्तव मंदावला होता आणि तिथं बसण्यात काही अर्थ नव्हता. मी कुत्र्यांना त्यांच्या घरात नेऊन सोडले... हवा बदलली होती. वारे वाहात होते आणि जोरदार पाऊस पडत होता... मग दरवाजा लावला आणि माझ्या खोलीत गेलो. मी माझा कोट काढून खुर्चीवर टाकणार तेवढ्यात मी एक चिठ्ठी पाहिली. ती माझ्या पलंगाजवळ असलेल्या फुलदाणीजवळ ठेवलेली होती. मी टेबलाजवळ गेलो, ती चिठ्ठी उचलली आणि वाचलीही. ती माझ्या कझिन रेशेलकडून होती.

''प्रिय फिलीप,'' त्यात लिहिले होते, ''जर तुला जमले तर आज रात्रीच्या माझ्या उद्धटपणाबद्दल मला क्षमा कर. तुझ्या घरात हे असे वागणे अक्षम्य होते. माझ्याकडे काहीही सबब नाही. एवढेच की माझे डोके ह्या दिवसांत ताळ्यावर नाही. मी तुझ्या पालकांना पत्र लिहून पत्राबद्दल त्यांचे आभार मानले आहेत आणि 'त्यांनी देऊ केलेला भत्ता स्वीकारला' असे कळवले आहे. तुम्ही दोघांनी माझ्याबद्दल जो विचार केलात तो फारच औदार्याचा आणि प्रेमाचा होता. गुड नाइट, रेशेल.''

मी ते पत्र दोनदा वाचले आणि माझ्या खिशात ठेवले. तिचा गर्व आणि रागही संपला होता का? ह्या भावना अश्रूत विरघळतात का? तिने तो भत्ता स्वीकारला म्हणून माझ्या खांद्यावरचे एक ओझे उतरले होते. माझ्या डोळ्यासमोर बँकेला पुन्हा द्यावी लागणारी भेट, पुन्हा द्यावी लागणारी स्पष्टीकरणे, मी दिलेला पहिला हुकूम रद्द करणे, मग पुन्हा धर्मपित्याजवळ मुलाखत आणि चर्चा आणि ह्या सर्वांचा शेवट म्हणजे माझ्या कझिन रेशेलचे घरातून निघून जाणे, लंडनला जाऊन एखाद्या भाड्याच्या जागेत राहून इटालियनच्या शिकवण्या करणे हे सारे उभे राहिले.

तिला ही चिठ्ठी लिहिताना त्रास झाला होता का? मी विचार करत होतो. गर्वाकडून नम्रतेकडे वळणे तिला हे असे करावे लागले ह्या वस्तुस्थितीचा मला राग आला. जे काही घडले त्याबाबत आज ॲम्ब्रोसच्या मृत्यूनंतर पहिल्यांदा मी त्याला दोष देत होतो. त्याने भविष्यासाठी विचार करायला हवा होता. आजार आणि अचानक मृत्यू काय कोणालाही येतो. त्याने तिच्यासाठी काही तरतूद न केल्यामुळे आपल्या बायकोला आमच्या मर्जीवर सोडले होते, आम्ही दिलेल्या दानावर. माझ्या धर्मपित्याला पत्र लिहून हे सर्व थांबवता आले असते. फोब आत्याच्या बैठकीच्या खोलीत बसून ती चिठ्ठी लिहितेय हे चित्र माझ्या डोळ्यांसमोर उभे राहिले. बैठकीची खोली सोडून ती झोपायला गेली की नाही ह्याचा मी मनात विचार करत होतो. मी क्षणभर घुटमळलो आणि मग बोळातून जाऊन तिच्या खोलीसमोर असलेल्या कमानीखाली उभा राहिलो.

त्या बैठकीच्या खोलीचा दरवाजा उघडा होता आणि झोपण्याच्या खोलीचा बंद होता. मी झोपण्याच्या खोलीच्या दरवाजावर टकटक केली. क्षणभर काही उत्तर आले नाही आणि मग तिने विचारले, "कोण आहे?"

मी "फिलीप," असे उत्तर दिले नाही. मी दरवाजा उघडला आणि आत गेलो. खोली अंधारात होती आणि माझ्या मेणबत्तीच्या प्रकाशात दिसत होते की पलंगावरचे पडदे अर्धवट उघडे होते आणि पांघरुणाखाली तिच्या आकृतीची बाह्य रेषा मला दिसत होती.

"मी तुझी चिठ्ठी आत्ता वाचली," मी म्हणालो. "मला त्यासाठी तुझे आभार मानायचे आहेत आणि गुड नाइटही म्हणायचे आहे."

मला वाटले होते की ती उठून बसेल आणि मेणबत्ती लावेल परंतु तिने तसे काही केले नाही. ती जशी होती तशी उशांवर पडद्याआड पडून होती.

"मला तुला हेही सांगायचे होते की," मी म्हणालो, "माझी तुला आश्रय देण्याची वगैरे अशी भावना नव्हती. ह्यावर प्लीज विश्वास ठेव."

त्या पडद्याआडून जो आवाज आला तो विलक्षण हळू आणि थकलेला होता.

"मला असे कधीच वाटले नव्हते," तिने उत्तर दिले.

आम्ही दोघेही क्षणभर स्तब्ध होतो आणि मग ती म्हणाली, "मी इटालियनच्या शिकवण्या केल्या तरी मला काही चिंता वाटणार नाही. ह्या अशा बाबतीत मला काहीही गर्व नाही. तू म्हणालास की माझ्या ह्या कृतीने ॲम्ब्रोसवर वाईट ठपका येईल आणि हे मला सहन झाले नाही."

"हे खरे होते," मी म्हणालो, "परंतु तू ते आता विसर. आपल्याला त्याचा पुन्हा विचार करण्याची गरज नाही."

"हे तुझे वागणे अगदी कौतुकाचे होते आणि अगदी तुझ्या पद्धतीचे होते," ती म्हणाली, "घोड्यावरून पेलियनला धर्मपित्याला भेटायला तू गेलास आणि मी इतकी उरफाटी आणि कृतघ्न वाटली असेन की मी स्वत:ला क्षमा करू शकणार नाही."

त्या रडवेल्या आवाजाने पुन्हा माझ्यावर काही परिणाम केला. माझ्या घशात आणि पोटात एक प्रकारचा तणाव आला.

"तू रडण्यापेक्षा मला वाटते की तू मला मारावेस," मी म्हणालो.

मला तिची पलंगावर हालचाल जाणवली. ती रुमाल शोधत असावी आणि तिने नाक शिंकरले. तो आवाज इतका नेहमीचा आणि साधा होता आणि तो अंधारात पडद्याआडून येत असल्यामुळे माझ्या पोटात पहिल्यापेक्षाही अधिक खड्डा पडला.

नंतर ती म्हणाली, "मी तो भत्ता घेईन फिलीप, परंतु मी तुझ्या पाहुणचारावर

ह्या आठवड्यानंतर अतिक्रमण करू शकत नाही. जर तुला योग्य वाटत असेल तर मला वाटते की पुढच्या सोमवारी मी इथून निघेन आणि दुसऱ्या कुठे जाईन, कदाचित लंडनला.''

तिच्या ह्या शब्दांनी मला धक्काच बसला.

''लंडनला जाणार?'' मी म्हणालो. ''पण का? कशासाठी?''

''मी फक्त काही दिवसांसाठी इथं आले होते,'' तिने उत्तर दिले. ''मी ठरवले होते त्यापेक्षा मी जास्तच राहिले.''

''परंतु तू अजून सर्वांना भेटलेली नाहीस,'' मी म्हणालो, ''आणि तू जे काही सर्व करायचे होते तेही तू केलेले नाहीस.''

''त्याने काही फरक पडतो का?'' ती म्हणाली. ''काही झाले तरी ते अगदी अर्थशून्य वाटते.''

ते बोलणे तिच्या किती विरुद्ध वाटत होते! तिच्या आवाज़ात असलेली उत्साहाची उणीव.

''मला वाटले की ते तुला आवडले होते,'' मी म्हणालो, ''इस्टेटीवर फिरायचे आणि कुळांना भेटायचे. प्रत्येक दिवशी आपण बरोबर गेलो आणि तू आनंदात वाटलीस. आज टॅम्लीनबरोबर तू रोपे लावताना अगदी खूश वाटलीस. मग ते काय फक्त नाटक होते आणि तू फक्त नम्रपणा दाखवत होतीस?''

क्षणभर ती काही बोलली नाही आणि मग ती म्हणाली, ''कधीकधी मला वाटते की तुला समज नाहीये.''

बहुधा ते खरंच होते. मला अगदी खिन्न आणि दुखावलेले वाटत होते आणि मला त्याची पर्वा नव्हती.

''ठीक आहे,'' मी म्हणालो, ''जर तुला जायचे असले तर जा. त्यामुळे बरीच चर्चा होईल पण ठीक आहे.''

''मला असे वाटत होते,'' ती म्हणाली, ''की जर मी राहिले तर चर्चा जास्तच होईल.''

''तू राहिल्यावर चर्चा?'' मी म्हणालो. ''ह्याचा अर्थ काय? तुला हे समजत नाही का की तू इथं असणे हा तुझा हक्कच आहे आणि जर ॲम्ब्रोसने असा वेडेपणा केला नसता तर हे तुझे घर असते?''

''अरे देवा,'' ती अचानक रागावून ओरडली, ''दुसऱ्या कशासाठी मी इथं आले असे तुला वाटते?''

मी पुन्हा गोत्यात आलो होतो आणि व्यवहारशून्यपणे घोडचूक केली होती आणि चुकीच्या पद्धतीने बोललो होतो. मला अचानक निरुपयोगी आणि कमी असल्यागत वाटत होते. मी पलंगाशी गेलो आणि ते पडदे बाजूला सारले आणि

तिच्याकडे पाहिले. ती उशांवर टेकून बसली होती. तिच्या हाताची घडी होती. तिने काहीतरी पांढरे गळ्यालगत चुण्या असलेले, पाद्र्याच्या सफेद डगल्यासारखे घातले होते आणि तिचे मोकळे केस तिने मागे रिबिनीने बांधले होते. ल्युसी हे असे लहानपणी बांधायची ते मला आठवले. मी हादरलो, मला आश्चर्य वाटले की ती इतकी तरुण दिसत होती.

"ऐक," मी म्हणालो, "तू का आलीस किंवा जे काही केलेस ते करण्यात तुझा काय हेतू होता हे मला माहीत नाही. मला तुझ्याबद्दल किंवा कोणत्याही स्त्रीबद्दल काही माहीत नाही. मला एवढंच माहीत आहे की तू इथं आहेस हे मला आवडते आणि तू मला जायला नको आहेस. हे गुंतागुंतीचे आहे का?"

तिने आपले हात आपल्या चेहऱ्यावर जणू काही रक्षण करण्यासाठी ठेवले होते. जणू काही तिला वाटत होते की मी तिला दुखापत करीन.

"हो," ती म्हणाली, "फार."

"तर मग त्याला तूच जबाबदार आहेस," मी म्हणालो, "मी नाही,"

मी हाताची घडी घातली आणि तिच्याकडे पाहिले आणि मला वाटत नसलेली सहजता वागण्यात आणली, परंतु ती अशी पलंगावर पडलेली असल्यामुळे आणि मी तिच्या बाजूला उभा असल्यामुळे एका अर्थी मीच वरचढ ठरलो होतो. मला हे कळत नव्हते की एक स्त्री आपले केस मोकळे सोडून, स्त्री न राहता पुन्हा लहान मुलीसारखी होते आणि तरीही रागावते?

मला तिच्या डोळ्यात डळमळीत भाव दिसला. ती जाण्यासाठी मनात काहीतरी सबब आणि नवीन कारण शोधत होती आणि मग अचानक मनात विचार आला आणि मग मी नवीन युक्ती शोधली.

"तू आज संध्याकाळी मला सांगितलेस," मी म्हणालो, "की मी बागांची आखणी करायला लंडनहून एक डिझायनर बोलवावा. ॲम्ब्रोसचाही नेहमी हेच करण्याचा बेत होता. खरं सांगायचे तर मला कोणी माहीत नाही आणि असा जर कोणी माणूस माझ्याबरोबर राहिला तर वैतागून मी वेडाही होईन. जर तुला ह्या जागेबद्दल भावना असल्या, तर ॲम्ब्रोसला ह्याबद्दल काय वाटत होते हे जाणून तू इथं काही महिने राहावेस आणि माझ्यासाठी हे करावेस."

बाण बरोबर लागला. ती हातातील अंगठीशी खेळत समोर टक लावून पाहात होती. जेव्हा ती विचार करत असायची तेव्हा ही तिची कृती असायची हे माझ्या लक्षात आले होते आणि ह्याचा फायदा मी उठवला.

"ॲम्ब्रोस जे नकाशे काढायचा ते मला समजत नसत," मी तिला म्हणालो, "टॅम्लीनलाही ते कळत नसत. तो चांगले काम करतो पण कुणीतरी त्याला दाखवावे लागते. गेल्या वर्षांत अनेकदा तो माझा सल्ला घेण्यासाठी आला होता

आणि मी तो देऊ शकलो नाही. जर तू इथं राहिलीस... फक्त ह्या हिवाळ्यात- जेव्हा पुष्कळ लागवड करावी लागते तर आम्हाला मदतच होईल.''

तिने हातातील अंगठी बोटांवर पुढे मागे केली. ''मला वाटते की मी तुझ्या धर्मपित्याला काय वाटते ते विचारावे,'' ती मला म्हणाली.

''ह्याचा माझ्या धर्मपित्याशी काही संबंध नाही,'' मी म्हणालो. ''तू काय मला शाळकरी, अल्पवयीन मुलगा समजलीस का? फक्त एकच कारण महत्त्वाचे आहे की तुला इथं राहण्याची इच्छा आहे की नाही? जर तुला खरंच जायचे असेल तर मी तुला थांबवू शकणार नाही.''

ती मग अगदी शांत, हळू आवाजात आश्चर्याने म्हणाली, ''तू असे का म्हणतोस? तुला माहीत आहे की मला रहायचंय.''

अरे देवा, मला हे कसे कळणार? तिने अगदी दुसरे टोक पकडले होते.

''मग तू काही काळ इथं राहणार ना,'' मी म्हणालो, ''बाग करण्यासाठी? मग हे ठरले आणि तू तुझा शब्द फिरवणार नाहीस?''

''मी काही दिवसांसाठी राहीन,'' ती म्हणाली.

मला हसू आवरणे कठीण जात होते. तिच्या डोळ्यात गंभीर भाव होते आणि मला असे वाटले की जर मी हसलो तर ती आपले मत बदलेल, पण आतून मला जिंकल्यासारखे वाटत होते.

''ठीक आहे मग,'' मी म्हणालो, ''मी तुला 'गुड नाइट' म्हणून तुझी रजा घेतो. माझ्या धर्मपित्याला तू पत्र लिहिणार होतीस त्याचे काय? मी ते पोस्ट बॅगेत टाकावे असे तुला वाटते का?''

''सीकुंबने ते नेले आहे,'' ती म्हणाली.

''तर मग तू आता झोपशील आणि माझ्यावर ह्यापुढे रागावणार नाहीस?''

''मी रागावले नव्हते फिलीप.''

''पण तू होतीस. मला वाटले की तू मला मारणार.''

तिने माझ्याकडे पाहिले. ''काही वेळा तू इतका मूर्खपणा करतोस,'' ती म्हणाली, ''की मला वाटते की एखाद्या दिवशी मी मारीनही. इकडे ये.''

मी जवळ गेलो... माझी ढोपरे पांघरुणाला स्पर्श करत होती.

''खाली वाक,'' ती म्हणाली.

तिने माझा चेहरा तिच्या हातात घेतला आणि माझे चुंबन घेतले.

''आता जाऊन झोप,'' ती म्हणाली, ''एखाद्या लहान मुलासारखा शांत झोप.'' तिने मला दूर ढकलले आणि पडदे लावले.

मी त्या निळ्या बेडरूममधून मेणबत्ती घेऊन धडपडत हलक्या मनाने आणि काहीसा चक्करल्यागत- जणू काही ब्रँडी घेतल्यागत बाहेर आलो आणि मग मला

असे वाटले की मी तिच्या पलंगाजवळ उभा होतो आणि ती पलंगावर होती तेव्हा माझा तिच्यावर वरपगडा आहे, असे जे मला वाटले होते ते संपूर्णत: संपले होते. तो शेवटचा शब्द आणि ती शेवटची हालचाल तिची होती. ते लहान मुलीसारखे दिसणे आणि त्या डगल्याने मला फसवले होते. ती सर्व वेळ स्त्रीच होती आणि ह्या सर्वांमुळे मी खूश होतो. आता तो गैरसमज संपला होता आणि तिने राहण्याचे वचन दिले होते आणि ह्यापुढे अश्रू वगैरेही नव्हते.

मग ताबडतोब झोपायला न जाता मी लायब्ररीत पुन्हा एकदा माझ्या धर्मपित्याला एखादी ओळ लिहिण्यासाठी आणि सर्व ठीक झाले हे सांगण्यासाठी गेलो. आज संध्याकाळी आम्ही दोघांनी जी त्रासदायक संध्याकाळ काढली होती त्याबद्दल त्यांना त्यात लिहिण्याची गरज नव्हती. मी पत्र लिहिले आणि हॉलमध्ये सकाळसाठीच्या पोस्टाच्या थैलीत ठेवण्यासाठी गेलो.

सीकुंबने त्याच्या नेहमीच्या सरावानुसार माझ्यासाठी थैली हॉलमध्येच टेबलावर ठेवली होती आणि त्याची किल्ली बाजूलाच होती. मी जेव्हा ती बॅग उघडली तेव्हा दोन दुसरी पत्रे माझ्या हातात पडली. दोन्ही माझ्या कझिन रेशेलने लिहिली होती. एक पत्र तिने मला सांगितल्याप्रमाणे माझा धर्मपिता निक केंडॉलला लिहिले होते. दुसरे पत्र सिन्यॉर रेनाल्डीला फ्लॉरेन्सच्या पत्त्यावर पाठवले होते. मी क्षणभर त्याच्याकडे रोखून पाहिले आणि ते इतर पत्रांबरोबर बॅगेत ठेवले. हा माझा निव्वळ मूर्खपणा होता, कदाचित अडाणीपणा आणि हास्यास्पदही. तो माणूस तिचा मित्र होता मग तिने त्याला पत्र का लिहू नये? पण तरीही जेव्हा मी झोपायला वर गेलो तेव्हा मला जणू असे वाटले, की तिने मला नाही म्हटले तरी थप्पड मारली होती.

१४

दुसऱ्या दिवशी जेव्हा ती खाली आली तेव्हा मी तिच्याबरोबर बागेत गेलो. माझी कझिन रेशेल ही इतकी खूश आणि चिंताहीन होती, की जणू काही आमच्या दोघांत तो वाद झालाच नव्हता. फक्त तिचा माझ्याशी वागणुकीत एकच फरक होता. ती जरा जास्त हळुवार आणि जास्त प्रेमाने वागत होती. ती मला कमी चिडवत होती, मला न हसता माझ्याबरोबर हसत होती आणि ती झुडपं लावताना माझे मत विचारत होती. ते मत माझ्या माहितीसाठी नव्हे तर जेव्हा पुढे मी त्यांच्याकडे बघेन तेव्हाच्या आनंदासाठी होते.

"तुला काय पाहिजे ते कर," मी म्हणालो, "त्या माणसांना कुंपण कापायला सांग, झाडे तोडायला सांग, पलीकडचा किनारा झुडपांनी भरून टाक, तुला जे काही आवडेल ते छानच होईल. मला काही त्याबाबत माहिती नाही."

"परंतु त्यामुळे जे काही होईल त्याचा तुला आनंद झाला पाहिजे, फिलीप." ती म्हणाली, "हे सर्व तुझे आहे आणि एक दिवशी ते तुझ्या मुलाचे होईल, जर मी ह्या जमिनीवर बदल केले आणि ते झाल्यावर तुला आवडले नाहीत तर काय?"

"मला आवडणार नाही असे होणार नाही," मी म्हणालो, "आणि माझ्या मुलाबद्दल बोलायचे थांब. मी अविवाहित राहायचा निश्चय केलाय."

"हे अगदी खूपच स्वार्थीपणाचे आहे," ती म्हणाली, "आणि तुझ्याबाबत अगदी मूर्खपणाचे आहे."

"मला नाही वाटत," मी म्हणालो, "मला वाटते की अविवाहित राहिल्यामुळे मला दु:ख आणि मनाची काळजी करावी लागणार नाही."

"पण तू काय गमावशील ह्याचा कधी विचार केलायस?"

"माझा असा एक धूर्त अंदाज आहे," मी म्हणालो, "ते म्हणतात की लग्न झाल्याचे सुख हे फार मोठे असते पण ते म्हणतात तसे नसते. माणसाला प्रेम आणि आराम हवा असेल आणि जर त्याचे घरावर प्रेम असेल तर तो त्याला

घरापासून मिळेल.'' मला आश्चर्य वाटले पण माझ्या ह्या बोलण्यावर ती इतकी हसली, की त्या लागवडीच्या टोकाला काम करत असलेले टॅम्लीन आणि इतर माळी ह्यांनी डोके वर करून आमच्याकडे पाहिले.

''एक दिवस तू जेव्हा प्रेमात पडशील तेव्हा मी तुला ह्या शब्दांची आठवण करून देईन. प्रेम आणि आराम दगडी भिंतीकडून, चोविसाव्या वर्षी... ओ, फिलीप!'' आणि मग तो हास्याचा बुडबुडा फुटला.

ते एवढे विनोदी का होते ते काही मला समजले नाही. ''मला माहीत आहे तू काय म्हणत्येस ते,'' मी म्हणालो, ''परंतु अजूनपर्यंत तरी त्या दिशेने माझ्या मनात काही चलबिचल झालेली नाही.''

''ते उघडच आहे,'' ती म्हणाली, ''तू ह्या आजूबाजूच्या प्रदेशात हृदय भंग करणारा असशील. ती बिचारी ल्युसी...''

परंतु मी काही ल्युसीबद्दलच्या विषयाकडे चर्चा करण्यासाठी वळणार नव्हतो. पुन्हा एकदा मला तो प्रेम आणि लग्न ह्या विषयावर प्रबंध नको होता. मला स्वारस्य होते ते ती बागेमध्ये काम करताना बघण्याचे.

ऑक्टोबर उजाडला. तो तसा छान आणि सौम्य होता आणि त्याच्या सुरुवातीच्या तीन आठवड्यांत आमच्याकडे जराही पाऊस नव्हता. त्यामुळे टॅम्लीन आणि ते लोक माझ्या कझिन रेशेलच्या देखरेखीखाली त्या लागवडीच्या कामात पुष्कळ प्रगती करू शकले. त्याचवेळी आम्ही कुळांना त्यांच्या क्रमाप्रमाणे भेटून आलो, त्यामुळे खूप समाधान मिळाले आणि ते मिळेल हे मला माहीत होते. मला त्यातील प्रत्येकजण मी मुलगा असल्यापासून माहीत होता आणि मी अनेकदा त्यांना भेटायलाही जायचो कारण माझ्या कामाचा तो भाग होता परंतु माझ्या कझिन रेशेलला हा अनुभव नवीन होता, कारण ती इटालीत वेगळ्याच जीवनशैलीत वाढली होती. तिची लोकांशी वागण्याची पद्धत ह्यापेक्षा चांगली आणि योग्य असण्याचा संभवच नव्हता आणि त्यांच्याबरोबर तिला पाहणे हे एक जबरदस्त आकर्षण होते. ती एक प्रकारची नम्रता आणि एकमेकांवरचा विश्वास आणि मैत्री ह्यामुळे ते सर्व तिच्याकडे आदराने पाहायचे परंतु त्यामुळे त्यांचे वागणे अगदी सहज असायचे. ती अगदी बरोबर प्रश्न विचारायची आणि म्हणून उत्तरेही बरोबर असायची. त्यांच्यापैकी बऱ्याचजणांना ती आवडू लागली होती. त्यांना झालेल्या सर्व बारीकसारीक रोगांचे ज्ञान तिला होते आणि त्यावरचे उपचारही तिला ठाऊक होते. ''हे माझ्या बागेवरच्या प्रेमाने,'' ती मला म्हणाली, ''मला निरनिराळ्या वनस्पतींचे ज्ञान आहे. इटालीत आम्ही नेहमी ह्याचा अभ्यास केलाय,'' आणि ती मग कफामुळे घरघरणाऱ्या छातीवर चोळायला एखाद्या झाडापासून एखादे मलम काढून द्यायची आणि दुसऱ्या झाडापासून भाजलेल्यावर लावण्यासाठी तेल द्यायची

आणि ती त्यांना शिकवायचीही. अपचन झाले तर आणि झोप येत नसेल एक उत्तम औषध म्हणून वनस्पतीपासून चहा कसा करायचा ते ती त्यांना शिकवायची. 'जगातील हे सर्वांत उत्तम औषध आहे'- ती त्यांना सांगायची आणि मग काही फळांचे रस हे लाल झालेल्या घशापासून ते डोळ्यावरच्या रांजणवाडीपर्यंत कसे उपयुक्त आहेत ते सांगायची.

"तुला माहीत आहे का काय घडेल ते," मी तिला म्हणालो, "ह्या जिल्ह्यात तू सुइणीची जागा घेशील. मूल जन्माला येत असताना ते तुला रात्रीही बोलावतील आणि एकदा का हे सुरू झाले की तुझे सर्व स्वास्थ्य संपले."

"त्यासाठी वनस्पतीचा काढा आहे," ती म्हणाली, "रासबेरी आणि खाजकुइलीच्या पानांपासून बनवलेला. जर बाईने तो मूल जन्मण्याआधी सहा महिने प्यायला तर तिचे बाळंतपण वेदनारहित होते."

"हा जादूटोणा आहे," मी म्हणालो. "हे असे करणे त्यांना बरोबर वाटणार नाही."

"काय मूर्खपणा! बाईने का सोसायचे?" माझी कझिन रेशेल म्हणाली.

कधी कधी खेड्यातून तिला बोलावणे यायचे, जसे मी तिला आधी बजावले होते तसेच आणि ती जेवढी खालच्या लोकांत यशस्वी झाली होती तेवढी ती सुशिक्षित लोकांतही झाली. सीकुंब आता अगदी खुशीत असायचा हे माझ्या लक्षात आले होते. जेव्हा गाड्या मंगळवारी किंवा गुरुवारी दरवाजाशी दुपारी तीन वाजता यायच्या तेव्हा तो हॉलमध्ये वाट पाहात असायचा. तो अजूनही सुतकाच्या फिती वापरायचा पण त्याचा कोट ह्या खास प्रसंगासाठी ठेवलेला नवीन कोट असायचा. दुर्दैवी जॉनला येणाऱ्या पाहुण्यांसाठी पुढचा दरवाजा उघडण्याचे काम असायचे आणि मग तो त्यांना त्याच्या वरिष्ठाकडे पाठवायचा आणि सीकुंब काहीशा रुबाबात आणि ऐटीत चालत (हे सर्व मला नंतर जॉनकडून कळायचे) त्या पाहुण्याच्या पुढे हॉलमधून दिवाणखान्यात जायचा आणि तो दरवाजा मोठ्या थाटात उघडायचा. हे कझिन रेशेलने सांगितले होते. मग तो एखाद्या जेवणावळीतील टोस्टमास्टरसारखा पाहुण्याचे नाव जाहीर करायचा. त्या आधी ती सांगायची की तो किंवा हा माणूस भेटायला येण्याची शक्यता असल्याचे भविष्य तो तिच्याकडे वर्तवायचा आणि त्याच्या घराण्याची व्यवस्थित माहिती द्यायचा. कोण येणार ह्या संबंधीचा त्याचा होरा बहुतेक खरा ठरायचा. जसे रानटी लोक रानात नगारे वाजवून सूचना देतात तसे एका घरातून दुसऱ्या घरात अशी काही इशारा देण्याची पद्धत होती की काय असे आम्हाला वाटायचे. सीकुंब माझ्या कझिन रेशेलला सांगायचा की त्याला खात्री आहे की मिसेस ट्रेमायनने ह्या दुपारसाठी आपली गाडी मागवलेय आणि ती आपल्याबरोबर आपल्या दुसऱ्या विवाहित मुलीला, मिसेस गौघ आणि तिची

अविवाहित मुलगी मिस इसाबेल ह्यांना घेऊन येईल आणि माझ्या कझिन रेशेलने मिस इसाबेलशी बोलताना काळजी घ्यावी कारण तिला धड बोलता येत नव्हते. मंगळवारी म्हातारी पेनरॅन कदाचित येईल कारण त्या दिवशी ती आपल्या नातीला नेहमी भेटायला जाते. ती आपल्या घरापासून अवघ्या दहा मैलाच्या अंतरावर आहे. माझ्या कझिन रेशेलने कोणत्याही कारणाने तिच्यासमोर 'कोल्हे' हा शब्द उच्चारायचा नाही, कारण मिसेस पेनरॅन ह्यांना त्यांचा मोठा मुलगा जन्मण्याआधी कोल्ह्याने घाबरवले होते आणि अजूनही तो त्याची जन्मखूण म्हणून आजतागायत आपल्या डाव्या खांद्यावर वागवत होता.

"आणि फिलीप," माझी कझिन रेशेल नंतर म्हणाली, "आणि जेवढा वेळ ती इथं होती आमच्या संभाषणात शिकारीचा विषय न यावा ह्यासाठी सर्व वेळ मला बघावे लागले. त्याचा काही उपयोग झाला नाही कारण जसा उंदीर चीझचा वास घेत येतो तशी ती त्या विषयावर परतली आणि शेवटी तिला गप्प करण्यासाठी मी आल्प्समध्ये रानमांजरांचा पाठलाग केल्याची गोष्ट तिला सांगितली. ती अशक्य कोटीतील गोष्ट आहे आणि हे कुणीही केलेले नाही."

जेव्हा शेवटची गाडी रस्त्यावरून निघून जायची, मी जंगलाच्या मागच्या वाटेने गुपचूप घरी परतायचो आणि मग आम्ही भेटल्यावर ती भेटायला आलेल्याची कथा मला सांगायची. मग आम्ही एकत्र खूप हसायचो. ती आपले केस आरशासमोर सारखे करायची आणि उश्या ठीकठाक करायची. मी त्या भेटायला आलेल्या लोकांसमोर ठेवलेल्या केकचा शेवटचा तुकडा संपवायचो. ही सर्व गोष्ट म्हणजे एक प्रकारचा खेळ किंवा गुप्त कट असल्यासारखे वाटायचे, परंतु मला वाटते की दिवाणखान्यात बसून बोलताना ती खूश असायची. लोक आणि त्यांचे जीवन, त्यांचे काय विचार होते आणि त्यांनी काय केले ह्यात तिला स्वारस्य होते आणि ती मला म्हणायची, "परंतु फिलीप तुला समजत नाहीये हे सर्व फ्लॉरेन्समधील समाजापेक्षा किती वेगळे आहे! इंग्लंडमधील खेड्यातील जीवनाविषयी मला नेहमीच कुतूहल वाटायचे आणि ते आता मला कळतंय आणि त्यातील प्रत्येक मिनिट आवडतंय."

मी साखरेच्या भांड्यातून एक खडा घेऊन चुरडायचो आणि केक खाण्यासाठी एक तुकडा कापायचो.

मी तिला म्हणालो, "कुणाशीही सामान्य विधाने करत बसायचे मग ते फ्लॉरेन्स असो की कॉर्नवॉल. मला तर ह्याहून अधिक कंटाळवाणे काही असेल असे वाटत नाही."

"तू अगदी निरुपयोगी आहेस," ती म्हणाली, "आणि तुझे मनही संकुचित राहील. तू फक्त टर्निप्स आणि भाजीपाला असल्या गोष्टींचाच विचार करत राहशील."

मग मी स्वत:ला खुर्चीवर लोटून द्यायचो आणि तिने चिडावे म्हणून माझे चिखलाने बरबटलेले बूट समोरच्या स्टुलावर ठेवायचो. माझा एक डोळा तिच्याकडे असायचा परंतु ती कधी रागावली नाही आणि जर तिने ते पाहिले असले तरी ते पाहिल्यासारखे दाखवायची नाही.

''चल,'' मी म्हणायचो, ''मला ह्या गावातील ताजी खमंग बातमी सांग.''

''जर का तुला स्वारस्य नसले,'' ती म्हणायची, ''तर मग मी ते का सांगावे?''

''कारण तुला बोलताना ऐकायला मला आवडते.''

त्यामुळे रात्रीच्या जेवणासाठी कपडे बदलायला जाण्यापूर्वी ती मला गावातील चुरचुरीत बातम्या द्यायची, त्या काहीही असायच्या. आता नुकतीच ठरलेली, झालेली लग्नं आणि मृत्यू, नवीन मूल कुठे जन्मायला येतंय ते. एखाद्या अनोळखी व्यक्तीशी वीस मिनिटे बोलून ती जेवढी माहिती काढायची तेवढी ओळखीच्या माणसाकडून काढायला मला जन्म गेला असता.

''मला जसा संशय होता,'' ती मला म्हणाली, ''पन्नास मैलांच्या परिसरात तू प्रत्येक आईच्या निराशेचे कारण आहेस.''

''का बरे?''

''कारण तू त्यांच्या कोणत्याच मुलीकडे पाहात नाहीस. तू इतका उंच, देखणा आणि प्रत्येक बाबतीत योग्य आहेस, की त्या म्हणतात, हे बघा मिसेस ॲश्ले तुम्ही तुमच्या कझिनला बाहेर जास्त वेळ जायला भाग पाडा.''

''मग तू ह्यावर काय उत्तर दिलेस?''

''मी त्यांना सांगितले की जी काही ऊब आणि करमणूक त्याला हवी असते ती त्याला ह्या चार भिंतीत मिळते.'' ती म्हणाली, ''विचार केल्यावर वाटते की ह्याचा वेगळा अर्थ काढला जाईल. मी बोलताना विचार करायला हवा.''

''तू त्यांना काय सांगत्येस ह्याची मला पर्वा नाही,'' मी म्हणालो, ''जोपर्यंत तू मला त्या निमंत्रणात गुंतवत नाहीस तोपर्यंत. मला कुणाच्याही मुलीकडे पाहण्याची इच्छा नाही.''

''सर्वांच्या ल्युसीबद्दल पैजा लागल्या आहेत,'' ती म्हणाली, ''बरेचजण म्हणतायत की शेवटी तीच तुला पटवणार आणि तीन नंबरच्या मिस पॅस्कोला थोडी संधी आहे.''

''अरे देवा!'' मी किंचाळलो. ''मिलींडा पॅस्को? तर मग मी केटी सर्ल, जी कपडे धुते तिच्याशीही लग्न करीन. कझिन रेशेल, निदान तू तरी माझे रक्षण कर. ह्या अशा गप्पा मारणाऱ्यांना मी साधू आहे आणि माझा रिकामा वेळ लॅटीन कविता खरडण्यात घालवतो असे तू का सांगत नाहीस? त्यामुळे तरी त्या हादरतील.''

"कशामुळेही त्या हादरणार नाहीत," ती म्हणाली, "एखादा बिचारा छान अविवाहित मुलाला एकांत आणि कविता आवडते असे ऐकल्यावर तू अधिकच अद्‌भुत आणि रसिक असशील असे वाटेल. ह्या अशा गोष्टींमुळे त्या लोकांची भूक जास्तच प्रदीप्त होईल."

"मग त्यांनी दुसरीकडे जाऊन खावे," मी म्हणालो, "ह्या भागातील बायकांची मने... बहुधा हे सर्वच ठिकाणी असावे- ही नेहमी ज्या तऱ्हेने लग्नाच्या विषयाबाबत धावतात त्याचे मला आश्चर्य वाटते."

"त्यांना दुसरा कसला विचार करायला वेळ नसतो," ती म्हणाली, "आपल्या दोघांत तसा काही फारसा फरक नाही. माझ्याबद्दल चर्चा चालते हे मी तुला सांगू शकते. योग्य अशा विधुरांची यादी मला दिली गेली आहे. वेस्ट कॉर्नवॉलमध्ये एक मोठा सरदार आहे. त्याला पन्नास वर्षांचा मुलगा आहे आणि लग्न झालेल्या दोन मुली आहेत. तो योग्य आहे असे सांगितले जात आहे."

"तो म्हातारा सेंट ईव्ह नव्हे ना?" मी चिडून विचारले.

"हो, मला वाटते की त्याचे हेच नाव असावे. ते म्हणतात की तो छान आहे."

"छान आहे तो?" मी तिला म्हणालो. "तो दुपार होईपर्यंत टेर प्यायलेला असतो आणि मोलकरणींच्या मागून बोळांतून हळूच हिंडतो. बार्टनमधील बिली रोवची पुतणी त्याच्या नोकरीत होती ती इतकी घाबरली होती की तिला घरी परतावे लागले."

"आता कोण बातम्या सांगतंय?" कझिन रेशेल म्हणाली. "बिचारा सरदार सेंट ईव्ह, जर त्याला बायको असेल तर तो असा हळूच बोळांतून फिरणार नाही, अर्थात हे त्याच्या बायकोवर अवलंबून असेल."

"हे बघ, काही झाले तरी तू त्याच्याशी लग्न करणार नाहीस," मी ठामपणे सांगितले.

"तू निदान त्याला एका रात्री जेवायला तरी बोलवायचे." तिने सुचवले. तिच्या डोळ्यात एक गंभीर भाव होता, असे म्हणजे खोडसाळपणा हे मी आता शिकलो होतो. "आपण छान मेजवानी करू या फिलीप, सुंदर तरुण मुली तुझ्यासाठी आणि चांगले वाटणारे विधुर माझ्यासाठी- पण मला वाटते की मी माझ्यासाठी निवड केलेय. जर मला कधी लग्न करायचेच असले तर मला वाटते की मी तुझ्या धर्मपित्याची निवड करीन, मि. केंडॉल. त्यांची ती स्पष्टपणे बोलण्याची पद्धत मला आवडते."

ती बहुधा हे मुद्दाम म्हणाली होती परंतु तिने लावलेल्या गळाला मी बरोबर लागलो आणि भयानक चिडलो.

"तू खरंच हे गंभीरपणे म्हणत नाहीये ना?" मी म्हणालो, "माझ्या धर्मपित्याशी

लग्न, कमाल करत्येस कझीन रेशेल. ते जवळजवळ साठीचे आहेत आणि त्यांना नेहमी सर्दी असते किंवा दुसरी काहीतरी तक्रार.''

''ह्याचा अर्थ तुला जशी घरात ऊब आणि आराम मिळतो तसा त्यांना त्यांच्या घरात मिळत नाही,'' ती म्हणाली.

मग मला कळले की ती हसत होती त्यामुळे मीही तिच्याबरोबर हसलो, परंतु नंतर मी ह्यावर काहीशा अविश्वासाने विचार केला. एवढे नक्की की माझे धर्मपिता रविवार आले की अगदी नम्रपणे वागायचे आणि त्या दोघांचे चांगले जमायचे. आम्ही त्यांच्याकडेही एकदोनदा जेवलो होतो आणि माझे धर्मपिता मला माहीत नव्हते अशा तऱ्हेने ते उठून दिसत होते, परंतु गेली दहा वर्षं ते विधुर होते. त्यामुळे त्यांच्या मनात माझ्या कझिन रेशेलशी संधान जुळवावे अशी असंभवनीय भावना तर वर आली नसेल ना? आणि तीही त्याला नक्कीच मान्यता देणार नाही ना? ह्या विचाराने मला कसेसेच झाले. माझी कझिन रेशेल पेलियनला. माझ्या कझिन रेशेल, मिसेस ॲश्लेने मिसेस केंडॉल बनायचे हे किती भयानक! हे असे काही तो म्हातारा आपल्या मनात धरून तर चालला असेल तर मग मी त्याला रविवारच्या जेवणासाठी बोलवीत राहिलो तर माझा धिक्कार असो! परंतु हे असे बोलावणे थांबवायचे म्हणजे कित्येक वर्षांची जुनी चाकोरी थांबवायची. हे शक्य नव्हते, त्यामुळे पूर्वीसारखेच त्यांना मला बोलावणे भाग होते. परंतु पुढच्या रविवारी माझ्या कझिन रेशेलच्या उजव्या बाजूला बसलेल्या माझ्या धर्मपित्याने आपला कमी ऐकू येणारा कान तिच्याकडे केला आणि अचानक मागे होत हसत ते म्हणाले, ''अरे खूपच छान,'' मी त्याचा अर्थ काय म्हणून वैतागून विचार करत राहिलो आणि ते दोघे एवढे का हसले त्याचाही. मला वाटले की ही बायकांची आणखी एक युक्ती आहे की ज्याचा डंख राहील अशी चेष्टा हवेत सोडून द्यायची.

कझिन रेशेल जेवणाच्या वेळी छान बसायची आणि मजेत असायची. तिच्या एका बाजूला माझे धर्मपिता असायचे आणि दुसऱ्या बाजूला पाद्री असायचे. त्या दोघांपैकी प्रत्येकाकडे बोलायला विषय असायचे आणि खास कारण नसताना मी चिडचिडा आणि गप्प व्हायचो, जशी त्या रविवारी ल्युसी रागावली होती तसे आणि आमच्या टेबलाच्या शेवटी क्वेकर पंथीय लोकांची सभा असल्यासारखे दृश्य दिसायचे. ल्युसी आणि मी आपल्या ताटांकडे बघत बसायचो आणि अचानक मी नजर उचलून मिलींडा पॅस्कोकडे पाहिले. ती आपल्या गोल डोळ्यांनी माझ्याकडे पाहात होती आणि गावात पिकलेली कंडी आठवून मी जास्तच अबोल झालो. आमच्या ह्या अशा गप्प राहण्यामुळे कझिन रेशेलला फार प्रयत्न करावे लागले, तेही मला वाटते की त्यावर पांघरूण घालण्यासाठी आणि ती, माझे धर्मपिता आणि पाद्री ह्यावर मात करण्यासाठी कविता सांगत राहिले आणि मी जास्तच चिडचिडा

झालो आणि मिसेस पॅस्को बऱ्या नसल्यामुळे आल्या नाहीत म्हणून देवाचे आभार मानले. ल्युसीचे काही एवढे महत्त्व नव्हते. मला काही तिच्याशी बोलायलाच पाहिजे असे नव्हते.

पण जेव्हा ते सर्व निघून गेले तेव्हा माझ्या कझिन रेशेलने माझी चांगलीच काढली. ''जेव्हा मी तुझ्या मित्रांचे आदरातिथ्य करत असते,'' ती म्हणाली, ''तेव्हा मला तुझ्याकडून त्यात काही मदत हवी असते. काय झाले होते फिलीप? तू तिथं चिडून वाकडे तोंड करून बसला होतास आणि आपल्या दोन्ही शेजाऱ्यांशी एक शब्द बोलला नाहीस. त्या बिचाऱ्या मुली...'' तिने माझ्याकडे पाहून नाखूश झाल्यागत मान हलवली.

''तुझ्या बाजूला एवढा आनंदोत्सव चालला होता,'' मी तिला म्हणालो, ''त्यामुळे त्यात आणखी भर घालण्याची मला गरज वाटली नाही. ती सर्व वायफळ बडबड- 'मी तुझ्यावर प्रेम करतो!' हे ग्रीकमध्ये आणि ते पाद्री तुला सांगत होते की 'माझ्या हृदयाचा आनंद' हे हिब्रूत ऐकायला जास्त छान वाटते वगैरे.''

''ठीक आहे, ते बरे वाटले,'' ती म्हणाली, ''ते त्यांच्या जिभेवरून सहज खाली आले आणि माझ्यावर त्याचा परिणाम झाला. तुझ्या धर्मपित्याला चांदण्या रात्री मला दीपस्तंभ दाखवायचाय. एकदा तो पाहिला की विसरला जात नाही असे ते सांगतात.''

''ठीक आहे, ते तो तुला दाखवणार नाहीत,'' मी म्हणालो, ''दीपस्तंभ ही माझी मालमत्ता आहे. पेलियन इस्टेटीवर एक जुनी जागा आहे. पाहिजे तर त्यांना ती तुला दाखवू दे. ती जागा निवडुंगासारख्या काटेरी झाडांनी भरलेली आहे.'' आणि मी एक कोळशाचा मोठा तुकडा खिडकीत टाकला. मनातून वाटत होते की त्या तडतडीचा तिला त्रास होईल.

''मला कळत नाही की तुझ्यावर काय भूत येते ते,'' ती म्हणाली, ''तू तुझी विनोदबुद्धी गमावतोयस.'' तिने माझ्या खांद्यावर थोपटले आणि ती वर निघून गेली. स्त्रीच्या बाबतीत ही चीड आणणारी गोष्ट होती. नेहमी शेवटचा शब्द तिचा असतो. एखाद्या माणसाला रागावून धुमसत ठेवायचे आणि आपण स्वत: शांत राहायचे असे दिसते की स्त्रीचे कधी चुकतच नाही आणि तिचे जर चुकले असेल तर ती चूक आपल्या पदरात अशा तऱ्हेने घालते की त्याचा तिला फायदा होतो आणि ती चूक दुसऱ्याने केल्यासारखे वाटते. ती अशा टोचण्या हवेत सोडते, चंद्रप्रकाशात माझ्या धर्मपित्याबरोबर हिंडणे किंवा दुसरी कोठलीतरी ट्रिप, लॉस्टविथिअेल मार्केटला भेट आणि अशा वेळी ती गंभीरपणे मला विचारते की तिने पार्सलने लंडनहून आलेले नवे बॉनेट घालावे का- त्याच्या पडद्याला जरा मोठी जाळी होती आणि त्यामुळे तिचा चेहरा झाकला जात नव्हता आणि माझ्या धर्मपित्याने ती तिला शोभते

असे सांगितले होते. मी जेव्हा चिडलो आणि म्हणालो की तिने मुखवटा घालून आपला चेहरा लपविला तरी मला त्याचे काही नाही, त्यावेळी तिची मन:स्थिती आणखीनच गंभीर झाली. हे बोलणे सोमवारी रात्री जेवताना झाले होते आणि मी आता कपाळाला आठ्या घालून बसलेला असताना ती सीकुंबशी बोलत होती आणि त्यामुळे आधी होतो त्यापेक्षा मी जास्त चिडचिडा झालो होतो.

मग लायब्ररीत कोणी बघायला नसताना ती मग जरा सौम्यपणे वागायची. तो गंभीरपणा तिच्याकडे अजूनही असायचा, पण त्याबरोबर एक हळुवारपणाही यायचा. माझ्याकडे विनोदबुद्धी नाही म्हणून ती हसली नाही किंवा माझ्या चिडण्याबद्दलही ती बोलत राहिली नाही. तिने ते आपले रेशीम मला धरायला सांगितले आणि मला सर्वांत आवडणारा रंग निवडायला सांगितला, कारण तिला इस्टेटीच्या ऑफीसमधील माझ्या खुर्चीसाठी एक कव्हर तयार करायचे होते आणि मग अगदी शांतपणे चिडचिड न करता, जास्त खोलात न जाता ती माझा दिवस कसा गेला, ह्याबद्दल प्रश्न विचारू लागली. मी कोणाला भेटलो आणि मी काय केले आणि त्यामुळे माझी सर्व चिडचिड दूर झाली. मी शांत आणि आरामदायी झालो आणि जेव्हा तिचे हात त्या रेशमाच्या लड्या हाताळत होते आणि त्यांना स्पर्श करत होते तेव्हा हे असे वागणे सुरुवातीलाच का नव्हते? पहिल्यांदाची ती टोचणी का आणि चिडचिडीने ती वातावरण का खराब करत होती आणि मग स्वत:च ते पुन्हा शांत व्हावे ह्यासाठी त्रास घेत होती? माझ्या बदललेल्या मन:स्थितीमुळे तिला आनंद होत असावा पण ते असे का व्हावे ह्याबद्दल मला जराही कल्पना नव्हती. मला एवढेच माहीत होते की जेव्हा ती मला चिडवायची तेव्हा मला ते आवडत नसे आणि मला त्याचा त्रास व्हायचा आणि जेव्हा ती हळुवारपणे वागायची तेव्हा मी खूश असायचो, शांत असायचो.

त्या महिन्याच्या शेवटी ती छान हवा संपली. तीन दिवस अविरत पाऊस पडत होता आणि त्यामुळे बागकाम बंद होते. मलाही इस्टेटीवर घोड्यावरून जाऊन येऊन भिजत जाण्यासारखे काही काम नव्हते आणि भेटायला येणारी खेड्यातील माणसेही इतरांसारखी घरातच होती. आम्ही दोघे ॲम्ब्रोसच्या सामानाची छाननी करण्याचे टाळत होतो, ती करायला ही वेळ योग्य होती असे सीकुंब म्हणाला. आम्ही दोघं- मी आणि कझिन रेशेल खिडकीशी उभे राहून कोसळणाऱ्या पावसाकडे पाहात असताना सीकुंबने हा विषय काढला.

"मी ऑफीसमध्ये," मी म्हणालो होतो, "आणि स्त्रियांच्या बैठकीच्या दालनात तू. लंडनहून आलेल्या त्या पेट्यांचे काय?आणखी गाऊन्स निवडायचे, घालून बघायचे आणि ते परत करायचे?"

"ते गाऊन्स नाहीत," ती म्हणाली, "पडद्यांची कापडे आहेत. मला वाटते

फोब आत्याच्या डोळ्यांतील तेज कमी झाले होते. ती झोपण्याची खोली तिच्या नावाप्रमाणे हवी. सध्या ती करडी आहे, निळी नाही आणि पलंगावरील रजई कसरीने खाल्ली, परंतु सीकुंबला सांगू नको. ती कित्येक वर्षांची कसर आहे आणि मी तुझ्यासाठी नवे पडदे आणि रजई निवडलीये.''

आणि ह्या घडीला सीकुंब आत आला आणि आम्ही दोघे काही करत नाही असे पाहून म्हणाला, ''हवा अशी पावसाळी आहे तर मला वाटते की मुलांना घरात जास्त साफसफाई करायला सांगावी. तुमची खोलीही साफ करायला हवी, परंतु मि. ॲश्लेंच्या ट्रंका आणि पेट्या तिथं असताना ते तेथील धूळ साफ करू शकणार नाहीत.''

मी तिच्याकडे पाहिले. त्याच्या ह्या बोलण्याने तिला कदाचित दुःख झाले असेल, ती कदाचित निघून जाईल अशी भीती वाटत होती परंतु मला आश्चर्य वाटले की तिने ते सहज घेतले.

''तुझे बरोबर आहे सीकुंब,'' ती म्हणाली, ''ते खोके उघडल्याशिवाय मुलांना खोली साफ करता येणार नाही. आपण बरेच दिवस ते तसेच ठेवले फिलीप, काय करायचे?''

''ठीक आहे,'' मी म्हणालो, ''तुला जर का हे मान्य असेल तर मग आपण तेथील शेगडी पेटवायला लावू या आणि जेव्हा ती खोली उबदार होईल तेव्हा आपण वर जाऊ.''

मला वाटले की आम्ही दोघांनी आपल्या भावना परस्परांपासून लपवल्या आणि आमच्या वागण्यात आणि बोलण्यात ओढून ताणून एक प्रकारची सहजता आणली. मला दुःख होऊ नये म्हणून ती दुःख दाखवत नव्हती आणि मीही तिला दुःख होऊ नये म्हणून काळजी घेत होतो आणि माझ्या स्वभावाच्या अगदी विरुद्ध अशी आस्था मी दाखवत होतो. माझ्या जुन्या खोलीच्या खिडक्यांच्या तावदानांवर पाऊस झोडपत होता आणि वरच्या छतावर छोट्या भागावर ओलावा दिसत होता. गेल्या हिवाळ्यापासून तिथं विस्तव पेटलेला नव्हता. तो आता धगधगत होता. त्या पेट्या ओळीत जमिनीवर ठेवलेल्या होत्या आणि उघडण्याची वाट पाहात होत्या आणि एकीच्या डोक्यावर माझ्या चांगल्या आठवणीत असलेला तो प्रवासी निळ्या रंगाचा रग होता आणि त्यावर पिवळा ए ए असा मोठ्या अक्षरात असलेला शिक्का एका कोपऱ्यात होता. जेव्हा तो निघाला त्या शेवटच्या दिवशी मी तो त्याच्या ढोपरांवर पसरल्याची मला अचानक आठवण झाली.

माझी कझिन रेशेलने शांततेचा भंग केला. ''ये,'' ती म्हणाली, ''आपण कपड्यांची ट्रंक पहिल्यांदा बघूया का?''

तिचा आवाज हेतुपुरस्सर जरा व्यवहारी आणि कठोर वाटला. मी तिला चाव्या

दिल्या- ज्या तिने आल्यावर सीकुंबकडे दिल्या होत्या.

"तू म्हणशील त्याप्रमाणे," मी म्हणालो.

तिने चावी कुलपात घातली आणि फिरवली आणि झाकण उघडले. त्याचा जुना ड्रेसिंग गाऊन वर होता. मला तो चांगला परिचित होता. तो जाड सिल्कचा, लाल रंगाचा होता. त्याच्या घरात घालायच्या जरा लांब आणि सपाट चपलाही तिथं होत्या. मी त्यांच्याकडे पाहात उभा राहिलो. हे जणू भूतकाळात जाण्यासारखे होते. अगदी ह्याच खोलीत जिथं आम्ही उभे आहोत, त्या माझ्या खोलीत तो एका सकाळी दाढी करत असताना आल्याचे आठवते. त्याच्या चेहऱ्यावर साबणाचा फेस होता. "हे बघ पोरा, मी असा विचार करतोय..." त्यावेळी त्याने तो ड्रेसिंग गाऊन घातला होता आणि त्याच्या पायात त्या चपला होत्या. माझ्या कझिन रेशेलने त्या ट्रंकेतून काढल्या.

"आपण ह्यांचे काय करायचे?" ती म्हणाली. मघा कठोर वाटणारा तो आवाज आता हळू आणि नरम पडला होता.

"मला माहीत नाही," मी म्हणालो, "ते तू ठरव."

"जर मी त्या तुला दिल्या तर तू त्या वापरशील?" तिने विचारले.

हे विचित्र होते. मी त्याची हॅट घेतली होती, त्याची काठीही घेतली होती आणि त्याचा जुना शिकारीच्या वेळी वापरायचा, कोपरांजवळ चामडे लावलेला तो कोट जो त्याने त्याच्या शेवटी प्रवासाला गेला तेव्हा मागे ठेवला होता तो कोट मी सतत वापरत होतो. परंतु ह्या गोष्टी- त्याचा तो ड्रेसिंग गाऊन, त्याच्या त्या चपला हे म्हणजे जवळजवळ त्याचे थडगेच उघडून आम्ही मृताकडे पाहात होतो.

"नाही," मी म्हणालो. "मला नाही वाटत मी त्या घेईन असे."

ती काहीच बोलली नाही. तिने त्या पलंगावर ठेवल्या. ती मग काही कपड्यांकडे वळली. एक अगदी वजन नसलेला सूट... तो बहुधा त्याने गरम हवेत वापरला असावा- माझ्या माहितीचा नव्हता, परंतु तिला तो चांगला माहीत असावा. तो ट्रंकेत राहिल्यामुळे चुरगळला होता. तिने तो उचलला आणि पलंगावरील ड्रेसिंग गाऊन जवळ ठेवला, "त्याला इस्त्री करायला हवी," ती म्हणाली. अचानक ती त्या ट्रंकेतून पटापट वस्तू काढू लागली आणि त्या जास्त न हाताळता तिने त्या एकमेकावर ठेवत त्याची चळत केली.

"मला वाटते," ती म्हणाली, "फिलीप तुला जर ते नको असले तर ह्या इस्टेटीवरचे लोक, ज्यांचे त्याच्यावर प्रेम होते त्यांना कदाचित ते घ्यायला आवडेल. ते कोणाला आणि काय द्यायचे हे तुला जास्त कळेल."

ती काय करत होती ते तिला दिसत नव्हते असे मला वाटले. मी तिथं उभा राहून बघत असताना तिने ते कपडे अगदी झपाटल्यासारखे ट्रंकेतून बाहेर काढले.

''ट्रंक?'' ती म्हणाली. ''ट्रंक ही नेहमीच उपयोगाची असते. ह्या ट्रंकेचा तुला उपयोग होईल?'' तिने माझ्याकडे पाहिली. तिचा आवाज जरा कापरा होता.

अचानक ती माझ्या मिठीत आली. तिचे डोके माझ्या छातीवर होते.

''ओ फिलीप,'' ती म्हणाली, ''मला क्षमा कर. मी तुला आणि सीकुंबला हे करायला सांगायला हवे होते. मी वर येण्याचा मूर्खपणा केला.''

एखाद्या लहान मुलाला धरल्यागत किंवा एखाद्या विद्ध प्राण्याला धरल्यागत ते विचित्र होते. मी तिच्या केसांना स्पर्श केला आणि माझे गाल तिच्या डोक्याला लावले.

''ठीक आहे,'' मी म्हणालो, ''रडू नको. तू लायब्ररीत जा. मी एकट्याने हे सर्व पुरे करीन.''

''नाही,'' ती म्हणाली, ''हा माझा दुर्बलपणा आणि मूर्खपणा आहे. हे जसे माझ्यासाठी दुर्दैवी आहे तसे तुझ्यासाठीही. तुझे त्याच्यावर एवढे प्रेम होते-''

मी माझे ओठ तिच्या केसांवर फिरवत होतो. ती भावना विलक्षण होती आणि माझ्याजवळ उभी असलेली ती अगदी छोटीशी होती.

''माझी हरकत नाही,'' मी म्हणालो, ''पुरुषमाणूस ह्या गोष्टी करू शकतो. हे स्त्रीला सोपे नाही. मला हे करू दे रेशेल, तू वर जा.''

ती जरा दूर उभी राहिली आणि तिने आपले डोळे रुमालाने पुसले.

''नाही,'' ती म्हणाली. ''आता मी ठीक आहे. हे पुन्हा घडणार नाही. मी कपडे बाहेर काढले आहेतच. ते तू इस्टेटीवरच्या लोकांना दिलेस तर मला बरे वाटेल आणि तुला जे काही हवे ते तू वापर. ते वापरायला घाबरू नको. मला काही वाटणार नाही. उलट आनंदच वाटेल.''

पुस्तकांची पेटी विस्तवाजवळ होती. मी खुर्ची आणून तिच्यासाठी ठेवली. त्या उबेजवळ आणि इतर ट्रंकांजवळ मी उकिडवा बसलो आणि त्या एका मागोमाग उघडल्या.

मला वाटले की तिच्या हे लक्षात आले नव्हते... माझ्याही हे लक्षात आले नव्हते- पहिल्यांदा मी तिला 'कझिन रेशेल' म्हणून हाक मारली नव्हती फक्त 'रेशेल' म्हटले होते. हे कसे घडले होते ते मला कळत नाही. हे असे घडले असणार कारण तिथं तिच्याभोवती हात टाकून उभा असताना ती माझ्याहून इतकी छोटी वाटली होती.

पुस्तकांना त्याच्या कपड्यांसारखा त्याचा वैयक्तिक स्पर्श जाणवत नव्हता. ती मला माहीत असलेली त्याची जुनी आवडती पुस्तके होती- जी तो नेहमी प्रवासात घेऊन जायचा. तिने ती माझ्या पलंगाशेजारी ठेवायला दिली. त्याचे कफलींग्ज होते त्याची बटणे, त्याचे घड्याळ, त्याचे पेन- ही सर्व तिने मला दिली आणि त्यामुळे

मला बरे वाटले. त्यातील काही पुस्तके मला माहीत नव्हती, तिने त्याबाबत मला सांगितले. पहिल्यांदा तिने एक ग्रंथ उचलला मग दुसरा आणि आता ते काम एवढे दुःखद नव्हते. हे पुस्तक तिने रोममध्ये घेतले होते असे ती म्हणाली. घासाघीस करून केलेल्या त्या खरेदीमुळे तो खूश झाला होता आणि ते दुसरे, जुनी बांधणी असलेले आणि त्याच्या बाजूला असलेले त्याने फ्लॉरेन्समध्ये घेतल्याचे तिने सांगितले. त्याने ते जिथं घेतले होते त्या जागेचे आणि ज्याने ते विकले त्या म्हाताऱ्या माणसाचे तिने वर्णन केले. मला जाणवले, की ती असे माझ्याजवळ बोलत राहिल्यामुळे तो ताणतणाव आता संपला होता. तो ताणतणाव तिने पुसलेल्या अश्रूंबरोबर गेला होता. आम्ही ती पुस्तके एकामागोमाग जमिनीवर ठेवली आणि मी तिच्यासाठी एक फडका आणला आणि तिने ती पुसली. मधूनच ती त्यातला एखादा उतारा मला वाचून दाखवत होती आणि हा परिच्छेद ॲम्ब्रोसला कसा आनंद देऊन गेला होता हे सांगत होती. ती एखादे चित्रं दाखवायची, एखादे कोरीव काम आणि ह्या अगदी परिचित असलेल्या पानांकडे ती हसत बघत असल्याचे मी पाहिले.

मग तिला बागेची रचना असलेला एक ग्रंथ मिळाला. "हा आपल्याला खूप उपयोगी पडेल," ती खुर्चीवरून उठत म्हणाली आणि तो उजेडात नीट दिसावा म्हणून खिडकीशी घेऊन गेली.

मी कुठलेतरी एक पुस्तक उघडले. त्यांच्या पानांमधून एक कागदाचा तुकडा पडला. त्यावर ॲम्ब्रोसचे हस्ताक्षर होते. मला वाटते की तो पत्राचा मधला तुकडा होता. तो त्या पत्रातून फाडला आणि विसरला गेला होता.

'तो रोग आहे अर्थात मी त्याबद्दल ऐकलाय. हे क्लिप्टोमानिया किंवा असेच काहीसे दुखणे आहे आणि ते बहुधा तिच्या त्या उधळ्या बापाकडून, अलेक्झांडर कॉर्यनकडून, तिच्याकडे आलाय. ती ह्या रोगाने किती वर्षं पछाडलेय मला माहीत नाही- बहुधा सदैव- ह्या सर्व व्यवहारात मला जो काही त्रास वाटला त्याचे स्पष्टीकरण आता खात्रीने मिळतंय हे मला माहीत आहे. प्रिय पोरा, हे मला माहीत आहे की ह्या पुढे तिला मी माझ्या पैशावर हक्क गाजवू देणार नाही, नाहीतर माझा नाश होईल आणि इस्टेटीचे नुकसान होईल. तू ह्यासंबंधी केंडॉलना सूचना देणे फार जरुरीचे आहे. जर का...' हे वाक्य अर्धवटच सोडलेले होते. त्याला शेवट नव्हता आणि त्या कागदाच्या कपट्यावर तारीख नव्हती. ते हस्ताक्षर अगदी नेहमीचे - सामान्य होते. तेवढ्यात ती खिडकीपासून परत आली आणि मी तो कागदाचा तुकडा माझ्या हातात चुरगळला.

"तुझ्या हातात काय आहे?" तिने विचारले.

"काही नाही," मी म्हणालो.

मी तो कागदाचा तुकडा विस्तवात टाकला. तिने तो जळताना पाहिला. तिने ते कागदावरचे हस्ताक्षर गुंडाळत ज्वाळेवर पेटलेले पाहिले.

"ते ॲम्ब्रोसचे हस्ताक्षर होते," ती म्हणाली. "ते काय होते? ते पत्र होते का?"

"एका कागदाच्या तुकड्यावर त्याने काहीतरी टिपण केले होते," मी म्हणालो. त्या विस्तवाच्या उजेडात माझे तोंड तापल्यासारखे वाटले.

मग मी त्या ट्रंकेतील दुसरा ग्रंथ घेतला. तिनेही तेच केले. आम्ही ती पुस्तके एकत्र बसून निवडीत राहिलो परंतु दोघांत एक प्रकारचा दुरावा आला होता.

१५

दुपारपर्यंत पुस्तकांचे वर्गीकरण करून झाले. सीकुंबने जॉनला वर पाठवले आणि आर्थरलाही. त्यांनी जेवणासाठी जाण्यापूर्वी काही खाली न्यायचे होते का हे त्याला माहीत करून घ्यायचे होते.

''ते कपडे पलंगावर ठेव जॉन,'' मी म्हणालो, ''आणि त्यांच्यावर एक चादर टाक. मी सीकुंबच्या मदतीने त्यांचे गठ्ठे तयार करीन आणि ही पुस्तकांची चळत लायब्ररीत घेऊन चला.''

''आणि ही स्त्रियांच्या बैठकीच्या खोलीत, आर्थर प्लीज,'' माझी कझिन रेशेल म्हणाली. मी तो कागदाचा तुकडा जाळल्यानंतर तिचे हे पहिले शब्द होते.

''फिलीप हे ठीक होईल ना,'' तिने विचारले, ''ती बागकामावरची पुस्तके मी माझ्या खोलीत ठेवली तर?''

''हो हो ठीक आहे,'' मी म्हणालो, ''ती सर्व पुस्तके तुझी आहेत आणि ते तुला माहीत आहे.''

''नाही,'' ती म्हणाली, ''ॲम्ब्रोसला ती उरलेली पुस्तके लायब्ररीत ठेवावीशी वाटली असती.'' ती उठली आणि तिने आपल्या कपड्यांवरून हात फिरवला आणि जॉनकडे ते पुसण्याचे फडके दिले.

''खाली थंड जेवण वाढलेले आहे मॅडम,'' तो म्हणाला.

''आभारी आहे जॉन, पण मला भूक नाही.''

नोकर पुस्तके घेऊन गेल्यावर त्या उघड्या दरवाजाशी मी जरा घुटमळलो.

''तू लायब्ररीत खाली येऊन मला पुस्तके लावायला मदत करशील का?'' मी विचारले.

''मला नाही वाटत,'' ती म्हणाली. मग ती क्षणभर थांबली. जणू काही तिला काही सांगायचे होते परंतु तिने ते केले नाही- मग ती त्या बोळातून आपल्या खोलीकडे गेली.

मी जेवणाच्या खोलीतून बाहेर पाहात एकट्याने जेवण उरकले. पाऊस अजूनही जोरात पडत होता. बाहेर जाण्याचा प्रयत्न करण्यात अर्थ नव्हता. तिथं काही करायचेही नव्हते. ह्यापेक्षा मी त्या कपड्यांची निवड करण्याचे काम सीकुंबच्या मदतीने पुरे करणे योग्य होते. त्याचा सल्ला घेतला तर त्यालाही बरे वाटले असते. कोणते बार्टनमध्ये, कोणते ट्रेनाटमध्ये, कोणते ईस्ट लॉजकडे, प्रत्येक गोष्ट व्यवस्थितपणे निवडायला हवी होती. जे काही कुणाला मिळेल त्याबद्दल त्यांना वाईट वाटण्याचे कारण द्यायचे नव्हते. आमच्या दोघांची दुपार ह्यात जाणार होती. मी ह्या कामावर मन केन्द्रित करण्याचा प्रयत्न केला, परंतु अचानक वाढणाऱ्या आणि कमी होणाऱ्या दातदुखीप्रमाणे माझे विचार पुन्हापुन्हा त्या कागदाच्या कपट्याकडे वळत होते. तो तुकडा त्या पुस्तकांच्या पानांमध्ये काय करत होता आणि तो असा कापलेल्या आणि विसरलेल्या अवस्थेत तिथं किती काळ होता? सहा महिने, वर्ष की अधिक? ॲम्ब्रोसने मला पत्र लिहायला सुरुवात केली होती आणि ते मुक्कामाला पोहोचलेच नव्हते किंवा अजूनही काही कागदाचे तुकडे, त्या पत्राचे तुकडे नकळत काही कारणाने त्या पुस्तकांच्या पानांमध्ये पडलेले होते? ते पत्र त्याच्या आजारापूर्वी लिहिलेले असावे. ते हस्ताक्षर अगदी स्थिर आणि स्वच्छ होते, त्यामुळे ते गेल्या हिवाळ्यात गेल्या शरद ऋतूत बहुधा... मला शरमिंदे वाटू लागले. जे पत्र मला पोहोचलेच नव्हते त्याचा विचार करत भूतकाळात डोकावण्यात काय अर्थ होता? हे काही माझे काम नव्हते. मला ते मिळालेच नसते तर बरे झाले असते असे मला आता वाटू लागले.

सबंध दुपारभर सीकुंब आणि मी कपड्यांचे वर्गीकरण केले. त्याने त्यांचे गठ्ठे तयार केले आणि त्यांच्याबरोबर पाठवण्याची पत्रं मी लिहिली. त्याने सुचवले की हे गठ्ठे ख्रिसमसच्या वेळी द्यावेत. मलाही ती कल्पना छान वाटली आणि हे कुळांनाही पसंत पडण्यासारखे होते. आमचे काम संपल्यावर मी पुन्हा खाली लायब्ररीत गेलो आणि ती पुस्तके शेल्फवर ठेवली. मी प्रत्येक ग्रंथाची पाने हलवून पाहिल्यावरच ती शेल्फवर ठेवली आणि असे करताना मला अगदी एखाद्याने बारीकसारीक गुन्हा करावा तसे चोरट्यासारखे वाटत होते.

...एक रोग, अर्थात क्लेप्टोमॅनियासारखा किंवा दुसरा काही रोग... मला हे शब्द का आठवावे लागत होते, ॲम्ब्रोसला काय म्हणायचे होते?

मी शब्दकोश उघडला आणि क्लेप्टोमॅनिया हा शब्द पाहिला. 'एक न थांबवता येणारी अशी चोरीची सवय आणि ती अशा माणसांत ज्यांना चोरी करण्याची गरज नसते.' त्याने असा काही आरोप केलेला नव्हता. त्याचा आरोप होता- उधळपट्टी, वाटेल तसा खर्च करणे, पण हा रोग कसा होऊ शकतो? अत्यंत उदार असलेल्या ॲम्ब्रोससारख्या माणसाने अशा सवयीबद्दल एखाद्यावर आरोप करणे हे त्याला

शोभण्यासारखे नव्हते. मी शब्दकोश पुन्हा शेल्फवर ठेवत असताना दरवाजा उघडला गेला आणि माझी कझिन रेशेल खोलीत आली.

मी तिला काहीतरी फसवत असताना तिने पकडले असते तर मला जसे अपराधी वाटले असते तसे जणू आता वाटले. ''मी आताच पुस्तके लावणे संपवले,'' मी म्हणालो आणि मनातून वाटत होते की मला माझ्राच आवाज खोटारडा वाटला होता, तसा तिला वाटला होता का?

''हं, अस्सं,'' ती म्हणाली आणि ती विस्तवाजवळ जाऊन बसली. ती जेवणासाठी कपडे बदलून आलेली होती. इतका उशीर झालाय हे माझ्या लक्षात आले नव्हते.

''आम्ही कपड्यांची वर्गवारी केली,'' मी म्हणालो. ''सीकुंबची खूप मदत झाली. तुला पटले तर ते कपडे ख्रिसमसला वाटायचे ही योजना चांगली आहे असे आम्हाला वाटते.''

''हो,'' ती म्हणाली, ''त्याने मला आताच तसे सांगितले. मला वाटते की हे अगदी योग्य आहे.''

मला हे कळत नव्हते की माझ्या वागण्याने किंवा तिच्यापण- आमच्या दोघांच्यात एक दुरावा जाणवत होता.

''सबंध दिवसात पाऊस थांबलेला नाही,'' मी म्हणालो.

''नाही ना!'' ती म्हणाली.

मी धुळीने माखलेल्या माझ्या हातांकडे पाहिले. ''जर तुला चालले तर मी हातपाय धुऊन, कपडे बदलून जेवायला येतो,'' मी म्हणालो. मी वर गेलो, कपडे बदलले आणि मी जेव्हा जेवायला आलो तेव्हा जेवण टेबलावर मांडलेले होते. आम्ही न बोलता आपआपल्या जागी बसलो. सीकुंब त्याच्या नेहमीच्या सवयीनुसार त्याला काही सांगायचे असले की आम्ही जेवत असताना आमच्या संभाषणात मध्येच बोलायचा आणि आज रात्री आमचे जेवण संपता संपताना त्याने माझ्या कझिन रेशेलला विचारले, ''मॅडम, फिलीपना तुम्ही ती नवीन कव्हर्स दाखवली का?''

''नाही सीकुंब,'' ती म्हणाली, ''तेवढा वेळच झाला नाही आत्तापर्यंत पण त्याला बघायची इच्छा असेल तर ती त्याला जेवण झाल्यावर दाखवते. कदाचित जॉन ती सर्व लायब्ररीत घेऊन येईल.''

''कव्हर्स?'' मी गोंधळून विचारले, ''ती कसली कव्हर्स आहेत?''

''तुला आठवत नाही का?'' ती म्हणाली, ''मी त्या निळ्या बेडरूमसाठी कव्हर्स मागवली होती. सीकुंबने ती पाहिली आहेत आणि तो फारच प्रभावित झालाय.''

“ओ! होय,” मी म्हणालो, “हो, मला आता आठवलं.”

“त्याच्यासारखी कव्हर्स मी आयुष्यात पाहिलेली नाहीत,” सीकुंब म्हणाला, “ह्या भागातील कोणत्याही घरी त्यासारखे सजावटीचे कापडच नाही.”

“हं, ते कापड इटालीहून मागवलेले आहे सीकुंब,” माझी कझिन रेशेल म्हणाली. “लंडनमधील एकाच ठिकाणी ती मिळतात. मला ह्याबद्दल फ्लॉरेन्समध्ये सांगितले गेले होते. तुला ती कव्हर्स बघायला आवडतील फिलीप की तुला स्वारस्य नाही?”

तिने तो प्रश्न मला अर्धवट आशेने, अर्धवट उत्सुकतेने विचारला, जणू काही तिला माझे मत हवे होते पण मला कंटाळा येईल अशी तिला भीती वाटत होती.

मला कसे ते कळले नाही पण मी लाल झालो ते मला जाणवले. “अर्थात हो,” मी म्हणालो, “मला ती बघायला नक्कीच आवडतील.”

आम्ही जेवणानंतर लायब्ररीत गेलो. सीकुंब आमच्या मागून आला आणि थोड्या वेळाने त्याने आणि जॉनने ती कव्हर्स खाली आणली आणि पसरली.

सीकुंब बरोबरच होता. अशा तऱ्हेची कव्हर्स कॉर्नवॉलमध्ये कोणाकडेही नव्हती. मी त्यांच्यासारखी कव्हर्स कुठेच पाहिली नव्हती, अगदी ऑक्सफर्ड किंवा लंडनमध्येही. त्यांच्यापैकी बरीच खूप किमती ब्रोकेडची होती आणि काही जड रेशमी होती. अशा तऱ्हेच्या गोष्टी तुम्ही म्युझियममध्येच पाहू शकता.

“इथं एक तऱ्हेचा उंची दर्जा आहे.” सीकुंब अगदी चर्चमध्ये असल्यागत हळू आवाजात म्हणाला.

“मी हे निळे कव्हर पलंगाभोवतीच्या पडद्यांसाठी म्हणतेय,” माझी कझिन रेशेल म्हणाली, “आणि ती जास्त गडद निळी पडद्यांसाठी आणि ते रजईचे कापड रजईवर खोळ म्हणून चढवायचे. तुला काय वाटते फिलीप?”

तिने माझ्याकडे उत्सुकतेने पाहिले. तिला कसे उत्तर द्यावे हे मला कळेना.

“तुला ती आवडली नाहीत का?” ती मला म्हणाली.

“मला ती फार आवडली,” मी म्हणालो, “परंतु ,” --पुन्हा काहीसा मी लाल झालोय असे मला वाटले--“ती महाग नाहीत का?”

“हो, ती महागडी आहेत,” तिने उत्तर दिले, “अशा तऱ्हेची वस्तू ही नेहमीच महागडी असते परंतु ती वर्षानुवर्षं टिकेल फिलीप. तुझा नातू आणि पणतूही त्या निळ्या खोलीत ती कव्हर्स पलंगावर पसरून आणि हे पलंगावरचे पडदे पसरून झोपू शकतील. हो की नाही सीकुंब?”

“हो मॅडम,” सीकुंब म्हणाला.

“महत्त्वाचा प्रश्न हा आहे की तुला ती आवडली की नाही फिलीप,” तिने पुन्हा विचारले.

"हो," मी म्हणालो, "कुणालाही आवडल्याशिवाय राहतील?"

"मग ती तुझी आहेत," ती म्हणाली, "ही माझ्याकडून तुला भेटवस्तू आहे. सीकुंब ती घेऊन जा. मी सकाळी लंडनला पत्र लिहून कळवीन की आम्ही ती ठेवत आहोत."

सीकुंब आणि जॉनने त्या कव्हर्सच्या घड्या केल्या आणि ती खोलीतून नेली. तिचे डोळे माझ्यावर लागलेले आहेत असे मला भासत होते आणि त्या नजरेला नजर भिडवण्यापेक्षा मी माझा पाईप घेतला, तो पेटवला आणि नेहमीच्या मानाने त्याच्यात जास्त वेळ काढला.

"काहीतरी झालंय," ती म्हणाली, "ते काय आहे?"

तिला कसे उत्तर द्यावे ते मला कळत नव्हते. मला तिला दुखवायचे नव्हते.

"ज्याला तुला फार पैसे मोजावे लागतील अशा महागड्या भेटवस्तू तू मला देऊ नयेस." मला विचित्र वाटत असताना मी म्हणालो.

"परंतु मला ती तुला द्यायचेत." ती म्हणाली, "तू माझ्यासाठी एवढे केलंयस. त्यामुळे त्या बदल्यात ही छोटीशी भेट."

तिचा आवाज हळुवार होता, त्यात विनवणी होती आणि जेव्हा मी तिच्याकडे पाहिले तेव्हा तिच्या डोळ्यांत दुखावल्याची भावना होती.

"हे तुझे वागणे फारच गोड आहे," मी म्हणालो, "परंतु तू हे असे करावेस असे मला नाही वाटत एवढं खरं."

"त्याचा निवाडा मला करू दे," मला तिने उत्तर दिले, "आणि मला माहीत आहे की जेव्हा तू ती खोली तयार झाल्यावर बघशील तेव्हा तू खूश होशील,"

मला अगदी वैताग आला होता आणि अस्वस्थ वाटत होते. दयाळूपणे आणि लहरीखातर तिने मला एखादी भेटवस्तू द्यायचे ठरवावे आणि जर हे काल घडले असते तर मी ते जराही विचार न करता स्वीकारले असते, परंतु ह्या संध्याकाळी मी तो पत्राचा लहानसा तुकडा वाचल्यापासून मला एका संशयाने पछाडले होते, की जे तिला माझ्यासाठी करावेसे वाटत होते त्यामुळे तिचाच काहीतरी तऱ्हेने तोटा होणार होता ना? आणि तिचे असे वागणे मी मान्य करणे म्हणजे मी ज्या गोष्टी मला नीटपणे कळल्या नव्हत्या अशा काही गोष्टींना मान्यता देत होतो.

नंतर ती मला म्हणाली, "ते बागेवरचे पुस्तक आपल्याला येथील योजना आखायला फारच उपयोगी पडणार आहे. मी ते ॲम्ब्रोसला दिले होते हे मी विसरलेच होते. तू त्यातील कोरीव कामावर नजर टाक. अर्थात त्या इथं योग्य नाहीत परंतु त्यातील काही गोष्टी कामी येतील. उदाहरणार्थ, समोरच्या शेतावरून खाली समुद्राकडे नजर जाईल अशी- मजगीवर केलेली चालण्यासाठीची जागा आणि त्याच्या दुसऱ्या बाजूला जरा खाली असलेली तळ्यातील बाग... अशा

तऱ्हेच्या बागा रोममधील एका बंगल्यात जिथं मी राहायचे तिथं होती. त्याची चित्रं त्या पुस्तकात आहेत, त्यासाठी कोणती जागा निवडायची ते मला माहीत आहे. ती बघ, जिथं पूर्वी जुनी भिंत होती ना, ती जागा.''

मी हे कसे केले ते मला कळले नाही परंतु अगदी सामान्य तऱ्हेने आणि अगदी सहज आवाजात मी तिला विचारत होतो, ''तू नेहमी जन्मल्यापासून इटलीत राहत होतीस का?''

''हो,'' ती म्हणाली, ''ॲम्ब्रोसने तुला कधी सांगितले नाही का? माझ्या आईकडचे लोक रोममधील होते आणि माझे वडील अलेक्झांडर कॉर्यन अशा लोकांपैकी होते ज्यांना कुठेही स्थिरस्थावर होणे जड जाते. त्यांना इंग्लंड आवडत नसे आणि त्यांचे येथील कॉर्नवॉलमधील कुटुंबीयांशी कधी जमलेच नाही. त्यांना रोममधील जीवन आवडले. ते आणि माझी आई परस्परांसाठी योग्य होती, परंतु त्यांचे जीवन हे तसे भयानक अडचणींचे होते... फारसा पैसा नाही. मला लहान असताना त्याची सवय होती परंतु मी मोठी झाल्यावर हे सर्व त्रासदायक ठरले.''

''ते दोघे जिवंत नाहीत का?'' मी विचारले.

''ओ! माझे वडील मी सोळा वर्षांची असताना वारले. मी आणि आई पाच वर्षं एकट्या होतो. त्यानंतर मी कोसीमो संगलेट्टीशी लग्न केले. ती पाच वर्षं भयानक होती. आम्ही एका शहरातून दुसऱ्या शहरात जायचो. आमचे पुढचे जेवण कुठून मिळेल ह्याची शाश्वती नसायची. माझे लहानपण असे काही सुरक्षित नव्हते. फिलीप, मी गेल्या रविवारी त्याचाच विचार करत होते. ल्युसीपेक्षा ते किती वेगळे होते.''

ह्याचा अर्थ तिचे पहिले लग्न झाले तेव्हा ती एकवीस वर्षांची होती. ल्युसीच्याच वयाची आणि ती संगलेट्टीला भेटण्याआधी ती आणि तिची आई कशा जगल्या असतील ह्याचा मी विचार करत होतो. जसे ती इथं करायला म्हणत होती तशा त्यांनी इटालियनच्या शिकवण्या केल्या असतील, त्यामुळे तिच्या मनात हा विचार आला असावा.

''माझी आई खूप सुंदर होती,'' ती म्हणाली, ''माझ्यापेक्षा खूप वेगळी - फक्त रंग सोडायचा, उंच अगदी भरभक्कम आणि तिच्यासारख्या अनेक स्त्रियांप्रमाणे ती अचानक कोलमडली, तिचे रूप संपले, ती जाडी झाली आणि तिने ह्याबाबतची काळजी घेणेही संपवले. हे बघायला माझे वडील जिवंत उरले नव्हते म्हणून मला बरे वाटले. तिने ज्या काही गोष्टी केल्या किंवा मीही केल्या त्या बघायला ते जिवंत नव्हते.''

तिचा आवाज अगदी व्यवहारी आणि साधा होता, त्यात जराही कडवटपणा नव्हता आणि ती अशा रीतीने माझ्या लायब्ररीत विस्तवाजवळ बसलेली असताना

माझ्या मनात आले की तिच्याबद्दल आणि तिच्या पूर्वायुष्याबद्दल मला किती कमी माहीत होते! ल्युसीचे आयुष्य छायेखाली सुरक्षित होते असे ती म्हणाली होती हे खरं होतं आणि माझ्या हे अचानक लक्षात आले की हे माझ्या बाबतीतही खरं होतं. मी चोवीस वर्षांचा होतो आणि हॅरो आणि ऑक्सफर्डमध्ये काढलेल्या ठरावीक वर्षांनंतर मला माझ्या ह्या पाचशे एकरांशिवाय जगाबद्दल काहीच माहिती नव्हती आणि इथं माझ्या कझिन रेशेलसारखी स्त्री एका जागेतून दुसरीकडे, एक घर सोडून दुसऱ्या घरात, मग तिसरे असे करत तिने एकदा-दोनदा लग्न केले. ते तिला कसे वाटले असेल? तिने तो मागचा भूतकाळ दरवाजासारखा बंद करून त्याबद्दल कधी विचार केला नसेल का किंवा तिला त्या आठवणींचा रोज त्रास होत असेल?

"तो तुझ्याहून फार मोठा होता का?" मी तिला विचारले.

"कोसीमो?" तिने विचारले. "का?नाही, एक वर्षभराने मोठा असेल. माझ्या आईशी त्याची फ्लॉरेन्समध्ये ओळख करून दिली गेली. तिला नेहमीच संगलेट्टीशी ओळख करून घेण्याची इच्छा होती. त्याने माझी आई आणि मी ह्यामध्ये निवड करायला तब्बल वर्ष घेतले. मग तिचे रूप संपले. बिचारी, आणि तिने त्यालाही गमावले. जो सौदा मी केला ती एक जबाबदारीच ठरली परंतु मला वाटते ॲम्ब्रोसने ही सर्व कथा तुला लिहून कळवली असेल. ती काही तशी सुखद नाही."

मी तिला सांगणार होतो, "नाही, ॲम्ब्रोस हा तुला वाटले त्यापेक्षा जास्त मनातल्या मनात ठेवणारा, घुमा माणूस होता. जर त्याला कशामुळे वाईट वाटले, त्याला धक्का बसला तर तो ते तिथं नाही असे नाटक करायचा किंवा ते घडलेच नाही असे समजायचा. त्याने तुझ्याशी लग्न करण्याच्या आधीच्या तुझ्या आयुष्याबद्दल तसे काहीच लिहिले नव्हते. फक्त संगलेट्टी हा द्वंद्वयुद्ध खेळताना मारला गेला होता एवढंच कळवलं होते." त्याऐवजी मी ह्यातले काहीच बोललो नाही, मग अचानक मला जाणवले की मलाही ह्यातील कशाची माहिती करून घ्यायची नाहीये, संगलेट्टीबद्दल, तिच्या आईबद्दल किंवा फ्लॉरेन्समधील तिच्या आयुष्याबद्दलही. मला ते सर्व एका दरवाजामागे बंदिस्त करायचे होते आणि त्याला कुलूपही लावायचे होते.

"हो," मी म्हणाली, "हो, ॲम्ब्रोसने हे सर्व पत्र लिहून मला कळवले होते."

तिने एक सुस्कारा सोडला आणि आपल्या डोक्यामागची उशी थोपटली.

"हं, बरं," ती म्हणाली, "ते फार पूर्वी घडलंय असे वाटते. ज्या मुलीने हे सर्व सोसलंय ती दुसरीच मुलगी होती. कोसीमोशी लग्न करून मी अशी दहा वर्षं काढली. तू जरी मला सर्व जग दिलेस तरी आता मला तरुण होण्याची इच्छा नाही, कारण कदाचित माझे मन कलुषित झालेले असेल."

"तू अशा रितीने बोलत्येस की तू जणू नव्याण्णव वर्षांची आहेस," मी म्हणालो.

“स्त्रीच्या दृष्टीने पाहिले तर मी आहे,” ती म्हणाली. “मी पस्तिशीची आहे.”

तिने माझ्याकडे पाहिले आणि ती हसली.

“हो?” मी म्हणालो. “मला वाटले की त्याहून मोठी असशील.”

“हे बहुतेक साऱ्या स्त्रियांना अपमानास्पद वाटले असते परंतु मी ते प्रशंसा म्हणून घेत्येय,” ती म्हणाली. “थँक्स फिलीप,” आणि मग मी मनाशी काही उत्तर तयार करण्याआधीच ती म्हणाली, “सकाळी त्या विस्तवात टाकलेल्या चिठोऱ्यावर काय होते?”

अचानक झालेल्या ह्या हल्ल्याला मी तयार नव्हतो. मी तिच्याकडे बघितले आणि अवंढा गिळला.

“चिठोरा?” मी विचारले, “कोणता चिठोरा?”

“तुला हे पक्के माहीत आहे,” ती म्हणाली, “ॲम्ब्रोसचे हस्ताक्षर असलेला तो कागद, मी बघू नये म्हणून तू जो जाळलास तो.”

मग मी मनाशी ठरवले की अर्धसत्य हे खोट्यापेक्षा बरे होते. जरी माझा चेहरा लाल झाला होता तरी मी तिच्या डोळ्यांना डोळा भिडवला.

“तो एक पत्राचा भाग होता,” मी म्हणालो, “जे पत्र मला वाटते की तो मला लिहीत होता. तो खर्चावरून काळजीत होता असे त्यात होते. त्याबद्दल एखाद दुसरी ओळ होती. ते कसे लिहिलेले होते तेही मला आता आठवत नाही. त्या क्षणी ते हातात असल्यामुळे तुला दुःख झाले असते म्हणून मी ते विस्तवात टाकले.”

आणि आश्चर्य म्हणजे मलाही सुटल्यासारखे वाटले, कारण माझ्याकडे अगदी टक लावून पाहात असलेल्या त्या नजरेत अचानक एक दिलासा दिसला. तिचे अंगठ्यांशी चाळे करणारे हात मांडीवर आले.

“हे एवढंच होतं?” ती म्हणाली. “मी विचारच करत होते... मला काही समजतच नव्हते.”

तिने माझे हे स्पष्टीकरण स्वीकारले हे देवाचेच आभार.

“बिचारा ॲम्ब्रोस,” ती म्हणाली, “माझी जी उधळपट्टी त्याला वाटायची हे त्याच्या सदोदीतच्या काळजीचे कारण होते. हे तू अनेकदा ऐकले नाहीस ह्याचे मला आश्चर्य वाटते. त्याला माहीत असलेल्या ह्या इथल्या आयुष्यापेक्षा तेथील आयुष्य हे कितीतरी वेगळे होते आणि ते तो स्वीकारूच शकला नाही आणि नंतर- अर्थातच मी त्याला दोष देत नाही... मला माहीत आहे की त्याच्या मनाच्या तळाशी मी त्याला भेटण्याआधी मला जे आयुष्य जगावे लागले त्याबद्दल नाराजगी होती. ती झालेली भयानक कर्जं, ती सर्व त्याने फेडली.”

मी गप्प बसलो होतो पण तिला असे बघत असताना आणि पाईप ओढत असताना मला मनातून मोकळे वाटत होते, आता पूर्वीसारखी काळजी वाटत

नव्हती. ते अर्धवट सत्य यशस्वी ठरले होते आणि ती माझ्याशी आता अगदी सहजपणे बोलत होती.

''तो इतका उदार होता,'' ती म्हणाली, ''ते पहिले काही महिने मला त्याबद्दल काय वाटले ते तुला हे कळणार नाही, फिलीप. सरतेशेवटी कोणीतरी ज्यावर मी विश्वास ठेवू शकेन आणि त्यापेक्षाही चांगली गोष्ट म्हणजे ज्याच्यावर माझे प्रेम होते. मी पृथ्वीवरील काहीही मागितले असते तरी त्याने ते मला दिले असते, त्यामुळेच जेव्हा तो आजारी झाला...'' ती थांबली. आता तिचे डोळे विद्ध होते, ''त्यामुळे तो असा बदलला हे समजायला कठीण गेले.''

''म्हणजे तुला असे म्हणायचंय का की तो पूर्वीसारखा उदार उरला नव्हता?'' मी विचारले.

''होय, तो उदार होता,'' ती म्हणाली, ''परंतु पूर्वीसारखे नव्हे. तो माझ्यासाठी वस्तू, भेटवस्तू, जडजवाहीर, हे सर्व जणू काही एका रीतीने परीक्षा घेतल्यागत विकत घ्यायचा. मला ते सांगता येत नाही पण जर मी त्याच्याकडे घरातील काही गरजेसाठी, जे आम्हाला काही हवे असेल त्यासाठी पैसे मागितले तर मला तो पैसा द्यायचा नाही. तो माझ्याकडे संशयित नजरेने पाहायचा, तो मला विचारायचा की मला पैसे का हवेत, मी ते कसे खर्च करणार आहे, मी ते कुणाला देणार आहे का... सरतेशेवटी मला रेनाल्डीकडे जावे लागले. मला रेनाल्डीला पैशासाठी विचारावे लागले. फिलीप, कारण मला नोकरांचे पगार द्यायचे होते...''

ती थांबली आणि तिने माझ्याकडे पाहिले.

''तू हे केलेस ते ॲम्ब्रोसला माहीत झाले का?'' मी विचारले.

''हो,'' ती म्हणाली, ''त्याला रेनाल्डी कधीच आवडला नव्हता. मला वाटते की हे मी तुला आधी सांगितले होते, परंतु जेव्हा त्याला समजले की मी रेनाल्डीकडे पैशासाठी गेले होते- तो शेवट होता. त्यानंतर रेनाल्डीने बंगल्यावर आलेले त्याला चालत नसे. तू हे कदाचित मान्य करणार नाहीस फिलीप, पण मला ॲम्ब्रोस विश्रांती घेत असताना चोरून बाहेर जावे लागायचे आणि घर खर्चासाठी पैसे घेण्यासाठी रेनाल्डीला भेटावे लागायचे.'' अचानक तिने हाताची हालचाल केली आणि ती खुर्चीवरून उठली.

''अरे देवा,'' ती म्हणाली, ''तुला हे सर्व मला सांगायचे नव्हते.''

ती खिडकीजवळ गेली, तिने पडदे बाजूला सारले आणि बाहेर पडत असलेल्या पावसाकडे ती पाहात राहिली.

''का नाही?'' मी विचारले.

''कारण मला तुझ्या आठवणीत तो जसा होता तसाच तुला तो आठवावा असे वाटते,'' ती म्हणाली, ''तुझ्याकडे त्याचे ह्या घरात असतानाचे चित्र आहे, त्यावेळी

तो तुझा ॲम्ब्रोस होता - ते चित्र तसेच राहावे, ते शेवटचे महिने माझे होते आणि त्यात माझ्याबरोबर कुणी सहभागी व्हावे अशी माझी इच्छा नाही आणि सर्वांत शेवटी तू.''

मला ते तिच्याबरोबर वाटून घ्यायचे नव्हते. मला एका मागोमाग एक करत भूतकाळातील सर्व दरवाजे तिने बंद करावेत असे वाटत होते.

''काय घडले ते तुला माहीत आहे का?'' ती खिडकीकडून मागे वळत माझ्याकडे पाहात म्हणाली. ''आपण वरच्या खोलीतील पेट्या उघडल्या तिथंच आपले चुकले. आपण त्या तिथंच ठेवायला हव्या होत्या; त्याच्या वस्तूंना आपण हात लावला हे आपले चुकले. जेव्हा मी त्याची ट्रंक उघडली आणि त्याचा ड्रेसिंग गाऊन आणि चपला पाहिल्या तेव्हा मला हे पहिल्यापासूनच जाणवले. आपण आपल्याबरोबर नसलेले काहीतरी मोकळे सोडले, एक तऱ्हेची कडवट भावना.'' ती पांढरीफट्ट पडली होती. तिचे हात पुढे गुंफलेले होते. ''मी विसरलेली नाही,'' ती म्हणाली, ''ती पत्रं जी तू विस्तवात टाकलीस आणि जळली ती. मी त्यांचा विचार मागे टाकला होता पण आपण आज त्या ट्रंका उघडल्यावर जणू काही मी आता ती पुन्हा वाचली होती.''

मी उठलो आणि विस्तवाकडे पाठ करून उभा राहिलो. ती खोलीत फेऱ्या मारत असताना तिला काय म्हणावे हे मला समजत नव्हते. ''त्याने पत्रात लिहिले होते की मी त्याच्यावर लक्ष ठेवून आहे,'' ती सांगू लागली. ''अर्थात मी त्याच्यावर लक्ष ठेवायचे ते त्याने स्वतःचे काही नुकसान करू नये म्हणून. रेनाल्डी म्हणायचा की मी माझ्या मदतीला कॉन्व्हेंट नन्स घ्याव्या, परंतु मी त्या घेतल्या नाहीत. मी जर तसे केले असते तर ॲम्ब्रोसला वाटले असते, की त्या मी त्याच्यावर नजर ठेवायला आणलेल्या रखवालदार आहेत. त्याचा कुणावरही विश्वास नव्हता. ते डॉक्टर्स चांगली आणि सहनशील माणसे होती, पण बरेच वेळा तो त्यांना भेटायचे नाकारायचा. एका पाठोपाठ एक करत त्याने मला नोकरांना काढून टाकायला लावले. सरतेशेवटी फक्त गिसॅप्पा तेवढा उरला. त्याचा त्याच्यावर विश्वास होता; तो म्हणायचा की त्याचे डोळे कुत्र्यासारखे आहेत...''

ती थांबली आणि वळली. मला तो बंगल्याच्या कवाडापाशी असलेला नोकर आठवला आणि मला दुःख होऊ नये म्हणून त्याला वाटणारी इच्छा... हे विचित्र होते की ॲम्ब्रोसनेही त्या प्रामाणिक आणि विश्वासू डोळ्यांवर विश्वास ठेवला होता आणि मी तर त्या नोकराला एकदाच पाहिले होते.

''आता हे बोलण्याची काही गरज नाही,'' मी तिला म्हणालो. ''हे काही ॲम्ब्रोसलासाठीही चांगले नाही आणि तुला फक्त त्याचा त्रास होतो आणि माझा विचार केला तर तुझ्यात आणि त्याच्यात काय घडले ह्याच्याशी मला काही कर्तव्य

नाही. ते सर्व आता संपलंय आणि विसरले गेलंय. तो बंगला त्याचे घर नव्हते आणि जेव्हा तू ॲम्ब्रोसशी लग्न केलेस तेव्हा ते तुझेही उरले नव्हते. हे आता तुझे घर आहे.''

ती वळली आणि तिने माझ्याकडे पाहिले. ''कधी कधी,'' ती हळूच म्हणाली, ''तू इतका त्याच्यासारखा आहेस की मला भीती वाटते. मला तुझे डोळे त्याच भावनांनी माझ्याकडे वळलेले दिसतात आणि जणू काही तो मृत झालेलाच नाही आणि जे काही मी सोसले ते मला पुन्हा एकदा सोसावे लागणार. तो संशय, तो कडवटपणा हे सर्व दिवसांमागून दिवस आणि रात्रीमागून रात्र चालत राहणार आणि मला ते पुन्हा सहन होणार नाही.''

ती असे बोलत असताना माझ्या डोळ्यापुढे संगलेट्टी बंगल्याचे स्पष्ट चित्र उभे राहिले. मला ते छोटे अंगण दिसले आणि वसंत ऋतूत पिवळ्या फुलांनी बहरलेले लॅबरनमचे झाड दिसले. मला तिथं एक खुर्ची दिसली- त्यावर ॲम्ब्रोस बसलेला आणि त्याची काठी बाजूला ठेवलेली दिसली. मला तेथील ती उदास शांतता जाणवली, मला कोंदट हवेचा वास आला. मी ते उडणारे कारंजे बघत होतो आणि आता पहिल्यांदा त्या वरच्या गच्चीतून पाहणारी ती स्त्री, ती माझ्या कल्पनाशक्तीचा भाग नव्हती परंतु रेशेल होती. ती ॲम्ब्रोसकडे विनवणी करत असलेल्या डोळ्यांनी पाहात होती. ती दुःखद नजर, त्यात असलेला दयेचा भाव अचानक मला मोठे झाल्यासारखे, शहाणे झाल्यासारखे आणि न कळणारी ती नवीन शक्ती आल्यासारखे वाटले. मी माझे हात तिच्यापुढे केले.

''रेशेल, इथं ये,'' मी म्हणालो.

ती खोलीतून चालत माझ्याकडे आली आणि तिने आपले हात माझ्या हातात दिले.

''ह्या घरात कडवट भावना नाहीत,'' मी तिला म्हणालो, ''हे घर माझे आहे. माणसे मरतात त्यांच्याबरोबर कडवटपणा संपतो. ते कपडे बोचकी करून बाजूला ठेवलेले आहेत. त्याचा आता आपल्या दोघांशी काही संबंध नाही. ह्यापुढे माझ्या आठवणीत जसा ॲम्ब्रोस होता तसाच तो तूही आठव. आपण त्याची ती जुनी हॅट हॉलमधील सोफ्यावर ठेवू या आणि ती काठी इतर काठ्यांबरोबर त्या स्टँडमध्ये ठेवू या. तू आता इथली आहेस; जसा तो होता तशीच, जसा मी आहे तशीच. आपण तिघे एकत्रपणे ह्या जागेचा भाग आहोत. तुला समजतंय का?''

तिने माझ्याकडे पाहिले. तिने आपले हात काढले नाहीत.

''हो,'' ती म्हणाली.

मी अचानक भावविवश झालो. जणू काही काही जे मी केले आणि बोललो ते माझ्यासाठी कुणीतरी आखून ठेवलेले होते आणि त्याच वेळी एक लहानसा

आवाज अजूनही माझ्या डोक्यात कुजबुजत होता, ''तू हा क्षण पुन्हा अनुभवणार नाहीस, कधीही-कधीही-'' आम्ही एकमेकांचे हात गुंफून उभे होतो आणि ती मला म्हणाली, ''फिलीप, तू माझ्याशी इतका छान का वागतोस?''

मला आठवले की सकाळी जेव्हा ती रडली होती, तेव्हा तिने आपले डोके माझ्या छातीवर ठेवले होते. मी तिच्याभोवती क्षणभर माझे हात टाकले होते आणि माझे तोंड तिच्या केसांवर ठेवले होते. पूर्वी कधी वाटले नव्हते एवढे मला ते पुन्हा घडायला हवे होते, परंतु आज रात्री ती रडत नव्हती, आज रात्री तिने येऊन माझ्या छातीवर डोके ठेवले नव्हते. ती फक्त माझे हात धरून तिथं उभी होती.

''मी तुझ्याशी चांगला वागतोय असे नव्हे,'' मी म्हणालो, ''मला फक्त तू सुखी व्हायला हवी आहेस.''

ती दूर झाली. तिने आपली मेणबत्ती झोपायला जाण्यासाठी उचलली आणि जेव्हा ती खोलीतून बाहेर पडली तेव्हा मला म्हणाली, ''गुडनाईट फिलीप, देव तुझे भले करो. जे काही सुख मी एकदा भोगले ते तुला कदाचित एखाद्या दिवशी कळेल.''

मी ती वर गेल्याचे ऐकले आणि मी खाली बसलो आणि लायब्ररीतील विस्तवाकडे पाहात राहिलो. मला असे दिसले की जो काही कडवटपणा ह्या घरात होता तो ॲम्ब्रोसकडून किंवा तिच्याकडून आलेला नव्हता. त्याचे मूळ माझ्या हृदयात खोल होते. त्याबद्दल मी तिला कधीच सांगणार नव्हतो आणि तिला ते कळण्याचीही कधी जरुरी नव्हती. मत्सराच्या त्या पुरल्या गेलेल्या आणि विसरल्या गेलेल्या बीजाने पुन्हा एकदा डोके वर काढले होते पण ह्यावेळी मला रेशेलचा मत्सर वाटत नव्हता. ज्याला मी ओळखत होतो आणि ज्याच्यावर माझे प्रेम होते त्या ॲम्ब्रोसचा मला आता मत्सर वाटत होता.

१६

नोव्हेंबर आणि डिसेंबर महिने पटकन गेले. निदान मला तरी असे वाटले. नेहमी जेव्हा दिवस लहान व्हायचे आणि हवा खराब व्हायची, तेव्हा बाहेर करायलाही काही नसायचे आणि साडेचारलाच अंधार पडायचा- अशा वेळी त्या लांबलचक संध्याकाळी घरात काढणे कंटाळवाणे व्हायचे. मला तसे वाचनाचे वेड नव्हते. मी तसा माणूसघाणाच होतो, त्यामुळे माझ्या शेजाऱ्यांबरोबर शिकारीला किंवा बाहेर फिरायला, जेवायला जाणे वगैरे गोष्टी मी करत नसे. मी मग वर्ष संपण्याकडे डोळे लावून बसलेलो असायचो. ख्रिसमस संपला आणि सर्वांत लहान दिवस मागे पडला की मी वसंत ऋतूची वाट पाहायचो. पश्चिमेकडे वसंत ऋतू लवकर येतो. नवीन वर्षाच्या पहिल्या दिवसाआधीच झुडपांवर फुले येतात परंतु हा हिवाळा तसा कंटाळवाणा झाला नाही. पाने गळली आणि झाडे उघडीबोडकी झाली आणि बार्टनची जमीन पावसाने तपकिरी आणि दलदलीची झाली. समुद्रावर थंड वारे वाहून त्याचा रंग करडा झाला होता, परंतु त्याकडे मी उद्वेगाने पाहिले नाही.

आमची- माझी आणि कझिन रेशेलची- एक ठरावीक चाकोरी सुरू झाली. ती क्वचितच बदलायची आणि ती आम्हालाही सोयीची वाटायची. जेव्हा हवा चांगली पडायची तेव्हा सकाळी ती टॅम्लीन आणि इतर माळ्यांना झाडे लावण्याबद्दल मार्गदर्शन करायची किंवा आम्ही ठरवलेल्या मजगीवरच्या फिरायच्या जागेची प्रगती कशी चाललेय ते पाहायचो. त्या जागी जी रानात काम करायची त्या शिवाय जास्त माणसे कामावर ठेवायला लागली होती आणि मी इस्टेटीवरची नेहमीची कामे उरकायचो. घोड्यावरून शेतावर मागेपुढे रपेट मारायचो किंवा बाहेरच्या जिल्ह्यातील बाहेरच्या बाजूला असलेल्या शेतांवर जाऊन यायचो. त्या ठिकाणी माझी काही जमीन होती. आम्ही साडेबारा वाजता छोट्याशा जेवणासाठी जमायचो. बहुतेक डुकराचे थंड मांस, काहीतरी मिष्टान्न आणि केक. ती नोकरांची जेवायची वेळ असल्यामुळे आमचे अन्न आम्हीच वाढून घ्यायचो. ह्यावेळी ती मला दिवसांत

पहिल्यांदा दिसायची, कारण ती आपला नाश्ता नेहमी आपल्या खोलीत घ्यायची.

जेव्हा मी इस्टेटीवर बाहेर असायचो किंवा ऑफीसमध्ये आणि देवडीवरच्या घड्याळात दुपार झाल्याचे ऐकायचो तेव्हा ताबडतोब त्या पाठोपाठ तिथं जोरजोरात घंटा वाजायची आणि नोकरांना त्यांच्या जेवणासाठी बोलवायची. मला हृदयात एकदम उत्तेजना जाणवायची, खळबळ वाटायची.

ज्या कामात मी गुंतलेलो असायचो ते अचानक स्वारस्यहीन वाटू लागायचे. जर समजा मी बागेतून रपेट मारत किंवा रानात किंवा जवळपासच्या जमिनीवर असलो आणि त्या घड्याळाचा आणि घंटीचा आवाज माझ्यापर्यंत आला... तो आवाज दूरवर ऐकू यायचा आणि जर वारा त्या दिशेने असला तर तो तीन मैलांच्या अंतरावरही ऐकू यायचा, की मी घाईने जिप्सीला घराकडे वळवायचो. जणू काही मला भीती वाटायची की मला जर बाहेर आणखी उशीर झाला तर मी जेवणाच्या वेळेतील एखादा क्षण फुकट घालवीन. ऑफीसमध्ये असलो तरी हे असेच घडायचे. मी टेबलावरील माझ्या पुढ्यातील पेपरांकडे बघायचो, माझे पेन चावायचो, खुर्ची वाकडी करून मागे टेकायचो आणि जे काही मी लिहीत असेन ते अचानक महत्त्वाचे उरायचे नाही. ते पत्र थांबू शकायचे, त्या आकड्यांच्या हिशोबाची गरज नसायची, बॉडमिनमधील त्या व्यवहारासंबंधी दुसऱ्यावेळी विचार करता येईल; आणि सर्व बाजूला सारून मी ऑफीस सोडायचो आणि अंगणातून घरात यायचो आणि जेवणाच्या खोलीकडे वळायचो.

ती माझी वाट बघत तिथं बहुधा आधी आलेली असायची आणि माझे स्वागत करायची आणि मला अभिवादन करायची. कधीकधी ती माझ्या ताटाच्या बाजूला, एखादी भेटवस्तू द्यावी तशी, एखादी देठापासून तोडलेली कळी ठेवायची. ती मग ती माझ्या बटनहोलमध्ये लावायचो किंवा तिथं एक नवीन मद्य मला चव घेण्यासाठी ठेवलेले असायचे. ते वनस्पतींच्या काढ्यांपैकी एक असायचे. ह्यासंबंधी तिच्याकडे शेकड्यांनी पाकक्रिया होत्या आणि त्या ती आमच्या आचाऱ्याला करण्यासाठी द्यायची. ह्या घरात ती येऊन बरेच आठवडे झाल्यावर आचारी दररोज तिच्याकडे काय करायचे ह्यासंबंधी विचारायला जायचा आणि त्यामुळे आम्हालाही फार चांगले अन्न मिळते ही बातमी तोंडावर हात ठेवून एखादी गुप्त गोष्ट सांगितल्यागत एक दिवस सीकुंबने सांगितली होती

"मालकीणबाईंना," सीकुंब म्हणाला, "हे तुम्हाला कळवायचे नव्हते, नाहीतर हे तिच्याबाबत जास्त धीटपणाचे ठरेल."

मी हसलो आणि हे मला माहीत आहे हे तिला सांगितले नाही, परंतु कधीकधी गंमत म्हणून आम्ही खात असलेल्या एखाद्या पदार्थाबद्दल मी म्हणायचो, "मला कळत नाही की स्वयंपाकघरात त्यांच्या अंगावर कोणते भूत आलंय ते! तिथं काम

करणारी पोरं एकदम फ्रान्समधील खानसामेच बनले आहेत,'' आणि मग ती काही न कळल्यागत विचारायची, ''तुला हे आवडलं? हे पूर्वीपेक्षा जास्त चांगले झालाय का?''

एकच नव्हे आता सर्वच तिला मालकीण म्हणायचे आणि मला त्याचे काही वाटत नसे, उलट त्यामुळे मला आनंद व्हायचा आणि काहीसा अभिमानही.

आमचे दुपारचे जेवण संपले की ती वर विश्रांतीसाठी जायची किंवा जर तो मंगळवार किंवा गुरुवार असला तर मी तिच्यासाठी गाडी मागवायचो आणि वेलिंग्टन तिला जे कोणी भेटायला आलेले होते त्यांची परत भेट घेण्यासाठी म्हणून घेऊन जायचा. जर समजा त्या वाटेवर मला काही काम असले तर मी तिच्याबरोबर एखादा मैल जायचो मग गाडीतून उतरून तिच्या मार्गाने तिला जाऊ द्यायचो. ती जेव्हा अशी भेटायला जायची तेव्हा अगदी व्यवस्थितपणे जायची. तिच्या खांद्यावर ती उत्तम शाल आणि तिचा नवीन जाळीचा पडदा आणि टोपी असायची. मी गाडीत घोड्यांकडे पाठ करून बसायचो, त्यामुळे मला तिला पाहता यायचे आणि मला वाटते मला चिडवण्यासाठी ती तोंडावरचा पडदा सारायची नाही.

''आता तुझ्या त्या बातम्या!'' मी म्हणायचो, ''त्या धक्कादायक बातम्या आणि वावड्या ऐकण्यासाठी मला भिंतीवरची एखादी माशी व्हायला आवडेल.''

''मग माझ्याबरोबर ये,'' ती म्हणायची, ''ते तुझ्यासाठी चांगले ठरेल.''

''शक्यच नाही. ते सर्व तू मला जेवताना सांग.''

आणि मी रस्त्यात उभा राहून ती गाडी धक्के खात जाताना बघायचो आणि मला चिडवण्यासाठी खिडकीतून एक हातरुमाल फडफडत असायचा. मग पाच वाजता होणाऱ्या रात्रीच्या जेवणापर्यंत माझी तिची भेट व्हायची नाही आणि मधले हे तास त्या संध्याकाळची वाट बघण्यात कसेबसे जायचे. मी जरी काही व्यवहार करत असलो किंवा इस्टेटीवर असलो किंवा लोकांजवळ बोलत असलो तरी सर्व वेळ मला एक तऱ्हेची घाई असायची. हे संपवायची उत्कंठा असायची. किती वाजले हे मी ॲम्ब्रोसच्या घड्याळातून बघायचो. आता फक्त साडेचारच झाले? वेळ संपता संपत नसे आणि तबेल्यावरून घराकडे येताना मला ती परत आली असली तर ताबडतोब कळायचे, कारण मला गाडी गाडीच्या तबेल्यात दिसायची आणि घोड्यांना चारापाणी दिलेले असायचे. घरात गेल्यावर लायब्ररीवरून आणि दिवाणखान्यावरून जाताना मला त्या दोन्ही खोल्या रिकाम्या दिसल्या की त्याचा अर्थ ती वर आपल्या खोलीत विश्रांतीसाठी गेलेय असा असायचा. जेवणाआधीच ती नेहमीच विश्रांती घ्यायची. मग मी आंघोळ करायचो नाहीतर हातपाय स्वच्छ धुवायचो, कपडे बदलायचो आणि खाली लायब्ररीत जाऊन तिची वाट पाहायचो. जेव्हा घड्याळाचे काटे पाचकडे झुकायचे, मी अगदी घायकुतीला यायचो. तिचा

पायरव ऐकू यावा म्हणून मी लायब्ररीचा दरवाजा उघडा ठेवायचो.

पहिल्यांदा कुत्र्यांच्या पावलांचा आवाज यायचा. आता कुत्र्यांची आणि माझी फारशी जवळीक नसायची आणि ते सावलीसारखे तिच्या मागून असायचे- आणि मग जिन्यावरून येताना तिच्या गाऊनची होणारी सळसळ, हा सगळ्यांतील एक छान क्षण होता आणि तो मला आवडायचा. त्या आवाजात त्या मार्गप्रतीक्षेचा एक धक्का, वाट बघण्याची एक जाणीव असायची. अशावेळी ती खोलीत आल्यावर काय करायचे किंवा काय बोलायचे ते मला कळत नसे. तिचे गाऊन कोणत्या कापडाचे बनलेले होते ते मला माहीत नव्हते. ते कडक रेशमाचे होते किंवा सॅटीन किंवा मखमलीचे होते, परंतु ते जमीन झाडायचे, वर जायचे पुन्हा झाडायचे आणि तो गाऊन असा तरंगायचा, का तिच्या त्या नजाकतीच्या चालण्यामुळे असे व्हायचे हे मला समजत नसे परंतु ती यायची आणि उदास आणि गंभीर वाटणारी ती लायब्ररी अचानक जिवंत झाल्यासारखी वाटायची.

मेणबत्त्यांच्या उजेडात एक प्रकारची मृदुता तिच्यात जाणवायची जी दिवसा जाणवत नसे, जणू काही सकाळचा उजेड आणि दुपारच्या त्या उदासीन सावल्या ह्या कामासाठी, व्यवहारासाठी होत्या. तेव्हा होणाऱ्या हालचाली ह्या जलद, निश्चित आणि शीतल असायच्या आणि आता संध्याकाळ झाल्यावर, खिडक्या बंद झाल्यावर, बाहेरच्या हवेला आत प्रवेश बंद झाल्यावर आणि ते घर स्वतःच्यात गुरफटल्यावर तिच्यात एक प्रकारचे तेज जाणवायचे. आत्तापर्यंत ते तिच्या व्यक्तिमत्त्वात लपलेले असायचे. तिच्या गालांना जास्त रंग यायचा आणि केसांनाही. डोळ्यात एक प्रकारची खोली जाणवायची. तिने बोलण्यासाठी डोके हलवले किंवा पुस्तकांच्या शेल्फकडे ती ग्रंथ घेण्यासाठी वळली किंवा विस्तवासमोर पसरलेल्या डॉनला थोपटण्यासाठी ती वाकली तरी तिच्या त्या सर्व हालचालींत एक सहजता, एक नजाकत असायची, त्यामुळे तिची प्रत्येक हालचाल आकर्षक वाटायची. त्या क्षणी मला वाटायचे की 'ती अगदीच साधारण आहे' असा विचार मी कसा केला होता?

सीकुंब जेवण तयार असल्याचे येऊन सांगायचा आणि मग आम्ही जेवणाच्या खोलीत जाऊन आपआपल्या जागांवर बसायचो. मी प्रमुख म्हणून टेबलाच्या मुख्य जागी, ती माझ्या उजव्या बाजूला आणि मग मला वाटायचे की हे नेहमीच घडलंय... ह्यात नवीन आणि विलक्षण असे काही नाही आणि सीकुंबशी बोलायला नको म्हणून एखादे पुस्तक पुढे ठेवून त्या तिथं माझ्या जुन्या जाकिटात कपडे न बदलता मी कधी बसलेलोच नाही परंतु हे जर नेहमीच घडते असते तर आता जसे मला वाटतंय तसे ती खाण्यापिण्याची कृती हा एक प्रकारचा विलक्षण अनुभव आहे असे मला वाटलेच नसते.

ती उत्तेजना जाणाऱ्या आठवड्यांबरोबर संपली नव्हती, उलट ती वाढलीच

होती. ज्यामुळे रेशेल मला दिसेल ह्यासाठी घरात येण्यासाठी पाच मिनिटे थांबण्यासाठी मी काहीतरी सबबी शोधायचो, की त्यामुळे दुपारच्या जेवणाच्यावेळी आणि संध्याकाळी आम्ही एकत्र असणाऱ्या वेळेत भर पडेल.

ती कदाचित लायब्ररीत असायची किंवा काही कामानिमित्त हॉलमधून जात असायची किंवा दिवाणखान्यात भेटायला येणाऱ्यांची वाट पाहात असायची आणि ती माझ्याकडे बघून हसायची आणि आश्चर्याने विचारायची, ''फिलीप ह्या घडीला तू घरी कसा?'' आणि मग मला काहीतरी कारण शोधावे लागायचे. बागांबद्दल म्हणाल तर पूर्वी मला त्यात स्वारस्य वाटावे म्हणून ज्यावेळी ॲम्ब्रोस धडपडला होता त्यावेळी मी कंटाळून आणि वैतागून हातपाय झाडले होते, परंतु आता जेव्हा जेव्हा लागवडीसंबंधी किंवा मजगीवरच्या पाऊलवाटेसंबंधी चर्चा चालायची, विचार विनिमय व्हायचे त्यावेळी मी हजर असायचो. रात्रीचे जेवण झाल्यावर, संध्याकाळी आम्ही तिची इटालियन पुस्तके एकत्र पाहायचो, त्यातील चित्रांबद्दल तुलना करायचो आणि त्यातील कशाची नक्कल करता येईल ह्याबाबत वादविवाद घालत चर्चा करायचो. जर का तिने सुचवले असते तर आम्ही ती रोमन फोरमची प्रतिकृती जशीच्या तशी बार्टनच्या जागेवर बांधली असती. मी तिच्याशी सहमत झालो असतो. मी 'हो', 'नाही' किंवा 'किती छान' वगैरे म्हणायचो आणि मान हलवायचो, परंतु प्रत्यक्षात मी काही ऐकत नसे. तिला ह्या कामात असलेले स्वारस्य पाहण्यात मला आनंद मिळायचा. एक चित्र आणि दुसरे चित्र ह्यांची ती तुलना करत असताना तिच्या भिवया अक्रसलेल्या असायच्या, हातात पानांवर खुणा करण्यासाठी पेन असायचे आणि तिचे हात एका ग्रंथाकडून दुसऱ्या ग्रंथाकडे वळायचे हे मी पाहात असायचो.

आम्ही नेहमीच खाली लायब्ररीत बसायचो असे नाही. कधीकधी ती मला वर फोबआत्याच्या बायकांच्या बैठकीच्या खोलीत घेऊन जायची आणि मग ती पुस्तके आणि बागांचे नकाशे जमिनीवर पसरायची. मी खाली लायब्ररीत यजमान असायचो पण इथं ह्या बैठकीच्या खोलीत ती यजमानीण असायची. हे मला आवडायचे की नाही ह्याबद्दल मला खात्रीने सांगता येणार नाही. इथं आम्ही औपचारिकता विसरायचो. आम्हाला त्रास द्यायला सीकुंबही तिथं नसायचा. ती काहीतरी युक्ती करून त्याला तो चांदीचा चहाचा ट्रे नको असल्याचे सांगायची आणि ती त्याऐवजी आम्हा दोघांसाठी वनस्पतीयुक्त चहा बनवायची. ही त्या मध्य युरोपातील पद्धत होती आणि हा चहा डोळे आणि कातडी ह्यासाठी जास्त चांगला असल्याचे ती सांगायची.

जेवणानंतरचे हे तास पटकन संपायचे आणि मला वाटायचे की तिने किती वाजले हे विचारायला विसरावे, परंतु ते घंटाळ्यातील घड्याळ आमच्या इतके डोक्याजवळ होते की दहा वाजलेले न कळणे अशक्य होते. ते नेहमी शांततेचा भंग करायचे.

"एवढा उशीर झाला असेल अशी मला कल्पना नव्हती," ती म्हणायची. मग ती उठायची, पुस्तके बंद करायची आणि हे आवरते घेण्याची खूण आहे हे मला कळायचे आणि दरवाजाशी थांबून संभाषणात गुंतवायचा प्रयत्नही मला जमायचा नाही. दहा वाजले होते आणि मला जायलाच हवे होते. कधी कधी ती मला आपला हात चुंबनासाठी द्यायची तर कधी गाल पुढे करायची, तर कधी कुत्र्याच्या पिल्लाला थोपटावे तशी ती मला खांद्यावर थोपटायची. पुन्हा कधीही ती माझ्याजवळ आली नव्हती किंवा तिने माझा चेहरा त्या संध्याकाळी ती पलंगावर पडली असताना जसा हातात घेतला होता तसा तिच्या हातात धरला नव्हता. मी त्याची वाट बघत नव्हतो, आशाही करत नव्हतो पण जेव्हा मी गुडनाईट म्हणायचो आणि बोळातून माझ्या खोलीकडे जायचो तेव्हा खिडकीच्या काचा उघडून त्या शांत बागेकडे बघायचो आणि त्या जंगलाच्याखाली असलेल्या खाडीत समुद्राच्या लाटांचा आवाज ऐकायचो तेव्हा मला एखाद्या मुलाची सुट्टी संपल्यावर जसे वाटते तसे एकाकी वाटायचे.

सबंध दिवसाच्या वेडगळ कल्पनाशक्तीने तासातासाने जवळ येत गेलेली ती संध्याकाळ आता संपली होती, आता ती पुन्हा यायला फार वेळ असल्यासारखे वाटायचे आणि माझे मन किंवा माझे शरीर हे विश्रांती घ्यायला तयार नसायचे. पूर्वी ती इथं येण्याआधी मी जेवल्यानंतर विस्तवासमोर बसून डुलक्या घेत असायचो आणि मग हातपाय ताणत जांभया देत धडपडत वर जाऊन माझ्या पलंगावर पडत सात वाजेपर्यंत माझे झोपण्याचे सुख अनुभवायचो; आता मात्र हे असे नव्हते. मी रात्रभर चाललो असतो, मी पहाटेपर्यंत बोलत बसलो असतो. रात्रभर चालणे हा मूर्खपणा झाला असता आणि पहाटेपर्यंत बोलणे अशक्य होते, त्यामुळे मी त्या उघड्या खिडकीसमोर खुर्चीत बसून धूम्रपान करायचो आणि त्या हिरवळीकडे पाहात राहायचो. कधीकधी रात्रीचे एक किंवा दोन वाजायचे मग मी कपडे काढून झोपायला जायचो आणि मी ह्या वेळात काय केलेले असायचे ते म्हणजे खिडकीशी बसून नुसते विचार केलेले असायचे. विशेष असला कसला विचार नसायचा. ते शांततामय तास तसेच फुकट घालवलेले असायचे.

डिसेंबरमध्ये पौर्णिमेबरोबर पहिला हिमवर्षाव झाला आणि मग रात्रीची ही अशी जागरणे करणे कठीण होऊन बसले. त्या जागरणात एक प्रकारचे सौंदर्य होते, स्वच्छ आणि शीतल. ते हृदयापर्यंत जायचे आणि मला आश्चर्याने बघायला लावायचे. माझ्या खिडकीतून ती लांबलचक हिरवळ कुरणापर्यंत जायची आणि ती कुरणे समुद्रापर्यंत. आता ती सर्व हिमामुळे पांढरी झालेली असायची आणि चंद्रप्रकाशात जास्त पांढरी वाटायची. हिरवळीवरची झाडे काळी आणि शांत दिसायची. ससे यायचे आणि त्या हिरवळीवर कुरतडायचे आणि आपल्या बिळांत

घुसायचे. त्या स्तब्धतेतून आणि शांततेतून मला अचानक त्या कोल्ह्यांचे कर्कश्श ओरडणे ऐकू यायचे. त्या कोल्हेकुईत जाणवणारे ते वरखाली होणारे त्यांचे स्वर रात्री येणाऱ्या इतर आवाजांपेक्षा निराळे आणि भीतिदायक वाटायचे. त्या जंगलाच्या बाहेर त्यांचे ते कृश देह त्या हिरवळीवरून धावत येत जिथं झाडे होती तिथं जाऊन लपायचे. नंतर मी ते ओरडणे पुन्हा काही अंतरावर मोकळ्या जागेतून येत असल्याचे ऐकले. आता तो पूर्ण चंद्र झाडांच्या वर होता आणि आकाशात होता आणि माझ्या खिडकीखाली हिरवळीवर काहीही हलत नव्हते. मी विचार करत होतो की रेशेल आपल्या निळ्या खोलीत झोपली आहे की माझ्यासारखेच पडदे उघडे टाकून बसली आहे? ज्या घड्याळाने मला दहा वाजता झोपायला पाठवले होते त्याने एकचा, नंतर दोनचा ठोका दिला आणि त्यावेळी माझ्या मनात आले की इथं माझ्याभोवती पसरलेली सौंदर्याच्या श्रीमंतीत कदाचित आम्ही दोघे सहभागी झालो असतो.

जे लोक महत्त्वाचे नसतात त्यांना ह्या कंटाळवाण्या वाटणाऱ्या जगात स्वारस्य घेता येते, परंतु हे जग नव्हते तर ही एक जादू होती आणि ती सर्व माझी होती, मात्र मला ही एकट्यासाठी नको होती.

तिचे माझ्याबरोबर काही काळ राहण्याचे वचन आठवायचे आणि मग एखाद्या वायुभारमापक यंत्रासारखे परमानंदाच्या स्थितीपासून उत्तेजनाच्या स्थितीपर्यंत किंवा कधीकधी उदास आणि नैराश्याच्या स्थितीपर्यंत, माझ्या मनाच्या लहरी मला पोहोचवायच्या आणि ती आणखी किती काळ राहणार ह्याचा मी विचार करत राहायचो. ख्रिसमस झाल्यावर ती कदाचित माझ्याकडे येऊन मला म्हणेलही, "बरं फिलीप मी पुढच्या आठवड्यात लंडनला जाते." कठोर हवेच्या त्या लाटेमुळे लागवडीचे काम ठप्प झाले होते आणि वसंत ऋतू येईपर्यंत फारसे काही करता येण्यासारखे नव्हते. ती मजगी कदाचित पुरी होईल, कारण ती हवा कोरडी असतानाच करणे चांगले होते, परंतु केलेल्या योजनेला अनुसरून हे काम ती नसतानाही माणसे करू शकली असती. कोणत्याही दिवशी ती जायचे ठरवेल आणि ती राहावी ह्यासाठी माझ्याकडे कोणतीही सबब नव्हती.

पूर्वी जेव्हा ॲम्ब्रोस घरी असायचा तेव्हा ख्रिसमसच्या आदल्या दिवशी संध्याकाळी तो कुळांना जेवण द्यायचा. मी गेल्या काही हिवाळ्यांत ते केले नव्हते, कारण तो जेव्हा प्रवासातून परत यायचा तेव्हा मिड समर डेच्या दिवशी हे जेवण करायचा. रेशेल इथं राहील हे एकच कारण डोळ्यांसमोर ठेवून मी जुन्या रीतीप्रमाणे पुन्हा ते जेवण द्यायचे ठरवले.

मी लहान असताना ख्रिसमसचा हा फार महत्त्वाचा भाग असायचा. ख्रिसमसच्या आधीच्या आठवड्यात कुळं उंच फरचे झाड आणायची आणि ते गाडीच्या तबेल्यावरील लांब खोलीत जिथं आम्ही जेवणावळ करायचो तिथं मांडायची. ते झाड तिथं आहे

हे मला सांगायचे नसायचे परंतु जेव्हा कुणी आजूबाजूला नसायचे, बहुधा दुपारी जेव्हा नोकर जेवायला जायचे तेव्हा मी मागच्या बाजूने जायचो, पायऱ्या चढून त्या लांब खोलीच्या दरवाजाकडे जायचो आणि तिथं मी ते झाड टबमध्ये भिंतीशी टेकून ठेवलेले पाहायचो. जिथं लाकडी जेवणाची टेबले ठेवली जायची त्या रांगेत ठेवण्याच्या तयारीत ते असायचे. माझ्या हॅरोमधील पहिली सुट्टी येईपर्यंत मी कधी त्या सजावटीत भाग घेतला नव्हता.

माझी झालेली ही बढती मोठी होती. मला इतका अभिमान कधी वाटला नव्हता. मी लहान मुलगा असताना ॲम्ब्रोसच्या बाजूला पहिल्या टेबलावर बसायचो, परंतु माझी बढती झाल्यावर मी स्वत:च्या टेबलावर मुख्य जागा घेतली होती.

आता पुन्हा एकदा मी लाकूडतोड्यांना हुकूम केला होता आणि मी स्वत: झाड निवडायला जंगलात गेलो होतो. रेशेलला खूप आनंद झाला होता. ह्या समारंभाइतका तिला कशाचाच आनंद झाला नव्हता. सीकुंब आणि आचाऱ्याशी तिचा अगदी मनापासून विचारविनिमय चालू होता. तिने अन्नकोठी आणि सामान ठेवायच्या जागेला आणि खेळायच्या जागेला भेट दिली आणि पुरुषप्रधान असलेल्या आमच्या घरात बार्टनमधील दोन मुलींना तिच्या देखरेखीखाली फ्रेंच पेस्ट्रीज बनवण्यासाठी बोलावले. सगळीकडे उत्कंठा आणि गूढत्वही होते, कारण मी ठरवले होते की तिने ते झाड पाहायचे नाही आणि आमच्या जेवणासाठी पुढे काय होईल ह्याबद्दल मला काही कळवायचे नाही असे तिने ठरवले होते.

तिच्यासाठी पार्सल्स येत होती आणि ती वर पाठवली जात होती. जेव्हा मी तिच्या त्या स्त्रियांच्या बैठकीच्या खोलीवर ठोकायचो, मला कागदांची खसखस ऐकू यायची आणि मग बऱ्याच वेळानंतर तिचा आवाज माझ्या कानांवर यायचा, ''आत ये,'' आणि ती जमिनीवर गुडघ्यांवर बसलेली असायची. अनेक वस्तू गालिच्यावर पडलेल्या असायच्या आणि मी ते बघायचे नाही असे ती सांगायची.

लहानपणी रात्रीच्या पोशाखात, दबक्या पावलांनी जिन्यावर उभा राहून खालून येणारी हळू आवाजातील बोलणी मी ऐकत असायचा आणि ॲम्ब्रोस अचानक लायब्ररीतून यायचा आणि हसत मला म्हणायचा, ''जा झोपायला जा लबाडा, नाहीतर मी तुला चांगला मार देईन.'' त्या जुन्या बालपणीच्या, त्या जुन्या उत्कंठा अतिरेकाच्या दिवसांत मी पुन्हा गेलो होतो.

मी रेशेलला काय भेटवस्तू द्यायला हवी ह्या एकाच गोष्टीची मला चिंता पडली होती. मी टुरोमध्ये पुस्तकांच्या दुकानात बागेवरची पुस्तके शोधण्यात दिवस घालवला होता, परंतु मला काहीच सापडले नव्हते आणि सर्वांत कडी म्हणजे तिने इटालीवरून ही पुस्तके आपल्याबरोबर आणली होती. ती मी देऊ शकत असणाऱ्या पुस्तकांपेक्षा कितीतरी पटीने चांगली होती. कोणत्या भेटवस्तूमुळे स्त्रीला आनंद

होतो ह्याची मला कल्पना नव्हती. माझे धर्मपिता ल्युसीला काही द्यायचे असेल तेव्हा तिच्या गाऊनसाठी कापड विकत घेऊन द्यायचे, परंतु रेशेल सुतकाचे कपडे फक्त वापरत होती. मी तिला ते देऊ शकणार नव्हतो. मला आठवले की ल्युसी माझ्या धर्मपित्याने लंडनहून लॉकेट आणल्यावर फारच खूश झाली होती. ती जेव्हा रविवारी संध्याकाळी आमच्याकडे जेवण घ्यायची तेव्हा ती ते वापरायची आणि मग मला उत्तर सापडले.

मी रेशेलला देऊ शकेन अशी काही वस्तू माझ्या घराण्याच्या जडजवाहिरात नक्कीच असणार होती. ह्या वस्तू घराच्या तिजोरीत ॲश्लेच्या कागदपत्रांबरोबर आणि दस्तऐवजांबरोबर ठेवलेल्या नव्हत्या, परंतु बँकेत ठेवलेल्या होत्या. आग वगैरे लागली तर... म्हणून ॲम्ब्रोसने हा मार्ग उत्तम म्हणून स्वीकारला होता. तिथं काय होते ह्याची मला कल्पना नव्हती. मी फार लहान असताना बँकेत गेलो होतो आणि एक नेकलेस उचलून तो मला म्हणाला होता की तो आमच्या आजीचा होता आणि तो माझ्या आईने लग्नात घातला होता. फक्त एकच दिवस आणि तेही मांडवशोभेसाठी, कारण माझे वडील तसे हक्काने वारस म्हणून नव्हते आणि जर मी नीट वागलो तर ॲम्ब्रोस ते माझ्या पत्नीला एक दिवस घालायला देईल, असे त्याने सांगितल्याची मला अंधूक आठवण होती. आता माझ्या लक्षात आले की बँकेत जे काही होते ते माझे होते किंवा तीन महिन्यांनंतर ते माझे होणार होते परंतु हा निव्वळ शब्दच्छल होता.

अर्थात माझ्या धर्मपित्याला तिथं काय जडजवाहीर होते ते माहीत असेल, परंतु ते कामानिमित्त एक्स्टरला गेले होते आणि ख्रिसमस पूर्व संध्याकाळपर्यंत ते घरी परतणार नव्हते, त्यावेळी ल्युसी आणि त्यांना जेवायला बोलावले होते. मग मी स्वत: बँकेत जाण्याचा निश्चय केला आणि ते जडजवाहीर बघायला मागायचे ठरवले.

मि. कौचने त्याच्या नेहमीच्या शालीनतेने माझे आदरातिथ्य केले आणि बंदराकडे तोंड करून असलेल्या त्याच्या खाजगी खोलीत नेले आणि माझी विनंती त्याने ऐकली.

"मि. केंडॉल ह्याबाबत काही आडकाठी घेणार नाहीत?" त्यांनी विचारले.

"अर्थात नाही," मी उतावीळपणे सांगितले, "ही बाब त्यांना ठाऊक आहे." अर्थात हे खोटे होते परंतु चोविसाव्या वर्षी माझ्या वाढदिवसाला काही महिनेच असताना माझ्या धर्मपित्याला लहानसहान गोष्टी करण्याबद्दल विचारायचे हे हास्यास्पद होते आणि त्याचा मला रागच आला.

मि. कौचने खाली तळघरातून जडजवाहीर मागवले; ते सर्व सील केलेल्या पेट्यांत होते. त्याने ते सील तोडले आणि एक कपडा आपल्या टेबलावर त्याच्यासमोर ठेवून त्याने एका मागोमाग एक जडजवाहीर टेबलावर ठेवले.

हा संग्रह इतका छान आहे ह्याची मला कल्पना नव्हती- तिथं अंगठ्या होत्या, हातातील ब्रेसलेट्स होती, कर्णभूषणे होती, ब्रूच होते आणि अशा बऱ्याच गोष्टी एकत्र होत्या- जसे, माणकांचा एक मोठा दागिना केसांसाठी होता, त्याबरोबर माणकांची कर्णभूषणे होती. नीलमण्याचे ब्रेसलेट, गळ्यातील माळ आणि अंगठी होती. मी त्या दागिन्यांकडे बघत असताना आणि त्यांना हात लावण्याची इच्छा नसताना मला आठवले की रेशेल सुतकात होती आणि ती रंगीत जवाहीर वापरत नव्हती. मी जर तिला ह्यातील काही दिले तर ते निरुपयोगी ठरणार होते. तिला त्याचा काही उपयोग होणार नव्हता.

मग मि. कौचने शेवटची पेटी उघडली आणि त्यांनी त्यातून एक मोत्याची गळ्याशी बसणारी चिंचपेटी काढली. तिला चार मोत्यांच्या लड्या होत्या आणि त्या गळ्याभोवती एखाद्या पट्ट्यासारख्या घट्ट बसत होत्या. त्याला एक हिऱ्याचा फासा होता. मी तो दागिना ताबडतोब ओळखला. ॲम्ब्रोसने मला लहानपणी दाखवलेले तो नेकलेस होता.

''मला हा आवडला,'' मी म्हणालो, ''ही ह्या संग्रहातील सर्वांत उत्कृष्ट गोष्ट आहे . मला माझा भाऊ ॲम्ब्रोसने हे दाखवलेले आठवतंय.''

''का? ह्याबद्दल दुमतही असू शकेल,'' मि. कौच म्हणाले. ''मला विचाराल तर मी माणकांना जास्त वरचढ मानेन, परंतु ह्या मोत्याच्या चिंचपेटीविषयी तुमच्या घराण्याच्या भावना गुंतलेल्या आहेत. तुमची आजी मिसेस ॲम्ब्रोस ॲश्लेने पहिल्यांदा नवी नवरी म्हणून कोर्ट आफ सेंट जेम्स इथं ते वापरले. मग मिसेस फिलीप- तुमच्या काकीला तो दिला गेला, कारण ती इस्टेट मग तुमच्या काकांकडे गेली होती. घराण्यातील अनेकजणींनी त्यांच्या लग्नाच्या दिवशी ही चिंचपेटी वापरलेली आहे. तुमची आई त्यांपैकी एक होती. खरं सांगायचे तर असे वापरणारी ती शेवटचीच होती. तुमचे भाऊ ॲम्ब्रोस ॲश्ले जेव्हा कुठे लग्नं बाहेर असली तर ही चिंचपेटी बाहेर जायला देत नसत.'' त्याने ती चिंचपेटी हातात घेतली आणि खिडकीतून येणारा उजेड त्या गोल मोत्यांवर पडला.

''हो,'' ते म्हणाले, ''ही फारच सुंदर वस्तू आहे आणि गेल्या सव्वीस वर्षांत कोणत्याही स्त्रीने ही वापरलेली नाही. मी तुझ्या आईच्या लग्नात हजर होतो. ती सुंदर स्त्री होती आणि तिला ही चिंचपेटी फार शोभत होती.''

मी माझा हात पुढे केला आणि ती चिंचपेटी त्यांच्याकडून घेतली.

''ठीक आहे, मी ही आता माझ्याकडे ठेवतो,'' मी म्हणालो. मी ती चिंचपेटी त्या पेटीत ठेवली. त्यांना मात्र धक्का बसल्यासारखाच दिसले.

''हे शहाणपणाचे आहे का अशी मला शंका येते मि. ॲश्ले,'' ते म्हणाले, ''जर का ती हरवली किंवा चुकून कुठे राहिली तर ते भयंकर होईल.''

"ती हरवणार नाही," मी चटकन म्हणालो.

त्यांना काही हे ठीक वाटले नाही आणि ते काही म्हणण्याआधीच मी जायची घाई केली.

"जर माझे पालक काय म्हणतील म्हणून तुम्हाला काळजी वाटत असली," मी त्यांना म्हणालो, "तर खात्री बाळगा की ते परत आल्यावर त्यांचे ह्याबाबत मी समाधान करीन."

"मी अशी आशा करतो," मि. कौच म्हणाले, "परंतु ते हजर असते तर मला जास्त बरे वाटले असते. अर्थात एप्रिलमध्ये जेव्हा तुम्ही मालमत्तेचे कायदेशीर वारस व्हाल, त्यावेळी तुम्ही हा सर्व संग्रह घेतलात आणि तुमच्या मर्जीप्रमाणे केलेत तरी फरक पडणार नाही, अर्थात अशा तऱ्हेची पावले उचलण्याचा सल्ला मी देणार नाही परंतु ते सर्व कायदेशीर असेल."

मी माझा हात पुढे केला. त्यांना ख्रिसमसच्या शुभेच्छा दिल्या आणि मोठ्या आनंदात घरी परतलो. जरी मी हा सर्व प्रदेश धुंडाळला असता तरी ह्यापेक्षा चांगली भेटवस्तू मला मिळाली नसती. देवाची खैर की मोती पांढरे होते आणि ते शेवटी घालणारी स्त्री माझी आई होती. हाही एक दुवाच होता. मी ते तिला सांगेन... आता ख्रिसमसपूर्व संध्याकाळला मी अगदी शांत चित्ताने तोंड देऊ शकेन.

दोन दिवस वाट पाहायची होती... हवा छान होती. हिम पण अगदी हलके होते आणि संध्याकाळच्या जेवणासाठी त्या दिवशी हवा अगदी स्वच्छ आणि कोरडी असेल असे वाटत होते. नोकर उत्तेजित झालेले होते आणि ख्रिसमसपूर्व सकाळी जेव्हा ती लाकडी टेबले आणि बाके त्या खोलीत ठेवली गेली आणि काटे, सुऱ्या आणि चमचे मांडले गेले आणि वरच्या छतावरून हिरव्या पताका सोडल्या गेल्या तेव्हा मी सीकुंब आणि इतर मुलांना त्या झाडाची सजावट करण्यासाठी माझ्याबरोबर येण्यास सांगितले. सीकुंबने ह्या प्रसंगी स्वतःला वाहून घेतले. तो आमच्यापासून जरा दूर उभा होता, त्यामुळे त्याला दुरून दिसायचे आणि जेव्हा मी ते झाड ह्या किंवा त्या बाजूला फिरवले आणि त्यावर हिमकोन आणि हॉलीची फळं नीट बसावीत म्हणून त्याची एक डहाळी उचलली, मग दुसरी हलवली अशावेळी सहा तंतुवाद्यांचा संचालक असल्यासारखे तो आपले हात आमच्याकडे बघून हलवत होता.

"तो कोपरा मला पसंत नाही मि. फिलीप," तो म्हणाला, "हे झाड जर थोडे डावीकडे हलवले तर जास्त छान दिसेल, हे जरा जास्त झाले... हे ठीक आहे. जॉन, ती चौथी उजवीकडची फांदी वाकलेय ती जरा वर उचल. च् च् तुझा स्पर्श काहीसा धसमुसळा आहे. फांद्या पसर, आर्थर त्या जरा पसर. जसे निसर्गात आहे तसे ते झाड दिसले पाहिजे. जिम ती बोरे चुंथडू नको. मि. फिलीप आता ते आहे

तसे राहू दे. आणखी थोडे हलले तर सारेच बिघडेल.''

त्याच्याकडे एवढा कलात्मक दृष्टिकोन असेल ह्याची मला कल्पना नव्हती.

तो मागे उभा राहिला, त्याचे हात कोटात दडले होते. त्याचे डोळे जवळ जवळ बंद होते. ''मि. फिलीप,'' तो मला म्हणाला, ''आपण अगदी सर्व परिपूर्ण केलंय.'' जॉनने आर्थरला बरगडीत कोपरखळी मारली आणि तो निघून गेला.

जेवण पाच वाजता असे ठरलेले होते. केंडॉल आणि पॅस्को मंडळी हीच काय ती चारचाकी गाडीने येणारी होती, बाकीची सर्व दोन चाकी गाडीने किंवा छकड्याने येणारे किंवा जे जवळ राहत होते ते पायी येणारे होते. मी प्रत्येकाची नावे कागदावर लिहून ती प्रत्येकाच्या जेवणाच्या ताटाजवळ ठेवली होती ज्यांना नीट वाचता येत नव्हते किंवा जे वाचू शकत नव्हते त्यांना त्यांचे शेजारी सांगू शकले असते. तिथं तीन टेबले होती. मी एकावर मुख्य जागी बसणार होतो आणि रेशेल समोरच्या बाजूला बसणार होती. दुसऱ्या टेबलावर बार्टनमधील बिली रोव मुख्य जागी होता आणि तिसऱ्यावर कुंबमधील पीटर जॉन होता.

पद्धत अशी होती की सर्वजणांनी पाच वाजल्यावर त्या लांब खोलीत जमायचे आणि बसायचे आणि सर्वजण आले की आम्ही त्या खोलीत जायचे. जेवण संपल्यावर मी आणि ॲम्ब्रोस लोकांना त्या झाडावरील भेटवस्तू द्यायचो. पुरुषमंडळींना पैसे, स्त्रियांना नवीन शाली आणि सर्वांसाठी अन्नाच्या टोपल्या. ह्या भेटवस्तू कधी बदलल्या नाहीत. जर काही ह्या व्यवस्थेत बदल केला असता तर त्यांना धक्का बसला असता. ह्या ख्रिसमसला मी रेशेलला माझ्याबरोबर भेटवस्तू देण्यासाठी थांबायला सांगितले होते. जेवणाचे कपडे करण्याआधी मी रेशेलच्या खोलीत ती चिंचपेटी पाठवली होती. मी ती आवरणातच ठेवली होती परंतु आत एक चिठ्ठी ठेवली होती. त्या चिठ्ठीवर मी हे शब्द लिहिले होते, ''ही वापरणारी माझी आई ही शेवटची स्त्री होती. आता ती तुझी आहे. मला ही आज रात्री आणि नेहमीच तू वापरावीस असे वाटते, फिलीप.''

मी आंघोळ केली, कपडे घातले आणि पावणेपाचच्या आधीच तयार झालो.

केंडॉल्स आणि पॅस्कोज आम्हाला घरी भेटायला येणार नव्हते. रीतीप्रमाणे त्यांनी सरळ त्या लांब खोलीकडे जायचे होते आणि आमच्या कुळांबरोबर गप्पा मारून बोलण्याची सुरुवात करायची होती. ॲम्ब्रोसला ही कल्पना नेहमीच छान वाटली होती. नोकरमंडळीही त्या लांब खोलीत असायची. ॲम्ब्रोस आणि मी घराच्या मागच्या बाजूच्या दगडी बोळातून अंगण ओलांडून चालत जायचो आणि गाड्यांच्या तबेल्यावरच्या त्या लांब खोलीच्या जिन्याच्या पायऱ्या चढून वर जायचो. आज रात्री मी आणि रेशेल आम्ही दोघेच त्या बोळातून चालत येणार होतो.

मी खाली येऊन दिवाणखान्यात वाट पाहात होतो. तिथं उभा असताना मला

मनातून धास्ती वाटत होती, कारण आयुष्यात कधीही मी कोणत्याही स्त्रीला भेटवस्तू दिली नव्हती. कदाचित मी रूढीचा भंग केला असेल. फक्त फुले देणे किंवा पुस्तके, चित्रे देणे हेच मान्य असेल. जर ती रागावली तर काय? जशी ती त्या तिमाही भत्त्यावरून रागावली होती, तसे झाले तर आणि मी अेका तऱ्हेने तिचा अपमान करण्यासाठी हे केले अशी कल्पना तिने केली तर? हा विचार भयानक होता. जाणारी मिनिटे हा सावकाशीने होणारा छळवाद होता. सरतेशेवटी मला तिच्या पावलांचा जिन्यावर आवाज आला. आज कोणतेही कुत्रे तिच्यापुढे नव्हते. त्यांना आज आधीच त्यांच्या घरात बंद केलेले होते.

ती संथपणे आली. तिच्या गाऊनची ती सळसळ जवळ आली. दरवाजा उघडा होता. ती खोलीत आली आणि माझ्यासमोर उभी राहिली. मला वाटले तसाच तिने गडद काळा पोशाख केला होता परंतु तो गाऊन मी ह्यापूर्वी पाहिलेला नव्हता. तो जरा सैल होता, फक्त कंबर आणि वरच्या भागाला तेवढाच चिकटलेला होता. त्या कापडाला तकाकी होती- जणू काही त्यावर प्रकाश पडलेला होता. तिचे खांदे उघडे होते. तिने आपले केस नेहमीपेक्षा वर बांधले होते. त्याची गुंडाळी वर खेचून मागे ओढलेली होती- त्यामुळे तिचे कान दिसत होते आणि तिच्या मानेभोवती ती चिंचपेटी होती. एवढा एकच दागिना तिच्या अंगावर होता. तो तिच्या कातडीवर शुभ्रपणे चकाकत होता. ती एवढी प्रफुल्ल आणि खूश कधीच मला दिसली नव्हती. ल्युसी आणि पॅस्कोंचे म्हणणे बरोबर होते तर, रेशेल सुंदर होती.

ती क्षणभर माझ्याकडे पाहात उभी राहिली आणि तिने मग आपले हात पुढे केले आणि ती म्हणाली, ''फिलीप.'' मी तिच्याकडे चालत गेलो आणि तिच्यासमोर उभा राहिलो. तिने आपले हात माझ्याभोवती टाकले आणि मला जवळ धरले. तिच्या डोळ्यात अश्रू होते, परंतु आज रात्री मला त्याबद्दल काही वाटले नाही. तिने माझ्या खांद्यावरून हात काढले आणि माझ्या डोक्याच्या बाजूला ते वर केले आणि माझ्या केसांना स्पर्श केला.

मग तिने माझे चुंबन घेतले- जसे पूर्वी घेतले तसे नव्हे आणि मी तिला धरून असा उभा असताना मी मनाशी विचार करत होतो, 'घराच्या ओढीने, रक्तातील दोषांमुळे किंवा मेंदूच्या तापामुळे नव्हे, तर ह्या चुंबनासाठीच ॲम्ब्रोसचा मृत्यू झाला होता.'

मग मी तिचे चुंबन घेतले. घंटाळ्यात पाचचे ठोके वाजले. ती मला काहीच म्हणाली नाही आणि मीही तिला काहीच म्हणालो नाही. तिने आपला हात मला दिला. आम्ही दोघे त्या स्वयंपाकखोलीतील अंधाऱ्या बोळातून एकत्र गेलो, अंगण ओलांडले आणि वर जिथं हसरे आणि वाट बघणारे चेहरे होते, जिथं खिडक्यांवर रोशणाई केलेली होती- त्या तबेल्यावरच्या लांब खोलीत गेलो.

१७

आम्ही खोलीत येताच ते सर्वजण उभे राहिले. टेबलं मागे ढकलली गेली, पावलांचे आवाज आले, बोलण्याचे आवाज थांबले. सर्वांच्या नजरा आम्हाला पाहण्यासाठी वळल्या. रेशेल क्षणभर उंबरठ्यावर थबकली. बहुधा इतके लोक असतील असे तिला वाटले नव्हते. तिने खोलीच्या टोकाला असलेले ख्रिसमसचे झाड पाहिले आणि तिच्या तोंडातून आनंदोद्‌गार निघाले. क्षणभराची शांतता संपली आणि एक सहानुभूतीची आणि तिला वाटलेल्या आश्चर्याबद्दल सर्वांना वाटलेल्या आनंदाची कुजबुज लोकांत सुरू झाली. आम्ही मुख्य टेबलाच्या दोन टोकांच्या आमच्या जागांवर बसलो. रेशेल खाली बसली. बाकी सर्वांनी तेच केले आणि ताबडतोब बोलण्याचे आवाज सुरू झाले, सुऱ्यांचे आणि ताटांचेही आवाज. प्रत्येक माणूस दुसऱ्याकडे पाहून हसत आणि क्षमा मागत एकमेकांना ढोसू लागला. माझ्या उजव्या बाजूला बार्टनची मिसेस बिल रोव होती. तिने पातळ कपडा घातला होता आणि त्यात ती एखाद्या कळीसारखी उठून दिसत होती. माझ्या लक्षात आले की माझ्या डावीकडे असलेली कुंबची मिसेस जॉन तिच्याकडे नापसंतीने पाहात होती. मी माझ्या वागण्याच्या शिष्टाचारात विसरलो होतो की त्या दोघी एकमेकींशी बोलत नाहीत. बाजाराच्या दिवशी अंड्यांवरून झालेला गैरसमज पंधरा वर्षं टिकला होता. काहीही होवो मी दोघींशी अगदी छान वागेन आणि त्यांच्या दुःखावर पांघरूण घालेन. सीडरने भरलेल्या सुरया माझ्या मदतीला येतील आणि जवळची सुरई उचलून मी माझ्या आणि त्यांच्या ग्लासात भरपूर ओतेन आणि मग मेन्यूकार्डाकडे वळलो. स्वयंपाकघराने छान काम केले होते. माझ्या आठवणीत ख्रिसमसच्या जेवणाला इतके जिन्नस कधीही दिलेले नव्हते. भाजलेले बदक, भाजलेली टर्की, बैलाचे आणि बकरीचे मांस, डुकराचे धुरावर भाजलेले मांस आणि त्यावरची सजावटीची झालर-- पेस्ट्रीज आणि पाईज सर्व प्रकारचे आणि आकाराचे होते. पुडींगमध्ये सढळ हाताने सुका मेवा पेरलेला होता आणि ह्या जडान्नामध्ये हलक्याफुलक्या

नाजूक पेस्ट्रीजच्या बश्या ठेवलेल्या होत्या. रेशेलने त्या बार्टनवरून आलेल्या मुलींच्या मदतीने तयार केल्या होत्या.

उत्कंठा आणि अधाशीपणाचे हास्य त्या भुकेलेल्या पाहुण्यांच्या तोंडावर उमटलेले होते, त्यात मीही एक होतो. दुसऱ्या टेबलांवरून हास्याची कारंजी उडत होती आणि जरी त्यांचा मालक जवळच होता तरी त्याच्या हजेरीमुळे दबकून न जाता माझ्या कुळांपैकी अधाशी लोकांनी आपले पट्टे आणि कॉलर सैल केली होती आणि ते खाण्यावर तुटून पडले होते. गावंढळ असलेला जॅक- मला वाटते रस्त्यातून येतानाच त्याने सीडरचे एकदोन ग्लास चढवले होते. लिली घोगऱ्या आवाजात त्याच्या शेजाऱ्याला म्हणत होता, "अरे देवा, ह्या एवढ्या खाण्यानंतर त्यांनी आपल्याला कावळ्यासमोर खाण्यासाठी फेकले तरी आपल्याला ते कळणार नाही." पातळ ओठांची माझ्या डाव्या हाताला असलेली मिसेस जोन्स बदकाच्या मांसाला हातात काटा धरून तो पिसासारखी टोचत होती आणि एक माणूस माझ्याकडे डोळे मिचकावत पाहात तिच्या कानात कुजबुजला, "हे बघ, ते अंगठा आणि बोटाने धर आणि त्याचे तुकडे कर."

त्यावेळी माझ्या लक्षात आले की आमच्या प्रत्येकाच्या ताटाशेजारी एक छोटे पाकीट ठेवलेले होते आणि त्यावर रेशेलचे हस्ताक्षर होते. त्याच वेळी बहुतेकांचे तिकडे लक्ष गेले होते आणि काही क्षण त्या पाकिटावरचा कागद फाडण्याच्या नादात प्रत्येकाला अन्नाचा विसर पडला होता. मी बघत होतो आणि माझे पार्सल उघडण्याआधी वाट पाहात होतो. तिने काय केले होते हे माझ्या हृदयाला अचानक वेदना होत असताना मला जाणवले. तिने तिथं आलेल्या प्रत्येक स्त्री पुरुषाला भेटवस्तू दिली होती. त्या तिने स्वत: कागदात बांधल्या होत्या आणि प्रत्येक पाकिटामध्ये चिठ्ठी घातली होती. असे काही फार मोठे भव्यदिव्य नव्हते, पण छोटेसे काहीतरी ज्यामुळे त्यांना आनंद होईल. त्या स्त्रियांच्या बैठकीच्या खोलीत चालणाऱ्या कागदांच्या घड्यांमागे हे कारण होते तर! आता मला ते कळले होते. जेव्हा माझ्या दोघी शेजारणी पुन्हा अन्नावर घसरल्या तेव्हा मी माझे पाकीट उघडले. मी ते माझ्या ढोपरांवर टेबलाखाली धरून उघडले. इच्छा ही होती की तिने काय दिलंय ते मी एकट्यानेच पाहावे! ती माझ्या किल्ल्यांसाठी सोन्याची साखळी होती, त्यात एक गोल चकती होती आणि त्यावर आमची आद्याक्षरे पी ए आणि आर ए अशी होती आणि त्याखाली तारीख होती. मी क्षणभर ती माझ्या हातात धरली आणि हळूच माझ्या बंडीच्या खिशात टाकली. मी तिच्याकडे बघून हसलो. ती माझ्याकडे पाहत होती. मी माझा ग्लास तिच्याकडे बघून उंचावला आणि उत्तरादाखल तिने आपला उंचावला. देवा, मी खूश होतो.

ते जेवण धमालीत आणि आनंदात संपले. तेलकट ताटांवर अन्नाच्या राशी

संपत होत्या. मला कसे ते कळत नव्हते. ग्लासेस पुन्हा पुन्हा भरले जात होते. त्या टेबलाच्या मध्यभागाच्या जवळपास कुणीतरी गाऊ लागले आणि ते गाणे लोकांनी उचलून धरले आणि इतर टेबलावरच्या लोकांनी त्यात आपले स्वर मिसळले. जमिनीवर बुटांचा ताल होता आणि सुऱ्या-चमच्यांचे आवाज ताटांवरून येत होते. शरीरं त्या लयीवर मागेपुढे होत होती आणि पातळ ओठांची कुंबेमधील मिसेस कुंबे मला म्हणाली की माझ्या पापण्यांचे केस मी पुरुष असल्यामुळे जास्त लांब होते. मी तिला आणखी दारू दिली.

ॲम्ब्रोस त्याचा हा क्षण अत्युच्च आणि पूर्णत्वाला कसा न्यायचा ते आठवून मी टेबलावर जोराजोरात आणि बऱ्याच वेळा ठोकले. आवाज थांबले. ''ज्यांना बाहेर जायचे असेल,'' मी म्हणालो, ''त्यांनी बाहेर जावे आणि मग पुन्हा परत यावे. पाच मिनिटात मिसेस ॲश्ले आणि मी झाडावरील भेटवस्तू देऊ. स्त्री-पुरुषांनो, आम्ही आभारी आहोत.''

मी अपेक्षा केली होती त्याच प्रमाणात दरवाजाकडे लोकांनी धाव घेतली आणि ओठावर हसू ठेवत मी सीकुंबकडे पाहिले. तो अगदी ताठपणे आणि अगदी सरळ चालत होता पण अशा सावधपणे की एखाद्यावेळी ती जमीन त्याच्या पायाखाली दुभंगेल आणि तो मागून येत होता. जे उरले होते त्यांनी बाके आणि टेबले भिंतीकडे सरकवली. जेव्हा झाडावरील भेटवस्तू देण्यात आल्या आणि आम्ही निघालो, तेव्हा ज्यांना शक्य होते त्यांनी आपल्या साथीदाराला घेऊन नाचायची सुरुवात केली. मध्यरात्रीपर्यंत अशी मौजमजा चालणार होती. लहानपणी मी माझ्या खोलीच्या खिडकीतून हे पाय आपटण्याचे आवाज ऐकत असायचो. आज रात्री त्या झाडाजवळ उभ्या असलेल्या घोळक्याकडे मी वाट काढत गेलो. तिथं पाद्री होते आणि मिसेस पॅस्को आणि तिच्या तिन्ही मुली होत्या आणि पाद्रींचा साहाय्यकही होता. माझे धर्मपिता आणि ल्युसी होती. ल्युसी ठाकठीक पण जरा निस्तेज वाटत होती. मी त्यांच्याशी हस्तांदोलन केले. मिसेस पॅस्को दात काढत हसत मला म्हणाली, ''तू अगदी कडीच केलीस. आम्ही आमचा वेळ एवढा मजेत कधीच घालवलेला नाही. मुली तर परमानंदात बुडाल्यात.''

त्या तशा दिसतच होत्या. तिथं फक्त पाद्र्यांचा एकच साहाय्यक होता.

''हे सर्व व्यवस्थित झाले असे तुम्हाला वाटले ह्याचा मला आनंद झाला,'' मी म्हणालो आणि रेशेलकडे वळत विचारले, ''तुला आनंद झाला का?''

तिची नजर माझ्या नजरेला भिडली आणि ती हसली. ''तुला काय वाटते?'' ती म्हणाली. ''मला इतका आनंद झालाय की मला रडू फुटेल.''

मी माझ्या धर्मपित्याला अभिवादन केले. ''सर, गुड इव्हिनिंग आणि ख्रिसमसच्या शुभेच्छा,'' मी म्हणालो. ''एक्सटरची ट्रीप कशी झाली?''

“थंड,” ते चटकन म्हणाले, “थंड आणि भयाण.”

त्यांची वागण्याची पद्धत काहीशी तुटक होती. ते आपला एक हात आपल्या पाठीशी ठेवून होते आणि दुसऱ्या हाताने ते आपल्या पांढऱ्या मिश्या ओढत होते. जेवणातील काही गोष्टींमुळे ते अस्वस्थ झाले असावेत असे मला वाटले. त्यांच्या पसंतीपेक्षा दारूचा वापर जास्त झाला होता का? नंतर मला ते रेशेलकडे निरखून पाहात असलेले दिसले. त्यांची नजर तिच्या मानेभोवती असलेल्या चिंचपेटीवर स्थिरावली होती. मी बघतोय हे त्यांच्या लक्षात आले आणि त्यांनी नजर फिरवली. क्षणभर मला मी हॅरोमध्ये चौथ्या वर्गात जेव्हा शिक्षकांना माझ्या लॅटीनच्या पुस्तकाखाली लॅटीनचे भाषांतर दडपून ठेवलेले सापडले होते तसे असल्यासारखे वाटले. मग मी माझे खांदे उडवले. मी फिलीप अॅश्ले होतो- वय वर्ष चोवीस आणि जगातील कोणीही माझे धर्मपिताही - मी ख्रिसमसच्या भेटवस्तू कुणाला द्यायच्या की नाही ह्याचा हुकूम करू शकत नव्हते. मला असे वाटत होते की मिसेस पॅस्कोने काही खालच्या दर्जाची टीकाटिप्पणी केली असेल का? बहुधा अशा तऱ्हेचे बोलणे सभ्यपणाच्या वागणुकीमुळे तिला करता आले नसावे आणि काही झाले तरी ती चिंचपेटी तिला माहीत असणे शक्य नव्हते. मि. पॅस्को इथं येण्याआधी माझी आई वारली होती. ल्युसीने ती (चिंचपेटी) पाहिलेली होती हे उघड होते. तिचे ते निळे डोळे रेशेलकडे मागेपुढे होत असताना आणि मग खाली वळलेले पाहिले होते.

लोक धडधडत पुन्हा खोलीत आले. मी आणि रेशेल त्या झाडाखाली थांबल्यावर ते हसत, हळू आवाजात बोलत एकत्रितपणे झाडाशी आले, मग मी त्या भेटवस्तूंसाठी वाकला आणि नावे वाचत ती पाकिटे रेशेलकडे दिली आणि आपल्या भेटवस्तू स्वीकारण्यासाठी ते एका पाठोपाठ एक आले. ती त्या झाडापुढे उभी होती आणि आनंदाने लाल होऊन हसत होती. तिच्याकडे पाहण्याऐवजी मी फक्त नावे वाचत होतो. “थँक्स, देव तुमचे भले करो, सर.” असे मला म्हणत ते तिच्याकडे जात होते, “थँक्स मॅडम देव तुमचेही भले करो.”

आम्हाला ह्या भेटवस्तू देण्यात आणि प्रत्येकाशी एखादा दुसरा शब्द बोलण्यात अर्धा तास तरी गेला. जेव्हा ते काम संपलेली शेवटची भेटवस्तू घेतली तेव्हा अचानक शांतता पसरली. भिंतीजवळ घोळका करून उभे असलेले लोक माझ्यासाठी थांबले होते. “तुम्हा सर्वांना ख्रिसमसच्या शुभेच्छा,” मी म्हणालो. आणि मग त्या सर्वांनी एकच गिल्ला केला. “तुम्हाला आणि मिसेस अॅश्लेंना ख्रिसमसच्या शुभेच्छा.”

मग बिल रोव- त्याची एक बट ह्या प्रसंगी भिवईवर आली होती- उंच स्वरात ओरडला, “ह्या जोडगोळीला थ्री चिअर्स.” मग त्या आरडाओरडीमुळे त्या लांब खोलीच्या तुळईतून प्रतिध्वनी उमटून त्याच्या फळ्या जवळजवळ हलल्या आणि मग आम्ही खाली गाड्यांकडे आलो. मी रेशेलकडे पाहिले. तिच्या डोळ्यांत अश्रू

होते. मी तिच्याकडे पाहून मान हलवली. ती हसली. तिने अश्रू दडवले आणि आपला हात माझ्या हातात दिला. माझे धर्मपिता कठोर चेहऱ्याने आमच्याकडे पाहात असलेले मी पाहिले. एक शाळकरी मुलगा टीका थांबवण्यासाठी टोमणा मारतो तसा अक्षम्य विचार माझ्या मनात आला. ''तुला जर हे आवडत नसेल तर तू जाऊ शकतोस...'' हा धमाका अगदी योग्य ठरला असता. त्याऐवजी मी हसलो आणि रेशेलचा हात माझ्या बाहूखालून ओढून मी तिला त्या लांब खोलीतून घराकडे आणले.

मला वाटते कोणीतरी, जॉन असावा, कारण सीकुंब जणू काही दुरून येणाऱ्या पडघमाच्या नादात भेटवस्तू देत असताना दिवाणखान्याकडे गेला होता आणि त्याने तिथं केक आणि वाईन ठेवली होती. आमची पोटे भरली होती. त्या कशालाही हात लागला नव्हता. पाद्र्यांच्या साहाय्यकाने एक साखरेचा बन कुसकरून खाल्ला. कदाचित त्याने तो तिघांसाठी खाल्ला असावा. मग मिसेस पॅस्को जी ह्या जगात सर्व सुसंवाद आपल्या वळवळत्या जिभेने मोडण्यासाठी जन्माला आली होती- ती रेशेलकडे वळली आणि म्हणाली, ''मिसेस ॲश्ले मला क्षमा करा, परंतु मला ह्यावर बोलायलाच हवं. काय सुंदर चिंचपेटी तुम्ही घातली आहेत. ह्या संध्याकाळभर मी फक्त त्याकडेच पाहात होते.''

रेशेल तिच्याकडे बघून हसली आणि तिने आपल्या बोटांनी चिंचपेटीला स्पर्श केला, ''हो,'' ती म्हणाली, ''ही अभिमानास्पद मिळकत आहे.''

''नक्कीच अभिमानास्पद,'' माझे धर्मपिता कोरडेपणे म्हणाले, ''त्याची किंमतच एवढी आहे.''

फक्त रेशेल आणि मला त्यांच्या आवाजातील तो स्वर जाणवला. तिने माझ्या धर्मपित्याकडे गोंधळून पाहिले आणि मग माझ्याकडे आणि ती काही बोलणार तेवढ्यात मी पुढे झालो आणि म्हणालो, ''गाड्या आल्या आहेत.''

मी दिवाणखान्याच्या दरवाजाशी उभा राहिलो. नेहमी जाण्याच्या सूचनेकडे दुर्लक्ष करणाऱ्या मिसेस पॅस्कोने माझ्या वागण्याच्या पद्धतीमुळे तिची संध्याकाळ संपत आलेय हे ओळखले. ''चला मुलींनो,'' ती म्हणाली, ''तुम्ही सर्व थकले असाल आणि आपल्यापुढे उद्या कामाचा दिवस आहे. पाद्र्याच्या कुटुंबीयांना ख्रिसमसच्या दिवशी विश्रांती नसते मिसेस ॲश्ले.'' मी पॅस्को कुटुंबीयांना दरवाजापाशी सोडण्यासाठी गेलो. नशिबाने माझी अटकळ खरी ठरली होती. त्यांची गाडी तयार होऊन वाट पाहात होती. त्यांनी साहाय्यकालाही बरोबर घेतले. त्या दोन गुबगुबीत मुलींत तो एखाद्या छोट्या पक्ष्यासारखा अंग चोरून बसला. ते निघून गेल्यावर केंडॉलची गाडी तिथं आली. मी दिवाणखान्यात वळलो आणि तिथं माझ्या धर्मपित्याशिवाय कुणी नव्हते.

“बाकी सर्व कुठे गेले?” मी विचारले.

“ल्युसी आणि मिसेस ॲश्ले वर गेल्या आहेत,” ते म्हणाले, “त्या क्षणभरात खाली येतील. तुझ्याशी बोलण्याची संधी मिळाली ह्याचे मला बरे वाटतंय, फिलीप.”

मी विस्तवाजवळ गेलो आणि माझे हात मागे घेऊन तिथं उभा राहिलो. “हं,” मी म्हणालो, “काय आहे?”

ते क्षणभर काहीच बोलले नाहीत. त्यांना बोलणे अवघड वाटत होते.

“एक्सटरला जाण्याआधी तुला भेटण्याची संधी मला मिळाली नाही,” ते म्हणाले, “नाहीतर ह्याबाबत मी तुझ्याशी ह्या आधी बोललो असतो. खरं सांगायचे तर बँकेकडून आलेल्या निरोपामुळे मी अगदी अस्वस्थ झालोय.”

‘चिंचपेटीबद्दलच ना! नक्कीच,’ माझ्या मनात आले. काही असो तो माझा व्यवहार होता. “मि. कौचकडून वाटते?” मी त्यांना म्हणालो.

“हो,” त्यांनी उत्तर दिले. “मि. कौचने मला कळवलंय आणि ते अगदी बरोबर आणि योग्यच आहे की मिसेस ॲश्लेने आपल्या खात्यातून कित्येक शेकडो पौंड्स जास्त काढले आहेत.”

मला धक्का बसला. मी त्यांच्याकडे पाहिले आणि ताणतणाव संपला. पुन्हा एकदा माझ्या चेहऱ्यावर रंग परतला.

“अस्सं?” मी म्हणालो.

“मला हे समजत नाही,” ते फेऱ्या घालताना म्हणाले. “तिला इथं तसा थोडाच खर्च आहे. ती इथं तुझी पाहुणी म्हणून राहतेय आणि तिच्या गरजाही कमी असणार. एकाच गोष्टीची मला शक्यता वाटतेय ती म्हणजे ती आपल्या देशातून पैसे बाहेर पाठवत असावी.”

मी विस्तवाशी उभा होतो आणि माझे हृदय धडधडत होते. “ती फार उदार आहे,” मी म्हणालो, “हे आज रात्री तुमच्या लक्षात आले असेलच, आपल्या प्रत्येकासाठी भेटवस्तू. ते काही थोड्या शिलिंगात होणार नाही.”

“कित्येक शेकडो पौंड्स. ह्या वस्तू बारा वेळा तरी ह्यातून विकत घेता येतील,” त्यांनी उत्तर दिले, “मला तिच्या उदारपणाबद्दल शंका नाही, पण ह्या अशा भेटवस्तूंमुळे तिला ओव्हर ड्राफ्ट नक्कीच घ्यावा लागलेला नाही.”

“तिने स्वत:च घरावर खर्च करायचे ठरवलंय,” मी म्हणालो. “त्या निळ्या बेडरूमच्या सजावटीसाठी कापड घेण्यात आले तेही तुम्ही विचारात घ्यायला हवं.”

“शक्य आहे,” माझे धर्मपिता म्हणाले, “परंतु वस्तुस्थिती अशी आहे की जी रक्कम आपण तिला दर तिमाहीला द्यायची ठरवली होती त्यापेक्षा हे दुप्पट आणि

आता तिपटीपर्यंत तिने त्यातून पैसे काढलेयत. आपण भविष्यकाळाबद्दल काय ठरवायचे?''

''जी रक्कम आपण तिला आता देतोय ती दुप्पट किंवा तिप्पट करा.'' मी म्हणालो. ''हे उघड आहे की जी रक्कम आपण तिला देतो ती पुरेशी नव्हती.''

''परंतु हे मूर्खपणाचे आहे फिलीप,'' ते म्हणाले, ''ती जशी इथं राहतेय तशा कोणत्याही स्त्रीला एवढा खर्च करण्याची इच्छा असणार नाही. लंडनमधील एखाद्या उमरावाच्या पत्नीलाही एवढा पैसा उधळणे अवघड जाईल.''

''तिची काही कर्जे असतील,'' मी म्हणालो, ''त्याबद्दल आपल्याला काहीच माहीत नाही. फ्लॉरेन्समधील तिचे कोणी धनको पैशाची मागणी करत असतील. हा आपला व्यवहार नाही. तिचा भत्ता वाढवून तो ओव्हर ड्राफ्ट फेडावा अशी माझी इच्छा आहे.''

ते आपले ओठ दुमडत माझ्यापुढे उभे होते. मला हा विषय इथंच संपवायचा होता. माझे कान जिन्यावरच्या पावलांकडे लागलेले होते.

''दुसरी गोष्ट,'' ते काहीसे अस्वस्थपणे म्हणाले. ''ती चिंचपेटी बँकेतून काढण्याचा तुला हक्क नव्हता फिलीप. तुझ्या हे लक्षात येत नाही का की ती त्या संग्रहाचा एक भाग आहे, इस्टेटीचा भाग आहे आणि तुला ते काढण्याचा हक्क नाही?''

''ते माझे आहे,'' मी म्हणालो, ''आणि माझ्या मालमत्तेचे काय पाहिजे ते मी करू शकतो.''

''पुढील तीन महिन्यांसाठी तरी ती प्रॉपर्टी अजून तुझी नाही,'' ते म्हणाले.

''त्यात काय आहे?'' मी हाताने खूण करत म्हणालो, ''तीन महिने काय चटकन जातील. तिच्या ताब्यात असताना त्या चिंचपेटीचे काही नुकसान होणार नाही.''

त्यांनी माझ्याकडे पाहिले.

''मला त्याची खात्री नाही,'' ते म्हणाले.

त्यांच्या बोलण्यातील सूचक अर्थाने मला भयानक राग आला.

''अरे देवा!'' मी म्हणालो, ''तुम्हाला काय सुचवायचंय? ती चिंचपेटी घेईल आणि विकेल?''

क्षणभर त्यांनी काही उत्तर दिले नाही; ते आपली मिशी ओढत राहिले.

''एक्सटरला गेल्यापासून,'' ते म्हणाले, ''तुझ्या कझिन रेशेलबद्दल मला जरा अधिक माहिती कळलेय.''

''तुमच्या म्हणण्याचा अर्थ काय?'' मी विचारले.

त्यांचे डोळे माझ्यावरून दरवाजाकडे गेले आणि मग पुन्हा माझ्याकडे वळले.

"त्याचे असे झाले की मला जुने मित्र भेटले," ते म्हणाले, "ते लोक तुला माहीत नाहीत. ते पुष्कळ प्रवास करणारे लोक आहेत. ते गेली कित्येक वर्षं इटली आणि फ्रान्समध्ये हिवाळ्यात जातात. असे दिसते की तुझ्या कझिन रेशेलने तिचा पहिला नवरा संगलेट्टी ह्याच्याशी लग्न केले होते तेव्हा ते तिला भेटले होते."

"मग?"

"दोघेही कुप्रसिद्ध होते, बेलगाम खर्च करणारे आणि बेबंद आयुष्य जगणारे म्हणून. जे द्वंद्वयुद्ध संगलेट्टी खेळला आणि त्यात मारला गेला ते दुसऱ्या माणसामुळे. हे लोक म्हणाले की जेव्हा त्यांनी ॲम्ब्रोस ॲश्लेची काऊंटेस संगलेट्टीबरोबर लग्नासंबंधीची बातमी ऐकली त्यावेळी त्यांना भयानक वाटले. त्यांनी असे भविष्य केले की ती त्याचा सर्व पैसाअडका थोड्याच महिन्यांत संपवेल, परंतु सुदैवाने असे घडले नाही. ती असे काही करण्याआधीच ॲम्ब्रोस वारला. मला वाईट वाटते फिलीप, परंतु ह्या बातमीने मी पार हादरलोय." पुन्हा एकदा ते फेऱ्या घालू लागले.

"प्रवाशांच्या वावड्या ऐकण्याइतके तुम्ही खालच्या पातळीवर जाल असे मला वाटले नव्हते," मी त्यांना म्हणालो. "हे कोण लोक आहेत एकंदरीत? त्यांना दहा वर्षांपूर्वीच्या वावड्या पुन्हा सांगून टवाळी करण्याची हिंमतच कशी झाली? ते माझ्या कझिन रेशेलसमोर बोलण्याची हिंमत करणार नाहीत."

"आता ते सर्व सोडून दे," ते म्हणाले. "मला आता काळजी आहे ती त्या चिंचपेटीची. मला माफ कर पण पुढचे तीन महिने मी तुझा पालक असल्यामुळे तू तिला ती चिंचपेटी परत करायला सांगावीस. त्या इतर जडजवाहिराबरोबर मी ती पुन्हा बँकेत ठेवीन."

आता फेऱ्या मारण्याची पाळी माझी होती. मी काय केले ते मला कळत नव्हते.

"चिंचपेटी परत मागायची?" मी म्हणालो. "परंतु हे मी तिला करायला कसे सांगू? आज रात्री मी ती तिला ख्रिसमसची भेटवस्तू म्हणून दिली आणि असे करणे हे मी करणारी माझ्या दृष्टीने शेवटची गोष्ट आहे."

"मग तुझ्यासाठी मी ती करीन," त्यांनी उत्तर दिले.

मला अचानक त्यांच्या त्या कडक, हट्टी चेहऱ्याचा, त्यांच्या त्या ताठरपणे उभे राहण्याचा आणि सर्व भावभावनांकडे उदासीनतेने पाहण्याचा रागच आला.

"जर तुम्ही असे केलेत तर मी खड्ड्यातच जाईन," मी त्यांना म्हणालो.

ते हजारो मैल दूर असते तर बरे झाले असते. ते मृत असावेत अशी मी इच्छा केली.

"हे बघ फिलीप," ते म्हणाले, त्यांच्या स्वरात थोडा बदल झाला होता, "तू अजून लहान आहेस. तुझे वय हे अजून मनावर परिणाम करून घेणारे आहे आणि

मला हेही समजते की तुला तुझ्या कझिन रेशेलला प्रशंसेची काहीतरी खूण द्यायची होती, परंतु घराण्यातील जडजवाहीर हे त्यापेक्षा जास्त आहे.''

''तिचा त्यावर हक्क आहे,'' मी म्हणालो. ''जर का कुणाला ते दागिने घालण्याचा हक्क असला तर तो तिला आहे, हे देवालाच माहीत आहे.''

''जर ॲम्ब्रोस जिवंत असता तर! होय!'' त्यांनी उत्तर दिले, ''पण आता नाही. ते जडजवाहीर जेव्हा तू लग्न करशील तेव्हा तुझ्या बायकोसाठी ट्रस्टवर ठेवलेले आहेत फिलीप आणि ही दुसरी गोष्ट त्या चिंचपेटीला स्वत:चा एक अर्थ आहे. आज रात्री जेवायला आलेल्या जुन्या कुळांपैकी काही वृद्ध ह्याबद्दल बोलले असतील. कोणीही ॲश्ले त्याच्या लग्नात लग्नाच्या दिवशी आपल्या पत्नीला ही चिंचपेटी एकमेव दागिना म्हणून वापरायला देतो. ही घराण्यातील एक श्रद्धा आहे आणि इथले आजूबाजूचे लोक त्यात आनंद मानतात. मी तुला सांगितले तसे आपल्यातील जुन्या लोकांना त्याची कथा माहीत आहे. हे दुर्दैव आहे आणि अशी गोष्ट चर्चेला कारणीभूत ठरते आणि मला वाटते की आजच्या ह्या परिस्थितीत चर्चा व्हावी अशी इच्छा करणारी ती शेवटची स्त्री असेल.''

''येथील लोक आज रात्री,'' मी वैतागून म्हणालो, ''असा विचार करतील- जर ते विचार करण्याच्या परिस्थितीत असले तर- की ती चिंचपेटी माझ्या कझिनच्या वैयक्तिक मालकीची आहे. मी माझ्या आयुष्यात असली फालतू बडबड कधी ऐकलेली नाही की तिने ती वापरल्यामुळे वावड्या उठतील.''

''हे,'' ते म्हणाले, ''मी बोलत नाहीये. जर काही बोलणे झाले तर ते मला ताबडतोब कळेल ह्यात संशय नाही. एका गोष्टीबद्दल मात्र मी ठाम आहे फिलीप! आणि ती म्हणजे ती चिंचपेटी बँकेच्या सुरक्षिततेत गेली पाहिजे. ती द्यायला तुझ्या मालकीची ती अजून नाही आणि माझ्या परवानगीशिवाय तुला बँकेत जाण्याचा हक्क नव्हता आणि ती तेथील सुरक्षित असलेल्या जागेतून काढण्याचाही हक्क नव्हता. मी पुन्हा सांगतो की जर तू मिसेस ॲश्लेंना सांगितले नाहीस तर मी सांगेन.''

आमचा वादविवाद जोरात चालू असताना आम्हाला जिन्यावरून आलेली गाऊनची सळसळ ऐकू आली नव्हती. आता उशीर झाला होता आणि रेशेलच्या पाठोपाठ ल्युसी दरवाजात उभी होती.

ती तिथं उभी राहिली. तिचे डोके माझ्या धर्मपित्याकडे वळले होते. ते दिवाणखान्याच्या मध्यावर माझ्याशी वादविवाद घालत उभे होते.

''मला वाईट वाटते,'' ती म्हणाली,''तुम्ही जे काही म्हणालात ते मला ऐकू आले, इलाजच नव्हता. माझ्यामुळे तुम्हा दोघांना अवघड वाटण्याचे काहीच कारण नाही. आज रात्री ही चिंचपेटी मला वापरायला देणे हे फिलीपने कौतुकाचे काम केले होते आणि मि. केंडॉल ते परत मिळावे हे तुमचे म्हणणेही बरोबर आहे. ही घ्या

ती.'' तिने हात वर करून त्याचा हूक काढला.

''नाही,'' मी म्हणालो, ''तू असे का करावेस?''

''प्लीज फिलीप,'' ती म्हणाली.

तिने ती चिंचपेटी काढून माझ्या धर्मपित्याकडे दिली. त्यांना चमत्कारिक वाटल्याचे त्यांनी दाखवले आणि त्याचवेळी त्यांना सुटल्यासारखेही वाटले.

ल्युसी माझ्याकडे दयार्द्र दृष्टीने पाहात होती. मी वळलो.

''थँक्स मिसेस ॲश्ले,'' माझे धर्मपिता उग्रपणे म्हणाले, ''तुम्हाला माहीत असेलच की ही चिंचपेटी इस्टेटीच्या ट्रस्टचा भाग आहे आणि ती बँकेतून काढण्याचे फिलीपला काही कारण नव्हते. ही मूर्खपणाची, अविचाराची कृती होती, परंतु तरुण माणसे गरम डोक्याची असतात.''

''मला सर्व समजतंय,'' ती म्हणाली, ''ह्याबद्दल आपण जास्त बोलू नये. तुम्हाला ती गुंडाळून हवीये का?''

''थँक्स, नको.'' त्यांनी उत्तर दिले. ''माझा रुमाल पुरेसा आहे.''

त्यांनी वरच्या खिशातून रुमाल काढला आणि त्याच्या मध्यावर चिंचपेटी काळजीपूर्वक ठेवली.

''आणि आता,'' ते म्हणाले, ''ल्युसी आणि मी तुमचा निरोप घेतो. ह्या आनंदी आणि यशस्वी जेवणाबद्दल फिलीप तुझे आभार आणि तुम्हा दोघांना ख्रिसमसच्या शुभेच्छा.''

मी उत्तर दिले नाही. मी हॉलमधून बाहेर गेलो आणि पुढच्या दरवाजाशी उभा राहिलो आणि न बोलता ल्युसीला गाडीत बसायला मदत केली. तिने माझा हात सहानुभूतीने दाबला, परंतु तिला उत्तर देण्याच्या मनःस्थितीत मी नव्हतो. माझे धर्मपिता चढून तिच्या बाजूला बसले आणि ते दोघं निघून गेले.

मी सावकाश दिवाणखान्यात आलो. रेशेल तिथं उभी होती आणि विस्तवाकडे पाहात होती. तिची मान त्या चिंचपेटीशिवाय उघडी वाटत होती. मी न बोलता तिच्याकडे पाहात उभा राहिलो, रागावलेला आणि कष्टी. मला पाहताच तिने हात पुढे केले आणि मी तिच्याकडे गेलो. माझे हृदय इतके भरले होते की मला बोलता येत नव्हते. मला दहा वर्षांचा लहान मुलगा असल्यागत वाटत होते आणि मला जरासेही कारण रडायला पुरले असते.

''नाही,'' ती म्हणाली, तिच्या आवाजात प्रेमाच्या उबेचा हळुवारपणा होता. तो तिचाच एक भाग होता. ''तुला वाईट वाटता कामा नये. प्लीज फिलीप, ते एकदा वापरायला मिळाले म्हणून मी धन्य झाले.''

''मला ती तू वापरावीस असे वाटत होते,''ऊमी म्हणालो, ''ती तू नेहमी ठेवावीस अशी माझी इच्छा होती. देव त्यांचा धिक्कार करो आणि त्यांना नरकात धाडो.''

"शूऽऽ" ती म्हणाली, "डिअर ह्या अशा गोष्टी बोलू नको."

मला इतका कडवटपणा आला होता, राग आला होता की त्या घडीला मी बँकेत जाऊन तळघरात जाऊन तेथील प्रत्येक जडजवाहीर, प्रत्येक रत्न, प्रत्येक हिरा तिला आणून दिला असता आणि बँकेतील सर्व सोने आणि चांदीही दिली असती. मी तिला सारे जग दिले असते.

"ठीक आहे, व्हायचे ते नुकसान झाले," मी म्हणालो, "ही सर्व संध्याकाळ, हा सर्व ख्रिसमस, प्रत्येक गोष्ट फुकट गेली."

तिने मला जवळ धरले आणि ती हसली. "तू एखाद्या रिकाम्या हाताने धावणाऱ्या लहान मुलासारखा आहेस." ती म्हणाली. "बिचारा फिलीप," मी दूर झालो आणि खाली तिच्याकडे पाहिले.

"मी लहान मूल नाही," मी म्हणालो, "मी पंचवीस वर्षांचा आहे. फक्त तीन महिने बाकी आहेत. माझ्या आईने ते मोती घातले होते तिच्या लग्नाच्या दिवशी आणि त्याआधी माझ्या काकीने आणि त्याआधी माझ्या आजीने. तू ते वापरावेस असे मला वाटत होते ते का ते तुझ्या लक्षात येत नाही का?"

तिने माझ्या खांद्यावर हात ठेवले आणि पुन्हा एकदा माझे चुंबन घेतले.

"का, हो," तिने उत्तर दिले. "त्यामुळे मी एवढी खूश होते आणि मला अभिमान वाटत होता. तुला मी हे वापरायला हवे होते कारण तुला माहीत होते, की माझे लग्न फ्लॉरेन्समध्ये न होता ह्या इथं झाले असते तर ॲम्ब्रोसने मला ती लग्नाच्या दिवशी दिली असती."

मी काहीच बोललो नाही. काही दिवसांपूर्वी ती मला म्हणाली होती की मला समज कमी आहे. काल रात्री मी तिच्याबाबत हेच म्हणालो असतो. काही क्षणांनंतर तिने मला खांद्यावर थोपटले आणि ती वर झोपायला गेली.

तिने मला दिलेली ती सोन्याची साखळी मी माझ्या खिशात चाचपडली. दुसरे काही नसले तरी ती माझी एकट्याची होती.

१८

आमचा ख्रिसमस छान गेला. तिने तो तसा जावा ह्यावर कटाक्ष ठेवला. आम्ही इस्टेटीवरच्या निरनिराळ्या शेतांवर, झोपड्या आणि घरांकडे गेलो आणि ॲम्ब्रोसचे कपडे वाटले आणि प्रत्येक घरी आम्हाला काहीतरी गोड खावे लागले किंवा पुडींगची चव घ्यावी लागली, त्यामुळे संध्याकाळी आमचे पोट इतके भरलेले असायचे की घरी जाऊन जेवण घेणे शक्यच नव्हते. आम्ही नोकरांना आदल्या रात्रीचे उरलेले सर्व बदक आणि टर्की संपवायला दिली आणि तिने आणि मी त्या दिवाणखान्याच्या विस्तवावर चेस्टनटची फळे भाजली.

मग जणू काही मी काळाने वीस वर्षं मागे गेल्यागत तिने मला डोळे बंद करायला सांगितले आणि हसत स्त्रियांच्या बैठकीच्या खोलीकडे गेली आणि ती खाली आली आणि तिने माझ्या हातात एक झाड ठेवले. हे तिने अगदी सुंदर, छान सजवले होते. त्यावर भेटवस्तू ह्या रंगीत कागदात गुंडाळून लावलेल्या होत्या. प्रत्येक भेटवस्तू म्हणजे काहीतरी वेडेपणाच होता आणि हे मला माहीत होते की तिने हे माझ्यासाठी केले होते, कारण ख्रिसमसपूर्व दिवशी झालेले ते नाटक आणि चिंचपेटीची झालेली फजिती तिला मी विसरायला हवी होती. मी विसरू शकत नव्हतो, मी क्षमाही करू शकत नव्हतो आणि ख्रिसमसनंतर माझ्या धर्मपित्यात आणि माझ्यात एक दुरावा आला होता, कारण त्यांनी त्या फालतू, खोट्या वावड्यांकडे लक्ष दिले होते. हेच फार वाईट होते पण सगळ्यात वाईट म्हणजे मृत्युपत्रातील त्या शब्दच्छलाला ते चिकटून राहिले होते आणि त्यामुळे त्यांच्या हुकमतीखाली मला आणखी तीन महिने राहावे लागणार होते. आम्हाला वाटले होते त्यापेक्षा रेशेलने जास्त खर्च केला असला तर काय बिघडले? आम्हाला तिच्या गरजा माहीत नव्हत्या. ॲम्ब्रोसला किंवा माझ्या धर्मपित्याला फ्लॉरेन्समधील जगण्याची पद्धत माहीत नव्हती. ती पैशाची उधळपट्टी करणारी असेलही परंतु हा एवढा गंभीर गुन्हा होता का? आणि तेथील समाज, त्याबद्दलचे मत आपण पारख

करणे शक्य नव्हते. माझ्या धर्मपित्याने आपले सर्व आयुष्य काळजीपूर्वक आणि कंजूषपणे घालवले होते आणि ॲम्ब्रोसनेही कधी स्वत:वर जास्त पैसा खर्च केलेला नव्हता, त्यामुळे माझा धर्मपिता माझ्या हातात इस्टेट आल्यावर हे असेच चालू राहील असे धरून चालले होते. माझ्या गरजा कमी होत्या आणि ॲम्ब्रोसने जसा स्वत:वर जास्त पैसा खर्च केला नव्हता, त्याहून स्वत:वर जास्त पैसा खर्च करण्याची मला इच्छा नव्हती. परंतु माझ्या ह्या धर्मपित्याच्या क्षूद्रपणामुळे मला एवढा राग आला होता की मी माझ्या मताने जायचे ठरवले होते आणि माझा पैसा खर्च करायचे ठरवले होते.

त्यांनी रेशेलवर तिने तिचा भत्ता वाटेल तसा उडवला असा आरोप केला होता, हरकत नाही माझ्या घरावर उगाचच पैसे घालवल्याचा आरोप ते माझ्यावर करू देत. नवीन वर्षापासून मी इस्टेटीवर, जी माझी होणार होती त्यावर सुधारणा करण्याचे ठरवले. फक्त बागांमध्येच नव्हे, बार्टन शेतावरच्या मजग्यावरच्या फिरण्याच्या जागेचे काम चालूच होते आणि त्याचबरोबर खाली खोल खणणे आणि त्याच्या बाजूची जमीन जी खाली असलेली पाण्यातील बाग होणार होती तिचीही तयारी चालली होती. ही रेशेलच्या पुस्तकातील चित्रावरून नक्कल करून बनत होती.

मी ते घरही दुरुस्त करायचे ठरवले होते. दर महिन्याला नॅट डून ह्या आमच्या मालमत्तेवरील कुंभाराची आमची भेट व्हायची. तो शिडीवरून छपरावर जायचा आणि वादळवाऱ्याने हललेली कौलं नीट लावायचा. तो तिथं आपला पाईप ओढत बसायचा आणि त्याची धुरांड्याकडे पाठ असायची. हे फार काळ चालले होते असे मला वाटले. आता ते सर्व छप्परच नीट करण्याची वेळ आली होती. नवीन कौले, नवीन पायऱ्या, नवीन पन्हळी घालायला हव्या होत्या आणि अनेक वर्षांच्या वारा-पावसाने खराब झालेल्या भिंतीही मजबूत करायच्या होत्या. पूर्वीपासून म्हणजे जवळजवळ दोनशे वर्षांपूर्वी पार्लमेंटमधील सभासदांनी इतका नाश घडवून आणला होता आणि माझ्या पूर्वजांना हे घर पडून त्याचा नाश होऊ नये ह्यासाठी फार कष्ट घ्यावे लागले होते. मी पूर्वी झालेल्या दुर्लक्षाची भरपाई करणार होतो आणि जर माझ्या धर्मपित्याने तोंड वेडेवाकडे करून ब्लॉटींग पेपरवर आकडेमोड केली तर त्यांना जाऊदे उडत.

त्यामुळे हा व्यवहार मी माझ्या मताप्रमाणे सुरू केला आणि जानेवारी संपण्याआधी पंधरा ते वीस माणसे माझ्या छपरावर किंवा त्या इमारतीभोवती आणि त्याचप्रमाणे घरातील छपराची आणि भिंतीची सजावट माझ्या हुकमाप्रमाणे करत होते. जेव्हा ह्या कामाची बिले माझ्या धर्मपित्याकडे पाठवली जातील तेव्हा त्यांच्या चेहऱ्यावर उमटणाऱ्या भावभावनांचे चित्र माझ्या डोळ्यांसमोर उभे राहिले व मला खूपच समाधान वाटले.

घरात ह्या असल्या दुरुस्त्या चाललेल्या असल्याच्या कारणावरून मी भेटायला येणाऱ्यांच्या भेटी टाळल्या, इतकेच नव्हे तर काही काळापुरते रविवार रात्रीचे जेवणही टाळले, त्यामुळे नेहमी होणाऱ्या पॅस्को आणि केंडॉलच्या भेटी ह्यामधून मी वाचलो होतो आणि माझ्या धर्मपित्यालाही मी भेटत नव्हतो. माझा हाच काहीसा हेतू होता आणि मी सीकुंबला खाली तळमजल्यावर अगदी जंगलात पसरते त्या पद्धतीने ही बातमी पसरवायला लावली होती की मिसेस ॲश्लेंना सध्या कुणाची भेट गाठ घेणे अशक्य आहे, कारण इथं दिवाणखान्यात कामगार काम करतायत, त्यामुळे हिवाळा आणि वसंत ऋतूच्या सुरुवातीला आम्ही एखाद्या संन्याशासारखे माझ्या आवडीप्रमाणे दिवस काढले. फोबआत्याच्या खोल्या, अजूनही कझिन रेशेल त्यांना हेच म्हणायची, ही आमची राहण्याची जागा होती. दिवस संपल्यावर रेशेल तिथं बसायची, शिवण शिवायची, वाचायची आणि मी तिच्याकडे बघत राहायचो. त्या ख्रिसमसच्या पूर्व संध्याकाळ नंतर, चिंचपेटीच्या प्रसंगानंतर तिच्या वागणुकीत एक वेगळाच हळुवारपणा आला होता, त्यामुळे कधीकधी भावनेवर विश्वास ठेवणे आणि ती सहन करणे कठीण होते.

त्यामुळे माझ्यावर काय परिणाम होतोय ह्याची तिला कल्पना नव्हती. ज्या खुर्चीवर मी बसलेला असेन तेथून जाताना माझ्या खांद्यावर विसावणारे किंवा माझ्या डोक्यावर थोपटणारे ते हात आणि ह्या सर्व वेळ ती बागेबद्दल ती एखाद्या व्यावहारिक बाबीबद्दल बोलत असायची, पण माझे हृदय असे धडधडायचे की ते शांतच होऊ शकत नसे. तिला फिरताना पाहणे हा एक आनंद होता आणि कधी कधी मला वाटायचे की ती मुद्दामच खुर्चीवरून उठायची की काय आणि खिडकीजवळ जायची, ते पडदे वर सारायची आणि त्यावर हात ठेवून बाहेर हिरवळीकडे पाहात असायची, कारण तिला माहीत होते की माझी नजर तिला निरखत असायची. ती माझ्या फिलीप नावाचा उच्चारही तिच्या वेगळ्या ढंगाने करायची. इतरांना तो छोटासा, आखूड शब्द होता, फक्त शेवटच्या अक्षरावर जोर द्यायचा परंतु ती आय वर हळुवारपणे घोटाळायची. मुद्दाम अशा तऱ्हेने की माझ्या कानांना त्याचा वेगळा आवाज यायचा, जो मला आवडायचा. मी लहान असताना अशी माझी इच्छा होती की मला ॲम्ब्रोस म्हणावे. ती इच्छा ह्या घटकेपर्यंत माझ्या जवळच राहिली होती, आता मात्र मला आनंद होत होता की माझे नाव अगदी भूतकाळातल्या त्याच्या नावापेक्षा अगदी दूरवर गेले होते. जेव्हा कामगारांनी नवीन शिशाचे पाईप भिंतीजवळ लावण्यासाठी आणले आणि ते छपरावरून जमिनीपर्यंत पाणी जाण्यासाठी पन्हळी म्हणून लावले आणि त्या पन्हळीची तोंडे जागेवर बसवली, त्यावेळी त्यावर धातूची पाटी- ज्यावर माझी आद्याक्षरे, पी ए म्हणून होती त्याखाली तारीख होती आणि त्या खाली माझ्या आईची मानाची खूण सिंह होता हे पाहून माझ्या मनात गर्वाची एक

विलक्षण अनुभूती जाणवली- जणू काही भविष्य काळासाठी मी माझ्यासाठी काहीतरी राखून ठेवले होते आणि रेशेल माझ्या बाजूला उभी राहून माझा बाहू धरत म्हणाली, ''मी तुला एवढा गर्व वाटलेला अजूनपर्यंत तरी पाहिलेले नव्हते. मला त्यामुळे तू जास्त आवडतोस.''

''हो, मला गर्व वाटला- परंतु त्याचबरोबर एक रितेपणाही जाणवत होता.''

तर असे हे काम चालू होते घरात आणि बाहेरही. वसंत ऋतूचे पहिले दिवस त्यांच्या बरोबर एक छळवाद आणि आनंदाची सरमिसळ घेऊन आले. ब्लकबर्ड आणि चॅफींग्ज पक्षी आमच्या खिडक्यांखाली गात असताना, जागे होताना लक्षात यायचे. मला आणि रेशेलला दोघांनाही ते झोपेतून उठवायचे. आम्ही जेव्हा दुपारी भेटायचो तेव्हा त्याबद्दल बोलायचो. घराच्या पूर्वेकडच्या बाजूला सूर्य पहिल्यांदा यायचा आणि तिच्या खिडक्या सताड उघड्या असल्यामुळे तिच्या उशीवर सूर्यकिरणांची तिरीप पडायची. माझ्याकडे ती उशिरा, मी कपडे करत असताना यायची. समुद्रापर्यंत पसरलेल्या कुरणांकडे खाली वाकून पहात असताना मला घोडे आणि नांगर पुढची टेकडी चढताना दिसायचे. समुद्रपक्षी त्यांच्याभोवती घिरट्या घालत असायचे आणि घराजवळ असलेल्या गायरानात तिथं मेंढ्या आणि त्यांची कोकरे एकमेकांकडे पाठ करून आरामात बसलेली असायची. टिटव्या एखाद्या ढगासारख्या पंख पसरून यायच्या. लवकरच त्यांच्या जोड्या तयार होतील. त्यातील नर उंच उडेल आणि अत्यानंदात खाली येईल. खाली किनाऱ्यावर लांब चोचीचे पाणबुडे पक्षी शिळा घालत होते आणि काळे आणि पाद्र्यासारखे पांढरे असलेले कालव पकडणारे पक्षी समुद्रातील गवतावर गंभीरपणे चोच घालून नाश्ता करत होते. सूर्य चमचमणाऱ्या त्या खाऱ्या हवेत एक जोष होता.

अशाच एका सकाळी सीकुंब माझ्याकडे आला आणि म्हणाला की पूर्वेकडच्या भागात राहणारा सॅम बेट पुष्कळ आजारी होता आणि त्याची फार इच्छा होती की मी जावे आणि त्याला भेटावे कारण त्याला महत्त्वाचे असे काहीतरी मला द्यायचे होते. त्याने असे सुचवले होते की जे काही त्याला द्यायचे होते ते फार मौल्यवान असल्यामुळे ते त्याच्या मुलाबरोबर किंवा मुलीमार्फत पाठवणे योग्य नव्हते. मी त्याला फारसे काही महत्त्व दिले नाही. ह्या खेडुतांना छोट्या-छोट्या गोष्टी अशा गूढ करण्यात एक आनंद मिळतो, तरीही दुपारच्या वेळी मी जिथं चार रस्ते मिळतात तिथं गेलो आणि त्याच्या चाळीकडे त्याच्याशी बोलायला गेलो. सॅम आपल्या बिछान्यावर बसलेला होता आणि त्याच्या समोर ब्लँकेटवर ख्रिसमसच्या दिवशी दिलेला ॲम्ब्रोसचा एक कोट होता. मी तो ओळखला. त्याचा रंग फिक्का होता. तो कोट मला परिचित नव्हता. बहुधा ॲम्ब्रोसने तो गरम हवेसाठी मध्य युरोपमध्ये घेतलेला होता.

"काय सॅम?" मी म्हणालो, "तू आजारी आहेस हे पाहून मला वाईट वाटते. काय झालंय?"

"तो नेहमीचा जुना खोकला मि. फिलीप सर. तो नेहमी मला वसंत ऋतूत सतावतो," सॅम म्हणाला, "माझ्या बापाला माझ्याआधी ह्याचा त्रास व्हायचा आणि एका वसंत ऋतूत त्याला त्यामुळे जसे मरण आले तसे मलाही येईल."

"काहीतरीच काय सॅम," मी म्हणालो, "जे बापाला होते त्यामुळे मुलाचाही मृत्यू होतो ह्या पसरवल्या जाणाऱ्या जुन्या गोष्टी आहेत."

सॅम बेटने मान हलवली, "त्यात सत्य आहे सर," तो म्हणाला, "आणि ते तुम्हालाही माहीत आहे. मि. ॲम्ब्रोस आणि त्यांच्या वडिलांचे- तुमच्या काकांचे काय? दोघांनाही मेंदूचा आजार आला. निसर्गाच्या विरुद्ध जाण्यात काही अर्थ नाही. हे मी गुरांतही पाहिलंय."

मी काही बोललो नाही, परंतु त्याच वेळी ॲम्ब्रोसच्या मृत्यूचे कारण त्याला कसे कळले ह्याचे मी आश्चर्य करत होतो. मी कुणालाही सांगितले नव्हते. आमच्या भागात वावड्या कशा पसरतात हे एक आश्चर्यच होते.

"तू आपल्या मुलीला मिसेस ॲश्लेंना तुझा खोकला बरा होण्यासाठी काही नुक्सा विचारायला पाठव," मी त्याला म्हणालो. "तिला अशा गोष्टींबद्दल खूप माहिती आहे. निलगिरीचे तेल हे तिच्या उपायांपैकी एक आहे."

"मी पाठवीन, मि. फिलीप, मी पाठवीन," तो मला म्हणाला, "परंतु पहिल्यांदा मला हे योग्य वाटले की त्या पत्राबाबत मी तुम्हाला स्वत: बोलवावे."

त्याने आपला स्वर खाली केला. गंभीर आणि चिंता असल्यासारखा चेहरा केला.

"कोणते पत्र सॅम?" मी विचारले.

"मि. फिलीप," तो म्हणाला, "ख्रिसमसच्या दिवशी तुम्ही आणि मिसेस ॲम्ब्रोसने मला माझ्या गेलेल्या मालकाचे काही कपडे आणि वस्तू प्रेमाने दिल्यात आणि आम्हा सर्वजणांना ते घेण्यास फार अभिमान वाटला. तुम्हाला ह्या पलंगावर दिसतोय तो कोट मला दिला गेला होता." तो थांबला आणि त्याला ख्रिसमसच्या संध्याकाळी वाटला होता त्याच आदराने त्याने त्या कोटाला स्पर्श केला. "सर, मी तो इथं त्याच रात्री आणला," सॅम सांगू लागला, "आणि मी माझ्या मुलीला म्हणालो की जर आपल्याकडे एखादी काचेची पेटी कोट ठेवण्यासाठी असती तर आपण तसे केले असते, परंतु तिने माझ्या बोलण्याला वेडगळपणा ठरवून दिला आणि ती म्हणाली की हा कोट वापरण्यासाठी दिलेला आहे, परंतु तो मी काही वापरला नाही मि. फिलीप. मी असे करणे म्हणजे जरा जास्तच आगाऊपणा झाला असता. मी काय म्हणतो हे तुमच्या लक्षात येतंय ना? त्यामुळे मी तो कोट इस्त्रीच्या जागेत पलीकडे ठेवला होता आणि तो अधूनमधून मी काढून बघायचो.

जेव्हा ह्या खोकल्याचा मला त्रास होऊ लागला आणि मी अंथरुणावर पडलो. मी असा बिछान्यात बसलेला असताना आता तुम्ही बघताय तसा बसलेला असताना कसे काय झाले ते न कळे पण तो कोट वापरावा असे माझ्या मनात आले. तो कोट हलका होता आणि माझ्या पाठीला सहज पेलण्यासारखा होता त्यामुळे मी तसे केले आणि तेही काल पहिल्यांदा आणि त्यावेळी मला हे पत्र सापडले.''

तो थांबला आणि त्याने आपल्या उशीखाली हात घातला आणि एक पाकीट बाहेर काढले. ''मला वाटते मि. फिलीप हे असे झाले असावे,'' तो म्हणाला, ''ते पत्र त्या कोटाच्या आतल्या कापडात आणि अस्तरामध्ये गेले असावे, त्यामुळे त्याची घडी घालताना किंवा ते आवरताना ते कुणाच्या लक्षात आले नसावे, फक्त माझ्यासारख्या एखाद्यानेच त्या कोटावर हळुवारपणे हात फिरवताना आणि तो माझ्याकडे कसा आला त्याचे आश्चर्य करत असताना मला ते आढळले. मला त्याची खसखस जाणवली. मग मी धीर करून त्याचे अस्तर सुरीने उघडले आणि ते हे इथं आहे सर. एक पत्र अगदी एखाद्या दिवसासारखे साधे, बंद केलेले आणि तुमचा पत्ता स्वत: मि. ॲम्ब्रोसने लिहिलेले. मला त्यांचे हस्ताक्षर माहीत आहे. ते मला दिसताच मला त्याचा धक्काच बसला. बघा तुम्हाला वाटतंय का पण मला असे वाटले की हा मृत व्यक्तीकडून आलेला संदेश मला मिळालाय.''

त्याने ते पत्र मला दिले, जे तो बरोबर सांगत होता. ते ॲम्ब्रोसने मला लिहिलेले होते. मी त्या ओळखीच्या हस्ताक्षराकडे पाहिले आणि अचानक माझ्या हृदयाला पीळ पडला.

''तू जे हे वागलास ते शहाणपणाचे होते सॅम,'' मी म्हणालो, ''आणि मला स्वत:ला बोलावलेस हे योग्यच केलेस, थँक्स.''

''आभार मानू नका मि. फिलीप, आभार खरंच नकोत,'' तो म्हणाला, ''माझ्या मनात आले की गेले कित्येक महिने हे पत्र कसे पडून आहे आणि ह्याआधीच ते तुमच्या हातात पडायला हवे होते परंतु बिचारे मालक वारले आणि ते पत्र अशा तऱ्हेने तुमच्याकडे यावे अशी त्यांची इच्छा होती आणि ते वाचल्यावरही तुम्हाला कदाचित असेच वाटेल, त्यामुळे मला असे वाटले की मुलांच्या हातून ते वाड्यावर पाठवण्यापेक्षा मी स्वत: ह्या पत्राबद्दल तुम्हाला सांगणे ही सर्वांत उत्तम गोष्ट आहे.''

मी त्याचे पुन्हा आभार मानले आणि ते पत्र माझ्या वरच्या खिशात ठेवून तेथून निघण्याआधी काही मिनिटे त्याच्याशी बोललो. असे काय होते ते मला माहीत नाही पण माझ्या अंतर्मनाने ह्याबद्दल त्याने कुठे बोलू नये, अगदी त्याच्या मुलीलाही- असे मी त्याला बजावले. त्याने जे कारण मला सांगितले होते तेच कारण मी त्याला दिले. मृत व्यक्तीला दिला जाणारा आदर. त्याने आश्वासन दिले आणि मी ती चाळ सोडली.

मी ताबडतोब घरी परतलो नाही. ट्रेनॉट जमीन आणि दाट छाया असलेला मार्ग ह्याच्या बाजूला असलेल्या इस्टेटीच्या भागावरून जाणाऱ्या रस्त्यावर मी जंगलातून चढून आलो. ॲम्ब्रोसला ही वाट दुसऱ्या कोणत्याही वाटेपेक्षा आवडायची. दक्षिणेकडच्या दीपस्तंभाची जागा सोडली तर आमच्या जमिनीचे हे अगदी उंचावरचे ठिकाण होते आणि इथून जंगलावरून आणि दरीवरून उघड्या समुद्राचे छान चित्र दिसायचे. त्या वाटेच्या कडेची झाडे ही ॲम्ब्रोस आणि त्याआधी त्याच्या वडिलांनी लावली होती. ती छाया देत, पण ती एवढी वाढली नव्हती की ज्यामुळे समोरचे दृश्य दिसणार नाही. मे महिन्यात गोकर्णाची फुलं जमीन आच्छादून टाकायची. त्या पायवाटेने खाली जाऊन रखवालदाराच्या झोपडीपर्यंत पोहोचेपर्यंत जंगलावरून येणाऱ्या रस्त्याच्या शेवटी ॲम्ब्रोसने एक कठीण दगडाचा तुकडा ठेवला होता. "हा!" अर्धवट मस्करीत अर्धवट मनापासून तो मला म्हणायचा, "मी जेव्हा मरेन तेव्हा हा माझ्या थडग्याचा दगड म्हणून चालेल. इतर ॲश्लेंच्या थडग्यांच्या जागी मी असल्याचा विचार करण्यापेक्षा मी इथं आहे असे समज,"

जेव्हा त्याने ह्या ठिकाणी हा दगड ठेवला तेव्हा त्याच्या मनातही आले नसेल की तो इतर ॲश्लेंच्या दफनभूमीत पुरला न जाता तो फ्लॉरेन्समधील प्रोटेस्टंट दफनभूमीत पुरला जाईल. त्या दगडाच्या चबुतऱ्यावर त्याने ज्या ठिकाणी प्रवास केला होता त्यांची नावे कोरलेली होती आणि शेवटी एका फालतू कवितेची ओळ होती, जेव्हा आम्ही दोघे ती एकत्र पाहायचो तेव्हा हसू आणण्यासाठी ती लिहिलेली होती. जरी ही निव्वळ अर्थशून्यता वाटली तरी मला वाटते की त्याच्या मनात हाच बेत होता आणि शेवटच्या हिवाळ्यात जेव्हा तो येथून दूर गेला, मी जंगलातून ह्या रस्त्यावर चढून ह्या दगडाशेजारी उभे राहण्यासाठी आणि येथून त्या त्याच्या आवडत्या दृश्याकडे पाहण्यासाठी अनेकदा आलो होतो.

जेव्हा आज मी इथं आलो तेव्हा त्या दगडावर हात ठेवून मी क्षणभर उभा राहिलो आणि मला काही निर्णय घेता येईना. खाली रखवालदाराच्या झोपडीतून धूर वर येत होता आणि तो नसताना साखळी बांधलेला त्याचा कुत्रा मधूनमधून काही कारण नसताना भुंकत होता किंवा त्याच्या भुंकण्याच्या आवाजाची त्याला सोबत होत होती. त्या दिवसाचा उष्मा आता संपला होता आणि आता हवेत थंडावा आला होता. आकाशात ढग आले होते. दूरवर मला लँकेली टेकड्यांवरून परतणारी गुरं जंगलातील पाणथळीच्या जागी जात असताना दिसली आणि त्या पाणथळीच्या जागेपलीकडे त्या खाडीत सूर्य बुडाला होता आणि खाडीचा रंग दगडी पाटीसारखा करडा वाटत होता. किनाऱ्याच्या दिशेने मंद वारा वाहात होता आणि माझ्या खालच्या बाजूला असलेल्या झाडांची पाने हलत होती.

मी त्या दगडाशेजारी बसलो. माझ्या खिशातून ॲम्ब्रोसचे पत्र काढले. ते मी

माझ्या ढोपरांवर तोंड खाली करून ठेवले. त्याच्या अंगठीचा ठसा असलेले ते लाल सील माझ्याकडे पाहात होते. त्यावर रान कावळ्याच्या डोक्याचाही छाप होता. ते पाकीट जास्त जाड नव्हते. त्यात काही नव्हते, फक्त त्यात एक पत्र होते, जे उघडण्याची मला इच्छा नव्हती. कोणता संदेह मला मागे खेचत होता ते मला सांगता येत नाही. कोणत्या बुजरेपणाच्या भावनेने एखाद्या वाळूत डोके दडवणाऱ्या शहामृगासारखी माझी अवस्था झाली होती. ॲम्ब्रोस जिवंत नव्हता आणि त्याच्याबरोबर तो भूतकाळही संपला होता. मला माझे स्वतःचे आयुष्य घडवायचे होते आणि माझ्या इच्छेने वागायचे होते. कदाचित ह्या पत्रात त्या गोष्टीचा, जी मी विसरण्याचे ठरवले होते त्याचा आणखी काही उल्लेख असेल. जर ॲम्ब्रोसने रेशेलवर उधळपट्टीचा आरोप केला असला तर तो तेच गुणविशेषण काही कारणाने माझ्या बाबतीतही म्हणेल. त्याने इतक्या वर्षांत एवढा खर्च कधी घरावर केला नव्हता, तेवढा मी काही महिन्यांत केला होता परंतु मी त्याची प्रतारणा करतोय असे मला वाटले नव्हते.

परंतु पत्र न वाचणे... त्यावर तो काय म्हणेल? जर मी त्याचे आता तुकडे तुकडे केले आणि ते तुकडे जिकडे-तिकडे टाकले आणि आत काय लिहिलंय हे जाणून घेतले नाही तर तो माझा धिक्कार करील का? मी ते पत्र माझ्या हातात तोलून धरले, वाचायचे की वाचायचे नाही, अशी निवड करणे मला नको वाटत होते. घरी परत गेल्यावर माझे इमान तिच्याशी होते. त्या बैठकीच्या खोलीत माझे डोळे तिच्यावर असायचे. ते हात मी पाहात असायचो. ते हसू आणि तिचा आवाज ऐकत असताना कोणत्याही पत्राने मला पछाडले नसते, परंतु इथं ह्या रानात ह्या खडकाच्या बाजूला जिथं आम्ही अनेक वेळा एकत्र उभे राहिलो होतो, तिथं उभे असताना तो आणि मी आता जी काठी घेऊन मी फिरायचो- तीच काठी ॲम्ब्रोसकडे असायची. तोच कोट जो मी आता घातलेला होता त्यामुळे त्याची शक्ती इथं बलवान होती. एखाद्या लहान मुलाने आपल्या वाढदिवसाच्या दिवशी हवा छान पडावी म्हणून प्रार्थना करावी तशी मी देवाला प्रार्थना केली की त्या पत्रात मला त्रास होईल असे काही नसावे आणि मी ते उघडले. ते गेल्या वर्षीच्या एप्रिलच्या तारखेचे होते. त्याच अर्थ त्याच्या मृत्यूच्या आधी दीड महिना ते लिहिलेले होते.

प्रिय मुला,

जर माझी पत्रं अनियमित असतील तरी त्याचा अर्थ मी तुझा विचार करत नाही असा नव्हे. गेले काही महिने तुझेच विचार माझ्या मनात आहेत, कदाचित पूर्वीपेक्षाही जास्त, परंतु हे पत्र चुकीच्या ठिकाणी जाईल किंवा दुसऱ्या कोणी ते वाचेल आणि मला ह्या दोन्हीही गोष्टी घडायला नकोयेत, त्यामुळे मी पत्र लिहिले

नाही किंवा जेव्हा जेव्हा मी ते लिहिले त्यात फारसे काही मी लिहिलेले नाही. मला ताप येतोय, भयंकर डोकेदुखीही आहे. आता बरा आहे- परंतु किती काळ ते मी सांगू शकत नाही. तो ताप कदाचित पुन्हा येईल आणि ती डोकेदुखीही आणि जेव्हा मी त्यांच्या कह्यात असतो तेव्हा मी काय करतो किंवा काय बोलतो ह्याला मी जबाबदार नसतो हे नक्की आहे.

परंतु त्याचे निश्चित कारण मला माहीत नाही फिलीप, प्रिय मुला, मी अगदी अस्वस्थ आहे हे अगदी सौम्य स्वरूपात म्हणतोय, मी मनाच्या दुःखात बुडालोय. मी बहुधा हिवाळ्यात पत्र लिहिले होते असे वाटते, परंतु त्यानंतर ताबडतोब मी आजारी झालो. त्या पत्राचे काय झाले त्याची मला आठवण नाही. कदाचित मी त्याची मनाच्या लहरीत विल्हेवाट लावली असेल. मला वाटते मी त्यात तिच्या दोषांबद्दल आणि मला वाटणाऱ्या काळजीबद्दल लिहिले होते; हे वंशपरंपरागत आहे की नाही हे मी सांगू शकत नाही, परंतु मला असे वाटते आणि हेही वाटते की आमचे जन्माला येणारे मूल तिची फारसे दुरुस्त न होण्यासारखी हानी करून गेले.

हे मी माझ्या पत्रातून तुझ्यापासून दूर ठेवले होते, कारण त्यावेळी आम्ही दोघेही पार हादरून गेलो होतो. माझ्या बाबतीत म्हणशील तर मला तू आहेस असे मी मनाचे सांत्वन केले, परंतु स्त्रीच्या बाबतीत हे दुःख खोलवर जाते. तिने काही योजना आणि प्रकल्प आखले होते. त्याची तू कल्पना करू शकशील परंतु साडेचार महिने होतायत तर सारे संपले आणि डॉक्टरने तिला सांगितले की दुसरे मूल होणे शक्य नाही. तिचे दुःख फारच मोठे होते, माझ्यापेक्षाही जास्त. माझी खात्री आहे की त्यावेळेपासून तिची वागण्याची पद्धत बदलली. पैशाच्या बाबतीत बेपर्वाई वाढतच गेली आणि मग तिच्यात उडवाउडवीची, खोटे बोलण्याची, माझ्यापासून लपवून ठेवण्याची सवय आढळली. आमचे लग्न झाले तेव्हा तिचा असलेला प्रेमळ स्वभाव ह्याच्या हे अगदी विरुद्ध होते. जसे तिचे महिने जाऊ लागले तशी ती ह्या माणसाकडे, ज्याचा उल्लेख मी माझ्या आधीच्या पत्रात केलाय त्याकडे, वळली. सिन्यॉर रेनाल्डी एक मित्र आणि संगलेट्टीचा वकील ह्याच्याकडे ती माझ्याकडे न येता सल्ल्यासाठी जायची. ह्या माणसाचा तिच्यावर अपायकारक प्रभाव आहे. मला असा संशय येतोय की कित्येक वर्षं तो तिच्या प्रेमात आहे, अगदी संगलेट्टी जिवंत असतानाही आणि जरी मी क्षणभरही विश्वास ठेवत नाही, की ह्या दृष्टीने तिने त्याच्याकडे अगदी थोड्या काळापूर्वी पाहिले नाही तरी आता तिची माझ्याशी वागण्याची पद्धत बदलल्यावर मात्र मला तिची खात्री नाही. जेव्हा त्याचे नाव घेतले जाते तेव्हा मला तिच्या डोळ्यात एक छाया दिसते, तिच्या आवाजात एक वेगळा स्वर जाणवतो त्यामुळे माझ्या मनात एक जबरदस्त संशय दाटून येतो.

कुचकामी अशा आई वडिलांनी तिला वाढवल्यामुळे पहिल्या लग्नानंतर आणि

त्याआधी तिचे जीवन काय होते ह्याबद्दल आमच्यात गुप्तता आहे. मला असे जाणवतंय की चालचालणूक आपल्यापेक्षा अगदी निराळी आहे. लग्नाचे बंधन हे कदाचित तेवढे पवित्र मानले जात नसेल. मला संशय येतोय, पुरावाही आहे, की तो तिला पैसे देतो. पैसे, असे बोलल्याबद्दल मला क्षमा कर, परंतु सद्यःस्थितीला हा तिच्या हृदयात शिरण्याचा मार्ग आहे. मला वाटते की मुलाला आम्ही गमावले नसते तर हे असे काही झाले नसते आणि मला असे मनापासून वाटते की तिने प्रवास करू नये असे डॉक्टरने सांगितले होते ते मी ऐकले नसते आणि तिला घरी घेऊन आलो असतो तर आम्ही सर्व तुझ्याबरोबर असतो आणि आपण सर्व सुखी असतो.

काही वेळा ती पूर्वीसारखी वागते आणि सर्व ठीकठाक असते, इतके चांगले असते की मला वाटते की मला दुःस्वप्न पडले होते आणि आमच्या लग्नाच्या पहिल्या काही महिन्यांतील सुखाच्या दिवसांत मी जागा झालोय... मग एखादा शब्द, एखादी कृती ह्याने सर्व संपते. मी गच्चीवर येतो आणि मला तिथं रेनाल्डी दिसतो. मला पाहताच दोघे गप्प होतात. ते कशाबद्दल चर्चा करत होते ह्याबद्दल विचार करण्याशिवाय माझ्याकडे काहीच नसते. एकदा ती बंगल्यात गेली असताना आणि मी आणि रेनाल्डी एकत्र असताना त्याने माझ्या मृत्युपत्राबद्दल अचानक प्रश्न विचारला. जेव्हा आमचे लग्न झाले तेव्हा त्याने ते पाहिले होते. तो मला म्हणाला की सद्य परिस्थितीत जर का माझा मृत्यू झाला तर मी माझ्या बायकोसाठी काहीच तरतूद केलेली नसेल. हे मला माहीत होते आणि मी स्वतः मृत्युपत्राचा मसुदा तयार करून त्यात ही चूक दुरुस्त केलेली होती. जर का मला खात्री असती की तिचा हा उधळपट्टीचा दोष ही तात्पुरती गोष्ट आहे आणि ते खोलवर रुजलेले नाही तर मी मृत्युपत्रावर माझी सही केली असती आणि त्यावर साक्षीदारांच्या सह्या घेतल्या असत्या.

त्या नव्या मृत्युपत्रानुसार घर आणि इस्टेट हे ती जिवंत असेपर्यंत तिचे राहणार होते आणि तिच्या मृत्यूनंतर ते तुझ्याकडे येणार होते; त्यात एक अट होती की इस्टेट संभाळण्याचे काम हे सर्वस्वी तुझ्या हातात द्यायचे.

हे अजूनही सही न करता पडलेले आहे आणि त्याचे कारण मी तुला सांगितलंय.

लक्षात घे, मृत्युपत्राबद्दल प्रश्न विचारणारा रेनाल्डी होता. त्याने त्या अजूनही असलेल्या, वगळलेल्या तरतुदींकडे माझे लक्ष वेधले होते. ती ह्याबद्दल माझ्याशी बोलत नाही, परंतु ते दोघे ह्याविषयी बोलतात का? आणि मी हजर नसताना ते दोघं एकमेकांशी काय बोलतात?

ती मृत्युपत्राची गोष्ट घडली मार्चमध्ये. मी कबूल करतो की त्यावेळी माझी

प्रकृती ठीक नव्हती आणि डोकेदुखीने मी जवळ जवळ आंधळा झालो होतो आणि रेनाल्डीने हा विषय त्याच्या नेहमीच्या व्यवहारी रितीने मी मरेन असे वाटून काढला असावा ही शक्यता आहे. त्या दोघांत त्याविषयी चर्चा झाली नसल्याचीही शक्यता आहे. माझ्याकडे सत्य शोधून काढायचा मार्ग नाही. अनेकदा आता तिचे डोळे माझ्यावर लागलेले असतात, सावध आणि विलक्षण आणि जेव्हा मी तिला जवळ घेतो तेव्हा ती जणू काही घाबरते. तिला कशाची आणि कोणाची भीती वाटते...?

दोन दिवसांपूर्वी, ज्या कारणामुळे मी हे पत्र लिहिले, मला पुन्हा एकदा त्याच तापाचा झटका आला आणि मार्च महिना मी अगदी पडून होतो. हा झटका पटकन येतो. मला वेदना होतात आणि ओकाऱ्या येतात आणि त्या पटकन माझ्या मेंदूला उत्तेजित करतात आणि मला अगदी हिंसक बनवतात. मनाच्या आणि शरीराच्या कमकुवतपणामुळे मी पायावर उभाही राहू शकत नाही, मग हे संपते आणि झोपेच्या अनिवार इच्छेने मी ग्रासून जातो, मग मी जमिनीवर किंवा पलंगावर पडतो,'' त्यावेळी माझा माझ्या गात्रांवर ताबा नसतो. माझ्या वडिलांना असे काही झाल्याचे मला आठवत नाही. डोकेदुखी होती, स्वभावात भडकपणा होता पण इतर लक्षणे नव्हती.

फिलीप, माझ्या मुला, ज्यावर मी विश्वास ठेवू शकतो असा तू एकटाच आहेस. मला सांग ह्याचा अर्थ काय आणि जर तू सांगू शकलास तर इथं माझ्याकडे ये. निक केंडॉलला काही सांगू नको. कुणालाही काही सांगू नको. सर्वांत महत्त्वाचे म्हणजे उत्तरादाखल शब्दही लिहू नको, फक्त निघून ये.

एकच विचार मला त्रास देतो आणि माझी मन:शांती हरवून टाकतो... ते माझ्यावर विषप्रयोग तर करत नाहीत ना?

ॲम्ब्रोस

मी त्या पत्राच्या पूर्वीसारख्या घड्या घातल्या. खालच्या बागेतील तो कुत्रा भुंकायचा थांबला. मी रखवालदाराने कवाडं उघडल्याचे ऐकले आणि त्या कुत्र्याने स्वागतासाठी भुंकल्याचा आवाज ऐकला. मी झोपडीतून आलेले आवाज ऐकले, बादलीचा आवाज आणि दरवाजा बंद केल्याचा आवाज. समोरच्या टेकडीवरच्या झाडांतून डोमकावळे उडाले आणि फेऱ्या घालत, कावकाव करत दलदलीच्या बाजूच्या इतर झाडांच्या शेंड्यांवर काळ्या ढगांसारखे पसरले.

मी ते पत्र फाडले नाही, त्यासाठी मी त्या दगडाखाली एक खड्डा खणला. मी माझ्या खिशातील एक छोटे चामड्याचे कव्हर असलेली डायरी काढली आणि त्यात ते पत्र घालून ते त्या काळ्या मातीत खोल पुरले. मग मी तेथील जागा माझ्या हातांनी नीट केली. मी त्या टेकडीवरून खाली जंगलातल्या त्या रस्त्यावर आलो,

मग मी वर चढत पुन्हा घराकडे आलो. काम करून घराकडे परत जाणाऱ्या माणसांचे हास्य आणि बडबड माझ्या कानावर आली. मी क्षणभर थांबलो आणि त्यांना ती बाग ओलांडून जाताना पाहिले. ते सबंध दिवस जिथं काम करत होते त्या भिंतीजवळ बांधलेल्या पराती आता उघड्या आणि उदास वाटत होत्या.

मी अंगणातून मागच्या बाजूच्या दरवाजातून आत गेलो आणि खाली माझ्या पावलांचा फरशीवरील आवाज ऐकून सीकुंब कारभाऱ्याच्या खोलीतून मला भेटायला आला- तो घाबरलेला दिसत होता.

''तुम्ही आलात सर, मला बरे वाटले,'' तो म्हणाला. ''बराच वेळ झाला मालकीणबाई तुमच्याबद्दल विचारत आहेत. बिचाऱ्या डॉनला अपघात झालाय आणि त्या हवालदिल झाल्यायत.''

''अपघात?'' मी म्हणालो. ''काय झालं?''

''छपरावरून एक मोठी फरशी त्याच्या अंगावर पडली, सर,'' तो म्हणाला. ''हल्ली त्याला किती कमी ऐकू यायचे हे तुम्हाला माहीतच आहे आणि लायब्ररी बाहेरच्या खिडकीजवळील उन्हात बसण्याची त्याची जागा सोडायलाही तो तयार नसायचा. ती फरशी त्याच्या पाठीवर पडली असावी. तो आता हलू शकत नाही.''

मी लायब्ररीत गेलो. डॉनचे डोके आपल्या मांडीवर घेऊन रेशेल गुडघ्यांवर वाकून बसली होती. मी जेव्हा खोलीत गेलो तेव्हा तिने डोळे वर करून पाहिले. ''त्यांनी त्याला ठार केले,'' ती म्हणाली, ''तो मरायला टेकलाय. तू इतका वेळ बाहेर का थांबलास? तू जर इथं असतास तर हे घडले नसते.''

माझ्या मनात विस्मृतीत गेलेले ते शब्द एखाद्या प्रतिध्वनीसारखे मला ऐकू आले. पण ते काय होते ते मला आठवत नाहीत. सीकुंब आम्हाला एकटे सोडून लायब्ररीतून गेला. तिच्या डोळ्यात जमलेले अश्रू तिच्या चेहऱ्यावरून ओघळत होते. ''डॉन हा तुझ्या मालकीचा होता,'' ती म्हणाली, ''तुझा स्वत:चा, तुम्ही दोघं एकत्र वाढलात. त्याला मरताना मला पाहवत नाही.''

मी गेलो आणि तिच्या बाजूला जमिनीवर टेकलो आणि माझ्या लक्षात आले की मी त्या खडकाच्याखाली पुरलेल्या पत्राचा विचार करत नाहीये किंवा मरायला टेकलेल्या आणि आमच्या दोघांत पसरलेल्या आणि स्तब्ध झालेल्या डॉनचाही विचार करत नाहीय. मी फक्त एकाच गोष्टीचा विचार करत होतो. ती इथं माझ्या घरात आल्यापासून आज पहिल्यांदा तिचे दु:ख हे ॲम्ब्रोससाठी नव्हते, तर माझ्यासाठी होते.

१९

आम्ही त्या प्रदीर्घ संध्याकाळभर डॉनजवळ बसून होती. मी जेवण घेतले पण रेशेलने काही खाल्ले नाही. मध्यरात्रीपूर्वी त्याने प्राण सोडला. मी त्याला उचलून दूर नेले आणि त्यावर पांघरूण घातले. उद्या आम्ही त्याचे मळ्यात दफन करू. जेव्हा मी परतलो तेव्हा लायब्ररी रिकामी होती आणि रेशेल वर निघून गेली होती. मी स्त्रियांच्या बैठकीच्या खोलीकडे गेलो. ती तिथं बसली होती. तिचे डोळे ओले होते आणि ती विस्तवाकडे पाहात होती.

मी तिच्या बाजूला बसलो आणि तिचे हात हातात घेतले. "मला वाटते त्याला त्रास झाला नाही." मी तिला म्हणालो, "मला वाटते की त्याला वेदना झाल्या नाहीत."

"पंधरा वर्षांचा दीर्घ काळ," ती म्हणाली, "तो दहा वर्षांचा छोटा मुलगा ज्याने आपल्या वाढदिवसाचे मिष्टान्न उघडले. तो माझ्या मांडीवर डोके ठेवून पडलेला असताना ती गोष्ट मला आठवत होती."

"तीन आठवड्यांत," मी म्हणालो, "पुन्हा एकदा वाढदिवस येईल. मी पंचवीस वर्षांचा होईन. त्या दिवशी काय घडेल हे तुला माहीत आहे का?"

"सर्व इच्छा पुऱ्या होतील," ती म्हणाली, "असे माझी आई मी लहान असताना म्हणायची. तू कशाची इच्छा करशील फिलीप?"

मी तिला ताबडतोब उत्तर दिले नाही. मी तिच्यासारखाच विस्तवाकडे पाहत बसलो.

"तो दिवस येईपर्यंत मला माहीत नाही," मी म्हणालो.

तिचा अंगठ्या असलेला गोरा हात स्तब्धपणे माझ्या हातावर विसावलेला होता.

"मी जेव्हा पंचवीस वर्षांचा होईन," मी म्हणालो, "माझ्या धर्मपित्याचा माझ्या इस्टेटीवर काही ताबा असणार नाही. ती माझी असेल आणि तिचे मी काय हवे ते करीन. ती चिंचपेटी, ते बँकेत असलेले इतर जवाहीर ते सर्व मी तुला देऊ शकतो."

"नाही," ती म्हणाली, "मी ते घेणार नाही फिलीप. ते तुझ्या बायकोसाठी म्हणून तू लग्न करीपर्यंत ठेवायला हवेत. मला वाटते की अजून तुला लग्न करायची इच्छा नाही, परंतु एक दिवस तुझे मन बदलेल."

तिला काय सांगण्याची मला इच्छा होती हे मला माहीत होते, परंतु माझी हिंमत होत नव्हती. त्याऐवजी मी वाकलो, तिच्या हाताचे चुंबन घेतले आणि बाजूला झालो.

"हे तसे चुकीमुळे झाले होते," मी म्हणालो, "फक्त दागदागिने तुझे नाहीत. तसे जडजवाहीरच नव्हे तर प्रत्येक गोष्ट, हे घर, पैसे, इस्टेट हे तुला पूर्णपणे माहीत आहे."

ती दुःखी दिसली. ती विस्तवापासून बाजूला आपल्या खुर्चीत मागे टेकून बसली. तिचे हात त्या अंगठ्यांशी खेळत होते.

"त्यावर चर्चा करायची गरज नाही," ती म्हणाली. "जर काही चूक झाली असली तर मला त्याची सवय आहे."

"तुला असेल पण मला नाही," मी म्हणालो.

मी उभा राहिलो. माझी पाठ विस्तवाकडे होती. मी खाली तिच्याकडे पाहात होतो. मी काय करू शकत होतो ते आता मला माहीत होते आणि कुणीही मला रोखू शकत नव्हते.

"तुला म्हणायचंय काय?" तिने विचारले. तिच्या डोळ्यांतील दुःख अजूनही तसेच होते.

"त्याचे काही नाही," मी म्हणालो, "तीन आठवड्यांनंतर तुला कळेल."

"तीन आठवड्यांत?" ती म्हणाली, "तुझा वाढदिवस झाल्यावर मला तुला सोडून जावे लागेल फिलीप."

तिने सरतेशेवटी ते शब्द उच्चारले होते ज्यांची मला अपेक्षा होती, परंतु आता माझ्या डोक्यात एक योजना होती, त्यामुळे त्या शब्दांना एवढे महत्त्व नव्हते.

"का?" मी विचारले.

"मी फार दिवस राहिले," ती म्हणाली.

"मला सांग," मी म्हणालो, "जर ॲम्ब्रोसने मृत्युपत्र केले असते आणि ही मालमत्ता तू जिवंत असेपर्यंत तुझी झाली असती- फक्त त्यात एकच अट तुझ्या आयुष्यभर मी त्या मालमत्तेची व्यवस्था बघायची आणि तुझ्यासाठी त्याचा कारभार चालवायचा असता तर मग तू काय केले असतेस?"

तिचे डोळे पुन्हा माझ्यावरून विस्तवावर स्थिरावले.

"म्हणजे तुला म्हणायचंय काय?" तिने विचारले, "की मी काय केले असते?"

"तू इथं राहिली असतीस का?" मी विचारले. "तू मला घालवून दिले असतेस का?"

"तुला घालवायचे?" ती म्हणाली. "तुझ्या घरातून? फिलीप, तू अशी गोष्ट मला कशी विचारू शकतोस?"

"तर मग तू इथं राहिली असतीस?" मी विचारले. "तू ह्या घरात राहिली असतीस आणि एक तऱ्हेने तुझ्या ह्या व्यवसायात तू मला कामावर ठेवले असतेस? जसे आता करतोय तसे आपण इथं एकत्र राहिलो असतो?"

"हो," ती म्हणाली. "हो, मला असे वाटते. मी कधी विचारच केला नाही. ते मग वेगळे; अर्थात तुम्ही तुलना करू शकत नाही."

"किती वेगळे?"

हाताची हालचाल करत ती म्हणाली, "ते मी तुला कसे स्पष्ट करू?" ती म्हणाली. "तुला हे समजत नाही का की मी एक स्त्री आहे म्हणून माझी स्थिती आता ह्या अशा अवस्थेत असुरक्षित आहे? तुझे धर्मपिता ह्याबाबत माझ्याशी सहमत होतील. ते काही म्हणाले नाहीत परंतु मला खात्री आहे की त्यांना वाटते की माझी जायची वेळ झालेय. हे घर जर माझे असते आणि तू म्हटल्याप्रमाणे तू माझ्या नोकरीत असतास तर गोष्ट वेगळी होती; मी मग मिसेस ॲश्ले असते आणि तू माझा वारस, परंतु आता जसे घडलंय त्याप्रमाणे तू फिलीप ॲश्ले आहेस आणि मी तुझ्या पैशावर राहणारी एक स्त्री नातेवाईक. ह्या दोन्ही गोष्टींत जमीन अस्मानाचा फरक आहे बाबा."

"तेच तर," मी म्हणालो.

"तर मग," ती म्हणाली, "ह्याबद्दल आपण पुढे बोलूया नको."

"आपण त्या विषयी अधिक बोलू या," मी म्हणालो, "कारण ती गोष्ट फार महत्त्वाची आहे. त्या मृत्युपत्राचे काय झाले?"

"कोणते मृत्युपत्र?"

"ते मृत्युपत्र जे ॲम्ब्रोसने केले होते आणि ज्यावर त्याने सही केली नव्हती- त्यात त्याने सर्व मालमत्ता तुला दिली होती."

मला तिच्या डोळ्यातील काळजी वाढलेली दिसली.

"तुला त्या मृत्युपत्राबद्दल कशी माहिती झाली? मी तर तुला त्याबद्दल कधी सांगितलेही नाही," ती म्हणाली.

खोटे बोलून वेळ मारून नेता येणार होती आणि मी तसे केले.

"मला खात्री होती की तसे एखादे मृत्युपत्र असले पाहिजे," मी म्हणालो, "परंतु त्यावर बहुधा सही झाली नसावी आणि कायदेशीर रित्या ते बाद होते. मी तर ह्यापुढे जाऊन म्हणेन ते तुझ्या सामानात इथं आहे."

मी हवेत तीर मारला होता परंतु तो बरोबर लागला. तिचे डोळे नकळत त्या भिंतीजवळच्या कपाटाकडे गेले मग माझ्याकडे वळले.

"तुला माझ्याकडून काय वदवून घ्यायचंय?" तिने विचारले.

"फक्त एवढेच कबूल कर की ते अस्तित्वात आहे," मी म्हणालो.

ती घुटमळली आणि तिने खांदे उडवले.

"ठीक आहे, होय," ती म्हणाली, "परंतु त्यामुळे काही बदलत नाही. त्या मृत्युपत्रावर सही कधीच झालेली नव्हती."

"मी ते पाहू शकतो का?" मी विचारले.

"ते कशासाठी हवाय तुला फिलीप?"

"माझ्या स्वत:च्या कारणासाठी. मला वाटते की तू माझ्यावर विश्वास ठेवावास."

तिने माझ्याकडे बराच वेळ पाहिले. ती नक्कीच आश्चर्यचकित झाली होती आणि चिंतातुरही. ती आपल्या खुर्चीवरून उठली आणि त्या टेबलाकडे गेली, मग घुटमळत तिने माझ्याकडे पुन्हा वळून पाहिले.

"हे अचानक सर्व का?" ती म्हणाली. "आपण भूतकाळ तसाच सोडून का देत नाही? आपण असे करायचे म्हणून त्या संध्याकाळी तू मला लायब्ररीत वचन दिले होतेस."

"तू राहण्याचे वचन दिले होतेस," मी म्हणालो.

ते मला द्यायचे की नाही हे सर्वस्वी तिच्यावर अवलंबून होते. मी त्या दुपारी दगडाशेजारी बसून केलेल्या निवडीचा विचार माझ्या मनात आला. चांगले असो किंवा वाईट मी ते पत्र वाचायचे ठरवले होते. आता तिलाही निर्णयाप्रत पोहोचायला हवे होते. ती टेबलाशी गेली आणि एक छोटी चावी घेऊन तिने खण उघडला. त्या खणातून तिने एक कागद बाहेर काढला आणि मला दिला.

"तुला वाचायची इच्छा असेल तर तू वाच," ती म्हणाली.

मी तो कागद मेणबत्तीच्या उजेडाकडे नेला- ते हस्ताक्षर ॲम्ब्रोसचे होते, स्वच्छ, स्थिर, त्या दुपारी वाचलेल्या पत्रातील हस्ताक्षरापेक्षाही जास्त चांगले. एका वर्षांपूर्वीची नोव्हेंबरची तारीख त्यावर होती. त्यावेळी त्याच्या आणि रेशेलच्या लग्नाला सात महिने झालेले होते. त्या कागदावर वरच्या बाजूला लिहिलेले होते, "ॲम्ब्रोस ॲश्लेचे शेवटचे मृत्युपत्र," त्यात लिहिलेले सर्व त्याने मला सांगितल्याप्रमाणे होते. ती सर्व मालमत्ता रेशेल जिवंत असेपर्यंत तिला दिली जाणार होती. तिच्या मृत्यूनंतर त्यांना झालेल्या मुलांपैकी सर्वांत मोठ्या मुलाला आणि मुलं झाली नाहीत तर मग मला. ह्यात एक अट होती की ती जिवंत असेपर्यंत ह्या मालमत्तेचे सर्व व्यवहार मी सांभाळावे.

"मी ह्याची प्रत काढू का?" मी तिला विचारले.

''तुला काय पाहिजे ते कर.'' ती म्हणाली. ती फिक्कट आणि निस्तेज वाटत होती जणू तिला कशाशी काही देणे घेणे नव्हते. ''आता ते संपलंय फिलीप, त्यावर बोलण्यात आता काही अर्थ नाही.''

''मी हे काही वेळ माझ्याकडे ठेवतो आणि त्याची प्रतही काढतो'' मी म्हणालो आणि त्या टेबलाशी बसत मी पेन आणि कागद घेतला आणि त्याची प्रत काढली. ह्या सर्व वेळ ती खुर्चीत पडली होती आणि तिचे गाल हातावर ठेवलेले होते.

मला माहीत होते की ॲम्ब्रोसने जे मला पत्रात लिहिले होते त्याबद्दलचा सर्व पुरावा माझ्याकडे असला पाहिजे. जरी मी मला जे काय बोलायचे होते त्यातील प्रत्येक शब्द मला नकोसा वाटत होता तरी मी तिला प्रश्न विचारण्यास सुरुवात केली. मी पेन घेऊन मृत्युपत्राची प्रत काढत होतो. प्रत काढणे हे निव्वळ निमित्त होते आणि त्यामुळे हवी ती गोष्ट साध्य झाली होती. मला तिच्याकडे पाहावे लागत नव्हते.

''मला दिसतंय की ॲम्ब्रोसने नोव्हेंबरची तारीख टाकलेय,'' मी म्हणालो. ''नवीन मृत्युपत्र करण्यासाठी त्याने हा महिना का निवडावा ह्याची तुला कल्पना आहे का? तुमचे लग्न तर आधीच्या एप्रिलमध्ये झाले होते.''

तिचे उत्तर यायला वेळ लागला. नुकत्याच बऱ्या झालेल्या जखमांचे व्रण जेव्हा सर्जन हाताने चाचपतो तेव्हा त्याला कसे वाटत असेल हा विचार माझ्या मनात आला.

''त्याने ते नोव्हेंबरमध्ये का लिहिले ते मला माहीत नाही,'' ती म्हणाली. ''आम्ही दोघे त्यावेळी मृत्यूसंबंधी विचार करत नव्हतो, उलट ह्या विरुद्धच. तो पंधरा महिन्यांच्या आमच्या एकत्र जीवनातील अतिशय आनंदाचा वेळ होता.''

''हो,'' मी नवीन कागद हातात घेत म्हणालो, ''त्याने पत्र लिहून हे मला कळवले होते.'' ती खुर्चीत हलल्याचे आणि माझ्याकडे पाहण्यासाठी वळल्याचे मला जाणवले, परंतु मी टेबलाशी लिहीतच राहिलो.

''ॲम्ब्रोसने तुला सांगितले?'' ती म्हणाली. ''परंतु मी त्याला 'लिहू नको' असे सांगितले होते. मला वाटले होते की तुझा काहीतरी गैरसमज होईल आणि कदाचित अपमान झाल्यासारखे वाटेल. असे झाले असते तरी ते स्वाभाविक होते. त्याने ही गोष्ट गुप्त ठेवायचे वचन दिले होते आणि त्यानंतर जे घडले त्यामुळे मग नंतर काहीच फरक पडला नाही.''

तो आवाज अगदी एकसुरी होता. त्यात भावभावना नव्हत्या. कदाचित सरतेशेवटी सर्जन त्या जखमेच्या व्रणावर बोट ठेवतो तेव्हा रोगी म्हणतो, की त्याला काही वेदना जाणवत नाहीत. त्या कठीण दगडाखाली पुरलेल्या पत्रात ॲम्ब्रोसने लिहिले होते, ''स्त्रीच्या बाबतीत हे दुःख खोलवर जाते.'' मी त्या

कागदाच्या कपट्यावर खरडत असताना मी बघितले की मी हे शब्द लिहिले होते, ''त्याने मग काहीच फरक पडला नाही...त्याने काहीच फरक पडला नाही.'' मी तो कागद फाडला आणि नव्याने सुरुवात केली. ''आणि सरतेशेवटी,'' मी म्हणालो, ''मग त्या काळात त्या मृत्युपत्रावर सही कधीच झाली नाही.''

''नाही,'' ती म्हणाली, ''ॲम्ब्रोसने तू आता पाहतोयस तसेच ते ठेवले.''

माझे लिहिणे संपले होते. मी मृत्युपत्र आणि त्याची प्रत ह्याची घडी घातली आणि ते दोन्ही कागद मी माझ्या वरच्या खिशात ठेवले. ह्या खिशातच मी त्या दुपारी ॲम्ब्रोसचे ते पत्र ठेवले होते, मग मी गेलो आणि तिच्या खुर्चीजवळ ढोपर टेकून बसलो आणि माझे हात तिच्याभोवती टाकले आणि तिला घट्ट धरले एखाद्या स्त्रीला धरावे तसे नव्हे तर एखाद्या बालकाला धरावे तसे.

''रेशेल,'' मी म्हणालो, ''ॲम्ब्रोसने त्या मृत्युपत्रावर सही का केली नाही?''

ती तशीच स्तब्ध पडून होती आणि बाजूला सरकली नाही. अचानक माझ्या खांद्यावरील तिच्या हातांची पकड घट्ट झाली.

''मला सांग,'' मी म्हणालो, ''मला सांग रेशेल.''

ज्या आवाजात तिने मला उत्तर दिले तो अगदी अस्पष्ट आणि दूरवरून आलेला होता. ती फक्त माझ्या कानात कुजबुजत होती.

''मला कधीच कळले नाही,'' ती म्हणाली, ''आम्ही त्याबद्दल मग कधीच बोललो नाही, परंतु मला वाटते की जेव्हा त्याच्या लक्षात आले की ह्यानंतर मला मुलं होणार नाहीत, त्याचा माझ्यावरचा विश्वासच उडाला. जरी त्याच्या हे लक्षात आले नव्हते तरी त्याचा माझ्यावरचा भरवसाच उडाला होता.''

मी तिथं माझे हात तिच्याभोवती टाकून ढोपरांवर बसलेला असताना माझ्या मनात त्या छोट्या डायरीत, त्या कठीण दगडाखाली ठेवलेल्या पत्राचा विचार आला. अगदी ह्याच तऱ्हेचा आरोप पण तो वेगळ्या शब्दांत केला गेला होता आणि मला ह्याचे आश्चर्य वाटत होते की ज्या दोन माणसांनी एकमेकांवर प्रेम केले होते आणि ज्यांचे दु:ख समान होते- ती अशी परस्परांपासून का दुरावली होती? कदाचित स्त्री पुरुषांच्या प्रेमाच्या स्वरूपात असे काही असावे की ते त्यांना छळवादाकडे आणि संशयाकडे घेऊन जाते. ''तू मग दु:खी होतीस का?'' मी विचारले.

''दु:खी?'' ती म्हणाली, ''तुला काय वाटते? मला जवळ जवळ वेडच लागले होते.''

आणि माझ्या डोळ्यासमोर त्या गच्चीत बसलेले ते दोघे आले आणि त्यांच्यामध्ये एक विचित्र छाया होती. ती छाया शून्यातून आली होती. फक्त त्यांचे स्वत:चे संशय आणि भीती ह्यातून ती निर्माण झाली होती आणि मग मला दिसले की ह्या छायेची पाळे मुळे ही दुरुस्त होण्यापलीकडे गेली होती आणि त्यांचा शोध घेणे शक्य

नव्हते. कदाचित त्याच्या त्या तक्रारीमागे तो अजाणता तिच्या संगलेट्टीच्या बरोबरीच्या भूतकाळाचा विचार करत असावा. ज्या आयुष्यात तो सहभागी झालेला नव्हता त्याबद्दल तो तिला दोष देत होता आणि तिलाही रागाच्या भरात अशी भीती वाटली असावी की मूल जन्माला न घालता आल्यामुळे सर्व प्रेमच संपले होते. तिने ॲम्ब्रोसला किती कमी ओळखले होते आणि त्यालाही तिच्याबद्दल किती कमी माहिती होती! त्या दगडाखाली असलेल्या पत्रातील मजकूर मी तिला कदाचित सांगेनही परंतु त्यामुळे काही भले होणार नव्हते. तो गैरसमज फार खोलवर गेलेला होता.

"तर ह्याचा अर्थ की त्या मृत्युपत्रावर चुकीमुळे सही झालेली नव्हती आणि ते तसेच बाजूला ठेवले गेले होते?'' मी तिला म्हणालो.

"तुला पाहिजे तर ती चूक म्हण,'' ती म्हणाली, "आता त्याचे काहीच उरलेले नाही, परंतु त्यानंतर त्याची वागण्याची पद्धत बदलली आणि तोही बदलला. त्याला जवळजवळ आंधळी करणारी ती डोकेदुखी सुरू झाली. एकदोनदा तर त्यामुळे तो हिंसकही झाला. ह्यात माझा किती दोष आहे असा विचार मी करायचे आणि घाबरायचे.''

"आणि तुला कोणी मित्र नव्हते?''

"फक्त रेनाल्डी आणि जे मी तुला आज रात्री सांगितले त्यातले त्याला काही माहीत नव्हते.''

त्याचा तो निर्दय चेहरा, त्याचे बारीक, शोधक डोळे- ॲम्ब्रोसचा त्याच्यावर विश्वास नव्हता ह्याबद्दल मी ॲम्ब्रोसला दोष देत नाही, पण ॲम्ब्रोस तिचा नवरा असताना स्वत:बद्दल एवढा अनिश्चित का होता? एखादी स्त्री आपल्यावर प्रेम करते की नाही हे माणसाला माहीत असायला नको का? तरी बहुधा एखादा हे नेहमी सांगू शकत नसेल.

"आणि जेव्हा ॲम्ब्रोस आजारी पडला, त्यानंतर'' मी म्हणालो, "तू रेनाल्डीला कधी घरी बोलावले नाहीस?''

"माझी हिंमतच नव्हती.'' ती म्हणाली. "ॲम्ब्रोस कसा झाला होता हे तुला कधीच समजणार नाही आणि मला तुला ते सांगायचेही नाही. प्लीज फिलीप तू मला ह्यावर आणखी विचारू नकोस.''

"ॲम्ब्रोसला तुझा कसला संशय येत होता?''

"प्रत्येक गोष्टीचाच- व्यभिचार आणि त्याहूनही वाईट.''

"व्यभिचाराहून आणखी वाईट ते काय असणार?''

अचानक तिने मला दूर ढकलले. ती खुर्चीवरून उठली आणि दरवाजाशी गेली आणि तिने तो उघडला. "काही नाही,'' ती म्हणाली, "जगात दुसरे काही नाही. आता जा आणि मला एकटीला राहू दे.''

मी सावकाश उठलो आणि दरवाजापासून तिच्या बाजूला गेलो.

"सॉरी," मी म्हणालो, "तुला राग यावा अशी माझी इच्छा नव्हती."

"मी रागावलेली नाही," तिने उत्तर दिले.

"पुन्हा कधीही," मी म्हणालो, "मी तुला प्रश्न विचारणार नाही. हे शेवटचे होते आणि मी माझे वचन तुला देतो."

"थॅंक्स," ती म्हणाली.

तिचा चेहरा ओढलेला होता आणि फिक्कट झाला होता. तिचा आवाज उदास होता.

"हे विचारण्यामागे माझे काही कारण होते," मी म्हणालो, "तुला हे तीन आठवड्यांनंतर कळेल."

"मी कारण विचारत नाही फिलीप," ती म्हणाली, "मी तुला 'जा' एवढेच सांगतेय."

तिने माझे चुंबन घेतले नाही किंवा तिचा हातही दिला नाही. मी तिला वाकून अभिवादन केले आणि गेलो. एका क्षणापूर्वी तिने तिच्या बाजूला ढोपरावर बसण्याची आणि माझे हात तिच्याभोवती टाकण्याची संधी दिली होती आणि अचानक ती का बदलली होती? आणि जर ॲम्ब्रोसला स्त्रियांबद्दल फारसे माहीत नसले तर मला त्याहूनही कमी माहीत होते. ती अचानकची जवळीक माणसाला नकळत पकडते आणि त्याला परमानंदाला पोहोचवते आणि मग काही कारण नसताना झरकन बदलत्या मनःस्थितीने ती त्याला तो जिथं उभा होता तिथं नेऊन सोडते. असे कोणते गोंधळलेले आणि अप्रत्यक्षरीत्या विचार त्यांच्या मनातून जातात आणि त्यांची निर्णयशक्ती अस्पष्ट करून टाकतात? मनाच्या कलांच्या कोणत्या लाटा त्यांच्या अवतीभवती फिरतात आणि त्यांना राग आणि माघार घ्यायला लावतात किंवा एकदम त्यांचा स्वभाव उदार करतात? आम्ही आडमुठी आकलन शक्ती असलेले, कंपासच्या टोकांना हळूहळू जाणारे नक्कीच वेगळे होतो. स्त्रिया मात्र अनिश्चित आणि अस्थिर होत्या आणि त्यांच्या लहरीप्रमाणे त्या मार्ग आक्रमतात.

दुसऱ्या दिवशी सकाळी ती जेव्हा खाली आली तेव्हा तिची वागण्याची पद्धत नेहमीची होती- प्रेमळ आणि हळुवार. काल रात्रीच्या आमच्या बोलण्याचा तिने उल्लेखही केला नाही. आम्ही डॉनला मळ्यात एका जमिनीच्या तुकड्यावर जरा दूर जिथं कॅमेलियांमधून फिरण्याची जागा होती तिथं पुरले आणि त्याच्या थडग्याभोवती मी दगडांनी एक वर्तुळ काढले. आम्ही त्या दहाव्या वाढदिवसाचा जेव्हा ॲम्ब्रोसने त्याला मला दिले त्याबद्दल बोललो नाही किंवा येणाऱ्या माझ्या पंचविसाव्या वाढदिवसाबद्दलही, परंतु दुसऱ्या दिवशी मी लवकर उठलो आणि जिप्सीवर खोगीर टाकायचा हुकूम देऊन बोडमिनला रपेट करत गेलो. मी तिथं एका वकिलाला

भेटलो, विल्फ्रेड टेव्हीन नावाचा माणूस. तो आमच्या भागात कामे करायचा परंतु अजूनपर्यंत त्याने ॲश्लेंचे व्यवहार पाहिलेले नव्हते. माझे धर्मपिता त्यांचे स्वत:चे सेंट ऑस्टेलमधील लोक त्यांच्यामार्फत काम करायचे. त्याला मी फार घाईच्या आणि अत्यंत गुप्त कामानिमित्त आल्याचे सांगितले आणि मी त्याला कायदेशीर भाषेत आणि पद्धतीने एक दस्तऐवज करायला सांगितला की त्यामुळे मला माझी सर्व मालमत्ता एप्रिलच्या पहिल्या तारखेला जेव्हा ती मालमत्ता कायद्याने माझी होईल तेव्हा ती माझ्या कझिनला, मिसेस ॲश्लेला देता येईल.

मी ॲम्ब्रोसने सही न केलेले मृत्युपत्र त्याला दाखवले आणि हाही खुलासा केला की अचानक आलेला आजार आणि त्या नंतर झालेला मृत्यू ह्यामुळे ॲम्ब्रोसकडून ते सही करायचे राहिले होते. ह्या दस्तऐवजात ॲम्ब्रोसने जे मृत्युपत्रात लिहिले होते ते सर्व घालायला सांगितले की रेशेलच्या मृत्यूनंतर ती मालमत्ता पुन्हा माझी होईल आणि ती जिवंत असताना ती मालमत्ता संभाळायची जबाबदारी माझी असेल. जर मी आधी मेलो तर ती मालमत्ता कायदेशीर रित्या केंटमधील माझ्या चुलतभावांना जाईल परंतु ते तिच्या मृत्यूनंतर- आधी नाही. टेव्हीनला मला जे काही हवंय ते तो पटकन समजला आणि माझ्या धर्मपित्याचा तो जवळचा मित्र नसल्यामुळे- आणि ह्याच कारणास्तव मी त्याच्याकडे गेलो होतो- हा असा महत्त्वाचा व्यवहार मी त्याच्याकडे दिला म्हणून तो अगदी खूश झाला.

"तुझी अशी इच्छा आहे," तो म्हणाला, "की त्या जमिनीचे संरक्षण व्हावे ह्यासाठी काही तरतूद करायला हवी? आता जो मसुदा आहे त्याप्रमाणे मिसेस ॲश्ले तिला वाटेल तेवढी जमीन विकू शकेल आणि जर ही सर्व मालमत्ता तुमच्या वारसाकडे जशी आहे तशी जावी असे वाटत असेल तर हे मला चुकीचे वाटते."

"हो," मी म्हणालो, "तर मग त्यात एक असे कलम घाला की ज्यामुळे काही विकता येणार नाही आणि हे घराबाबतही लागू असेल."

"घराण्याचे जडजवाहीर आहे, नाही का?" तो म्हणाला, "आणि इतर वैयक्तिक मालमत्ता? त्याचे काय?"

"ते," मी म्हणालो, "तिचे आहेत आणि तिने त्याचे काहीही करावे."

त्याने तो मसुदा मला वाचून दाखवला आणि मला त्यात काही दोष दिसला नाही.

"एक गोष्ट," तो म्हणाला, "आपल्याकडे मिसेस ॲश्लेने पुन्हा लग्न केले तर ह्याबाबतचे काही कलम नाही."

"ते," मी म्हणालो, "घडेल असे मला नाही वाटत."

"कदाचित नाही घडणार," तो म्हणाला, "परंतु तरीही हा मुद्दा विचारात घ्यायला हवा."

तो माझ्याकडे चौकस नजरेने पेन तयार ठेवून पाहात होता.

“तुमची कझिन ही अजूनही तशी तरुण स्त्री आहे, हो ना?” तो म्हणाला, “तर मला वाटते की हे नक्कीच विचारात घ्यावे.”

माझ्या मनात अचानक ह्या प्रदेशाच्या टोकाला असलेल्या त्या म्हाताऱ्या सेंट ईव्हचा एक भयंकर विचार मनात आला आणि चेष्टेत रेशेलने केलेले बोलणे आठवले.

“तिने जर पुन्हा लग्न केले,” मी पटकन म्हणालो, “तर ही मालमत्ता पुन्हा माझ्याकडे परत येईल हे अगदी नक्की.”

त्याने कागदावर त्याची टिप्पणी केली आणि पुन्हा मसुदा वाचला.

“आणि तुम्हाला हे एप्रिलच्या पहिल्या तारखेला कायदेशीररीत्या तयार असावे अशी इच्छा आहे ना मि. ॲश्ले?” तो म्हणाला.

“प्लीज, तो माझा वाढदिवस आहे. त्या दिवशी ती मालमत्ता माझी होईल आणि त्यावर कोणीही कुठूनही हरकत घेऊ शकणार नाही.”

त्याने कागदाची घडी घातली आणि तो माझ्याकडे बघून हसला.

“तुम्ही फार उदारपणाची गोष्ट करताय,” तो म्हणाला, “ज्या क्षणी ते सर्व तुमचे होईल त्या क्षणी तुम्ही ते देऊन टाकताय.”

“हे माझे झालेच नसते. हे सुरुवातीलाच जाणलेले बरे,” मी म्हणालो,“जर माझ्या कझिन ॲम्ब्रोसने मृत्युपत्रावर सही केली असती तर.”

“तरीही,” तो म्हणाला, “मला शंका आहे की अशा तऱ्हेची गोष्ट ह्याआधी कधी केली गेलेली नाही. निदान माझ्या माहितीप्रमाणे नाही किंवा माझ्या अनुभवात घडलेली नाही. ह्याबद्दल त्या दिवसापर्यंत काहीही बोलायचे नाही अशी तुमची इच्छा आहे, हो ना?”

“काहीही बोलायचे नाही. ही अगदी फार गुप्त गोष्ट आहे.”

“तर मग ठीक आहे मि. ॲश्ले आणि तुमच्या विश्वासाला मी पात्र ठरलो ह्याबद्दल मी आभारी आहे. भविष्य काळात तुम्ही मला अशा कामानिमित्त बोलावलेत तर मी केव्हाही तयार असेन.”

त्याने मला इमारतीतून निघताना अभिवादन केले आणि तो दस्तऐवज मला एकतीस मार्चला पोहोचवला जाईल असे वचन दिले.

मी घरी परतलो ते बेबंद अशा भावना माझ्या मनात घेऊनच. माझ्या धर्मपित्याला ही बातमी ऐकल्यावर फेपरे येईल का असा मी मनात विचार करत होतो. मला पर्वा नव्हती. एकदा का त्यांच्या नियंत्रणाखालून मी सुटलो की मला त्यांच्याबद्दल कोणतीही वाईट भावना नव्हती, परंतु ह्या सर्व बाबतीत मी त्यांच्यावर अगदी व्यवस्थित बाजी उलटवली होती. आता रेशेलबद्दल म्हणाल तर ती मालमत्ता

सोडून लंडनला जाणे अशक्य होते. तिची गेल्या रात्रीची बोलणी आता ग्राह्य ठरणार नव्हती. जर तिने माझ्या घरात राहण्याबद्दल हरकत घेतली तर मी खालच्या चाळीत जाऊन राहीन आणि दर दिवशी तिचा हुकूम घेण्यासाठी तिला भेटेन. मी वेलिंग्टन, टॅम्लीन आणि इतरांबरोबर जाऊन हातात टोपली घेऊन ती काय सांगेल ते ऐकेन. जर मी लहान मुलगा असतो तर मी जिवंत आहे ह्या आनंदाप्रीत्यर्थ उड्या मारल्या असत्या, परंतु आता मी जिप्सीला किनाऱ्यावर सोडले पण हे करताना मी दुसऱ्या बाजूला पडलो आणि कोसळलो. मार्चच्या वाऱ्याने मला मूर्ख बनवले होते. मी मोठ्याने गाणेही म्हटले असते पण एका सुरात गाणे म्हणणे मला अशक्य होते. कुंपणे हिरवी होती आणि विलोच्या झाडांना कळ्या आल्या होत्या आणि सोनेरी काटेरी झुडपांच्या जाळ्या फुलल्या होत्या. हा दिवस वेडेपणासाठी उत्कृष्ट उत्तेजनाचा होता.

जेव्हा मी दुपारी परतलो आणि गाडीरस्त्याने घराकडे आलो तेव्हा मला तिथं भाड्याची गाडी दरवाजासमोर दिसली. ते एक विलक्षण दृश्य होते कारण जेव्हा लोक रेशेलला भेटायला यायचे तेव्हा ते स्वत:च्या गाडीने यायचे. ती गाडी आणि तिची चाके धुळीने माखलेली होती. जणू काही रस्त्यावर तिने प्रदीर्घ प्रवास केलेला होता आणि एवढे नक्की की ती गाडी आणि तो कोचवान माझ्या माहितीचे नव्हते. मी ते पाहिल्यावर मागे वळलो आणि वळून तबेल्याकडे आलो परंतु जो मुलगा आता जिप्सीला घ्यायला आला त्याला माझ्यासारखेच त्या भेटायला आलेल्या व्यक्तीची काहीच माहिती नव्हती आणि तिथं वेलिंग्टन नव्हता.

मला हॉलमध्ये कोणी दिसले नाही, परंतु जेव्हा मी हळूच दिवाणखान्याकडे वळलो तेव्हा मला त्या बंद दरवाजाआडून आवाज ऐकू आले. मी जिना चढून वर जायचे टाळले आणि मागच्या बाजूच्या जिन्याने माझ्या खोलीकडे जायचे ठरवले. मी वळलो आणि दिवाणखान्याचा दरवाजा उघडला आणि रेशेल वळून हसत हॉलमध्ये आली. ती छान आणि मजेत दिसत होती आणि जेव्हा ती आनंदी असायची तेव्हा असणारे एक तऱ्हेचे तेज आता तिला आले होते.

"फिलीप, तू घरी आलास?" ती म्हणाली, "दिवाणखान्यात ये. मला भेटायला आलेल्या पाहुण्याला तू ओळखू शकणार नाहीस. खूप दूरचा प्रवास करून तो आपल्याला भेटायला आलाय." हसत तिने माझा दंड धरला आणि मी नाइलाजाने खोलीत खेचला गेलो. एक माणूस तिथं बसलेला होता. मला पाहताच तो खुर्चीवरून उठला आणि हात पसरून माझ्याकडे आला.

"तू माझी वाट पाहात नव्हतास," तो म्हणाला, "आणि मी क्षमा मागतो, परंतु जेव्हा मी तुला पहिल्यांदा पाहिले तेव्हा मीही तुझी वाट पाहत नव्हतो."

तो रेनाल्डी होता.

२०

माझ्या मनात असलेल्या भावना माझ्या तोंडावर स्पष्टपणे उमटल्या होत्या की काय हे मला माहीत नाही परंतु मला वाटते की त्या उमटल्या असाव्यात, कारण रेशेल संभाषण पुढे दामटीत रेनाल्डीला म्हणाली की मी नेहमीच बाहेर असतो, घोडेस्वारी करतो किंवा चालत असतो. कुठे ते तिला माहीत नाही किंवा परत येण्याची अशी माझी पक्की वेळही ठरलेली नसते. "फिलीप त्याच्या मजुरांपेक्षा जास्त काम करतो," ती म्हणाली, "आणि त्याला इस्टेटीचा इंच न् इंच त्यांच्यापेक्षा जास्त माहीत आहे."

तिने अजूनही आपला हात माझ्या दंडावर ठेवला होता, जणू काही तिला भेटायला आलेल्या त्या पाहुण्यापुढे जसा एखादा शिक्षक आपल्या चिडलेल्या विद्यार्थ्याचे करेल तसे तिला माझे प्रदर्शन करायचे होते.

"मी तुमचे तुमच्या छानदार इस्टेटीबद्दल अभिनंदन करतो," रेनाल्डी म्हणाला, "तुमची कझिन रेशेल ह्यात एवढी गुंतलेय ह्याचे मला आश्चर्य वाटत नाही. मी कधीही तिला इतके छान दिसताना पाहिलेले नाही."

त्याचे डोळे- ते मला स्पष्ट आठवत होते- पडक्या पापण्यांचे आणि भावनाशून्य. क्षणभर ते तिच्यावर स्थिरावले आणि मग माझ्याकडे वळले.

"येथील हवा," तो म्हणाला, "ही शरीर आणि मनाच्या विश्रांतीसाठी आमच्या फ्लॉरेन्सच्या तीव्र हवेपेक्षा जास्त प्रेरक आहे."

"माझी कझिन," मी म्हणालो, "तिचे मूळ हे पश्चिमेकडच्या प्रदेशातील आहे. ती जिथली आहे तिथं ती परत आली आहे."

तो हसला. जर त्याच्या चेहऱ्याची ती हालचाल हास्य आहे मानले तर, आणि तो रेशेलला म्हणाला, "हे कोणता रक्ताचा बंध जोमदार आहे ह्यावर अवलंबून आहे, नाही का?" तो म्हणाला. "तुझा हा तरुण नातेवाईक विसरलाय, की तुझी आई रोमची होती आणि मी असेही म्हणेन की दिवसेन्दिवस तू तिच्यासारखीच होत

चाललीयेस.''

''मी आशा करते की फक्त चेहऱ्यानेच,'' रेशेल म्हणाली, ''तब्येतीने नव्हे किंवा स्वभावानेही नव्हे. फिलीप, रेनाल्डी सांगतोय की आपण शिफारस करू अशा कोणत्याही हॉटेलात तो राहील- तो काही त्याबाबत चोखंदळ नाही, परंतु हा मूर्खपणा आहे असे मी त्याला सांगितलंय. आपण त्याच्यासाठी एखादी खोली इथं देऊ शकू?''

त्या सूचनेने मी निराश झालो, परंतु मी नाही म्हणू शकत नव्हतो.

''अर्थात,'' मी म्हणालो. ''मी ताबडतोब व्यवस्था करायचा हुकूम देतो आणि ती भाड्याची गाडीही परत पाठवतो कारण तिची आता तुम्हाला गरज नाही.''

''ती मला एक्स्टरवरून घेऊन आली,'' रेनाल्डी म्हणाला. ''मी त्या माणसाला पैसे देतो आणि मग मी जेव्हा लंडनला परत जाईन तेव्हा ती भाड्याने घेईन.''

''हे ठरवायला अजून भरपूर वेळ आहे,'' रेशेल म्हणाली, ''आता तू इथं आहेस तर तू इथं काही दिवस राहायलाच हवं, त्यामुळे तुला सर्व बघता येईल, शिवाय आपल्यालाही बरेच बोलायचेय.''

मी दिवाणखान्यातून खोली तयार करण्याबद्दल सांगण्यासाठी गेलो. पश्चिमेच्या बाजूला एक मोठी रिकामी खोली होती. ती त्याला बरी पडली असती. मग मी सावकाश वर माझ्या खोलीकडे आंघोळ करण्यासाठी आणि रात्रीच्या जेवणासाठी कपडे बदलायला गेलो. माझ्या खोलीतून रेनाल्डीला त्या भाड्याच्या गाडीवाल्याला मी पैसे देताना पाहिले आणि मग तो त्या रस्त्यावर काही क्षण मूल्यमापन करण्याच्या दृष्टीने इकडे तिकडे पाहात उभा राहिला. मला असे वाटले की एका दृष्टिक्षेपात त्याने इमारतीसाठी वाढवलेल्या झाडांची किंमत केली, इतर झाडांची आणि झुडपांची किंमत ठरवली आणि मी त्याला पुढच्या दरवाजावरचे कोरीव काम निरखून पाहताना पाहिले. त्या कोरलेल्या आकृत्यांवर तो हात फिरवत होता. रेशेल बहुधा तिथं आलेली असावी कारण मला तिचे हसू ऐकू आले आणि मग ती दोघे इटालियनमध्ये बोलू लागली. पुढचा दरवाजा लावला गेला आणि ते दोघे आत आले.

मला मनातून माझ्या खोलीतच राहावे, खाली उतरू नये आणि जॉनला निरोप देऊन माझे जेवण ट्रे वर आणायला सांगावे असे वाटत होते. त्यांना जर का एवढे बोलायचे असले तर माझी गैरहजेरी जास्त योग्य ठरली असती, परंतु मी यजमान होतो आणि त्यामुळे असा उद्धटपणा दाखवू शकत नव्हतो. मी सावकाश आंघोळ उरकली. नाखुशीने कपडे केले आणि खाली आलो आणि सीकुंब आणि जॉनला जेवणाच्या खोलीत कामात मग्न पाहिले. ती जेवणाची खोली माणसाने वरची तावदाने स्वच्छ केल्यावर आणि छताची काही दुरुस्ती केल्या वेळेपासून आम्ही

वापरली नव्हती. सर्वोत्कृष्ट चांदीची भांडी टेबलावर ठेवलेली होती आणि पाहुण्यांसाठीच्या सर्व वस्तू बाहेर काढलेल्या होत्या.

"ह्या सर्व गडबड, धांदलीचे काहीच कारण नाही," मी सीकुंबला म्हणालो, "आम्ही लायब्ररीतही जेवलो असतो."

"मालकीणबाईने हुकूम केला, सर," सीकुंब थाटात म्हणाला आणि त्याने जॉनला जेवणाच्या सामानाच्या कोठीतून लेस लावलेले नॅपकीन्स आणायला सांगितले. ते आम्ही कधी रविवारच्या जेवणासाठीही वापरत नव्हतो.

मी माझा पाईप पेटवला आणि बाहेर अंगणात आलो. वसंत ऋतूतील त्या संध्याकाळी अजूनही उजेड होता आणि एक तासापर्यंत किंवा जास्त अवधीपर्यंत संधिप्रकाश येणार नव्हता. दिवाणखान्यात मेणबत्त्या लावलेल्या होत्या आणि तरीही पडदे ओढलेले नव्हते. त्या निळ्या खोलीतही मेणबत्त्या लावलेल्या होत्या आणि मला रेशेल कपडे करत असताना खिडकीतून मागेपुढे होताना दिसली. जर आम्ही दोघेच असतो तर ती संध्याकाळ त्या स्त्रियांच्या बैठकीच्या खोलीत गेली असती. मी बोडमिनला जाऊन काय केले ह्या विचारात मी मग्न असतो आणि ती हळुवार मनःस्थितीत तिने दिवस कसा घालवला ते सांगत असती. आता त्यांपैकी काहीच नव्हते. दिवाणखान्यात लखलखाट आणि जेवणाच्या खोलीत उत्साह आणि त्या दोघांच्यात बोलणे चालू असणार ज्याच्याशी माझा काही संबंध नाही असे आणि ह्यावर कडी म्हणजे मला त्या माणसाबद्दल अगदी स्वाभाविक वाटणारी किळस. तो काही फालतू कामासाठी- दिवसाचा वेळ घालवण्यासाठी- आलेला नव्हता तर काही हेतूने आला होता. तो इंग्लंडला आलाय आणि तो तिला भेटायला येईल हे रेशेलला माहीत होते का? मी बोडमिनला मारलेल्या सर्व फेरीचा आनंद मला सोडून गेला. ती लहान मुलाने केलेली गंमत संपली होती. मी अगदी निरुत्साहाने आणि शंकेने ग्रस्त असा घरात गेलो. रेनाल्डी एकटाच विस्तवाशेजारी उभा होता. त्याने प्रवासातील कपडे बदलून जेवणासाठीचे कपडे घातले होते आणि तो वर लाकडी चौकडीत अडकवलेले माझ्या आजीचे चित्र पाहात होता.

"सुंदर चेहरा," तो त्यावर टिप्पणी करत म्हणाला, "सुंदर डोळे आणि रंगही. तू देखण्या घराण्यातून आलायस. त्या चित्राची तसे पाहता फारशी किंमत नाही."

"बहुधा नाही," मी म्हणालो, "जर तुम्हाला ती बघायची असली तर लेलीज आणि नेलर्स ही चित्रे जिन्यावर आहेत."

"मी खाली येताना ती पाहिली," त्याने उत्तर दिले. "लेलीज हे चांगले आहे पण नेलर्स नाही. हे दुसरे मला नाही वाटत की ते उत्तम ढबीचे आहे; बहुधा त्याने त्याची चांगल्या मनःस्थितीत सुरुवात केली असावी आणि ते त्याच्या विद्यार्थ्याने पुरे केले असावे." मी काही बोललो नाही. मी जिन्यावरून रेशेलच्या पावलांचा

कानोसा घेत होतो. ''फ्लॉरेन्समध्ये मी निघायच्या आधी,'' तो म्हणाला, ''मी तुझ्या कझिनच्या वतीने अगदी सुरुवातीच्या काळातील फ्युरीनी विकू शकलो. ते संगलेट्टीच्या संग्रहाचा एक भाग होते. दुर्दैवाने तो संग्रह आता विखुरला गेलाय. अगदी उत्तम अशी ही वस्तू बंगल्याच्या जिन्यांच्या पायऱ्यांवर टांगलेली होती आणि ज्यावेळी त्याच्यावर उजेडाची तिरीप पडायची त्यावेळी ते जास्तच छान दिसायचे. तू ज्यावेळी बंगल्यात गेलास त्यावेळी बहुधा तू ते पाहिले नसावेस.''

''बहुधा नसावे,'' मी म्हणालो.

रेशेल खोलीत आली. ख्रिसमसपूर्व संध्याकाळी तिने जो गाऊन घातला होता तोच तिच्या अंगावर होता, परंतु तिने खांद्यावर शाल टाकली होती. मला त्यामुळे बरे वाटले. तिने आमच्याकडे आळीपाळीने पाहिले, जणू काही ती आमच्या चेहऱ्यावरच्या भावांवरून आमचे संभाषण कसे चाललेय ते अजमावीत होती.

''मी तुझ्या कझिन फिलीपला सांगत होतो,'' रेनाल्डी म्हणाला, ''मी फ्युरीनीने काढलेले मॅडोनाचे चित्र विकण्यास किती सुदैवी ठरलो ते, पण हेही किती दुर्दैव की ते विकावे लागले!''

''आपल्याला त्याची आता सवय आहे, नाही का?'' तिने त्याला उत्तर दिले. ''कितीतरी मौल्यवान वस्तू वाचवता आल्या नाहीत.'' मला ह्या संदर्भात वापरलेला 'आपण' हा शब्द पसंत नव्हता.

''तुम्ही बंगला विकण्यात यशस्वी ठरलात का?'' मी सरळच विचारले.

''अजूनतरी नाही,'' रेनाल्डीने उत्तर दिले, ''खरं सांगायचे तर-ह्याच काहीशा कारणास्तव मी तुझ्या कझिन रेशेलला भेटायला आलो. आम्ही व्यवहारीपणे विचार करू. तो तीन-चार वर्षांसाठी भाड्याने द्यायचे ठरवलेय. भाड्याने देणे कायमचे विकण्यापेक्षा जास्त फायद्याचे ठरेल. ह्या काही दिवसांत तुझी कझिन फ्लॉरेन्सला पुन्हा परत यायचीही इच्छा करील. हे इतके वर्षं तिचे घर होते.''

''आता तरी परत जाण्याचा माझा बेत नाही,'' रेशेल म्हणाली.

''नाही, बहुधा नाही,'' तो म्हणाला, ''परंतु आपण बघू या.''

ती खोलीत फिरत असताना त्याचे डोळे तिचा मागोवा घेत होते आणि मी परमेश्वराकडे अशी इच्छा करत होतो की तिने बसावे की जेणे करून त्याचे डोळे तिचा मागोवा घेणार नाहीत. ज्या खुर्चीवर ती नेहमी बसायची ती आता मेणबत्त्यांच्या उजेडापासून जरा दूर मागे होती, त्यामुळे तिचा चेहरा जरा अंधारात होता. गाऊन दाखवण्याशिवाय त्या खोलीत फेऱ्या घालण्याचे तिला कारण नव्हते. मी एक खुर्ची पुढे ओढली पण ती बसली नाही.

''कल्पना कर, रेनाल्डी एक आठवड्यापेक्षा जास्त लंडनला आहे आणि त्याने मला कळवलेही नाही.'' ती म्हणाली, ''जेव्हा सीकुंबने कळवले की तो इथं आहे,

माझ्या आयुष्यात मला कशाबद्दलही एवढे आश्चर्य वाटले नव्हते. हे त्याचे चुकलेच की त्याने मला आधी सूचना केली नाही.'' ती खांद्यावरून वळून त्याच्याकडे पाहात म्हणाली आणि त्याने खांदे उडवले.

"मला वाटले की अचानक येण्याने तुला जास्त आनंद होईल,'' तो म्हणाला, "अपेक्षित नसलेले घडले की आनंद होतो किंवा त्या उलटही. ते परिस्थितीवर अवलंबून असते. तुला रोममध्ये असतानाचा तो काळ आठवतो, जेव्हा कॉसिमो आणि मी आणि तू पार्टीला जाण्याच्या तयारीत असताना कॅस्टेल्युकी आला ते? तू आमच्या दोघांवर फार चिडली होतीस.''

"हं पण त्याला एक कारण होते,'' ती हसली, "तू जर विसरला असशील तर तुला मी त्याची आठवण करून देणार नाही.''

"मी विसरलेलो नाही.'' तो म्हणाला, "मला आठवते, इतकेच नव्हे तर तुझ्या गाऊनचा रंगही आठवतो. तो पिवळसर होता. त्याचप्रमाणे बेनिटो कॅस्टेल्युकीने तुला फुले दिली होती. मी त्याचे कार्ड पाहिले आणि कॉसिमोने पाहिले नव्हते.''

सीकुंब जेवण तयार असल्याचे सांगायला आला आणि रेशेलने हॉलमधून जेवणाच्या खोलीचा रस्ता दाखवला. अजूनही ती हसत होती आणि रोममधील घडलेल्या हकिगतींची त्याला आठवण करून देत होती. मला ह्याहून जास्त उदास आणि आपण चुकीच्या जागी असल्याचे कधी वाटले नव्हते. ते काही व्यक्ती आणि जागांबद्दल बोलत राहिले आणि अधूनमधून रेशेल आपला हात टेबलावरून एखाद्या मुलाकडे करावा तसा माझ्याकडे करत म्हणाली, "तू आम्हाला क्षमा केली पाहिजेस फिलीप, रेनाल्डीला भेटून खूप दिवस झाले आहेत.'' आणि तो आपल्या काळ्या, अर्धवट उघड्या डोळ्यांनी माझ्याकडे पाहात होता आणि हसत होता.

एकदोनदा ते इटालियनमध्ये बोलू लागले. तो तिला काहीतरी सांगत असायचा आणि अचानक एखादा शब्द धुंडाळत राहायचा आणि माझ्याकडे माफी मागून तो आपल्या भाषेत बोलू लागायचा. ती त्याला उत्तर द्यायची आणि ती बोलायची आणि तिच्या ओठातून अनोळखी शब्द ऐकू यायचे आणि तेही आम्ही दोघे एकत्र इंग्लिश बोलायचो त्याहून वेगाने यायचे, जणू काही तिच्या चेहऱ्याचा सारा आकारच बदलून गेलेला असायचा. ती जास्त उत्साही, जास्त भडक आणि जास्त कठोर वाटायची आणि त्यात एक वेगळी चमक होती- ती मला बिलकूल आवडली नाही.

मला असे वाटले की ती जोडगोळी ह्या लाकडी तावदानांच्या जेवणाच्या खोलीत माझ्या टेबलावर होती, चुकीच्या जागी. ती जोडगळी दुसऱ्या कुठेतरी फ्लॉरेन्स किंवा रोममध्ये असायला हवी होती. जिथे ते गुळगुळीत, काळे नोकर असतील, माहीत नसलेली समाजाची शान असेल आणि मला माहित नसलेल्या भाषेत ते बोलत हसत असतील. ते इथं असायला नको होते. तिथं सीकुंब आपल्या

चामड्याच्या स्लिपर्समध्ये फिरत होता आणि त्या कुत्र्यांपैकी लहान कुत्रा टेबलाखाली खरवडत होता. मी माझ्या खुर्चीत नाउमेद आणि धैर्य हरवल्यागत माझ्या जेवणाच्या जागी मेल्यागत बसलो होतो आणि अक्रोड घेऊन ते माझ्या हातांनी माझ्या भावनांना मोकळीक व्हावी म्हणून फोडत होतो. रेशेल आम्ही पोर्ट आणि ब्रँडी एकमेकांना देत असताना तिथं बसली होती. मी ती दारू देत होतो कारण मी त्यातली काहीच घेतली नव्हती आणि त्याने मात्र दोन्ही घेतले.

त्याने आपल्याबरोबर असलेल्या पेटीतून सिगार काढून पेटवली आणि मी जेव्हा पाईप पेटवला तेव्हा नाइलाज झाल्यागत माझ्याकडे पाहिले.

''सर्व तरुण इंग्लिश लोक पाईप ओढतात असे मला वाटते,'' तो म्हणाला, ''मला वाटते त्यामुळे पचनाला मदत होते, परंतु मला असे सांगण्यात आलंय की त्यामुळे श्वासाला दुर्गंधी येते.''

''म्हणजे हे बँडी पिण्यासारखे आहे,'' मी म्हणालो, ''त्यामुळे सारासार विचारही बिघडतो.''

अचानक मला बिचारा डॉन आठवला. त्याच्या अमदानीच्या दिवसात त्याला न आवडणारा एखादा कुत्रा आला की त्याचे केस ताठ व्हायचे, त्याची शेपूट ताठ आणि सरळ व्हायची आणि उडी मारून तो त्याचा गळा पकडायचा. त्याला कसे वाटत असेल ते मला आता समजले होते.

''आम्हाला क्षमा कर फिलीप,'' रेशेल खुर्चीवरून उठत म्हणाली, ''रेनाल्डीला आणि मला बऱ्याच गोष्टींची चर्चा करायची आहे आणि त्याने मी सही करण्यासाठी काही कागदपत्रे आणली आहेत ते वरती स्त्रियांच्या बैठकीच्या खोलीत करणे योग्य होईल. तू नंतर आमच्याकडे येशील का?''

''मला नाही वाटत,'' मी म्हणालो, ''मी सबंध दिवस बाहेर होतो आणि ऑफीसमध्ये पत्रंही आहेत. मी दोघांचा निरोप घेतो.''

ती जेवणाच्या खोलीतून बाहेर पडली आणि तो तिच्या मागून गेला. ते दोघं वर गेल्याचे मी ऐकले. जॉन टेबल आवरायला आला तोपर्यंत मी तिथं बसलेला होतो.

मग मी बाहेर गेलो आणि अंगणात चालत राहिलो. मला आता स्त्रियांच्या बैठकीच्या खोलीत दिवा दिसला, पण पडदे ओढलेले होते. आता ते दोघे एकत्र होते तेव्हा ती इटालियनमध्येच बोलतील. ती विस्तवाजवळच्या ठेंगण्या खुर्चीवर बसलेली असेल आणि तो तिच्या बाजूला. आमच्या गेल्या रात्रीच्या संभाषणाबद्दल आणि मी ते मृत्युपत्र तिच्याकडून कसे घेतले आणि त्याची प्रत कशी केली त्याबद्दल ती त्याला सांगेल का ह्याचा मी मनाशी विचार करत होतो. तो तिला काय सल्ला देईल, कोणते उपदेशाचे शब्द सांगेल आणि त्याने आपल्याबरोबर कोणते

कागदपत्र तिला दाखवायला आणि तिची सही घ्यायला आणले होते ह्याचाही विचार मी करत होतो. जेव्हा व्यवहार संपतील तेव्हा ते स्वत:कडे वळतील का आणि त्यांच्या माहितीचे लोक आणि जागा ह्यांची चर्चा करतील का?आणि जसा तिने माझ्यासाठी तिसाना- तो वनस्पती चहा तयार केला होता, तसा ती त्याच्यासाठी तयार करील का आणि ती खोलीत फिरत असताना तो तिच्याकडे बघत राहील का? तो तिची किती वाजता रजा घेईल आणि झोपायला जाईल आणि जेव्हा तो जाईल तेव्हा ती आपला हात त्याला देईल का आणि तो काही काळ तिच्या दरवाजापाशी घोटाळत थांबेल का आणि जसे मी करायचो तसे घोटाळण्यासाठी काहीतरी कारण काढेल का? किंवा तिला तो इतका माहितीचा असल्यामुळे ती त्याला उशिरापर्यंत थांबू देईल का?

मी त्या नवीन मजगीवर बांधलेल्या फिरण्याच्या जागेपर्यंत जमीन तुडवत गेलो. त्या रस्त्यावरून खाली किनाऱ्यापर्यंत आणि परत मग पुन्हा वर जिथं सिडार झाडांची लागवड केलेली होती, मग पुन्हा गोल फिरून खाली आणि पुन्हा वळून फिरत राहिलो. सरतेशेवटी मी घंटाळ्यात पडलेले दहाचे ठोके ऐकले. ती माझी परत जाण्याची वेळ होती. त्यालाही ती ह्याच वेळी घालवील का? मी हिरवळीच्या कडेशी जाऊन उभा राहिलो आणि तिच्या खिडकीकडे पाहिले. अजूनही त्या बैठकीच्या खोलीत दिवा जळत होता. मी बघत थांबलो. तो जळतच होता. मी चालल्यामुळे थोडा तापलो होतो परंतु झाडांखाली हवा थंड होती. माझे हातपाय गारठले. ती रात्र अंधारी होती आणि त्यात जराही जादू नव्हती. आज संध्याकाळी अस्पष्ट असा चंद्र झाडांवर दिसत नव्हता. अकरा वाजता घड्याळाने ठोके दिल्यावर बैठकीच्या खोलीतील दिवा मालवला आणि त्या निळ्या खोलीत उजेड जाणवला. मी क्षणभर थांबलो आणि अचानक घराच्या मागच्या बाजूने स्वयंपाकघर ओलांडून पश्चिमेकडे आलो आणि रेनाल्डीच्या खोलीतील खिडकीकडे पाहिले. तिथंही दिवा जळत होता ह्याचे मला बरे वाटले. त्याने जरी खिडक्यांची झडप लावली होती तरी उजेडाची तिरीप त्यातून दिसत होती. ती खिडकीही घट्ट लावलेली होती. मला खात्री होती, मला आतल्याआत समाधानही वाटले की तो रात्री त्यांपैकी काहीही उघडणार नाही.

मी घरात गेलो आणि जिन्याने वर माझ्या खोलीकडे गेलो. मी माझा कोट आणि मफलर काढला आणि ते खुर्चीवर फेकले. मला बोळात तिच्या गाऊनची सळसळ ऐकू आली आणि दारावर हळूच टकटक झाली. मी जाऊन ते उघडले. ती तिथं उभी होती. अजूनही तिने कपडे बदललेले नव्हते आणि तीच शाल तिच्या खांद्यावर होती.

"मी तुला 'गुड नाइट' करायला आले," ती म्हणाली.

"थँक्स," मी म्हणालो. "मीही तुझ्यासाठी तीच इच्छा करतो."

तिने खाली माझ्याकडे पाहिले आणि माझ्या बुटांवरचा चिखल पाहिला.

"तू संध्याकाळभर कुठे होतास?" तिने विचारले.

"बाहेर जमिनीवर फिरत होतो." मी उत्तर दिले.

"तू तुझा तो वनस्पती चहा घेण्यासाठी बैठकीच्या खोलीत का आलास नाहीस?" तिने विचारले.

"मला ते करावेसे वाटले नाही," मी उत्तर दिले.

"तू अगदी हास्यास्पद वागतोयस," ती म्हणाली. "तू जेवताना ज्याला ठोक द्यायला हवाय अशा एखाद्या फुरंगुटलेल्या शाळकरी मुलासारखा वागत होतास."

"सॉरी," मी म्हणालो.

"रेनाल्डी हा माझा फार जुना मित्र आहे हे तुला माहीत आहे," ती म्हणाली. "आम्हाला खूप बोलायचे होते, तुला हे समजतंय ना?"

"तो तुझा माझ्यापेक्षा एवढा जुना मित्र असल्यामुळे तू अकरा वाजेपर्यंत त्याला त्या बैठकीच्या खोलीत बसून दिलेस?" मी विचारले.

"अकरा वाजले होते का?" ती म्हणाली. "माझ्या हे लक्षातच आले नाही."

"तो किती दिवस राहणार आहे?" मी विचारले.

"ते तुझ्यावर अवलंबून आहे. तू जर सौजन्याने वागलास आणि जर त्याला बोलावलेस तर तो कदाचित तीन दिवस राहील. जास्त राहणे शक्य नाही, त्याला लंडनला परत जायचंय."

"जर तू मला थांबवायला सांगत्येस तर मला ते करायलाच हवे."

"थँक्स फिलीप." तिने अचानक माझ्याकडे पाहिले. तिच्या डोळ्यांत सौम्य भाव आला आणि तिच्या ओठांच्या कोपऱ्यांवर हास्याची लकेर दिसली. "काय झालंय," तिने विचारले. "तू असा मूर्खपणे का वागतोयस? बाहेर फेऱ्या घालत असताना तू कसला विचार करत होतास?"

मी शेकडो गोष्टी तिला सांगितल्या असत्या. माझा रेनाल्डीवर कसा विश्वास नाही, माझ्या घरातील त्याच्या ह्या अस्तित्वाचा मला कसा राग आला आहे, मला पूर्वी जसे होते तसे हवंय आणि ती एकटी माझ्याबरोबर असावी. त्याऐवजी आणि काही कारण नसताना मला ज्याचा तिरस्कार वाटतो त्या गोष्टी त्या संध्याकाळी चर्चेत आल्या होत्या... मी तिला विचारले, "ज्याला तुला फुलं द्यावी लागली तो बिनिटो कॅस्टेल्युकी कोण होता?"

त्या हास्याची उकळी तिच्यात पुन्हा फुटली आणि वर हात करत तिने आपले हात माझ्या बाहूभोवती टाकले. "तो म्हातारा, खूप जाड्या आणि त्याच्या श्वासाला सिगारचा वास यायचा... आणि मी तुझ्यावर फारफार प्रेम करते." ती म्हणाली

आणि निघून गेली.

मला शंकाच नव्हती की मला सोडून जाताच अवघ्या वीस मिनिटांतच ती झोपी गेली असेल आणि मी मात्र घंटाळ्यातील ठोके ऐकत चार वाजेपर्यंत जागा होतो आणि मला इतकी अस्वस्थ झोप लागली की ती सात वाजेपर्यंत आणि जॉनने मला निर्दयपणे त्या नेहमीच्या घडीला उठवले.

रेनाल्डी तीन दिवस नव्हे तर सात दिवस राहिला आणि त्या सात दिवसांत माझे त्याच्या विषयीचे मत बदलावे असे काही घडले नाही. मला सगळ्यात आवडले नाही ते म्हणजे त्याचा माझ्याबाबतचा नाइलाज. जेव्हा जेव्हा तो माझ्याकडे पाहायचा तेव्हा त्याच्या चेहऱ्यावर एक अर्धवट स्मित असायचे; जणू काही त्याची गंमत करावी असे मी लहान मूल होतो आणि मी त्या दिवशी काय करत होतो त्याबद्दल तो चौकशी करायचा आणि एखाद्या शाळकरी मुलासारखी चेष्टा केली जायची. मी दुपारच्या जेवणाला न येण्याचे ठरवले आणि जेव्हा मी परत यायचो आणि दुपारी दिवाणखान्यात शिरायचो तेही चार नंतर तेव्हा मला ते दोघं त्यांच्या त्या इटालियनमध्ये बोलत असताना दिसायचे आणि मी येताच त्यांचे बोलणे थांबायचे.

"हं कामगार परतला," रेनाल्डी म्हणायचा आणि तो नेमका आम्ही दोघंच असताना बसायचो त्या खुर्चीत बसलेला असायचा. "आणि तो आपल्या जमिनीवर वणवण हिंडत असताना आणि त्याचे नांगर जमिनीत व्यवस्थित नांगरत आहेत की नाहीत हे पाहात असताना आपण कल्पनेने शेकडो मैल दूर गेलेले होतो. प्रत्यक्षात आपण ह्या दिवसात जराही हललो नाही, फक्त त्या नवीन मजगीच्या चालण्याच्या जागेवर थोडे फिरलो इतकेच. मध्यम वयात अनेक फायदे असतात."

"रेनाल्डी तुझी संगत माझ्यासाठी बरी नाही," ती मग म्हणायची, "तू इथं आल्यापासून मी माझ्या सर्व कामांकडे दुर्लक्ष केलंय. कोणालाही भेटायला गेले नाही की लागवडीवर देखरेख केली नाही. माझ्या आळशीपणाबद्दल फिलीप मला रागवेल."

"तू बौद्धिकदृष्ट्या तरी नक्कीच आळशी नाहीस," त्याचे उत्तर आले. "तुझ्या कझिनने पायी चालत जेवढे अंतर तोडलंय तेवढेच अंतर आपण बुद्धीने तोडलंय. आज तो चालत गेला नव्हता आणि घोड्यावरून गेला होता का? तरुण इंग्लिश माणसे शरीर थकेपर्यंत काम करत असतात."

मला त्याच्या बोलण्यात कुचेष्टा जाणवायची, जणू काही मी गाडीला जोडलेला घोडा होतो आणि ज्या तऱ्हेने एखाद्या शिक्षकाने विद्यार्थ्याच्या मदतीला धावावे तशी रेशेल माझ्या मदतीला धावायची; तेव्हा तर मला जास्तच राग यायचा.

"आज बुधवार आहे," ती म्हणाली, "आणि बुधवारी फिलीप चालत किंवा

घोड्यावरूनही जात नाही. तो ऑफीसमध्ये हिशोबाचे काम बघतो. तो हिशोबात अगदी पक्का आहे आणि नक्की किती खर्च झाला हे त्याला समजते, नाही का फिलीप?''

''नेहमी नाही,'' मी म्हणालो, ''आणि आज सांगायचे तर मी शेजाऱ्यासाठी ग्रामपंचायतीच्या सभेला हजर राहिलो आणि चोरीचा आरोप असलेल्या एका माणसाचा न्यायनिवाडा केला. त्याला तुरुंगात न टाकता दंड केला गेला.''

रेनाल्डी माझ्याकडे त्याच चालवून घेण्याच्या नजरेने पाहात होता.

''एक तरुण सालोमन-एक शहाणा माणूस आणि शेतकरीही,'' तो म्हणाला. ''मला सदैव नवीन कौशल्याबद्दल ऐकू येताय. रेशेल, तुला ह्याच्याकडे पाहिल्यावर डेल सार्टोचे अॅप्टीस्टचे चित्र आठवत नाही का? ह्याच्याकडे जवळजवळ तशीच मग्रुरी आणि भोळसटपणा ह्याचा मनोहर मिलाफ आहे.''

''कदाचित,'' रेशेल म्हणाली. ''ह्याआधी हा विचार माझ्या मनात आला नाही. माझ्या मनाप्रमाणे त्याचे एकाच व्यक्तीशी साम्य आहे.''

''हं, ते अर्थातच आहे,'' रेनाल्डी म्हणाला, ''परंतु ह्याच्यात डेल सार्टोचा काही भास नक्की होतोय, काही काळ तू ह्याला ह्याच्या जमिनीपासून दूर नेऊन आपला देश दाखव. प्रवासामुळे मन मोठे होते आणि त्याने एखाद्या गॅलरी किंवा चर्चमध्ये फिरलेलेच मला आवडेल.''

''अॅम्ब्रोसला ह्या दोन्हीचा कंटाळा यायचा,'' रेशेल म्हणाली, ''मला शंका येते की फिलीपवर तरी त्याचा काही परिणाम होईल का? बरं, तुझे धर्मपिता त्या सभेत तुला भेटले का? त्यांना भेटण्यासाठी रेनाल्डीला पेलियनला मला घेऊन जायला आवडेल.''

''हो, ते तिथं होते,'' मी म्हणालो, ''आणि त्यांनी तुला नमस्कार सांगितलाय.''

''मि. केंडॉलना एक सुंदर मुलगी आहे,'' कझिन रेशेलने रेनाल्डीला सांगितले, ''ती फिलीपहून थोडी लहान आहे.''

''मुलगी? हं खरंच,'' रेनाल्डी म्हणाला. ''तर मग तुझा तरुण कझिन हा तरुण स्त्रियांच्या संगतीपासून अगदीच काही तोडला गेलेला नाही ना?''

''ह्याच्या अगदी विरुद्ध,'' रेशेल हसत म्हणाली. ''चाळीस मैलांच्या परिसरातील प्रत्येक आईचे लक्ष ह्याच्यावर आहे.''

मी तिच्याकडे रागाने पाहिल्याचे आठवते आणि ती आणखीनच हसली आणि जेवणासाठी कपडे करायला माझ्या जवळून जाताना तिने मला राग आणणाऱ्या तिच्या सवयीनुसार माझ्या खांद्यावर थोपटले- फोबआत्याच्या सवयीप्रमाणे. असे मी ह्या सवयीबद्दल आधी म्हणालो होतो, त्यामुळे तिला मी काहीतरी प्रशंसा केल्यागत आनंद व्हायचा.

ह्याच वेळी ती वर गेलेली असताना रेनाल्डी मला म्हणाला, ''तू आणि तुझ्या धर्मपित्याने कझिन रेशेलला भत्ता दिला ही फारच उदारपणाची गोष्ट केलीत. तिने पत्र लिहून मला ते कळवले. ह्या कृतीमुळे ती अगदी भारावून गेली.''

''ह्या मालमत्तेतील तिला जी रक्कम कमीतकमी मिळायला हवी होती ती तिला मिळाली.'' मी म्हणालो आणि माझ्या बोलण्याच्या स्वरावरून तो ह्यापुढे आणखी काही चर्चा करणार नाही अशी मी आशा करत होतो. तीन आठवड्यांनंतर काय होणार हे मी त्याला सांगणार नव्हतो.

''तुला कदाचित माहीत असेल,'' रेनाल्डी म्हणाला, ''ह्या भत्त्याशिवाय तिच्याकडे वैयक्तिक मिळकत काही नाही. मी तिच्यासाठी जे काही अधूनमधून विकू शकतो ते सोडून. ह्या बदलाने तिच्यावर जादू केलीये पण लवकरच तिला जशी फ्लॉरेन्समध्ये होती तशी समाजाची गरज भासू लागेल म्हणून मी तो तेथील बंगला विकला नाही, हे खरं कारण आहे. हे बंध फार घट्ट आहेत.''

मी उत्तर दिले नाही. जर का ते बंध घट्ट असले तर त्याचे कारण म्हणजे त्याने ते केले होते. तो येईपर्यंत कोणत्याही बंधांबद्दल ती बोलली नव्हती. जर तो आपल्या मिळकतीतून तिला पैसा देत असला आणि संगलेट्टीच्या इस्टेटीतून काही विकून पैसा देत असला तरी, त्याची वैयक्तिक संपत्ती किती होती ह्याचे मला कुतूहल होते. ॲम्ब्रोसचा त्याच्यावर अविश्वास होता हे बरोबरच होते, परंतु रेशेलमध्ये असे कोणते दौर्बल्य होते ज्यामुळे तिला रेनाल्डीला सल्लागार आणि मित्र म्हणून ठेवणे भाग पडत होते?

''अर्थात'' रेनाल्डी म्हणाला, ''तो बंगला कालांतराने विकून तिच्यासाठी फ्लॉरेन्समध्ये एखादा फ्लॅट घेणे जास्त शहाणपणाचे ठरेल किंवा फायसोलमध्ये छोटेसे काही बांधायचे. तिचे अनेक मित्र-मैत्रिणी आहेत त्या तिला गमवायला तयार नाहीत आणि मी त्यातील एक आहे.''

''जेव्हा आपण पहिल्यांदा भेटलो तेव्हा तुम्ही मला म्हणाला होतात,'' मी म्हणालो, ''की माझी कझिन रेशेल ही लहरी बाई आहे तर ती तशीच असेल आणि जिथं तिची लहर लागेल तिथं ती राहील.''

''ह्यात संशय नाही,'' रेनाल्डी म्हणाला, ''परंतु तिच्या त्या लहरी वृत्तीने तिला काही नेहमीच सुख दिलेले नाही.''

मला वाटले की त्याला तिने ॲम्ब्रोसशी केलेल्या लग्नाबद्दल बोलायचे होते. तीही एक लहर होती आणि तेही सुखावह नव्हते हे सांगायचे होते आणि इंग्लंडला येणे ही पण एक लहर होती आणि त्यातून काय निष्पत्ती झाली ह्याची त्याला खात्री नव्हती. तो तिचे व्यवहार पाहात होता. त्यामुळे त्याचा तिच्यावर प्रभाव होता आणि त्याचा हा प्रभाव तिला कदाचित पुन्हा फ्लॉरेन्सला परत घेऊन जाईल. मला वाटते

त्याच्या ह्या भेटीमागे हाच हेतू होता आणि त्याला तिच्या मनात भरवून द्यायचे होते. बहुधा त्याला तिला सांगायचे होते की निव्वळ भत्ता हा तिला कायमचे पोसायला पुरेसा नव्हता, परंतु माझ्याकडे हुकमाचा एक्का होता आणि त्याला ते माहीत नव्हते. तीन आठवड्यांत ती रेनाल्डीपासून तिच्या उरलेल्या आयुष्यभर स्वतंत्र होईल. मी हसलो असतो पण ही वस्तुस्थिती होती की, मला तो इतका आवडत नसे की मी ते त्याच्या समोर हसायचे टाळलेच.

"तू अशा तऱ्हेने वाढला होतास की अचानक एखाद्या स्त्रीचा घरात पाहुणचार करणे जसा तू केलास तसा आणि तेही महिनोन्‌महिने हे तुला विलक्षण वाटले असेल?" रेनाल्डी त्याच्या त्या पडक्या पापण्यांनी माझ्याकडे पाहात म्हणाला, "त्यामुळे तुझी गैरसोय तर झाली नाही ना?"

"ह्याच्या अगदी विरुद्ध," मी म्हणालो, "मला हे फारच सुखकर वाटले."

"जास्त प्रभावी औषध, मला वाटते," तो म्हणाला, "तुझ्यासारख्या वयाने लहान आणि अननुभवी माणसासाठी त्या औषधाचे मोठेमोठे घोट घेतले तर नुकसानच व्हायचे."

"मला वाटते पंचविसाव्या वर्षी," मी म्हणालो, "मला कोणते औषध योग्य पडते ते मी जाणतो असे मला वाटते."

"तुझ्या कझिन ॲम्ब्रोसलाही त्रेचाळिसाव्या वर्षी असेच वाटले होते," रेनाल्डी म्हणाला, "पण ते चुकीचे होते हेच सिद्ध झाले."

"ही धमकी आहे की सल्ला?" मी विचारले.

"दोन्ही," तो म्हणाला, "जर ते तू योग्य रीतीने घेतलेस- आणि आता तू मला क्षमा कर. मी वर जाऊन जेवणासाठी कपडे करून येतो."

मला वाटते की माझ्या आणि रेशेलमध्ये फारकत आणण्यासाठी ही त्याची पद्धत होती. एखादा शब्द तो सोडायचा, तसा तो विषारी नसायचा पण त्याला अशी काही नांगी असायची की सर्व हवा दूषित व्हायची. मी तिच्यापासून सावध रहायला हवे असे तो सुचवीत असला तर तो माझ्याबद्दल तिला काय सांगेल? जेव्हा ते दोघे दिवाणखान्यात एकत्र बसलेले असताना इंग्लिश तरुण माणसाचे हातपाय लांब असतात पण त्यांना धड मेंदूच नसतो असे बोलून खांदे उडवून मी तिथं नसताना माझा विषय संपवत असेल? की हे म्हणणे तसे फारच साधे ठरेल? त्याच्या जिभेवर पुष्कळ वैयक्तिक शेरे निंदा करायला आणि मारण्यासाठी तयार होते.

"उंच माणसांच्या बाबतीत," तो एकदा म्हणाला, "त्यांना वाईट सवय असते ती पोक काढण्याची." मी त्यावेळी दरवाजाच्या चौकटीखाली उभा होतो, माझे डोके वाकवून सीकुंबला काहीतरी सांगत होतो. "आणि त्यांच्यापैकी जे पीळदार

शरीराचे असतात ते जाडे होतात.''

"ॲम्ब्रोस कधी जाडा नव्हता,'' रेशेल चटकन म्हणाली.

"तो हा मुलगा घेतो तसा व्यायाम करत नव्हता. हे असे भयंकर चालणे, घोड्यावरून रपेट मारणे, फिरणे त्यामुळे शरीराचे चुकीचे भाग वाढतात. मी हे अनेकवेळा पाहिलंय आणि तेही इंग्लिश लोकांत. इटालीत लोकांची हाडेपेरे लहान असतात आणि आपण तसे बैठे काम करतो, त्यामुळे आपण आपले शरीर व्यवस्थित ठेवून असतो. आपले अन्नही रक्त आणि पित्ताशयाला ताण देणारे नाही. बैलाचे मांस, मटण इतके जडान्न आपण घेत नाही. हा मुलगा तर नेहमी पेस्ट्री खात असतो. त्याने सबंध पाय हे मिष्टान्न काल रात्री जेवताना मी खाल्लेले पहिले.''

"तू हे ऐकलेस का फिलीप?'' रेशेल म्हणाली, "रेनाल्डीला वाटते की तू खूप खातोस. सीकुंब आपण फिलीपचे अन्न कमी करायला हवं.''

"अर्थात नाही मॅडम,'' सीकुंबला हे ऐकून धक्काच बसला आणि तो म्हणाला, "तो जे खातोय त्यापेक्षा त्याने कमी खाल्ले तर ते प्रकृतीला हानिकारक ठरेल. आपल्याला हे लक्षात घ्यायला हवं मॅडम की बहुतेक करून मि. फिलीप अजून वाढतोय.''

"अरे देवा,'' रेनाल्डी पुटपुटला, "जर तो चोविसाव्या वर्षी अजून वाढत असेल तर त्याच्यात काहीतरी ग्रंथींची समस्या संभवते.''

त्याने ब्रँडीचा घोट घेतला. ती त्याला तिने दिवाणखान्यात न्यायला परवानगी दिली होती. विचारपूर्वक नजरेने तो माझ्याकडे पाहात होता तेव्हा मला वाटायला लागले, त्याची आई बोडमिनच्या जत्रेत लोकांनी त्याच्याकडे बघावे आणि पैसे द्यावे म्हणून त्याला घेऊन यायची. त्या वेडपट जॅक ट्रेव्होजसारखा मी जवळजवळ सात फूट उंच आहे.

"मला वाटते,'' रेनाल्डी म्हणाला, "तुझी तब्येत चांगली आहे ना? लहानपणी असा काही गंभीर आजार झालेला नाही ना ज्यामुळे ही अशी वाढ होतेय?''

"मला आठवत नाही,'' मी उत्तर दिले, "की मी कधी आजारी पडलोय असे.''

"ते तर सर्वांत वाईट,'' तो म्हणाला, "ज्यांना कधी काही रोग झालेला नाही ते जेव्हा निसर्गाचा हल्ला होतो तेव्हा पहिल्यांदा आडवे होतात. मी बोलतोय ते बरोबर आहे ना सीकुंब?''

"शक्यता आहे, मला काही कल्पना नाही,'' सीकुंब म्हणाला, परंतु त्याने खोलीतून जाताना माझ्याकडे संशयाने पाहिले, जणू काही मला देवी आल्या आहेत आणि मी आजारी आहे. "ही ब्रँडी,'' रेनाल्डी म्हणाला, "ही आणखी तीस वर्षं तरी ठेवायला हवी होती. जेव्हा फिलीपची मुलं तरुण होतील त्यावेळी ती पिण्यायोग्य होईल. रेशेल, तुला ती बंगल्यातील संध्याकाळ आठवते का जेव्हा तू आणि

कोसीमो ह्यांनी जवळजवळ सर्व फ्लॉरेन्सला पार्टी दिली होती किंवा निदान असे वाटले तरी होते आणि त्याने आग्रहच धरला होता की व्हेनिशियन जत्रेच्या वेळेसारखी आम्ही कपट वेषात आणि मुखवटे घालून यायला हवे? आणि तुझी आता स्वर्गवासी झालेली आई त्या कुठल्यातरी राजपुत्राजवळ वाईट वागली ते? मला वाटते की तो फ्लॉरेन्झो अम्मानेटी होता, हो ना?''

''ती कुणाशीही वाईट वागलेली असेल,'' रेशेल म्हणाली, ''पण तो फ्लॉरेन्झो नक्कीच नव्हता कारण तो तर माझ्या मागेच लागलेला होता.''

''काय धम्माल आली त्या रात्री,'' रेनाल्डी आठवण करत म्हणाला, ''आपण सर्वजण भलतेच तरुण होतो आणि बेजबाबदारही. आज आहोत तसे गंभीर आणि शांत नव्हतोच. इंग्लंडमध्ये ते अशा पार्टीज देत असतील असे मला नाही वाटत! येथील हवा पण त्या बाबतीत अडथळा ठरेल, परंतु ते जरी सोडले तरी इथं असलेल्या तरुण फिलीपला असा कपटवेष आणि मुखवटा घालून झाडाझुडपांतून मिस केंडॉलला शोधायला गंमतच वाटेल.''

''मला खात्री आहे ल्युसी ह्याहून दुसरे काही चांगले मागणार नाही,'' रेशेल म्हणाली. तिने माझ्याकडे पाहिले आणि तिच्या ओठांची वेडीवाकडी हालचाल झाली.

मी त्यांना सोडून खोलीतून बाहेर पडलो आणि जवळ जवळ त्यांचे ताबडतोब सुरू झालेले इटालियन बोलणे माझ्या कानावर आले. त्याचा आवाज प्रश्नार्थक होता आणि ती उत्तरादाखल बोलताना हसत होती आणि मला माहीत होते की ते दोघं माझ्याबद्दल बोलत होते आणि बहुतेक ल्युसीबद्दलही आणि आमच्या दोघांचे लवकरच लग्न ठरणार असल्याच्या आमच्याबाबत गावात पिकलेल्या कंड्यांबाबतही. अरे देवा, तो आणखी किती दिवस राहणार आहे? आणखी किती दिवस आणि रात्री हे मला सहन करावे लागणार आहे?

सरतेशेवटी त्याच्या ह्या भेटीच्या शेवटच्या दिवशी माझे धर्मपिता ल्युसीबरोबर जेवायला आले. ती संध्याकाळ चांगली गेली किंवा निदान मला तसे वाटले तरी. मला असे दिसले की रेनाल्डी माझ्या धर्मपित्याशी अगदी काळजीपूर्वक, आदराने वागत होता आणि ते तिघे, माझा धर्मपिता, रेनाल्डी आणि रेशेल ह्यांचा गप्पांचा अड्डा जमला त्यामुळे ल्युसी आणि मला एकमेकांचे मनोरंजन करावे लागले. अधूनमधून रेनाल्डी आमच्याकडे बघत होता आणि आमच्यावर अनुग्रह केल्यागत हसत होता आणि एकदा तर मी त्याला माझ्या धर्मपित्याला हळू आवाजात सांगताना ऐकले, ''तुमच्या मुलीला आणि धर्मपुत्राला माझ्या शुभेच्छा, त्यांचा जोडा छानच शोभतो.'' ल्युसीने ते ऐकले आणि ती बिचारी पार लाजली. अचानक मी तिला ती पुन्हा लंडनला केव्हा जाणार ते विचारू लागलो. मला वाटले होते की

ह्यामुळे तिला भावना आवरता येतील, परंतु मला वाटते की त्यामुळे आणखीनच घोटाळा झाला असावा. जेवणानंतर लंडनचा विषय पुन्हा निघाला आणि रेशेल म्हणाली, ''मी लवकरच लंडनला जाण्याचा विचार करत आहे. जर आपण एकाच वेळी तिथं असलो, ''- हे ल्युसीला उद्देशून- ''तू मला तेथील प्रेक्षणीय स्थळं दाखवायचीस कारण मी तिथं कधीही गेलेली नाही.''

माझ्या धर्मपित्याने तिचे हे बोलणे ऐकून कान टवकारले.

''मग तुम्ही हा प्रदेश सोडायचा म्हणताय तर?'' ते म्हणाले. ''ठीक आहे, तुम्ही कॉर्नवॉलमधील हिवाळ्याची कठीण काळाची भेट नक्कीच पार पाडलीत तर. तुम्हाला लंडन जास्त छान वाटेल.'' ते मग रेनाल्डीकडे वळले, ''तुम्हीही तिथं तोपर्यंत असाल का?''

''मला तिथं अजून काही आठवड्यांचे काम आहे,'' रेनाल्डीने उत्तर दिले, ''पण जर रेशेलने यायचे ठरवले तर मग मी तिच्यासाठी तिथं राहीन. मी तुमच्या राजधानीत काही नवा नाही. मला ती व्यवस्थित माहीत आहे. जेव्हा तुम्ही तिथं असाल तेव्हा तुम्ही आणि तुमची मुलगी दोघं आमच्याबरोबर जेवायला येण्याची मेहरबानी कराल.''

''आम्हालाही आनंद वाटेल,'' माझे धर्मपिता म्हणाले. ''लंडन वसंत ऋतूत फारच आल्हाददायी असते.''

त्या भेटीविषयी थंडपणे ठरवणारी त्या सर्वांची डोकी मी आपटली असती परंतु रेनाल्डीचा 'आम्ही,' ह्या शब्दाचा मला सर्वांत जास्त राग आला. मला त्याचा बेत दिसत होता. तिला भूल पाडून लंडनला घेऊन जायचे, आपले इतर उद्योग चालू असताना तिची करमणूक करायची आणि मग तिला इटालीला जायला भाग पाडायचे आणि माझे धर्मपिता त्यांच्या स्वत:च्या फायद्यासाठी ह्या त्याच्या बेताला दुजोरा देतील.

त्या सर्वांना माहीत नव्हते की त्यांना फसवण्यासाठी मी एक बेत केलेला होता. ती संध्याकाळ संपली आणि प्रत्येक बाजूकडून चांगल्या तऱ्हेने वागण्याचा प्रयत्न केला गेला, इतकेच नव्हे तर रेनाल्डी माझ्या धर्मपित्याला वीस-पंचवीस मिनिटे बाजूला घेऊन आणखी एक प्रकारचे विष त्यांच्या कानात तो ओतत राहिला होता ह्याची मला कल्पना होती.

केंडॉल्स गेल्यावर मी दिवाणखान्यात परतलो नाही. मी झोपायला गेलो पण माझा दरवाजा मी उघडाच ठेवला होता कारण त्यामुळे रेशेल आणि रेनाल्डी वर आल्याचे मला ऐकू आले असते. त्यांना यायला उशीरच झाला. मध्यरात्र झाली तरीही ते खालीच होते. मी उठलो आणि जिन्याच्या मधल्या जागेत ऐकत उभा राहिलो. दिवाणखान्याचा दरवाजा किंचित उघडा होता आणि मला त्यांची कुजबुज

ऐकू येत होती. माझे वजन त्या जिन्याच्या कठड्यावर पेलून धरत मी अनवाणी पायांनी जिन्याच्या अर्ध्या पायऱ्या उतरून गेलो. मला लहानपणाची आठवण झाली. जेव्हा ॲम्ब्रोस खाली असायचा आणि जेवायला लोक आलेले असायचे तेव्हा मी असे लहान मुलगा असताना केलेले होते. आताही अपराधीपणाची तीच भावना माझ्या मनात होती. बोलणी चालूच होती, परंतु रेशेल आणि रेनाल्डीचे बोलणे ऐकण्यात अर्थ नव्हता, कारण ते दोघे इटालियनमध्ये बोलत होती. अधूनमधून माझ्या नावाचा- फिलीपचा, उल्लेख मी ऐकला आणि बरेच वेळा माझा धर्मपिता केंडॉलच्या नावाचा. ते माझ्याबद्दल किंवा त्यांच्याबद्दल बोलत होते किंवा आम्हा दोघांबद्दल. रेशेलच्या बोलण्यात एक निकड होती आणि ती विचित्र वाटत होती आणि तो रेनाल्डी तिला प्रश्न विचारल्यागत बोलत होता. माझ्या धर्मपित्यांनी त्यांच्या त्या फ्लॉरेन्समधील भटक्या मित्रांबाबत तर सांगितले नसेल ना अशी मला अचानक भीती वाटू लागली आणि जर आता रेनाल्डी ह्या विषयावर बोलला तर! माझे हॅरोला घेतलेले शिक्षण फुकट होते आणि लॅटीन आणि ग्रीकचा अभ्यासही. इथं माझ्या स्वतःच्या घरामध्ये दोन व्यक्ती इटालियनमध्ये बोलत होत्या, कदाचित अशा काही विषयांवर जे माझ्या बाबतीत अत्यंत महत्त्वाचे असतील आणि माझ्या नावाच्या उल्लेखाशिवाय मला त्यातील काही कळत नव्हते.

अचानक सारे शांत झाले. त्यांच्यापैकी कोणीच बोलत नव्हते. मला हालचालही ऐकू आली नाही. जर का तो आता तिच्याजवळ गेला असला आणि त्याने तिच्याभोवती हात टाकले असले आणि तिने जसे ख्रिसमसपूर्व संध्याकाळी माझे चुंबन घेतले तसे ती त्याचे आता चुंबन घेत असली तर...? माझ्या मनात त्याच्याविषयी द्वेषाची एवढी लाट उसळली, की मी सर्व दक्षता बाजूला सारून आणि जिन्याने खाली जाऊन दरवाजा सताड उघडण्यासाठी धावलोही. मग मला तिचा आवाज पुन्हा एकदा ऐकू आला आणि तिच्या गाऊनची सळसळ दरवाजाजवळ ऐकू आली. मला तिच्या पेटत्या मेणबत्तीची ज्योत दिसली. ते दीर्घ काळ चाललेले गप्पाष्टक अखेर संपले होते. ते झोपायला येत होते आणि पूर्वीच्या काळच्या त्या लहान मुलासारखा मी हळूच माझ्या खोलीत शिरलो.

रेशेल बोळातून आपल्या खोल्यांकडे जाताना मी ऐकली आणि तो दुसऱ्या बाजूला त्याच्या खोलीकडे वळताना. ते इतके तास कशावर चर्चा करत होते हे मला कळणे असंभवच होते, परंतु आजची रात्र माझ्या छपराखाली त्याची शेवटची रात्र होती आणि उद्या मी शांत चित्ताने झोपू शकणार होतो. मी दुसऱ्या दिवशी त्याला घाईने घालवण्याच्या बेतात माझा नाश्ताही शांतपणे घेऊ शकलो नव्हतो. त्याने मागवलेल्या भाड्याच्या गाडीच्या चाकांचा आवाज फरसबंदीवर ऐकू आला आणि रेशेल जिने काल रात्री त्याचा निरोप घेतला असणार असे मला वाटत होते,

ती खाली आली ती बागकामाचा ड्रेस करूनच- त्याला निरोप देण्यासाठी.

त्याने तिचा हात धरून त्याचे चुंबन घेतले आणि ह्यावेळी मी यजमान असल्यामुळे मला नम्रपणा दाखवायला हवा म्हणून त्याने माझा निरोप इंग्लिशमध्ये घेतला. ''तर मग तू तुझा बेत काय आहे हे मला पत्रातून कळवशील ना?'' तो तिला म्हणाला. ''लक्षात ठेव जेव्हा तू यायचे ठरवशील मी तुझी लंडनमध्ये वाट पाहीन.''

''मी एक एप्रिलच्या आधी काहीही बेत ठरवणार नाही,'' ती म्हणाली आणि ती त्याच्या खांद्यावरून माझ्याकडे पाहात हसली.

''तो तुझ्या कझिनचा वाढदिवस आहे नाही का?'' त्या गाडीत चढत असताना रेनाल्डी म्हणाला. ''मला आशा वाटते की तो त्याचा आनंद घेईल आणि जास्त मोठे मिष्टान्न खाणार नाही.'' आणि नंतर खिडकीतून बाहेर पाहात त्याने मला शेवटचा टोला हाणलाच. ''ह्या अशा विचित्र दिवशी वाढदिवस असणे विचित्र आहे. तो 'ऑल फूल्स डे' आहे नाही का? परंतु पंचविशीचा असल्यामुळे ह्याची आठवण करून द्यायला तू स्वत:ला फार मोठा समजत असशील.''

मग तो निघून गेला. बागेच्या दरवाजातून ती गाडी निघून गेली. मी रेशेलकडे पाहिले.

''कदाचित,'' ती म्हणाली, ''मी त्या सोहळ्याच्या दिवशी इथं परत येण्यासाठी त्याला बोलवायला हवे होते का?'' मग अचानक हसत, जे हास्य माझ्या हृदयाला स्पर्श करायचे, तिने आपल्या गाऊनवर लावलेले प्रिमरोझचे फुल काढले आणि माझ्या बटणाच्या खाचेत ते अडकवले. ''गेले सात दिवस तू फारच छान वागलास,'' ती पुटपुटली, ''आणि मी माझ्या कर्तव्यांकडे दुर्लक्ष केले. आपण आता दोघेच आहोत म्हणून तुला आनंद झाला का?''

आणि मग माझ्या उत्तरांची वाट न बघता ती टॅम्लीनच्या पाठोपाठ बागेकडे वळली.

२१

मार्चचे उरलेले आठवडे पटकन गेले.

प्रत्येक येणाऱ्या दिवशी मला भविष्याबद्दल फारच विश्वास वाटू लागला आणि मन अगदी हलके झाले. रेशेल बहुधा माझी मनःस्थिती जाणत असावी कारण ती त्यात सहभागी होती.

"मी कधीही," ती म्हणाली, "एखाद्याला आपल्या जन्मदिवसाबद्दल असे मूर्खासारखे वागताना पाहिलेले नाही. ज्याला जागे होताच जगाची जादू जाणवते अशा एखाद्या लहान मुलासारखा तू आहेस. बिचारे मि. केंडॉल आणि त्यांच्या आधिपत्याखालून सुटणार म्हणून तुला एवढे वाटते का? माझी खात्री आहे की ह्याहून दयाळू पालक तुला भेटला नसता. त्या दिवशी तू काय करायचे ठरवले आहेस?"

"काहीही योजना नाही," मी म्हणालो, "फक्त काल तू काय म्हणालीस ते लक्षात ठेवायचे, ज्याचा वाढदिवस असेल त्याची प्रत्येक इच्छा पुरी करायची."

"ते फक्त वयाच्या दहाव्या वर्षापर्यंत करतात," ती म्हणाली, "नंतर नाही."

"हे काही बरोबर नाही हं," मी म्हणालो, "त्यावेळी तू काही वयाची अट घातली नव्हतीस."

"जर का आपण समुद्राजवळ सहल करायची असेल किंवा बोटीने जायचे असेल," ती मला म्हणाली, "तर मी तुझ्याबरोबर येणार नाही. किनाऱ्यावर बसायला तशी ही वर्षाच्या सुरुवातीची वेळ आहे आणि बोटीत चढायचे म्हटले तर घोडा चालवण्यापेक्षा मला त्याची फार कमी माहिती आहे तर मग त्याऐवजी तू ल्युसीला घेऊन जा."

"मी ल्युसीला नेणार नाही," मी म्हणालो, "आणि तुला शोभणार नाही अशा कोणत्याही ठिकाणी आपण जाणार नाही." खरं सांगायचे तर मी त्या दिवसाच्या प्रसंगाविषयी काही विचारच केला नव्हता. मी एवढाच बेत केला होता की ते

दस्तऐवज तिच्या नाश्त्याच्या ट्रे वर असायला हवेत आणि इतर गोष्टी जशा घडतील तशा घडू देत. जेव्हा एकतीस मार्चचा दिवस आला, तेव्हा मला दुसरे काहीतरी करण्याची इच्छा आहे हे जाणवले. मला ते बँकेतील जडजवाहीर आठवले आणि मग मनात आले की ह्याआधीच मी ते गोळा न करण्याचा मूर्खपणा केला होता. त्या दिवशी मला दोघांना तोंड द्यायचे होते, एक मि. कौच आणि दुसरे माझ्या धर्मपित्याला!

मि. कौचना प्रथम तोंड द्यायचे मी ठरवले. ती पैकेजीस जिप्सीवरून न्यायला अवाढव्य होती आणि माझी गाडी न्यायची तयारी नव्हती, कारण रेशेलला हे कळण्याची शक्यता होती आणि तिने कदाचित माझ्याबरोबर काही कामानिमित्त यायची इच्छा व्यक्त केली असती. त्यामुळे कुठेही जायला मी गाडी वापरणे हे स्वाभाविक नव्हते, म्हणून काहीतरी फालतू कारण काढून मी शहरात चालत गेलो आणि मोतद्दाराला छकड्यातून मला परत आणायला सांगितले, परंतु दुर्दैव म्हणजे सर्व शेजारी पाजारी त्या दिवशी सकाळी खरेदीवर घसरले होते आणि आपल्या शेजाऱ्याला बंदरात चुकवायचे असले तर एखाद्या दरवाजात लपायचे किंवा बंदरात तरी पडायला हवे होते. मी पॅस्को आणि तिच्या मुलींच्या घोळक्यासमोर आमनेसामने येऊ नये ह्यासाठी कोपऱ्यावरून लपतछपत चाललो होतो. माझ्या लपाछपी आणि चोरट्या हालचालींमुळेच सर्वांचे लक्ष माझ्याकडे गेले असावे आणि जिकडेतिकडे ही बातमी पसरली की मि. ॲश्ले हे चमत्कारिक वागतायत. ते मासळी बाजाराच्या एका दरवाजातून आत शिरून दुसऱ्या दरवाजातून बाहेर पडतायत आणि रोझ आणि क्राउनमध्ये सकाळी अकरा वाजायच्या आधीच डुलत चालले आहेत, तेवढ्यात शेजारच्या गावातील पाद्र्याची बायको त्या रस्त्यावरून खाली आली. आता संशयच नव्हता की मि. ॲश्ले प्यायल्याची बातमी परदेशातही पसरेल.

मी सरतेशेवटी सुरक्षित जागी म्हणजे बँकेच्या चार भिंतीआड आलो. मि. कौचने जसे पूर्वी माझे कौतुकाने स्वागत केले होते तसेच आता केले.

"ह्यावेळी," मी त्याला म्हणालो, "मी सर्वच न्यायला आलोय."

ते माझ्याकडे दुखावलेल्या, आश्चर्यचकित नजरेने बघू लागले.

"मि. ॲश्ले तुम्ही तुमच्या बँकेचे खाते दुसरीकडे तर नेण्याचा विचार करत नाही ना?"

"नाही," मी म्हणालो, "मी घराण्याच्या जडजवाहिराबद्दल बोलतोय. उद्या मी पंचविशीचा होईन आणि ती कायदेशीररित्या माझी मालमत्ता होईल. जेव्हा मी माझ्या वाढदिवसाच्या दिवशी सकाळी जागा होईन तेव्हा ती माझ्या ताब्यात पाहिजे."

त्याला मी वेडगळ असावा असे वाटले होते किंवा चमत्कारिक तरी.

"म्हणजे तुमचे म्हणणे असे आहे," तो म्हणाला, "तुमची ही लहर एका दिवसापुरतीच आहे का? तुम्ही असेच काहीसे ख्रिसमसपूर्व संध्याकाळी केले होते, नाही का? मि. केंडॉल तुमचे पालक ह्यांनी ती चिंचपेटी ताबडतोब परत आणली."

"ही लहर नाही मि, कौच," मी म्हणालो, "मला ते जडजवाहीर घरी हवेत, माझ्या ताब्यात. ह्यापेक्षा जास्त स्पष्टपणे तुम्हाला कसे सांगावे ते मला कळत नाही."

"मला समजते," तो म्हणाला, "मला विश्वास आहे की तुमच्या घरात तिजोरी आहे किंवा अशी सुरक्षित जागा- जिथं ते तुम्ही ठेवू शकाल."

"मि. कौच," मी म्हणालो, "ती माझी वैयक्तिक बाब आहे. तुम्ही ते जडजवाहीर ताबडतोब कस्टडीतून आणलेत तर बरे होईल. ह्यावेळी निव्वळ चिंचपेटी नव्हे तर सर्व जडजवाहीर"

जणू काही मी त्यांच्या मिळकतीचीच चोरी करत होतो.

"बरं," ते नाइलाजाने म्हणाले, "ते खाली तळघरातून आणायला आणि त्यांना व्यवस्थित बांधायला थोडा जास्त वेळ लागेल. तुम्हाला जर शहरात काही दुसरे काम असले..."

"मला काहीच काम नाही," मी त्यांना मध्येच अडवत म्हणालो. "मी इथं थांबतो आणि ते सर्व माझ्याबरोबर घेऊन जातो." आता वेळ घालवण्यात अर्थ नाही हे त्यांना दिसले, मग त्यांनी ती पॅकेजेस आणायला त्यांच्या कारकुनाला कळवले, त्यासाठी मी थैली आणली होती. आज ती नशिबाने सर्व जडजवाहीर सामावून घ्यायला पुरेशी होती. खरं सांगायचे तर ती एक विणलेली टोपली होती. घरी कोबी नेण्यासाठी आम्ही ती वापरायचो. त्या मौल्यवान पेट्या एकामागोमाग एक करत त्या टोपलीत ठेवताना मि. कौच जरा कचरलेच.

"ह्यापेक्षा हे फार बरे झाले असते मि. ॲश्ले," ते म्हणाले, "की ही सर्व पॅकेजेस मी व्यवस्थित योग्य तऱ्हेने घरी पाठवली असती तर. आमच्याकडे बँकेच्या मालकीची एक बंद घोडागाडी आहे. ती ह्या कामासाठी योग्य ठरली असती."

हो, माझ्या मनात आले आणि मग किती जिभा वळवळल्या असत्या! बँकेची बंद गाडी, मि. ॲश्लेंच्या घरी जातेय आणि त्यात उंच टोपी घातलेला मॅनेजर आहे. त्यापेक्षा छकड्यात भाजीची टोपली बरी.

"ते ठीक आहे मि. कौच," मी म्हणालो, "मी सर्व ठीक करीन."

मी विजयाच्या जोषात बँकेतून खांद्यावर ती टोपली ठेवून धडपडत निघालो आणि मिसेस पॅस्को आणि तिच्या दोन्ही बाजूंना एक-एक मुलगी ह्यांच्यासमोर थडकलो.

"अरे देवा! मि. ॲश्ले," ती म्हणाली, "तुम्ही अगदी सामानाने वाकले आहात."

ती टोपली एका हाताने धरत मी माझी हॅट ऐटीत हलवली.

“माझे वाईट दिवस आलेयत असे तुम्हाला दिसतंय,” मी तिला म्हणालो, “मी इतका तळाला पोहोचलोय की मला मि. कौचना आणि त्यांच्या कारकुनांना कोबी विकणे भाग आहे. घराच्या छप्पर दुरुस्तीने माझे कंबरडेच मोडलेय आणि मला असे फिरून माझे उत्पन्न विकायला लागतंय.”

ती माझ्याकडे तोंड उघडे ठेवून पाहू लागली आणि त्या दोन मुलींनी डोळे मोठे केले. “दुर्दैवाने,” मी म्हणालो, “माझी ही खांद्यावरची भरलेली टोपली ही दुसऱ्या गिऱ्हाइकासाठी आहे, नाहीतर काही गाजरे मला तुम्हाला विकायला आनंद झाला असता, परंतु ह्यापुढे तुम्हाला पाद्र्यांच्या घरात भाज्यांची कमतरता भासली तर माझी आठवण करा.”

मी आमचा छकडा कुठे आहे ते पाहायला गेलो आणि मग मी ती हातातील टोपली आत ठेवली. वर चढलो आणि कासरा पकडला आणि मोतद्दार उडी मारून माझ्या बाजूला बसला. मिसेस पॅस्को माझ्याकडे टक लावून पाहात कोपऱ्यात उभी असलेली दिसली. तिच्या चेहऱ्यावर गोंधळलेले भाव होते. आता जिकडेतिकडे ही बातमी पसरेल की फिलीप ॲश्ले हा नुसता तऱ्हेवाईक दारुडा आणि वेडा नाही तर तो आता भिकारीही झालाय.

आम्ही फोर टर्निंग्जवरून त्या वृक्षाच्छादित मार्गाने घरी परतलो. तो मुलगा छकडा जागेवर ठेवायला गेला असताना मी मागच्या बाजूने घरात शिरलो- नोकर जेवत होते- आणि त्यांच्या जिन्याने वर जाताना मी हळूच पुढच्या बाजूला माझ्या खोलीकडे गेलो. मी ती भाजीची टोपली माझ्या कपाटात ठेवून कुलूप लावले आणि खाली जेवणासाठी गेलो.

रेनाल्डीने डोळे बंद केले असते आणि तो हादरला असता. मी एका तऱ्हेच्या मिष्टान्नावर ताव मारला आणि त्या सर्वांवर मी एक मोठा ग्लास भरून दारू ढोसली.

रेशेलने माझी वाट पाहिली होती- आणि तिने त्या अर्थाची चिठ्ठी ठेवली होती- तिला वाटले होते की मी परत येणार नाही आणि ती वर आपल्या खोलीत गेली होती. ह्या एका वेळी तिच्या गैरहजेरीचे मला काही वाटले नाही. मला झालेला आनंद आणि त्यात असलेली अपराधाची छटा माझ्या चेहऱ्यावर स्पष्ट दिसली असती.

माझे जेवण संपतंय न संपतंय तो मी पुन्हा बाहेर पडलो ते घोड्यावर बसून, ह्यावेळी पेलियनला. माझ्या खिशात टेव्हीन वकिलाने वचन दिल्याप्रमाणे एका खास माणसाबरोबर पाठवलेला दस्तऐवज होता. तो माझ्याजवळ सुरक्षित होता. ते मृत्युपत्रही माझ्याजवळ होते. ही मुलाखत सकाळच्या मुलाखतीसारखी आनंदमयी नव्हती, तरीही मला भीती वाटत नव्हती.

माझे धर्मपिता घरी होते आणि ते त्यांच्या अभ्यासिकेत होते.

"काय फिलीप," ते म्हणाले, "मी जरी थोडे काही तास आधी करत असलो तरी हरकत नाही. माझ्या तुला सुखी वाढदिवसाच्या शुभेच्छा."

"थँक्स," मी म्हणालो, "आणि बदल्यात तुम्ही जे प्रेम मला आणि ॲम्ब्रोसला दिलेत त्याबद्दल तुमचे आभार मानतो. तुमचा इतक्या वर्षांच्या पालकत्वाबद्दलही आभार."

"ते उद्या संपतंय," ते हसत म्हणाले.

"हो," मी म्हणालो, "किंवा तसे पाहिले तर आज मध्यरात्री आणि त्या अशावेळी मला तुम्हाला झोपेतून जागे करायचे नाही, कारण मी ज्या कागदांवर सही करणार आहे त्यावर साक्षीदार म्हणून मला तुमची सही हवीये. कारण ते त्यावेळी, त्या घडीला अमलात येईल."

"हं," ते चष्मा घेत म्हणाले, "एक दस्तऐवज, कोणता दस्तऐवज?"

मी ते मृत्युपत्र माझ्या खिशातून काढले.

"प्रथम," मी म्हणालो, "तुम्ही हे वाचावे असे मला वाटते. हे मला काही खुशीने दिले गेले नव्हते, परंतु बऱ्याच वादविवादानंतर आणि चर्चेनंतर दिले गेले. असा काही कागद अस्तित्वात असावा असे मला बरेच दिवस वाटत होते आणि तो हा आहे."

मी तो त्यांना दिला. त्यांनी आपल्या नाकावर चश्मा ठेवला आणि तो वाचला. "ह्यावर तारीख आहे फिलीप," ते म्हणाले, "पण सही नाही."

"अगदी बरोबर," मी उत्तर दिले, "पण हे ॲम्ब्रोसच्या हस्ताक्षरात आहे, हो ना?"

"अर्थात होय," ते म्हणाले, "ह्यात संशयच नाही. फक्त मला हे समजत नाही की त्यावर साक्षीदारांच्या सह्या घेऊन त्याने हे माझ्याकडे का पाठवले नाही? ज्याप्रमाणे एखादे मृत्युपत्र असेल असे त्याच्या लग्न झाल्या दिवसाच्या पहिल्या दिवसापासून मी अपेक्षा करत होतो आणि तसे तुला म्हटलेही होते."

"त्यावर सही केली गेली असती," मी म्हणालो, "परंतु तो आजारी झाला आणि खरी गोष्ट म्हणजे तो कोणत्याही महिन्यात घरी परतण्याची अपेक्षा करत होता. त्याने मग ते जातीने तुम्हाला दिले असते हे मला माहीत आहे."

त्यांनी ते आपल्या समोरच्या मेजावर ठेवले.

"ठीक आहे ते असे आहे." ते म्हणाले. "ह्या अशा तऱ्हेच्या घटना इतर घराण्यांतही घडल्या आहेत. त्याच्या विधवा पत्नीचे हे दुर्दैव, पण आपण केलंय त्याच्यापेक्षा तिच्यासाठी जास्त काही करू शकणार नाही. सही नसलेल्या मृत्युपत्राला काही किंमत नाही."

"मला माहीत आहे," मी म्हणालो, "आणि तिचीही दुसरी काही अपेक्षा नाही. आता मी तुम्हाला सांगितले त्याप्रमाणे मी तिची खूप मनधरणी करून हा कागद मी तिच्याकडून मिळवला. तो मला तिला परत द्यायचाय पण त्याची ही प्रत आहे."

मी ते मृत्युपत्र खिशात ठेवले आणि त्याची मी केलेली प्रत त्यांना दिली.

"मग काय?" ते म्हणाले, "ह्याहून दुसरे काही उजेडात आलंय का?"

"नाही," मी म्हणालो, "परंतु माझी सदसद्विवेकबुद्धी मला सांगतेय, की जे माझे हक्काने नाही त्याचा मी उपभोग घेतोय. ॲम्ब्रोसचा त्या मृत्युपत्रावर सही करण्याचा बेत होता, पण मृत्यू किंवा आजारामुळे ते त्याला शक्य झाले नाही. मी जो नवीन दस्तऐवज तयार केलाय तो तुम्ही वाचावा असे मला वाटते."

आणि मी त्यांना बोडीमिनच्या टेव्हीनने तयार केलेला तो कागद दिला.

त्यांनी तो सावकाश, काळजीपूर्वक वाचला. ते वाचताना त्यांचा चेहरा गंभीर झाला होता. बऱ्याच वेळानंतर त्यांनी त्यांचा चष्मा दूर केला आणि माझ्याकडे पाहिले.

"तुझी कझिन रेशेल," ते म्हणाले, "तिला ह्या कागदपत्रांबद्दल माहिती आहे का?"

"तिला ह्याबद्दल काहीच माहीत नाही," मी उत्तर दिले, "एका शब्दाने किंवा जाणिवेने मी इथं काय लिहिलंय आणि माझा काय बेत आहे त्याबद्दलचा विचार तिने केलेला नाही. माझ्या हेतूबद्दल ती अगदी अज्ञानात आहे. मी इथं आहे ह्याचीही तिला कल्पना नाही किंवा हे मृत्युपत्र तुम्हाला दाखवलंय ह्याचीही. तिचा लंडनला जाण्याचा बेत आहे हे काही आठवड्यांपूर्वी तुम्ही ऐकलेच आहे."

ते मेजाशी बसले होते. त्यांची नजर माझ्यावर होती.

"हे करायचे हे तू अगदी पक्कं ठरवलंयस का?" त्यांनी मला विचारले.

"अगदी," मी म्हणालो.

"तू हे जाणतोस ना की ह्याचा दुरुपयोग होऊ शकेल? ह्यात तशी बचावाची कलमे थोडी आहेत आणि जी सर्व मालमत्ता कालांतराने तुझी किंवा तुझ्या वारसांची होईल ती विखुरली जाईल?"

"हो," मी म्हणालो, "आणि हा धोका पत्करायला मी तयार आहे."

त्यांनी मान हलवली आणि उसासा सोडला. ते खुर्चीवरून उठले. त्यांनी खिडकीतून बाहेर पाहिले आणि पुन्हा ते खुर्चीकडे परतले.

"तिचा सल्लागार सिन्यॉर रेनाल्डीला ह्या दस्तऐवजाची कल्पना आहे?" त्यांनी विचारले.

"नक्कीच नसणार," मी म्हणालो.

"मला असे वाटते की ह्याबद्दल फिलीप तू मला सांगायला हवे होतेस," ते

म्हणाले, ''मी त्याबद्दल त्याच्याजवळ चर्चा केली असती. तो तसा शहाणा माणूस वाटतो. त्या संध्याकाळी मी त्याच्याशी बोललो. मी त्याच्याजवळ जास्त पैसे काढल्यामुळे मला वाटणाऱ्या चिंतेबद्दलही बोललो. त्याने कबूल केले की उधळपट्टी हा तिचा दोष होता आणि तो नेहमीच होता, त्यामुळे नुसते ॲम्ब्रोसबरोबर तंटे झाले असे नाही तर तिचा पहिला नवरा संगलेट्टीशीही तिचे वाजले होते. त्याने मला हे सांगितले की त्या सिन्यॉर रेनाल्डीलाच फक्त तिच्याशी कसे वागायचे ते माहीत होते.''

''त्याने तुम्हाला काय सांगितले त्याची मला पर्वा नाही,'' मी म्हणालो, ''मला तो माणूस आवडत नाही आणि मला वाटते की त्याचा हेतू साधण्यासाठी तो ह्या मुद्याचा उपयोग करतो आहे. तो तिला फ्लॉरेन्सला परत घेऊन जाण्यासाठी प्रलोभन दाखवतोय.''

माझ्या धर्मपित्याने क्षणभर पुन्हा एकदा माझ्याकडे पाहिले.

''फिलीप,'' ते म्हणाले, ''मी तुला हा वैयक्तिक प्रश्न विचारतोय म्हणून मला क्षमा कर. मला माहीत आहे. मी तुला जन्मापासून ओळखतो. तुझ्या कझिन रेशेलमुळे तुला पार भुरळ पडलेय, खरं ना?''

माझे गाल गरम झाले होते, तरीही मी त्यांच्याकडे पाहात होतो.

''तुम्ही काय म्हणताय ते मला समजत नाही,'' मी म्हणालो, ''भुरळ हा अगदी वाईट आणि निरुपयोगी शब्द आहे. मला माझ्या कझिन रेशेलबद्दल मला माहीत असलेल्या इतर कोणापेक्षाही आदर आणि मान वाटतो.''

''मी हे तुला आधीच सांगणार होतो,'' ते म्हणाले. ''ह्या घरात तिने इतके दिवस पाहुणचार घेतल्याबद्दल बराच लोकापवाद आहे. मी तर ह्याहून पुढे जाऊन म्हणेन की हा सर्व प्रदेश दुसऱ्या कशाबद्दलही कुजबुजत नाही.''

''चालू दे त्यांचे,'' मी म्हणालो. ''उद्यापासून त्यांच्याकडे कुजबुजायला दुसरा विषय असेल. मालमत्तेचे आणि पैशाचे केलेले हस्तांतर ही काही लपवून ठेवण्यासारखी गोष्ट नाही.''

''जर तुझ्या कझिन रेशेलकडे काही शहाणपणा असेल आणि जर तिला स्वत:चा मान राखायचा असेल,'' ते म्हणाले, ''तर तिने एक तर लंडनला जावे नाहीतर तू दुसरीकडे कुठेतरी राहायला जावे. सद्य परिस्थिती तुम्हा दोघांनाही अयोग्य आहे.''

मी गप्प राहिलो. फक्त एकच गोष्ट महत्त्वाची होती की त्यांनी कागदावर सही करावी.

''अर्थात,'' ते म्हणाले, ''सरतेशेवटी ह्या कोड्यातून सुटण्याचा एकच मार्ग आहे आणि ह्या दस्तऐवजाप्रमाणे ह्या मालमत्तेचा मालकी हक्क बदलण्याचा आणि

ते म्हणजे तिने पुन्हा लग्न करावे.''

"मला ह्याची शक्यता नाही, असे वाटते.'' मी म्हणालो.

"मला वाटते तुझा स्वत:चा तर तिला विचारण्याचा विचार नाही ना?''

पुन्हा एकदा माझा चेहरा लाल झाला.

"माझी हे करण्याची हिंमतच नाही,'' मी म्हणालो, "ती माझा स्वीकार करणार नाही.''

"मला हे सर्व काही पसंत नाही फिलीप,'' ते म्हणाले, "आता मला वाटते की ती इंग्लंडला आलीच नसती तर बरे झाले असते. आता पश्चात्ताप करायला उशीर झालाय. ठीक आहे, सही कर आणि तुझ्या कृतीचे परिणाम तू भोग.''

मी पेन घेतले आणि त्या कागदावर सही केली. ते निस्तब्ध, गंभीरपणे माझा चेहरा पाहात होते.

"अशा काही स्त्रिया आहेत, फिलीप,'' ते म्हणाले, "बहुतेक त्या चांगल्या असतीलही, ज्या त्यांचा दोष नसतानाही संकटे आणतात. त्यांचा कशालाही स्पर्श झाला की त्याचा शेवट दु:खद होतो. मी हे तुला का सांगतोय हे मला माहीत नाही परंतु मला वाटते की मी हे तुला सांगणे जरुरीचे आहे.'' आणि मग त्यांनी माझ्या सहीचा साक्षीदार म्हणून त्या कागदावर सही केली.

"मला वाटते,'' ते म्हणाले, "की ल्युसीला भेटण्याची तू वाट बघणार नाहीस?''

"मला नाही वाटत,'' मी उत्तर दिले आणि मग जरा सौम्यपणे म्हणालो, "जर उद्या तुम्हा दोघांना वेळ असेल तर माझ्या वाढदिवसाच्या दिवशी जेवायला आणि माझे शुभचिंतन करायला तुम्ही का येत नाही?''

ते थांबले. "आम्हाला वेळ आहे की नाही ह्याची मला खात्री नाही,'' ते म्हणाले. "काही करून मी दुपारपर्यंत तुला निरोप पाठवतो.'' मला हे स्पष्ट दिसत होते की त्यांना येण्याची आणि आम्हाला भेटण्याची त्यांची जराही इच्छा नव्हती आणि माझे आमंत्रण नाकारणे त्यांना जरा विचित्र वाटत होते. हस्तांतराची ही गोष्ट त्यांनी मला वाटले होते त्यापेक्षा त्यांनी गंभीरपणे घेतली होती. तिथं काही हिंसक कान उघाडणी झाली नव्हती किंवा न संपणारे भाष्यही झाले नव्हते. ते मला कदाचित चांगले ओळखत असल्यामुळे ह्या अशा प्रकारच्या गोष्टीने माझ्यावर काहीही परिणाम होणार नाही ह्याची त्यांना चांगली कल्पना होती. त्यांच्या वागण्याच्या गंभीर पद्धतीमुळे ते हादरले असल्याचे आणि दु:खी झाल्याचे मला समजले होते. घराण्याच्या जडजवाहिराचा प्रश्न निघाला नव्हता म्हणून मला बरेच वाटले. ते सर्व माझ्या कपाटात भाजीच्या टोपलीत लपवून ठेवलेले आहेत, ही माहिती हा शेवटचा टोला ठरला असता.

मी घरी परतलो. गेल्यावेळी मी टेव्हीन वकिलाला बोडमिनला भेटून आनंदाच्या मनःस्थितीत घरी परतल्यावर मला घरी रेनाल्डी आल्याचे समजले होते, ते मला आठवले परंतु आज असे कोणी पाहुणे असण्याची शक्यता नव्हती. ह्या तीन आठवड्यांत वसंत ऋतू अगदी भरात आला होता आणि मे महिन्यासारखे गरम होत होते. हवेची भाकिते करणाऱ्या अनेक लोकांसारखे माझे शेतकरी माना डोलवत संकटाचे भविष्य निदान करत होते. उशिरा हिम पडेल आणि फुलं आलेल्या कळ्यांवर घाव घालील आणि वाढलेले धान्य सुकणाऱ्या जमिनीखाली गळून पडेल. मला वाटते की त्या मार्चच्या शेवटच्या दिवशी जरी दुष्काळ पडला असता, पूर आले असते, भूकंप झाला असता, तरी मी पर्वा केली नसती.

सूर्य पश्चिमेच्या खाडीकडे मावळत होता त्यामुळे ते आकाश पेटल्यासारखे वाटत होते. पाण्याचा रंग अधिक गडद झाला होता आणि पूर्वेकडच्या टेकडीवर चंद्राचे गोल मुख दिसत होते. माझ्या मनात आले की जेव्हा माणूस कसल्यातरी नशेत असतो तेव्हा माणसाला असेच वाटत असावे की जाणाऱ्या घडीला सर्व सोडून द्यावे. मला आता गोष्टी अस्पष्ट दिसत नव्हत्या तर पिऊन तर्र झालेल्याच्या स्पष्टतेने जाणवत होत्या. ती बाग मी आत शिरल्यावर एखाद्या परीच्या गोष्टीतल्यासारखी वाटत होती, एवढेच नव्हे तर त्या तळ्याजवळच्या हौदाकडे पाण्यासाठी रखडत जाणारी गुरंढोरं ही पण जादूमय वाटत होती, त्यांच्यात एक सौंदर्य जाणवत होते. डोमकावळे वर उंचावर घरे बांधत होते- ते पंख फडफडवीत त्यांची अव्यवस्थित घरे त्या वृक्षाच्छादित मार्गावरील उंच झाडांवर नीट करत होते आणि घरातून आणि तबेल्यावरून धुरांड्यातून गुंडाळत येणारा धूर मला दिसत होता. अंगणात चालणारा बादल्यांचा खडखडाट मला जाणवत होता. माणसाच्या शिट्ट्या, कुत्र्यांच्या पिल्लांचे त्यांच्या घरातून ओरडणे हे सर्व मला जुने होते; फार काळ पाहिलेले, प्रेम केलेले आणि लहानपणापासून माझे असलेले, पण आता त्यात एक वेगळी जादू होती.

मी दुपारी बरेच खाल्ले होते त्यामुळे मला भूक नव्हती, परंतु मला तहान लागली होती आणि मी अंगणातील विहिरीतून थंड पाणी बरेच प्यालो.

मी दरवाजा आणि खिडक्या बंद करणाऱ्या पोरांची चेष्टा केली. त्यांना माहीत होते की उद्या माझा वाढदिवस होता. सीकुंबने त्याचे स्वतःचे चित्र माझ्यासाठी कसे रंगवून घेतलंय ह्या गुप्त गोष्टीबाबत त्यांनी मला हळूच बातमी दिली. मी माझ्या घराण्याच्या पूर्वजांबरोबर चौकडीत ते टांगण्याची कशी शक्यता होती हेही त्यांनी सांगितले होते. मी हे असेच करीन ह्याबद्दल मी त्यांना गंभीरपणे आश्वासन दिले आणि मग ते तिघे बराच वेळ माना हलवत आणि कोपऱ्यात उभे राहून पुटपुटत नंतर नोकरांच्या जागेत नाहीसे झाले आणि मग हातात एक पॅकेज घेऊन ते परत आले. जॉन त्यांचा वक्ता होत मला म्हणाला, "हे आम्हा सर्वांकडून मि. फिलीप

सर. आम्हा कुणालाही ते तुम्हाला दिल्याशिवाय राहवत नाही.''

ती पाइपची पेटी होती. त्यांना त्यासाठी बहुतेक महिन्याचा पगार खर्च करावा लागला होता. मी त्यांच्याशी हस्तांदोलन केले आणि त्यांच्या पाठीवर थाप ठोकली आणि त्यांना शपथेवर सांगितले की पुढच्या वेळी बोडमिन किंवा ट्रुरोलाला गेल्यावर हे असेच काही घेण्याची माझी इच्छा होती आणि ते माझ्याकडे आनंदाने पाहू लागले, त्यामुळे त्यांचा आनंद पाहून मी एखाद्या मूर्खासारखा रडलो असतो. खरं सांगायचे तर ॲम्ब्रोसने दिलेल्या पाइपशिवाय मी दुसरा कोणताच पाईप ओढत नव्हतो. मी सतरा वर्षांचा असताना ॲम्ब्रोसने तो मला दिला होता, परंतु भविष्यकाळात हे मला लक्षात ठेवायला पाहिजे की त्यांनी दिलेले ते सर्व पाईप ओढायचे- नाहीतर बिचारे निराश झाले असते.

मी आंघोळ केली, कपडे बदलले तर रेशेल माझी दिवाणखान्यात वाट पाहात होती.

''मला काहीतरी लबाडीचा वास येतोय,'' ती ताबडतोब म्हणाली. ''तू सबंध दिवस घराबाहेर होतास, तू काय करत होतास?''

''मिसेस ॲश्ले,'' मी तिला म्हणालो, ''हा तुझा प्रश्न नाही.''

''अगदी उजाडल्यापासून तुला कुणी पाहिलेले नाही,'' ती म्हणाली, ''मी दुपारी जेवायला घरी आले पण सोबतीला कुणी नव्हते.''

''तू टॅम्लीनबरोबर जेवण घ्यायचेस,'' मी तिला म्हणालो, ''त्याची बायको छान स्वयंपाक करते आणि तुझ्यासाठी तिने काहीतरी छान केले असते.''

''तू शहरात गेला होतास का?'' तिने विचारले.

''का? होय, मी शहरात गेलो होतो.''

''आणि आपल्या ओळखीचे तुला कोणी भेटले का?''

''हो, नक्की,'' मी हास्याची उकळी फोडत म्हणालो, ''मला मिसेस पॅस्को आणि मुली भेटल्या आणि माझा अवतार पाहून त्यांना धक्काच बसला.''

''असे का?''

''कारण मी माझ्या खांद्यावर टोपली घेतली होती आणि त्यांना मी सांगितले की मी कोबी विकतोय.''

''तू त्यांना हे खरंच सांगत होतास की तू रोज आणि क्राउनमध्ये जाऊन सफरचंदाची दारू ढोसली होतीस?''

''मी त्यांना खरे सांगत नव्हतो आणि मी रोज आणि क्राउनमध्ये जाऊन दारूही ढोसली नव्हती.''

''मग हे सर्व काय होते?''

मी तिला उत्तर दिले नाही. मी माझ्या खुर्चीत बसून हसत होतो.

"मला वाटते," मी म्हणालो, "जेव्हा चंद्र चांगला वर येईल तेव्हा मी रात्रीच्या जेवणानंतर पोहायला जाईन. मला जगाची सर्व ताकद आणि मूर्खपणा आल्यासारखा वाटतोय."

तिने आपल्या हातातील वाईनचा ग्लास भरून माझ्याकडे गंभीर नजरेने पाहिले.

"जर," ती म्हणाली, "तुला जर तुझा वाढदिवस छातीवर पोटीस बांधून, पलंगावर झोपून आणि प्रत्येक तासाला काळ्या मनुकांचा काढा घेऊन आणि सेवा शुश्रूषा- माझ्याकडून नव्हे तर सीकुंबकडून करून घेत साजरा करायचा असेल, तर तू जा पोहायला; मी तुला थांबवणार नाही."

मी माझे हात डोक्यावर लांब केले आणि आनंदाने मोठा निःश्वास सोडला. मी धुम्रपान करण्याची परवानगी मागितली आणि तिने ती दिली.

मी माझी पाइपची पेटी काढली. "बघ," मी म्हणालो, "त्या मुलांनी मला काय दिलंय ते. त्यांना सकाळपर्यंत धीर धरवला नाही."

"तूसुद्धा त्यांच्यासारखाच एक मोठे बाळ आहेस झाले!" ती म्हणाली आणि मग ती कुजबुजत सांगू लागली, "सीकुंबने तुझ्यासाठी काय भेटवस्तू आणलीये ह्याची तुला कल्पना नाही."

"पण मला माहीत आहे," मी हळूच सांगितले, "मुलांनी मला तेच सांगितले. मी खूप खूश झालोय, तू ते पाहिलेस का?"

तिने मान डोलवली. "ते फारच छान आहे," ती म्हणाली, "त्याचा उत्तमातील उत्तम कोट- तो हिरवा रे, त्याचा खालचा ओठ आणि सर्व काही ते त्याच्या बाथमधील जावयाने रंगवले आहे."

आमचे जेवण झाल्यावर आम्ही लायब्ररीत गेलो, परंतु मी तिला मला सर्व जगाचे बळ आलंय असे सांगितले हे खोटे नव्हते. मी अशा काही आनंदात होतो, की मला खुर्चीत आरामात बसवत नव्हते. मी रात्र कधी संपेल आणि दिवस उगवेल याची वाट पाहात होतो.

"फिलीप," ती सरतेशेवटी म्हणाली, "माझ्यावर मेहरबानी कर आणि जा आणि फिरून ये. दीपस्तंभापर्यंत पळत जा आणि ये, निदान त्यामुळे तरी तू ठीक होशील. एक नक्की की तू वेडा झालायस."

"जर का हा वेडेपणा असेल," मी म्हणालो, "तर मग मला नेहमीच असे राहायला आवडेल. वेडेपणामुळे एवढा आनंद होईल असे मला वाटले नव्हते."

मी तिच्या हाताचे चुंबन घेतले आणि सरळ मैदानात गेलो. ती अगदी शांत, स्वच्छ अशी रात्र चालण्यासाठीच होती. तिने सांगितले होते तसा मी काही धावलो नाही, परंतु तरीही मी दीपस्तंभाची टेकडी चढलो. चंद्र जवळजवळ पुनवेचा होता

आणि तो गाल फुगवून त्या खाडीवर घुटमळत होता आणि त्याच्या तोंडावर माझ्या गुप्त गोष्टीत सहभागी असल्याचे जादूमय रूप होते. दरीत दगडी भिंतीच्या आडोशाला रात्री विसावा घेत असलेले बैल माझ्या येण्याने उभे राहिले आणि विखुरले.

त्या कुरणाच्यावर बार्टनमधील दिवे मला दिसत होते आणि जेव्हा मी दीपस्तंभाच्या टोकाला पोहोचलो तेव्हा, ती खाडी माझ्या दोन्ही बाजूंना पसरलेली दिसली. पश्चिमेकडच्या किनाऱ्यावरच्या छोट्या शहरात दिवे चमचमत होते, त्याचप्रमाणे आमच्या बंदरावरचे दिवे पूर्वेकडच्या बाजूला, परंतु आता ते बार्टनमधील मेणबत्त्यांसारखे अंधूक झाले आणि माझ्या आजूबाजूला फिक्कट चंद्रप्रकाशाशिवाय काही नव्हते. त्याचा एक रुपेरी रस्ता समुद्रावर झाला होता. जर ही रात्र चालण्यासाठी होती तर ती पोहण्यासाठीही होती, आणि पोटीस बांधावे लागेल किंवा एखादे गोड औषध घ्यावे लागेल ह्या धास्तीने मी पोहण्यापासून दूर राहू शकणार नव्हतो. जिथं खडक बाहेर आले होते त्या माझ्या आवडत्या ठिकाणी मी उतरलो आणि स्वत:च्या त्या उदात्त मूर्खपणाला हसत मी पाण्यात उडी मारली. देवा! पाणी बर्फासारखे थंड होते. मी कुत्र्यासारखे अंग झाडले आणि दात वाजत असताना मी त्या खाडीकडे पोहत निघालो आणि अवघ्या चार मिनिटांत खडकांवर कपडे करण्यासाठी परतलो.

वेडेपणा. वेडेपणाहूनही आणखी वाईट...! परंतु तरीही मला पर्वा नव्हती आणि माझ्या अत्यानंदाच्या लहरीने मला अगदी जखडून ठेवले होते.

मी माझ्या शर्टने जेवढे शक्य होते तेवढे स्वत:ला पुसले आणि जंगलातून मी घराकडे चालू लागलो. चंद्रप्रकाशाने तो रस्ता भुताटकीचा वाटत होता आणि विलक्षण आणि भयप्रद सावल्या झाडांमागे डोकावत होत्या. जिथं माझ्या रस्त्याला दोन फाटे फुटले होते- एक सीडर वृक्षांच्यामधून जाणारा आणि दुसरा वरच्या मजगीवरच्या चालण्याच्या जागेकडे जाणारा. त्या तिथं जिथं झाडे अत्यंत दाट वाढलेली होती - मला सळसळ ऐकू आली आणि माझ्या नाकाला त्या हवेत खवट असा कोल्ह्यांचा वास जाणवला, त्यामुळे माझ्या पायाखालची पानेही खराब झाली होती, पण मला काही दिसले नाही. माझ्या दोन्ही बाजूंच्या रस्त्याच्या कडांवर डॅफोडिल्सची वाकलेली झाडे अगदी शांत आणि छान उभी होती आणि जराही वारा नव्हता त्यामुळे ती हलत नव्हती.

मी सरतेशेवटी घराकडे परतलो आणि तिच्या खिडकीकडे पाहिले. ती सताड उघडी होती. तिची मेणबत्ती अजून जळत होती की तिने ती विझवली होती हे मी सांगू शकत नव्हतो. मी घड्याळाकडे पाहिले. मध्यरात्र व्हायला पाच मिनिटे होती. मग माझ्या अचानक लक्षात आले की जर कामावर असलेले मुलगे मला भेटवस्तू देण्याबाबत स्वत:ला रोखू शकले नव्हते, तर रेशेलला तिची भेटवस्तू द्यायला मीही थांबू शकत नव्हतो. मला मिसेस पॅस्को आणि कोबीच्या गड्ड्यांची आठवण झाली

आणि मूर्खपणाच्या लहरीने मला पार घेरले. मी त्या निळ्या बेडरूमच्या खिडकीच्या खाली उभा राहिलो आणि तिला हाका मारल्या. मी तीनदा तिचे नाव उच्चारल्यानंतर मला उत्तर मिळाले. ती उघड्या खिडकीशी आली. तिच्या अंगावर तो पांढरा पाद्रिणीचा पोशाख होता. त्याच्या बाह्या पुऱ्या होत्या आणि कॉलरला लेस होती.

"तुला काय हवंय?" तिने विचारले. "मी जवळजवळ झोपले होते आणि आता तू मला जागे केलेस."

"तू तिथं काही वेळ थांबशील," मी म्हणालो, "फक्त काही क्षण? मला तुला काही द्यायचाय. मी खांद्यावरून नेत असताना मिसेस पॅस्कोने पाहिले ते टोपली."

"मला मिसेस पॅस्कोसारखी उत्सुकता नाही," ती म्हणाली. "सकाळ होण्याची वाट पाहू या."

"ते सकाळपर्यंत थांबणे शक्य नाही," मी म्हणालो, "ते आताच घडले पाहिजे."

मी स्वत: बाजूच्या दरवाजाने आत गेलो, वर माझ्या खोलीत गेलो आणि कोबीची टोपली घेऊन पुन्हा खाली आलो. तिच्या दोन्ही बंदांना मी एक दोर बांधला. माझ्याबरोबर तो दस्तऐवजही होता, तो मी जॅकेटच्या खिशात ठेवला होता. ती खिडकीजवळ अजूनही उभी होती.

"अरे देवा, तू त्या टोपलीतून काय आणलंयस?" ती हळूच म्हणाली. "जर फिलीप ही तुझी काही खास मस्करी असेल तर मी त्यात सहभागी होणार नाही. तू त्यात काही खेकडे दडवून ठेवलेयस की काय, की लॉब्स्टर मासे आहेत?"

"मिसेस पॅस्कोला वाटले की ते कोबीचे गड्डे आहेत," मी म्हणालो. "काही झाले तरी मी तुला खात्रीने सांगतो की ते चावणार नाहीत. आता दोर पकड." आणि मी त्या दोरीची टोके खिडकीवर फेकली.

"दोरी वर ओढ," मी तिला म्हणालो, "दोन्ही हातांनी ओढ. त्या टोपलीला वजन आहे." तिने मी सांगितल्याप्रमाणे ती वर ओढली आणि ती टोपली भिंतीवर आपटत आणि तिथं असलेल्या वेलींना आधारासाठी ठेवलेल्या तारेवर ठेचाळत वर गेली आणि मी खाली उभा राहून ते पाहात होतो. मला आतून हास्याच्या उकळ्या फुटत होत्या.

तिने ती टोपली खिडकीच्या कठड्यावर ओढली आणि मग शांतता पसरली.

क्षणभराने तिने बाहेर पाहिले, "माझा तुझ्यावर विश्वास नाही फिलीप," ती म्हणाली, "ह्या पॅकेजेसचा आकार विचित्र आहे. मला माहीत आहे की ते चावणार आहेत."

उत्तरादाखल मी त्या वेलींसाठी लावलेल्या तारेवर हातावर हात ठेवत चढू लागलो. सरते शेवटी मी तिच्या खिडकीशी पोहोचलो.

"काळजी घे," ती म्हणाली, "तू पडशील आणि तुझी मान मोडेल."

क्षणात मी खोलीत गेलो. एक पाय जमिनीवर आणि दुसरा पाय खिडकीच्या कट्ट्यावर होता.

"तुझे डोके एवढे भिजलेले कसे?" तिने विचारले. "आता काही पाऊस पडत नाहीये."

"मी पोहत होतो," मी उत्तर दिले. "मी तुला तसे करीन असे सांगितले होते. आता पॅकेजेस उघड. का ते मी तुझ्यासाठी करू?"

एक मेणबत्ती खोलीत जळत होती. ती जमिनीवर अनवाणी पावलांनी उभी होती. ती थंडीने थरथरली.

"अरे देवा!" मी म्हणालो, "स्वत:भोवती काहीतरी टाक."

मी पलंगावरची चादर उचलली आणि ती तिच्याभोवती टाकली मग तिला उचलले आणि त्या ब्लँकेटात ठेवले.

"मला वाटते," ती म्हणाली, "की तू ठार वेडा झालायस."

"वेडा नाही," मी म्हणालो, "ह्या घडीला मी पंचविशीचा झालोय, ऐक." मी माझा हात वर धरला. घड्याळाने बाराचे ठोके दिले. मी माझा हात माझ्या खिशात घातला. "हे," मी ते दस्तऐवज त्या मेणबत्तीच्या बाजूला टेबलावर ठेवत म्हणालो, "हे तू सावकाश वाच, परंतु इतर सर्व मला तुला आता द्यायचंय."

मी ती सर्व पॅकेजेस पलंगावर ओतली आणि ती टोपली जमिनीवर टाकली. मी वरचे कागद फाडले. त्यातील खोके इकडेतिकडे टाकले आणि त्यावरची पातळ आवरणे सर्व जागी झाली. त्यातून तो डोक्याचा माणकाचा दागिना आणि अंगठी बाहेर आली. त्यानंतर ते नीलमणी आणि पाचू बाहेर आले. तिथं ती चिंचपेटी आणि ब्रेसलेट होते. ते सर्व दागिने त्या चादरीवर एकत्र पडले होते. "हे," मी म्हणालो, "तुझे आहे आणि हे आणि हे आणि हे..." आणि त्या मूर्खपणाच्या अत्यानंदात ते सर्व दागिने तिच्या अंगावर टाकले. तिच्या हातावर ठेवले, तिच्या दंडावर टाकले आणि तिच्यावर.

"फिलीप," ती ओरडली, "तुला वेड लागलंय. तू हे काय केलेस?"

मी उत्तर दिले नाही. मी ती चिंचपेटी तिच्या मानेभोवती बांधली. "मी पंचविशीचा झालोय," मी म्हणालो, "तू घड्याळाने दिलेले बाराचे ठोके ऐकलेस. आता दुसरे काही महत्त्वाचे नाही. हे सर्व तुझ्यासाठी आहे. जर जग माझे असते तर तेही मी तुला दिले असते."

मी तिच्या डोळ्यात आश्चर्याचा एवढा भाव कधी पाहिला नव्हता. तिने माझ्याकडे आणि खाली पसरलेल्या गळ्यातल्या, हातातल्या दागिन्यांकडे आणि मग परत माझ्याकडे पाहिले आणि नंतर मी बहुधा हसत होतो म्हणून तिने अचानक

आपले हात माझ्याभोवती टाकले आणि तीही हसू लागली. आम्ही दोघांनी एकमेकांना धरले. जणू काही माझ्या मूर्खपणात सहभागी झाल्यागत माझ्या वेडाच्या लहरीची लागण तिला झाली होती आणि त्या वेडेपणाचा बेफाम आनंद आम्हा दोघांना झाला होता.

''हे,'' ती म्हणाली, ''इतके आठवडे तू आखत होतास का?''

''हो,'' मी म्हणालो, ''ते मी तुला नाश्त्याच्यावेळी देणार होतो, परंतु त्या मुलांप्रमाणे आणि त्या पाइपच्या पेटीप्रमाणे मी स्वतःला थांबवू शकलो नाही.''

''आणि तुला देण्यासाठी माझ्याकडे काही नाही,'' ती म्हणाली, ''फक्त तुझ्या गळपट्टयासाठी सोन्याची पिन. तुझा वाढदिवस आणि तू मला शरमिंदे केलेस. तुला दुसरे काही नको का? मला सांग आणि मी ते तुला देईन, तू जे मागशील ते.''

मी तिच्याकडे खाली पाहिले. तिच्या आजूबाजूला माणके आणि पाचू पसरलेले होते आणि ती चिंचपेटी तिच्या गळ्याभोवती होती आणि अचानक मी गंभीर झालो आणि ती चिंचपेटी कशासाठी आहे ते मला आठवले.

''एक गोष्ट हवीय,'' मी म्हणालो, ''परंतु मी ते विचारून काही उपयोग नाही.''

''का नाही?'' तिने विचारले.

''कारण,'' मी उत्तर दिले, ''तू माझे कान उपटशील आणि मला सरळ झोपायला पाठवशील.''

तिने माझ्याकडे पाहिले आणि हाताने माझ्या गालांना स्पर्श केला.

''मला सांग,'' ती म्हणाली. तिचा आवाज आता अगदी कोमल होता.

मला कल्पना नव्हती की पुरुष एका स्त्रीला लग्नाबद्दल कसे विचारतो ते. साधारणतः आई-वडिलांचा होकार घ्यायचा असतो आणि जर आई-वडील नसतील तर प्रियाराधन चालते. आधीच्या संभाषणातील काही देणे-घेणे चालते. ह्यातले काहीही आम्हा दोघांच्या बाबतीत लागू नव्हते आणि आता मध्यरात्र होती आणि प्रेम आणि लग्न ह्याबाबतचे बोलणे आमच्या दोघांत कधीही झालेले नव्हते. मी अगदी सरळ सरळ उघडपणे सांगू शकलो असतो, ''रेशेल माझे तुझ्यावर प्रेम आहे. तू माझी पत्नी होशील का?'' मला बागेतील ती सकाळ आठवली जेव्हा आम्ही माझ्या ह्या सर्व प्रकारच्या नावडीबद्दल चेष्टा केली होती आणि मी मला आराम द्यायला माझ्या घरापेक्षा काही नको असे म्हटले होते. तिला ते समजले असेल का आणि आठवत असेल का ह्याचा मी विचार करत होतो.

''मी तुला एकदा सांगितले होते,'' मी म्हणालो, ''मला जे काही प्रेम, आराम, सुख हवंय ते चार भिंतींत आहे. ते तू विसरलीस?''

''नाही,'' ती म्हणाली, ''मी विसरलेली नाही.''

''ते मी चुकीने बोललो होतो,'' मी म्हणालो, ''मला कशाची उणीव आहे ते आता कळलंय.''

तिने माझ्या डोक्याला, माझ्या कानाच्या पाळीला आणि माझ्या हनुवटीच्या टोकाला स्पर्श केला.

''होय?'' तिने विचारले, ''तुझी इतकी खात्री आहे?''

''मला पृथ्वीवरील दुसऱ्या कशापेक्षाही ह्याची खात्री जास्त आहे.'' मी म्हणालो.

तिने माझ्याकडे पाहिले. मेणबत्तीच्या प्रकाशात तिचे डोळे अधिक गडद वाटत होते.

''तू त्या सकाळी स्वत:बद्दल अगदी खात्री बाळगून होतास,'' ती म्हणाली, ''आणि दुराग्रहही, घराची ऊब...''

तिने मेणबत्ती विझवण्यासाठी हात पुढे केला आणि ती अजूनही हसत होती.

जेव्हा मी सकाळी सूर्योदयाच्या वेळी, नोकर उठण्याआधी आणि ते खाली येऊन खिडक्या उघडून दिवस आत घेण्याआधी गवतावर उभा होतो, तेव्हा इतक्या सरळपणे लग्नासंबंधी माझ्याआधी कोणत्या माणसाचा स्वीकार झाला असेल का ह्याचे मी मनाशी आश्चर्य करत होतो. असे झाले तर कित्येकांना प्रियाराधनाच्या कंटाळवाण्या भागातून जावे लागणार नाही. प्रेम आणि त्याच्याभोवती गुंडाळली गेलेली अस्तरे ह्यांची ह्या वेळेपर्यंत मी पर्वा केलेली नव्हती. स्त्री पुरुषांनी त्यांना जसे हवे तसे केले पाहिजे. मी पर्वा केली नव्हती. मी आंधळा, बहिरा आणि झोपी गेलेला होतो, परंतु आता मात्र तसा नव्हतो.

माझ्या वाढदिवसाच्या त्या पहिल्या तासात जे काही घडले ते राहणार होते. त्यात जर विकार असला तर तो मी विसरलो होतो. त्यात हळुवारपणा असला तर तो अजून माझ्याबरोबर आहे. मला हे नेहमीच आश्चर्य वाटणार होते की जी स्त्री प्रेमाचा स्वीकार करते तिला बचावाचा काही मार्ग नसतो. हेच ते गुपित असते जे त्यांना तुमच्याशी बांधून ठेवते, शेवटपर्यंत.

तुलनेसाठी दुसरे काही नसल्यामुळे मला कळत नव्हते, ती माझी पहिली आणि शेवटची प्रेयसी होती.

२२

त्या सूर्याच्या उजेडात घर जागे झाल्याचे मला आठवले आणि सूर्याचा गोल गोळा त्या हिरवळीच्या कडेवरील झाडांवर दिसला. धुकं दाट होते आणि गवत रुपेरी होते, जणू काही त्यावर हिम पडले होते. कोकीळ गाऊ लागला आणि त्याच्या पाठोपाठ दुसऱ्या गाणाऱ्या पक्षांनी री ओढली आणि लवकरच त्या वसंत ऋतूतील तो गानसमूह गाऊ लागला. सूर्याचे किरण प्रथम वायू निर्देशक यंत्रावर पडले होते. आणि ते आकाशात सोन्यासारखे चमकू लागले. ते घंटाळ्याच्या वर होते आणि ते वायव्य दिशेकडे हलत तिथं थांबले होते आणि जरा गडद आणि उदास अशा सुरुवातीला वाटणाऱ्या घराच्या करड्या भिंती सकाळच्या उजेडात एका नव्या चमकेने परिपक्व झालेल्या वाटत होत्या.

मी आत माझ्या खोलीत गेलो. एक खुर्ची त्या उघड्या खिडकीजवळ आणली आणि तिथं बसलो आणि समुद्राकडे पाहिले. माझे मन रिकामे होते, त्यात काही विचार नव्हते. माझे शरीर शांत आणि स्तब्ध होते. कोणत्याही समस्येने डोके वर काढले नव्हते. खालच्या दडलेल्या खोलीतून कोणत्याही काळजीच्या लाटा फुटल्या नव्हत्या, जणू काही आयुष्यातील प्रत्येक अडचण सुटली होती आणि माझ्यासमोर सरळ रस्ता होता. माझ्या मागे गेलेल्या वर्षांची काहीच किंमत नव्हती आणि येणारी वर्षेही जे मला माहीत होते आणि जे मी धरले होते, माझ्या मालकीचे होते तेच पुढे चालू राहणे ह्यापेक्षा वेगळे काही नव्हते. हे मग सर्व कायमचे, सदैव असणारे जसे सामुदायिक प्रार्थनेत 'तथास्तु' म्हणावे तसे होते. भविष्यकाळात एवढेच होते- रेशेल आणि मी. एक पुरुष आणि त्याची पत्नी आपआपल्यात मग्न असलेली आणि आम्हाला सामावून घेणारे ते घर. आमच्या घराबाहेरच्या जगाची वाटचाल संपूर्ण दुलर्क्षित केलेली. दिवसामागून दिवस.. रात्री मागून रात्री... आम्ही दोघं जिवंत असेपर्यंत...! मला प्रार्थनेच्या पुस्तकातील एवढे आठवत होते.

मी माझे डोळे बंद केले तरीही ती माझ्याबरोबर होती आणि त्याच क्षणी मला

झोप लागली असावी कारण मी जेव्हा जागा झालो, सूर्याचे किरण उघड्या खिडकीतून आत आले होते आणि जॉनने आत येऊन माझे कपडे खुर्चीवर ठेवले होते आणि माझ्यासाठी गरम पाणी आणून तो निघून गेला होता आणि मला ते कळलेच नव्हते. मी दाढी केली, कपडे केले आणि नाश्त्यासाठी खाली गेलो. आता तो थंड होऊन बाजूच्या टेबलावर ठेवला होता. सीकुंबला वाटले की मी आधीच खाली आलोय, परंतु उकडलेली अंडी आणि डुकराच्या मांसामुळे माझे खाणे ठीक झाले. मी त्या दिवशी काहीही खाल्ले असते. नंतर मी कुत्र्यांना शीळ घातली आणि खाली अंगणाकडे गेलो आणि टॅम्लीन आणि त्याने जपलेल्या कळ्या ह्याची पर्वा न करता ज्याच्यावर माझी नजर गेली ती प्रत्येक कॅमलियाची कळी खुडून टोपलीत टाकली. त्या टोपलीने काल जडजवाहीर वाहण्याचे काम केले होते. मी पुन्हा घरात गेलो आणि जिन्याने वर तिच्या खोलीत गेलो.

ती पलंगावर बसून नाश्ता करत होती आणि तिने काही हरकत घेण्याआधीच आणि पडदे ओढण्याआधीच मी त्या कॅमेलियाची बरसात तिच्या अंगावर केली आणि तिला त्यांनी झाकून टाकले.

"पुन्हा एकदा गुडमॉर्निंग," मी म्हणालो, "आणि अजूनही माझा वाढदिवस आहे, त्याची मी तुला आठवण करून देतो."

"वाढदिवस असो वा नसो," ती म्हणाली, "खोलीत शिरण्यापूर्वी दरवाजावर टकटक करण्याची पद्धत आहे, नीघ येथून."

अजूनही कॅमेलिया तिच्या केसात, तिच्या खांद्यावर, चहाच्या कपात आणि ब्रेड आणि लोण्यावर पडलेला असताना शान जपणे तसे अवघड होते, परंतु मी चेहरा नीट ठेवला आणि खोलीच्या टोकाकडे परतलो.

"सॉरी," मी म्हणालो, "खिडकीतून आल्यामुळे मी दरवाजाबाबत फारसे महत्त्व दिले नाही. खरं सांगायचे तर रीतभात मला सोडून गेलीये."

ती म्हणाली, "सीकुंब माझा ट्रे घ्यायला येईल त्या आधी तू इथून जावेस हे बरे. जरी तुझा आज वाढदिवस असला तरी त्याला तुला इथं बघून धक्का बसेल."

तिच्या अशा थंड आवाजामुळे माझ्या उत्साहावर पाणीच पडले, परंतु मला दिसले की तिच्या बोलण्यात सत्य होते. एखाद्या स्त्रीच्या खोलीत नाश्त्याच्यावेळी धडकणे हे जरा जास्तच धीटपणाचे होते जरी ती माझी बायको होणार असली तरी-अर्थात ही गोष्ट सीकुंबला अजून ठाऊक नव्हती.

"मी जाईन," मी म्हणालो. "मला क्षमा कर. मला एकच गोष्ट तुला सांगायचीये की मी तुझ्यावर प्रेम करतो."

मी दरवाजाकडे वळलो आणि चालू लागलो आणि मग माझ्या लक्षात आले की तिने ती चिंचपेटी घातलेली नव्हती. मी सकाळी निघून गेल्यावर तिने ती काढून

ठेवली असावी. जडजवाहीरही जमिनीवर पडलेले नव्हते. ते सर्व आवरून ठेवलेले होते. फक्त त्या नाश्त्याच्या ट्रेजवळ मी काल सही केलेला तो दस्तऐवज होता.

खाली सीकुंब माझी वाट पाहात होता. कागदात गुंडाळलेले एक पॅकेज त्याच्या हातात होते.

"मि. फिलीप, सर," तो म्हणाला, "हा फार मोठा प्रसंग आहे. तुमच्या वाढदिवसाच्या दिवशी, हा दिवस पुन्हा पुन्हा येवो असे शुभचिंतन करण्याचे स्वातंत्र्य मी घेऊ का?"

"तू घेऊ शकतोस सीकुंब," मी उत्तर दिले, "आणि थँक्स."

"ही सर," तो म्हणाला, "छोटी गोष्ट आहे. मी ह्या कुटुंबात नोकरीत असल्याबद्दल ही छोटीशी भेटवस्तू आहे आणि ही भेटवस्तू तुम्ही आनंदाने स्वीकाराल असे समजण्यात मी उगाचच आगाऊपणा केलेला नाही आणि तुम्हाला राग येणार नाही असे मला वाटते."

मी तो कागद काढला आणि सीकुंबचे स्वत:चे चित्र माझ्यासमोर होते. ते तसे फारसे खास नव्हते, पण अचूक होते.

"हे," मी गंभीरपणे म्हणालो, "फारच सुंदर आहे. ते इतके छान आहे की ते जिन्याजवळच्या मानाच्या जागेत टांगले जाईल. मला हातोडा आणि खिळा आणून दे." त्याने मोठ्या अदबीने घंटी वाजवली आणि जॉनला त्या कामावर पाठवले.

आम्ही दोघांनी मिळून जेवणाच्या खोलीच्या बाहेरच्या चौकटीत ते चित्र लावले. "तुम्हाला असे वाटते का सर," सीकुंब म्हणाला, "की त्यात असलेले साम्य मला न्याय देतंय? का त्या चित्रकाराने माझे नाक डोळे थोडे जास्त तीव्र काढले आहेत, विशेषत: नाक? मला काही तेवढे समाधान वाटले नाही."

"अशा चित्रात पूर्णत्व तसे अशक्यच असते, सीकुंब," मी उत्तर दिले. "हे जसे आपण पूर्णत्वाच्या जितक्या जवळ जाऊ तेवढे आहे. मला स्वत:ला विचारशील तर त्यापेक्षा जास्त आनंद मला वाटणे शक्य नाही."

"तेच तर महत्त्वाचे आहे," त्याने उत्तर दिले.

ह्या घडीला मला त्याला तिथं सांगावेसे वाटले की मी आणि रेशेल लग्न करणार आहोत. मला इतका आनंद आणि सुख वाटत होते परंतु तरीही मी काहीसा घुटमळलो. ती गोष्ट तशी गंभीर होती, नाजूक होती आणि अशी अचानक त्याच्यापुढे टाकण्यासारखी नव्हती. कदाचित आम्ही दोघांनी हे त्याला सांगायला हवं.

मी मागच्या बाजूने, काम करण्याचे नाटक करण्यासाठी ऑफीसला गेलो, परंतु तिथं गेल्यावर मी काय केले असेल तर माझ्या टेबलासमोर बसून एकटक पुढे बघत राहिलो. माझ्या अंत:चक्षूंसमोर ती मला दिसत होती, उशीला टेकलेली,

नाश्ता घेणारी आणि कॅमेलियाचे कळे ट्रेच्या आजूबाजूला पडलेले - अशा स्थितीत. सकाळची ती मन:शांती आता संपली होती आणि रात्रीचा तो उन्माद माझ्या अंगात पुन्हा संचारला होता. जेव्हा आपले लग्न होईल, मी खुर्चीमागे टेकून आणि पेनचे टोक चावत विचार करत होतो, ती मला तिच्या समोरून अशी सहजासहजी घालवू शकणार नाही. मी तिच्याबरोबर नाश्ता घेईन..., मग जेवणाच्या खोलीत एकट्याने खाली येण्याची गरज नाही. आमची एक नवी चाकोरी सुरू होईल.

घड्याळात दहाचे ठोके पडले आणि मला मजुरांचा अंगणात आणि ऑफीसच्या बाहेरच्या जागेत फिरण्याचा आवाज आला. मी बिलांच्या चळतीकडे पाहिले आणि ती पुन्हा परत ठेवली आणि एक पत्र मॅजिस्ट्रेटला लिहायला घेतले आणि ते पुन्हा फाडून टाकले, कारण शब्द सुचत नव्हते आणि जे काही मी लिहिले होते त्याला अर्थ नव्हता आणि अजून दुपार व्हायला दोन तास होते- त्यावेळी रेशेल खाली येणार होती. पेन्हेलकडचा शेतकरी नॅट ब्रे मला भेटायला आला. त्याची काही गुरं ट्रेनाण्टमध्ये चुकून गेली आणि हा दोष त्याच्या शेजाऱ्याचा होता, कारण त्याचे कुंपण धड घातलेले नव्हते. मी मान डोलवून त्याच्या म्हणण्याला पुष्टी दिली, अर्थात त्याचे बोलणे मी धड ऐकले नव्हते. माझ्या मनात विचार येत होते रेशेलचे. तिने आता कपडे केले असतील आणि ती खाली टॅम्लीनजवळ कुठल्यातरी जमिनीबद्दल बोलत असेल.

मी त्या दुर्दैवी माणसाचे बोलणे आटोक्यात घेतले आणि त्याचा निरोप घेतला. त्याच्या चेहऱ्यावर दुखावल्याचे भाव पाहिल्यावर मी त्याला कारभाऱ्याच्या खोलीत जाऊन सीकुंब बरोबर एक ग्लास दारू घ्यायला सांगितली. "आज नॅट," मी म्हणालो, "मी काही काम करणार नाही. आज माझा वाढदिवस आहे आणि मी सर्व लोकांत सुखी आहे," आणि त्याला खांद्यावर थोपटत माझ्या ह्या बोलण्यावर आश्चर्यचकित होऊन त्याला जो काय हवा तो अर्थ काढावा म्हणून मी त्याला तिथेच सोडले.

मग मी माझी मान खिडकीतून बाहेर काढली आणि अंगणातून स्वयंपाकघरात हाका मारून त्यांना जेवणाची टोपली सहलीसाठी सज्ज करायला सांगितली, कारण अचानक मला तिच्याबरोबर उन्हात एकटे राहावेसे वाटत होते. मला त्या घराच्या आणि जेवणाच्या खोलीत चांदीची भांडी ठेवून शिष्टाचार पाळायचे नव्हते आणि हा हुकूम सोडल्यावर मालकीणबाईंसाठी सालोमन तयार ठेवायला वेलिंग्टनला सांगायला मी तबेल्याकडे गेलो.

तो तिथं नव्हता. गाडीच्या तबेल्याचा दरवाजा सताड उघडा होता आणि तिथं गाडी नव्हती. तिथं एक नोकर खालची जमीन झाडत होता. मी विचारल्यावर त्याला काही सांगता येईना.

"मालकीणबाईंनी दहा वाजता गाडी तयार ठेवायला सांगितली," तो म्हणाला, "त्या कुठे गेल्या मला माहीत नाही. कदाचित शहरात असावे."

मी घरी परतलो आणि सीकुंबला बोलावून घेतले, परंतु तोही मला काही सांगू शकला नाही. वेलिंग्टनने दरवाजाशी गाडी दहा वाजता आणली होती आणि रेशेल हॉलमध्ये वाट पाहात होती एवढेच त्याला माहीत होते. ती ह्या पूर्वी सकाळी अशी बाहेर गेलेली नव्हती. माझा वाढलेला उत्साह ढिला पडला आणि संपलाच. आमच्या समोर सबंध दिवस होता आणि मी काही त्याची अशी योजना केली नव्हती.

मी वाट बघत बसलो. दुपार झाली आणि दुपारची नोकरांची जेवणाची घंटा झाली. सहलीसाठी तयार केलेली टोपली माझ्या शेजारी होती. सालोमनवर खोगीर चढवलेले होते, परंतु तरीही ती घोडागाडी परतली नाही. शेवटी दोन वाजता मी सालोमनला स्वत: तबेल्याकडे घेऊन गेलो आणि तेथील नोकराला त्यावरचा खोगीर काढायला सांगितला. मी जंगलातून त्या नव्या वनराईकडे गेलो आणि आता सकाळच्या त्या उत्साहावर पार अवकळा आली होती. ती जरी आता आली तरी सहलीला आता जाणे शक्य नव्हते. एप्रिल महिन्याची सूर्याची ऊब चार वाजताच संपणार होती.

मी आता फोर टर्निंग्जजवळ त्या वनराईच्या जवळ जवळ शिखरावर आलो होतो तेव्हा मला मोतद्दार पुढचा दरवाजा उघडताना दिसला आणि घोड्याची गाडी तेथून आत गेली. मी त्या गाडीरस्त्याच्या मार्गावर मध्यभागी घोडे येण्याची वाट पाहात थांबलो. मला पाहताच वेलिंग्टनने लगाम खेचला आणि घोड्यांना थांबवले. तिला गाडीत बसलेली पाहून ती जडशील निराशा नाहीशी झाली आणि वेलिंग्टनला गाडी पुढे घ्यायला सांगून मी आत शिरलो आणि तिच्या समोरच्या कडक सीटवर बसलो.

तिने आपला काळा कपडा डोक्यावर घातला होता आणि जाळीचा पडदा खाली घेतला होता त्यामुळे मला तिचा चेहरा दिसत नव्हता.

"मी अकरा वाजल्यापासून तुझी वाट पाहिली," मी म्हणालो. "तू कुठे गेली होतीस?"

"पेलियनला," ती म्हणाली, "तुझ्या धर्मपित्याला भेटायला."

त्या सर्व काळज्या आणि गोंधळ जे सर्व खाली खोलवर दडलेले होते ते माझ्या मनात पुन्हा उफाळून आले आणि ती दोघं मिळून माझ्या योजनेचा कसा बट्ट्याबोळ करतील ह्याबद्दलचा संदेह माझ्या मनात आला.

"का बरं?" मी विचारले. "त्यांना एवढ्या घाईने भेटायला जायचे काय कारण? सर्व गोष्टी ह्या आधीच ठरल्या आहेत."

"मला खात्री नाही," तिने उत्तर दिले, "प्रत्येक गोष्ट ठरलेय म्हणतोस म्हणजे काय?"

त्या वनराईच्या चाकोरीतून जाताना ती गाडी हलत होती आणि तिने गडद रंगाचा हातमोजा घातलेल्या हाताने बाजूचा पट्टा पकडून ठेवला होता. आपल्या सुतकाच्या कपड्यात बसलेली ती, त्या जाळीचा पडदा ओढलेली ती, काल मला छातीशी धरणाऱ्या रेशेलपासून ती किती दूर गेलेली होती...

"तो दस्तऐवज," मी म्हणालो, "तू त्याचा विचार करत्येस का? त्याच्या विरुद्ध तू जाऊ शकणार नाहीस. मी कायद्याने सज्ञान झालेला आहे. माझे धर्मपिता काहीही करू शकणार नाहीत. त्यावर सही केलेली आहे, त्यावर शिक्का मारलेला आहे आणि साक्षीदारांच्या सह्या आहेत. सर्व तुझे आहे."

"हो," ती म्हणाली, "मला आता ते समजलंय. त्यातील काही शब्द थोडेसे असंदिग्ध होते तेवढेच, त्यामुळे त्याचा अर्थ काय ह्याची मला खात्री करून घ्यायची होती."

आवाजात असलेला तोच दुरावा, थंडपणा काही संबंध नसल्यागत होता, परंतु माझ्या कानात आणि मनात तो काल मध्यरात्री कुजबुजणारा तो दुसरा आवाज होता.

"आता तरी तुला काय ते स्पष्टपणे कळलंय?" मी विचारले.

"अगदी स्पष्ट," ती म्हणाली.

"तर मग त्या विषयावर काही जास्त बोलण्याचे कारण नाही?"

"नाही," ती म्हणाली.

तरीही माझ्या हृदयात एक हुरहुर आणि एक विलक्षण अविश्वास होता. जेव्हा मी तिला ते जडजवाहीर दिले तेव्हाची ती आमच्यातील ती उत्स्फूर्तता, तो आनंद, ते हसू सारे संपले होते. जर माझा धर्मपिता तिला दुखावेल असे काही बोलला असला तर देव त्याला नरकात टाको.

"तुझी ती जाळी काढ," मी म्हणालो.

क्षणभर ती हलली नाही. मग तिने वेलिंग्टनच्या रुंद पाठमोऱ्या पाठीकडे आणि त्याच्या बाजूला बसलेल्या मोतद्दाराकडे पाहिले. वळण घेत जाणारी वनराई संपल्यावर आणि रस्ता सरळ झाल्यावर त्याने घोड्यांना जोरात पळवले.

तिने पडदा काढला आणि मला जशी आशा वाटत होती तसे माझ्या डोळ्यात पाहणारे ते डोळे हसत नव्हते किंवा मला भीती वाटली तसे त्यात अश्रूही नव्हते. ते स्थिर आणि गंभीर होते आणि त्यात जराही चलबिचल नव्हती. ते डोळे होते एखाद्या कामानिमित्त गेलेल्या आणि ते काम मनाजोगते पुरे केलेल्या व्यक्तीचे.

काही कारण नसताना मला उगाचच रिकामं रिकामं वाटले आणि काही अर्थी फसवल्यागतही. मला ते डोळे सकाळी उठल्यावर आठवत होते तसे हवे होते,

कदाचित तो मूर्खपणा होता, परंतु मला वाटले होते की ते डोळे तसेच होते म्हणून ते तिने त्या जाळीआड दडवले होते, परंतु ते तसे नव्हते. ती माझ्या धर्मपित्यासमोर अशीच त्यांच्या अभ्यासिकेत त्यांच्या टेबलासमोर अशीच हेतुपूर्वक व्यवहारी आणि थंडपणे बसली असणार. अणुरेणूनेही ती खचली गेलेली नव्हती आणि मी इथं घरच्या पायरीवर जिवाला त्रास करून तिची वाट पाहात होतो.

"मी ह्या आधीच परत आले असते," ती म्हणाली, "परंतु त्यांनी मला जेवणाचा आग्रह केला आणि मला नाहीही म्हणवेना. तू काही बेत केला होतास का?" तिने बाहेर पळणारी दृश्ये पाहात विचारले आणि मला ह्याचे आश्चर्य वाटत होते की साधारण ओळखीच्या दोन व्यक्ती बसाव्या तशी ती बसली होती आणि मी माझा हात पुढे करून तिला धरूही शकत नव्हतो. कालपासून सर्वच बदलले होते परंतु त्याची कोणतीही खूण ती दाखवत नव्हती.

"मी बेत केला होता," मी म्हणालो, "परंतु आता त्याचे काही नाही."

"केंडॉल्स आज रात्री शहरात जेवणार आहेत," ती म्हणाली, "परंतु घरी जायच्या आधी ते भेटायला येतील. मला वाटते की मी ल्युसीबद्दल थोडी प्रगती केलीये. तिची वागणूक तेवढी थंड नव्हती."

"मला त्याचे बरे वाटले," मी म्हणालो, "मला तुम्ही दोघी मैत्रिणी झालेल्या आवडेल."

"खरं सांगायचे तर," ती म्हणाली, "मी माझ्या पहिल्या विचारांकडे आलेय आणि मला वाटते की ती तुला योग्य ठरेल."

ती हसली परंतु मी तिच्याबरोबर हसलो नाही. बिचाऱ्या ल्युसीबद्दल अशी टवाळी करणे हा निर्दयपणा होता. त्या मुलीचे काही वाईट होऊ नये आणि तिला नवरा मिळावा अशीच मी आशा करत होतो.

"मला वाटते," ती म्हणाली, "तुझ्या धर्मपित्याला मी पसंत नाही आणि ह्याबाबत त्यांना नक्कीच अधिकार आहे, परंतु जेवण संपता संपता आम्ही दोघे एकमेकांना नीट समजलो. तो ताण तणाव संपला आणि मग संभाषण सोपे झाले. आम्ही लंडनमध्ये भेटण्याचे आणखी बेत केले."

"लंडनमध्ये?" मी म्हणालो. "तू अजूनही लंडनला जाण्याचा बेत करत नाहीयेस ना?"

"का, होय," ती म्हणाली, "का नाही करायचा?"

मी काहीच बोललो नाही. तिला वाटले तर तिला लंडनला जाण्याचा अधिकार होता. तिला कदाचित दुकानांना भेट द्यायची असेल, खरेदी करायची असेल, विशेषत: आता जेव्हा तिच्याकडे खर्च करायला पैसा आहे आणि तरीही... आम्ही एकत्र जाण्यासाठी तिने काही वाट बघायला नको का? अशा कितीतरी गोष्टींबद्दल

आम्हाला चर्चा करायला हवी होती, परंतु मी हे करायची जरा कुचराई करत होतो आणि मग अचानक आणि पूर्ण जोरात ज्याचा मी अजूनपर्यंत विचार केला नव्हता ते जाणवले. ॲम्ब्रोस मरून नऊच महिने झाले होते. उन्हाळ्याच्या मध्यापूर्वी आम्ही लग्न करणे जगाच्या दृष्टीने चुकीचे होते. मध्यरात्री न जाणवणारे प्रश्न दिवसा जाणवले होते आणि मला ते नको होते.

"आपण ताबडतोब घरी नको जाऊया," मी तिला म्हणालो. "माझ्याबरोबर रानात चल."

"ठीक आहे," तिने उत्तर दिले.

आम्ही दरीतील देवडीजवळच्या झोपडीशी थांबलो आणि गाडीतून खाली उतरून वेलिंग्टनला पुढे पाठवले. आम्ही ओढ्याजवळचा एक रस्ता पकडला. तो वळणे घेत वर टेकडीवर जात होता आणि जिकडे तिकडे प्रिमरोजीस झाडाखाली झुबक्यांनी होती. रेशेल ती खाली वाकून ती तोडत होती आणि हे करताना पुन्हा ल्युसीच्या विषयाकडे वळत होती. त्या मुलीला बागेची आवड आहे आणि जर शिकवले तर लवकरच ती सर्व शिकेल. ल्युसी जगाच्या अंतापर्यंत गेली तरी मला तिची पर्वा नव्हती आणि तिने तिथं मनसोक्त बागकाम करावे. मी ल्युसीबद्दल बोलण्यासाठी रेशेलला रानात आणले नव्हते.

मी तिच्या हातून प्रिमरोजेस घेतली आणि ती जमिनीवर ठेवली आणि झाडाखाली माझा कोट पसरून तिला त्यावर बसायला सांगितले.

"मी थकलेली नाही," ती म्हणाली. "मी गेला तासभर किंवा जरा जास्तच वेळ घोडागाडीत बसून आहे."

"आणि मीसुद्धा," मी म्हणालो, "गेले चार तास पुढच्या दरवाजात बसून तुझी वाट पाहतोय."

मी तिचे हातमोजे काढले आणि तिच्या हाताचे चुंबन घेतले आणि तिच्या डोक्यावरची ती टोपी आणि ती जाळी प्रिमरोजवर ठेवली आणि तिच्या सर्वांगाची चुंबने घेतली. गेले कित्येक तास मला हे करायची इच्छा होती आणि पुन्हा एकदा तिला प्रतिकार करणे शक्य नव्हते. "हा," मी म्हणालो, "माझा बेत होता आणि केंडॉल्सबरोबर जेवण घेत बसून तू तो फुकट घालवलास."

"मला तो असा असेल असे वाटले," तिने उत्तर दिले, "माझ्या जाण्यामागे हेही एक कारण होते."

"तू कबूल केले होतेस रेशेल की माझ्या वाढदिवसाच्या दिवशी मला काहीही नाकारायचे नाही."

"हे बघ लाडांनासुद्धा काही सीमा असते," ती म्हणाली.

मला काही ती सीमा दिसत नव्हती. मी काळजी संपल्यामुळे पुन्हा एकदा

सुखात होतो.

"जर," ती म्हणाली, "हा रस्ता रखवालदाराच्या रोजच्या वहिवाटीचा असेल तर आपण जरा मूर्खासारखेच दिसू."

"आणि तो जास्त मूर्ख ठरेल," मी उत्तर दिले, "मी जेव्हा शनिवारी पगार देईन तेव्हा, का तू इतर कामांबरोबर तेही हातात घेशील? मी आता तुझा नोकर आहे, दुसरा सीकुंब आणि तुझ्या पुढच्या हुकमांची वाट पाहतोय."

मी तिथं माझे डोके तिच्या मांडीवर ठेवून पडलो होतो आणि ती माझ्या केसातून बोटे फिरवत होती. मी डोळे बंद केले आणि हे असेच चालू राहावे अशी इच्छा केली, काळ संपेपर्यंत हा क्षण तसाच राहावा.

"मी तुझे आभार का मानले नाहीत ह्याचा तू विचार करत असशील," ती म्हणाली, "गाडीत असताना मी तुझ्या डोळ्यातील प्रश्नचिन्ह पाहिले. मला बोलण्यासारखे काहीच नाही. मला नेहमीच वाटले होते की मी लहरी आहे पण तू त्याहून जास्त आहेस. तुझ्या औदार्याचे पूर्ण मोजमाप करण्यासाठी मला आणखी काही वेळ लागेल."

"मी काही उदार वगैरे नाही," मी उत्तर दिले, "ते सर्व तुझे होते. मला पुन्हा एकदा तुझे चुंबन घेऊ दे. दरवाजात तासन्तास वाट पाहण्याची मला भरपाई करू दे."

नंतर ती म्हणाली, "मी एक गोष्ट नक्की शिकलेय, तुझ्याबरोबर फिलीप जंगलात चालत जायचे नाही. फिलीप, मला उठू दे."

मी तिला पायावर उभे राहण्यास मदत केली आणि अभिवादन करत मी तिला तिचे मोजे आणि टोपी दिली. तिने आपल्या पर्समध्ये चाचपडून एक छोटे पॅकेज काढले. ते तिने सोडले, "हे," ती म्हणाली, "तुझी वाढदिवसाची भेट, ते मी तुला आधीच द्यायला हवे होते. जर मला कल्पना असती की मला भरपूर संपत्ती मिळणार आहे तर भेटवस्तूतील मोती मी जरा मोठे घेतले असते." तिने ती पिन काढली आणि माझ्या गळपट्टयात अडकवली.

"आता तू मला घरी जायची परवानगी देशील का?" ती म्हणाली.

तिने आपला हात माझ्या हातात दिला आणि मी दुपारचे जेवण घेतले नसल्याचे मग मला आठवले आणि मला रात्रीच्या जेवणासाठी खूपच भूक लागली होती. आम्ही त्या रस्त्याने वळलो. माझ्या डोक्यात उकडलेली कोंबडी आणि डुकराच्या मांसाचे विचार होते. येणाऱ्या रात्रीचेही विचार चालले होते आणि अचानक आम्ही दरीवरच्या त्या खडकाजवळ आलो. तो आमची रस्ता संपतो तिथं वाट पाहात होता. तो टाळण्यासाठी मी चटकन त्या झाडीत घुसलो पण उशीर झाला होता. त्या झाडीत असलेला तो काळा चौकोनी दगड तिने आधीच पाहिला

होता. माझा हात सोडून ती स्तब्ध उभी राहिली आणि त्याकडे पाहात राहिली.

''हे काय आहे फिलीप,'' तिने विचारले, ''तो तिथं असलेला एका थडग्यावरच्या दगडासारखा अचानक जमिनीतून वर आलेला तो आकार काय आहे?''

''ते काही नाही,'' मी पटकन म्हणालो, ''एक ग्रॅनाईटचा तुकडा, एक तऱ्हेची हद्दीची खूण. ह्या इथं वनराईतून रस्ता आहे. इथून चालायला फारसा चढ नाही. ह्या बाजूने डावीकडे, त्या दगडा पलीकडून नव्हे,''

''एक क्षणभर थांब,'' ती म्हणाली, ''मला तो पाहायचाय. ह्या बाजूने मी कधीच आलेली नाही.''

ती त्या दगडाजवळ गेली आणि त्याच्यासमोर उभी राहिली. त्यावरील शब्द वाचताना तिचे ओठ हलताना दिसत होते आणि मी घाबरून तिच्याकडे पाहात होतो. कदाचित माझी ही कल्पना असेल परंतु मला असे वाटले की तिचे शरीर ताठ झाले होते आणि जरुरीपेक्षा जास्त वेळ ती तिथं थांबली होती. तिने ते शब्द दोनदा वाचले असावेत मग ती परत आली आणि माझ्याबरोबर चालू लागली पण ह्यावेळी तिने माझा हात हातात घेतला नाही. ती एकटीच चालत होती. तिने त्या स्मारकाबद्दल काही शेरा मारला नाही आणि मीही काही बोललो नाही, परंतु काहीही असो तो ग्रॅनाईटचा मोठा तुकडा आम्ही चालत असताना आमच्या बरोबर होता. मी त्यावरच्या त्या काव्यपंक्ती आणि त्याखालची तारीख पाहिली आणि त्याच्या नावाची आद्याक्षरे ए ए त्या दगडावर कोरलेली पाहिली आणि मला ती आत पत्रं असलेली तिथं दगडाखाली खोल पुरलेली पण- ती पाहू शकत नसलेली ती छोटी डायरीही त्या काळ्या मातीत असलेली दिसली. मला असे जाणवले की एका दुष्ट पद्धतीने मी त्या दोघांची प्रतारणा केली. तिचे मौनच सांगत होते की ती भावनेने भारावलेली होती आणि माझ्या मनात आले की जर मी ह्या क्षणी काही बोललो नाही, तर तो ग्रॅनाईटचा तुकडा आमच्या दोघात एक अडचण ठरेल आणि तो आकाराने वाढत जाईल.

''मी ह्याआधीच तुला तिथं न्यायचे ठरवले होते.'' माझा आवाज इतका खंड पडल्यावर भसाडा आणि भेसूर वाटत होता. ''इथून दिसणारा देखावा हा ॲम्ब्रोसला सर्व इस्टेटीवरील जागेत सर्वांत आवडायचा त्यामुळे तो दगड तिथं आहे.''

''परंतु,'' ती म्हणाली, ''तो मला दाखवायचा तुझ्या वाढदिवसाच्या बेतांपैकी एक नव्हता.'' ते शब्द तुटके, कडक आणि एखाद्या तिऱ्हाइताचे होते.

''नाही,'' मी शांतपणे म्हणालो. ''हा त्या बेतांपैकी नव्हता,'' आणि आम्ही त्या फरसबंदीवरून न बोलता चालत गेलो आणि घरात शिरताच ती ताबडतोब आपल्या खोलीकडे गेली.

मी आंघोळ करून कपडे बदलले पण माझे मन आता हलकेफुलके नव्हते तर

उदास आणि दु:खी होते. कोणत्या राक्षसाने आम्हाला त्या दगडांजवळ नेले होते, मी कसा विसरलो होतो? मी आणि ॲम्ब्रोस तिथं उभे राहायचो आणि ॲम्ब्रोस हसत आपल्या काठीवर टेकून उभा असायचा हे जसे मला माहीत होते तसे तिला माहीत नव्हते परंतु त्या मूर्ख काव्यपंक्ती त्यात असलेला अर्धवट चेष्टेखोर भाव, त्यात नसलेली अर्धवट भावुकता आणि त्याच्या चेष्टेखोर डोळ्यात जाणवणारे हळुवार भाव ह्यामुळे मनाच्या स्थितीवर जादू झाली होती. तो उंच आणि रुबाबात उभा असलेला दगड जणू काही त्या माणसाऐवजी त्याचा सर्व सारांश तिथं उभा होता आणि त्याला परिस्थितीमुळे घरी परत येऊन मरायला दिले नव्हते आणि तो कित्येक मैल दूर फ्लॉरेन्समधील त्या दफनभूमीत पडलेला होता.

माझ्या वाढदिवसाच्या रात्रीवर ही सावली पडलेली होती. निदान तिला त्या पत्राची काही कल्पना नव्हती आणि तिला ते कधी कळणारही नव्हते आणि जेव्हा मी जेवणासाठी कपडे केले तेव्हा माझ्या मनात एकच विचार होता, की कोणत्या राक्षसाने ते पत्र विस्तवात न जाळता तिथं पुरायला भाग पाडले होते आणि जणू एक दिवस मी तिथं परत जाऊन ते खणेन अशी प्राण्यासारखी अंत:प्रेरणा माझ्या मनात होती- त्यात जे काही होते ते मी विसरलो होतो. जेव्हा त्याने हे लिहिले होते तेव्हा तो आजारी झालेला होता. मृत्यूचा हात इतका जवळ आल्यामुळे तो चिंतातुर आणि संशयी झाला होता आणि अचानक माझ्या समोरच्या भिंतीवर जणू नाचत असल्यासारखे ते वाक्य उभे राहिले, ''पैसे, मी हे म्हणतो म्हणून क्षमा कर, ह्या घडीला तिचे हृदय जिंकण्याचा एकच मार्ग आहे.''

ते शब्द मी आरशासमोर माझे केस विंचरत उभा असताना त्याच्यावर झळकले. जेव्हा मी ती पिन गळपट्ट्यात अडकविली तेव्हा ते तिथं माझ्या पाठोपाठ जिन्यातून दिवाणखान्यात आले आणि ते लिहिलेले शब्द न राहता त्याचे त्याच्या आवाजात रूपांतर झाले. ॲम्ब्रोसचा तो खोल, प्रेमळ, फार परिचित, नेहमी आठवणारा आवाज - ''तिचे हृदय जिंकण्याचा मार्ग,''

ती जेव्हा जेवणासाठी खाली आली तेव्हा तिने ती चिंचपेटी आपल्या मानेभोवती घातली होती, जणू काही क्षमाशील बनून, जणू काही माझ्या वाढदिवसाला एक बक्षीस म्हणून, परंतु काही झाले तरी माझ्या मनात तिने ती घातलेय ह्या वस्तुस्थितीने ती माझ्याजवळ न येता ती फार दूर गेली होती. आज रात्री, फक्त आज रात्री तिची मान मोकळी असती तर मला बरे वाटले असते.

आम्ही जेवायला बसलो. जॉन आणि सीकुंब आम्हाला काय हवं- नको ते पाहात होते. मेणबत्त्यांचा राजेशाही थाट होता आणि टेबलावर माझ्या वाढदिवसाच्या निमित्ताने चांदीची भांडी आणि लेस लावलेले टेबलावरचे टॉवेल्स होते, त्याशिवाय उकडलेली कोंबडी आणि डुकराचे मांस होते- ती तशी माझ्या शाळेच्या दिवसापासूनची

जुनी पद्धत होती आणि सीकुंबने ती मोठ्या अभिमानाने चालू ठेवली होती. त्याचे लक्ष माझ्याकडे होते. आम्ही हसलो, स्मितहास्य केले आणि शुभचिंतन केले आणि मागे टाकलेल्या त्या पंचवीस वर्षांसाठीही शुभचिंतन केले, परंतु हा सर्व वेळ सीकुंब आणि जॉनसाठी आम्ही हे आनंदाचे नाटक करत होतो आणि जर आम्ही एकटे असतो तर गप्पच राहिलो असतो.

एक प्रकारचा अविचार माझ्या मनात आला की ही मेजवानी जरुरीची होती, मजा करणे जरुरीचे होते आणि ह्यासाठी खूप दारू पिणे भाग होते आणि तिचाही ग्लास भरणे भाग होते त्यामुळे ती भावनेची तीव्र कडा बोथट होणार होती आणि आम्हा दोघांनाही त्या खडकावरील पाटीचा आणि तो कशासाठी होता ह्याचा अंतर्मनाला विसर पडणार होता. काल रात्री मी दीपस्तंभाच्या टोकाशी पौर्णिमेच्या रात्री परमानंदात चालत गेलो होतो, जणू काही झोपेत चालत, स्वप्नात, आज रात्री मध्ये गेलेल्या काही तासांत जगाच्या सर्व श्रीमंतीची मला जाणीव झाली होती आणि तेथील सावल्यांचीही.

गोंधळलेल्या नजरेने मी टेबलापलीकडे तिच्याकडे पाहात होतो. ती खांद्यावरून वळून सीकुंबकडे पाहात हसत होती आणि मला त्या क्षणी जाणवले की ह्या एवढी सुंदर ती कधीच दिसली नव्हती. जर माझी सकाळची मनःस्थिति पुन्हा मला प्राप्त झाली असती, ती स्तब्धता आणि समाधान आणि त्यांची गुंफण त्या उंच बीचच्या झाडात, प्रिमरोजच्या फुलात दुपारच्या मूर्खपणात झाली असती तर मग मी पुन्हा सुखी झालो असतो. ती पण सुखी होईल आणि मग ती मनःस्थिति आम्ही कायमची मौल्यवान आणि कायमची म्हणून धरून ठेवू आणि ती भविष्यकाळाकडे घेऊन जाऊ.

सीकुंबने माझा ग्लास पुन्हा भरला आणि मग ती सावली नाहीशी झाली, ते संशयही हलके झाले.

''जेव्हा आम्ही एकत्र एकटे असू ,'' मी मनाशी म्हणालो, ''सर्व ठीक होईल आणि मग मी आज संध्याकाळी तिला विचारीन, आज रात्रीच की आपण लवकर लग्न करू या का,'' परंतु लवकरच, कदाचित काही आठवड्यांत, महिन्यांत, कारण मला सर्वांना हे माहीत असायला हवे होते, सीकुंब जॉन आणि केंडॉल्स आणि सर्वांना, की रेशेल माझ्यामुळे अॅश्ले हे नाव लावेल.

ती मिसेस अॅश्ले असेल, फिलीप अॅश्लेची बायको.

आम्ही बरेच उशिरापर्यंत बसलो होतो कारण आम्ही आमचे टेबल सोडले नव्हते. तेवढ्यात बाहेर गाडीच्या चाकांचा आवाज आला, घंटी वाजली आणि केंडॉल्स जेवणाच्या खोलीत आले. आम्ही अजूनही तिथंच पावाचा भुसा आणि मिष्टान्न, अर्धवट भरलेले ग्लास आणि जेवण संपल्यावर जो गोंधळ असतो त्यात बसलेले होतो. मी अस्थिरपणे उठलो, मला आठवतंय की मी दोन खुर्च्या

टेबलाकडे ओढल्या. माझे धर्मपिता म्हणत होते की ते आधीच जेवले होते आणि क्षणभर मला वाढदिवसाच्या शुभेच्छा देण्यासाठी डोकावले होते.

सीकुंबने नवीन ग्लासेस आणले. ल्युसी निळ्या गाऊनमध्ये होती ते मी पाहिले. तिच्या डोळ्यात प्रश्नचिन्ह होते. कदाचित तिला वाटले असेल की मी जास्त प्यालो होतो. ती बरोबर होती पण हे नेहमी घडत नव्हते. तो माझा वाढदिवस होता आणि लहानपणची मैत्रीण म्हणून काय ते नाहीतर माझ्यावर टीका करण्याचा हक्क तिला ह्यापुढे कधीच असणार नाही, हे तिला कायमचे माहिती होते. माझ्या धर्मपित्यालाही हे माहीत असायला हवे होते, त्यामुळे त्यांच्या रेशेलसाठी केलेल्या बेतांवर आणि वावड्यांवर पाणी फिरणार होते आणि जो कोणी ह्याबाबत काळजी करत असेल त्याचेही मन स्वस्थ होणार होते.

आम्ही पुन्हा एकदा गप्पा मारत बसलो. माझे धर्मपिता, रेशेल आणि ल्युसी. त्या दोघींचे त्यांच्या घरी झालेल्या जेवणानंतर तसे बरे जमले होते आणि मी माझ्या टेबलाच्या टोकाशी गप्प बसून होतो. एखादा शब्दही ऐकत नव्हतो आणि मी जे जाहीर करण्याचा निश्चय केला होता त्याचा विचार मनात करत होतो.

सरतेशेवटी माझे धर्मपिता माझ्याकडे झुकत हातात ग्लास घेऊन हसत म्हणाले, ''तुझ्या पंचवीस वर्षांना फिलीप, भरपूर आणि सुखाच्या आयुष्यासाठी.''

त्या तिघांनी माझ्याकडे पाहिले आणि मी घेतलेल्या त्या वाईनमुळे म्हणा किंवा माझे हृदय भरून आले म्हणून म्हणा मला वाटले की माझे धर्मपिता आणि ल्युसी जी आवडती आणि विश्वासू मित्र होती मला ते दोघं आवडत होते आणि रेशेल- माझे प्रेम- डोळ्यात पाणी आणून आपले डोके हलवत होती आणि प्रोत्साहन देत हसत होती.

हा तो योग्य आणि बरोबर क्षण होता. नोकर खोलीत नव्हते त्यामुळे हे गुपित आम्हा चौघांतच राहणार होते.

मी उभा राहून त्यांचे आभार मानले आणि माझा स्वत:चा ग्लास भरून मी म्हणालो, ''मलाही शुभेच्छा द्यायच्यायत. आज रात्री तुम्ही त्यासाठी प्यावे. आज सकाळपासून मी सर्व पुरुषांत जास्त सुखी माणूस आहे. माझे धर्मपिता आणि तू ल्युसी- तुम्ही दोघांनीही रेशेलच्या शुभेच्छेसाठी प्यावे, ती माझी पत्नी होणार आहे.''

मी माझा ग्लास रिकामा केला आणि हसत त्यांच्याकडे पाहिले. कुणीही हसले नाही, कुणीही उत्तर दिले नाही, कुणीही हलले नाही. माझ्या धर्मपित्याच्या चेहऱ्यावर गोंधळलेले भाव होते आणि रेशेलकडे वळल्यावर मी पाहिले की तिथं हास्य संपले होते आणि ती माझ्याकडे पाहात होती. तिचा चेहरा एक बर्फाळलेला मुखवटा होता.

"तू शुद्धीवर आहेस का फिलीप?" ती म्हणाली.

मी माझा ग्लास टेबलवर ठेवला. माझे हात धडपणे काम करत नव्हते आणि

मी तो टेबलाच्या कडेवर ठेवला. तो खाली पडला आणि त्याचे जमिनीवर तुकडे तुकडे झाले. माझे हृदय धडधडत होते आणि मी तिच्या पांढऱ्या फट्टक पडलेल्या चेहऱ्यावरून नजर हटवू शकत नव्हतो.

''सॉरी,'' मी म्हणालो, ''जर ही बातमी मी आधीच फोडली असली तर पण लक्षात ठेव की ते माझे जुने मित्र आहेत आणि आज माझा वाढदिवस आहे.''

स्थिर राहण्यासाठी मी ते टेबल हातांनी घट्ट पकडले आणि माझ्या कानात घुमण्याचा आवाज आला. तिला काही समजलेले दिसत नव्हते. तिने माझ्यावरची नजर वळवून माझ्या धर्मपित्याकडे आणि ल्युसीकडे पाहिले.

''मला वाटते,'' ती म्हणाली, ''त्याचा वाढदिवस आणि दारूमुळे त्याचे डोके फिरलाय. त्या शाळकरी मुलाच्या मूर्खपणाला क्षमा करा आणि शक्य असेल तर ते विसरा. तो शुद्धीवर आला की स्वतःच क्षमा मागेल. आपण आता दिवाणखान्यात जाऊ या का?''

ती उठली आणि त्या खोलीतून पुढे चालत गेली. मी तिथं उभा राहून टेबलावरच्या जेवणाच्या पसाऱ्याकडे, तो ब्रेडचा भुसा, ती टेबलावरील टॉवेल्सवर सांडलेली वाईन, मागे सारलेल्या खुर्च्या त्याकडे पाहात होतो आणि माझ्या मनात कोणतीही भावना नव्हती, काहीच नव्हते आणि माझे हृदय जिथं होते तिथं पोकळी झाली होती. मी काही वेळ वाट पाहिली आणि जॉन आणि सीकुंब टेबल आवरायला येण्याआधी जेवणाच्या खोलीतून धडपडत मी लायब्ररीत गेलो आणि त्या रिकाम्या शेगडीच्या शेजारी अंधारात बसून राहिलो. तिथं मेणबत्त्या लावलेल्या नव्हत्या आणि ओंडक्यांची राख झालेली होती. त्या अर्धवट उघड्या दरवाजातून दिवाणखान्यातील त्यांच्या बोलण्याचे आवाज कानावर येत होते. मी माझे गरगरणारे डोके हातांनी चेपले. त्या वाईनची आंबट चव माझ्या जिभेवर होती. कदाचित जर मी त्या अंधारात गप्प बसलो तर मला माझा तोल संभाळता येईल आणि जाणवणारे बधिर रिकामेपण नाहीसे होईल. त्या वाईनमुळे मी ही चूक केली होती, परंतु मी जे काही बोललो होतो ते तिने एवढे मनावर का घ्यावे? आम्ही त्या दोघांना ही गोष्ट गुप्त ठेवण्याबद्दल शपथ घ्यायला लावली असती. त्यांना ते समजले असते. मी तिथंच बसून ते जाण्याची वाट पाहात होतो. तो वेळ जाता जात नव्हता. तो वेळ दहा मिनिटांपेक्षा जास्त नसेल-त्यांचे आवाज वाढले आणि ते हॉलमध्ये आले. सीकुंबने पुढचा दरवाजा उघडल्याचे ऐकू आले, ''गुड नाइट'' शब्द कानावर आले, चाके दूर गेल्याचे आवाज आणि दरवाजा बंद करून अडसर घातल्याचे आवाज ऐकू आले.

माझा मेंदू आता शुद्धीवर आला होता. मी बसलो आणि काळजीपूर्वक ऐकत होतो. मला तिच्या गाऊनची सळसळ ऐकू आली. ती लायब्ररीच्या अर्धवट उघड्या

दरवाजापाशी आली, क्षणभर थांबली आणि मग निघून गेली आणि मग जिन्यावर तिच्या पावलांचा आवाज आला. मी खुर्चीवरून उठलो आणि तिच्या मागोमाग गेलो. त्या बोळाच्या वळणापाशी ती मेणबत्त्या विझवण्यासाठी थांबली होती. त्या जिन्यावर मी तिला गाठली. त्या हलणाऱ्या दिव्यांच्या प्रकाशात आम्ही एकमेकांकडे पाहात उभे राहिलो.

"मला वाटले की तू झोपायला गेलास," ती म्हणाली, "तू ताबडतोब जा, जास्त काही नुकसान करण्याआधीच जा."

"आता ते गेले आहेत," मी म्हणालो, "तू मला क्षमा करशील? तू केंडॉल्सवर विश्वास ठेवू शकतेस. ते आपले गुपित फोडणार नाहीत."

"अरे देवा, त्यांना ह्यातले काहीच माहीत नसल्यामुळे ते असे करणार नाहीत अशी मी आशा करते," ती म्हणाली. "तू मला एखाद्या मागच्या जिन्याने येणाऱ्या आणि वरच्या खोलीत मोतद्दाराबरोबर जाणाऱ्या नोकरासारखे वागवतोयस. ह्यापूर्वी मला शरम वाटली होती पण हे त्याहूनही वाईट आहे."

पांढरेफट्ट पडलेले ते तोंड जणू काही तिचे नव्हते.

"काल मध्यरात्री तुला शरम वाटली नव्हती," मी म्हणालो, "त्यावेळी तू मला वचन दिलेस आणि तेव्हा तू रागावलेली नव्हतीस. जर तू मला सांगितले असतेस तर मी निघून गेलो असतो."

"मी वचन दिले?" ती म्हणाली. "कोणते वचन?"

"माझ्याशी लग्न करण्याचे, रेशेल," मी म्हणालो.

तिच्या हातात मेणबत्ती होती ती तिने उंचावली. तिच्या ज्योतीचा उजेड माझ्या तोंडावर पसरला होता. "तू तिथं उभे राहण्याची हिंमत करतोस, फिलीप," ती म्हणाली, "आणि जोरात सांगतोस की मी तुला गेल्या रात्री लग्नाचे वचन दिले म्हणून? मी जेवताना केंडॉल्स समोर म्हणाले की तू शुद्धीवर नाहीस आणि तेच खरं आहे. तुला पक्के माहीत आहे की मी असे काही वचन दिलेले नाही."

मी तिच्याकडे पाहातच राहिलो. शुद्धीवर नव्हतो तो मी नव्हे, पण ती होती. माझा चेहरा लाल झाला.

"तू मला काय हवं ते विचारलेस," मी म्हणालो, "वाढदिवसाची इच्छा म्हणून आणि जगातील फक्त एकच गोष्ट मी विचारू शकत होतो की तू माझ्याशी लग्न करशील का? माझ्या म्हणण्याचा दुसरा काय अर्थ असू शकतो?"

तिने काही उत्तर दिले नाही. ती माझ्याकडे अविश्वसनीय रीतीने, गोंधळल्यागत, एखाद्याने दुसऱ्या भाषेतील शब्द ऐकावेत ज्याचे भाषांतर होणे शक्य नाही किंवा ते समजणे शक्य नाही अशा तऱ्हेने बघत राहिली आणि दुःखपूर्ण आणि निराशेने असे जाणवले की आमच्या दोघांच्यामध्ये हे असेच झाले होते. जे काही घडले होते

ती चूक होती. मी तिच्याकडे मध्यरात्री काय मागितले होते ते ती समजली नव्हती आणि मीही त्या आंधळ्या आश्चर्यात जे काही तिने दिले होते ते समजले नव्हतो, म्हणून ते प्रेमाचे वचन आहे असे मी मानले होते. ते काहीतरी वेगळेच होते. त्याला अर्थ नव्हता आणि त्या बाबत तिने स्वत:चे स्पष्टीकरण केले होते.

तिला जर लाजिरवाणे वाटले असेल तर मला दुप्पट लाजिरवाणे वाटले होते की तिने मला समजण्यात चूक केली होती.

''आता मी स्पष्टपणेच तुला विचारतो,'' मी म्हणालो. ''तू माझ्याशी केव्हा लग्न करशील?''

''कधीही नाही फिलीप,'' ती आपले हात हलवत म्हणाली. जणू काही ती मला घालवून देत होती. ''हे माझे शेवटचे उत्तर समज आणि तेही कायमचे. जर तू कसली वेगळी अपेक्षा केली असशील तर मला वाईट वाटते. तुला फसवायचा माझा हेतू नव्हता. आता निरोप घेऊ या.''

ती जायला निघाली. मी तिचा हात पकडला आणि घट्ट धरला.

''तर मग तुझे माझ्यावर प्रेम नाही का?'' मी विचारले. ''ते मग नाटक होते? तर मग काल रात्री, देवाशप्पथ, तू मला खरे सांगून माझा निरोप का नाही घेतलास?''

पुन्हा एकदा तिची नजर गोंधळलेली होती. तिला काही समजत नव्हते. आम्ही तिऱ्हाईत होतो आणि आमच्यात काही नाते नव्हते. ती दुसऱ्या प्रदेशातून, दुसऱ्या वंशातून आलेली होती.

''जे काही घडले त्याबाबत तू माझी खरडपट्टी काढतोयस का?'' ती म्हणाली. ''मला तुझे आभार मानायचे होते एवढेच. तू मला जडजवाहीर दिले होतेस त्याबद्दल.''

त्या घडीला मला वाटते की जे ॲम्ब्रोसला माहीत होते ते मला समजले. त्याने तिच्यात काय पाहिले होते आणि त्याला काय इच्छा होती आणि ते त्याला कधीच मिळाले नव्हते. तो छळवाद, ते दु:ख आणि त्यांच्यात ती रुंदावत जाणारी दरी, ती माझ्या लक्षात आली. तिचे ते काळेभोर आणि आमच्यापेक्षा वेगळे असलेले डोळे अर्थबोध न होता टक लावून पाहात होते. ॲम्ब्रोस माझ्या बाजूला अंधारात त्या मिणमिणत्या मेणबत्तीच्याखाली उभा होता. आम्ही तिच्याकडे यातना भोगत निराशेने पाहात होतो आणि ती आमच्यावर आरोप करत पाहात उभी होती. त्या अर्धवट उजेडात तिचा चेहरा परका वाटत होता. छोटासा, अरुंद एक नाण्यावरचा चेहरा. मी धरलेला हात आता उबदार नव्हता. तो थंड आणि ठिसूळ होता. ती बोटे सोडवून घेण्यासाठी धडपडत होती आणि त्या अंगठ्याने ओरखडे काढले आणि माझा तळहात कापला. मी तो सोडला पण मी ते तसे केल्यावर मला तो पुन्हा धरावासा वाटला.

"तू माझ्याकडे असा का पाहतोयस?" ती कुजबुजली. "मी तुला काय केलंय? तुझा चेहरा बदललाय."

मी तिला आणखी काय द्यायला हवे त्याचा विचार करत होतो. तिच्याकडे मालमत्ता पैसा आणि जडजवाहीर होते. तिच्याकडे माझे मन, माझे हृदय आणि माझे शरीर होते. आता फक्त माझे नाव होते ते तिच्याकडे आधीच होते. काहीच उरले नव्हते फक्त भीती उरली होती. मी ती मेणबत्ती तिच्या हातातून घेतली आणि जिन्यावरील त्या अरुंद फळीवर ठेवली. मी तिच्या गळ्याभोवती हात टाकले त्याला विळखा घातला आणि आता ती हलू शकत नव्हती परंतु माझ्याकडे मोठे डोळे करून ती पाहात होती. जणू मी काही माझ्या दोन्ही हातात एखादा घाबरलेला पक्षी धरला होता जो थोडासा दाब वाढवला तर धडपडेल आणि मरेल आणि सोडला तर उडून स्वातंत्र्य भोगील.

"शपथ घे, कधीही, कधीही मला सोडून जाणार नाहीस." मी म्हणालो.

तिने बोलण्यासाठी ओठ हलवले, परंतु माझ्या हाताच्या दाबामुळे ती बोलू शकत नव्हती. मी माझी पकड ढिली केली. ती माझ्यापासून घशावर हात ठेवत दूर झाली. जिथं माझे हात होते तिथं त्या चिंचपेटीच्या दोन्ही बाजूंना दोन लाल खुणा होत्या.

"तू आता माझ्याशी लग्न करशील?" मी तिला विचारले.

तिने उत्तर दिले नाही. ती तशीच मागे चालत माझ्यापासून दूर बोळात गेली. तिची नजर माझ्या चेहऱ्यावर होती. तिची बोटे अजूनही तिच्या गळ्यावर होती. मी माझी स्वत:ची सावली भिंतीवर पाहिली, एक राक्षसी छाया जिला आकार नव्हता, भक्कमपणा नव्हता. त्या कमानीखाली ती नाहीशी झालेली मी पाहिली. मी दरवाजा बंद झाल्याचा आणि कुलपात किल्ली अडकवल्याचा आवाज ऐकला. मी माझ्या खोलीत गेलो आणि माझे प्रतिबिंब आरशात पाहिल्यावर थांबलो आणि टक लावून पाहिले. अचानक तो तिथं उभा होता, ॲम्ब्रोस- त्याच्या कपाळावर धर्मबिंदू होते आणि चेहरा निस्तेज होता, मग मी हललो आणि मी पुन्हा तेच झुकलेले खांदे असलेला, हातपाय वेंधळे आणि खूप लांब असलेला, काहीसा बुजट, धडे न घेतलेला फिलीप झालो. त्याने शाळकरी मुलासारखा मूर्खपणा केला होता. रेशेलने केंडॉल्सना मला क्षमा करायला आणि सारे विसरायला सांगितले होते.

मी खिडकी सताड उघडली पण आज चंद्र दिसत नव्हता आणि पाऊस जोरात पडत होता. वाऱ्याने पडदे हलत होते आणि शेगडीवरच्या फळीवर लावलेले पंचांग फडफडत होते. ते अचानक खाली आले. मी ते उचलण्यासाठी वाकलो. त्याचे पान फाडले, ते चुरगळले आणि ते विस्तवात टाकले. माझ्या वाढदिवसाचा शेवट. 'ऑल फूल्स डे' संपला होता.

२३

सकाळी जेव्हा मी नाश्त्यासाठी बसलो, तेव्हा बाहेर सोसाट्याच्या वारा असलेल्या दिवसाकडे मी पाहात होतो पण माझ्या डोळ्यांना काही दिसत नव्हते. सीकुंब थाळीवर एक चिठ्ठी घेऊन आला. ती चिठ्ठी पाहून माझ्या हृदयाने उचल खाल्ली. कदाचित तिने मला तिच्या खोलीत भेटायला बोलावले असेल, परंतु ती चिठ्ठी रेशेलची नव्हती. ते हस्ताक्षर मोठे आणि गोल होते. ती चिठ्ठी ल्युसीकडून आलेली होती. ''मि. केंडॉलच्या मोतद्दाराने ही आता आणली, सर.'' सीकुंब म्हणाला, ''तो उत्तराची वाट पाहतोय.''

मी ती पुरी वाचली. 'प्रिय फिलीप, काल रात्री जे घडले त्यामुळे मला फारच त्रास झाला. तुला काय वाटले असेल ते मी समजते. माझ्या वडिलांपेक्षा नक्कीच जास्त. एक लक्षात ठेव की मी तुझी मैत्रीण आहे आणि नेहमीच असेन. मला आज सकाळी शहरात जायचंय. जर तुला कोणाजवळ बोलायची इच्छा असेल तर मी तुला चर्चच्या बाहेर दुपारच्या आधी भेटू शकेन. ल्युसी'

मी ती चिठ्ठी खिशात टाकली आणि सीकुंबला कागद-पेन्सिल आणायला पाठवले. कोणालाही भेटायचे असे कोणी सुचवले तर माझ्या मनाचा कौल नेहमीच, विशेषत: आज सकाळी, एखादी आभाराची ओळ खरडून अशी भेट नाकारायची असाच होता, परंतु जेव्हा सीकुंबने पेन आणि पेपर आणला- मी दुसराच विचार केला. रात्री झालेले जागरण आणि एकटेपणाचे दु:ख ह्यामुळे कुणाचीतरी संगत हवीशी वाटली- त्यात ल्युसी इतरांपेक्षा मला जास्त माहितीची होती, त्यामुळे मी त्या चिठ्ठीत लिहिले की मी त्या सकाळी शहरात येईन आणि तिला चर्चबाहेर भेटेन.

''हे केंडॉलच्या मोतद्दाराला दे,'' मी म्हणालो, ''आणि वेलिंग्टनला सांग की अकरा वाजता जिप्सीवर खोगीर घालून तयार ठेव.''

नाश्ता झाल्यावर मी आफीसात गेलो आणि मी ती सर्व बिले बघितली आणि काल सुरू केलेले पत्रही संपवले. आज काहीही असो ते काम सोपे वाटले. माझ्या

मेंदूचा काही भाग निरुत्साहीपणे काम करत होता. वस्तुस्थिती आणि आकडे ह्यांची दखल घेत होता आणि सवयीने ते मी लिहून टाचणही करत होतो. माझे काम संपल्यावर मी तबेल्याकडे गेलो आणि घरापासून आणि त्याबद्दल मला जे काही वाटत होते, त्यापासून दूर जाण्यासाठी घाईने निघालो. मी ह्या आमराईच्या रस्त्याने-कालच्या आठवणी मनात घेऊन जंगलातून रपेट न मारता सरळ बागेतून मोठ्या रस्त्याकडे गेलो. माझी घोडी ताजीतवानी होती आणि हरणाच्या पाडसासारखी कशालाही घाबरत होती. ती कान टवकारून बुजून मागे कुंपणाकडे जात होती आणि सुसाट वाऱ्याने आम्हा दोघांची स्थिती वाईट केली होती.

हा फेब्रुवारी आणि मार्चमध्ये येणारा सोसाट्याचा वारा एकदाचा आला होता. मागच्या आठवड्यातील सौम्य अशी ऊब, शांत समुद्र आणि सूर्य सारेच आता मागे पडले होते. मोठेमोठे शेपटीवाले, काळी किनार असलेले, पावसाने भरलेले ढग हे पश्चिमेकडून मुसंडी मारल्यागत आले आणि अधूनमधून रागाच्या आवेशात गारांच्या रूपाने स्वत:ला रिकामे करत होते. पश्चिमेकडील खाडीत समुद्राला उधाण आले होते. रस्त्याच्या दोन्ही बाजूंना असलेल्या शेतात समुद्रपक्षी कर्कश्श ओरडत होते आणि नव्याने नांगरलेल्या जमिनीत चोच घालून वसंत ऋतूत आधी आलेले हिरवे कोंब शोधत होते. आदल्या सकाळी मी घाईने निरोप दिलेला नॅट ब्रे मी तेथून जाताना आपल्या कवाडीत उभा होता. त्याने खांद्यावर एक ओली गोणी, गारांच्या माऱ्यापासून बचाव करण्यासाठी घेतली होती. त्याने हात वर करून मला अभिवादन केले, परंतु त्याचा आवाज माझ्यापुढे दूर गेला होता.

त्या हमरस्त्यावरही समुद्राचा आवाज ऐकू येत होता. पश्चिमेकडे जिथं वाळूत त्याच्या लाटा काहीशा उथळ असायच्या, आता त्या आखूड आणि उंच होत्या आणि पुन्हा मागे वळून त्यांचा फेस येत होता, परंतु पूर्वेकडे नदीच्या मुखाकडे मोठ्या लाटा येत होत्या त्या बंदराच्या तोंडावर असलेल्या खडकांवर आपटत होत्या आणि त्या लाटांच्या गर्जना कुंपणे वाहून लावणाऱ्या त्या सोसाट्याच्या वाऱ्यात मिसळून नवीन झाडांना मागे ढकलत होत्या.

मी जेव्हा टेकडी उतरून शहरात आलो तेव्हा तिथं अगदी थोडे लोक होते आणि जे होते ते आपली कामे उरकून घेत होते. त्यांची तोंडे त्या अचानक आलेल्या थंड वाऱ्याच्या तडाख्यामुळे अक्रसल्यासारखी झाली होती. मी जिप्सीला रोज आणि क्राउन जवळ सोडले आणि रस्त्यावरून चर्चकडे पोहोचलो. ल्युसी कमानीखाली आसऱ्यासाठी उभी होती. मी तो जडशील दरवाजा उघडला आणि आम्ही दोघं आत चर्चमध्ये गेलो. बाहेरच्या दिवसापुढे तो चर्च अगदी शांत होता पण त्याबरोबर इथं ती गोठवणारी, घुसमटवणारी आणि जडशील थंडी आणि चर्चचा तो जुनाट वास होता. आम्ही आत गेलो आणि संगमरवरी दगडाच्या माझ्या पूर्वजांच्या जमिनीजवळ

असलेल्या आकृतीच्या जवळ बसलो. त्याचे मुलगे आणि मुली त्याच्या पायाशी बसून रडत होत्या आणि असे किती ॲश्ले ह्या परदेशात पसरलेले आहेत ह्याचा विचार माझ्या मनात आला, काही इथं काही माझ्या प्रदेशात होते. त्यांनी प्रेम केले होते, त्रास सोसला होता आणि ते आपल्या वाटेने गेले होते.

सहजप्रवृत्तीने त्या शांत चर्चमध्ये आम्हाला गप्प केले आणि आम्ही हळू आवाजात बोलत होतो.

''मला तुझ्याबद्दल बऱ्याच काळापासून वाईट वाटतंय,'' ल्युसी म्हणाली, ''ख्रिसमसपासून आणि त्याच्या आधीपासूनही, परंतु मी तुला सांगू शकले नसते. तू ऐकले नसतेस.''

''त्याची काही गरज नव्हती,'' मी म्हणालो, ''आज रात्रीपर्यंत सगळं सुरळीत चाललं होतं. मी जे काही बोललो त्यात दोष माझा होता.''

''ते खरं आहे असा तुझा विश्वास नसता तर तू हे असे बोलला नसतास.'' ती म्हणाली. ''अगदी सुरुवातीपासूनच कपट होते आणि सुरुवातीला ती येण्याआधी ह्यासाठी तुझी तयारी होती.''

''काही फसवणूक किंवा कपट नव्हते,'' मी म्हणालो, ''गेल्या काही तासांपर्यंत तरी, जर माझी काही गैरसमजूत झाली असेल तर ह्याचा दोष मलाच घ्यायला हवा.''

दक्षिणेकडच्या बाजूला पावसाच्या झडीने खिडक्यांवर मारा केला आणि तो खुर्च्यांमधील लांबलचक, मोठे मोठे खांब असलेला रस्ता पूर्वीपेक्षा जास्त अंधारमय वाटला.

''ती गेल्या सप्टेंबरमध्ये इथं का आली?'' ल्युसी म्हणाली, ''ती तुला शोधत एवढा प्रवास करून का आली? मनाच्या हळवेपणाच्या भावनेनं किंवा कुतूहलाने किंवा नसत्या उत्सुकतेने तिला इथं आणलेले नाही. ती इंग्लंडला आली, कॉर्नवॉलला आली ते काही हेतूने आणि ते आता साध्य झाले.''

मी वळलो आणि तिच्याकडे पाहिले. तिचे करडे डोळे अगदी साधे आणि सरळ होते. ''तुला काय म्हणायचंय?'' मी विचारले.

''तिच्याकडे आता पैसा आहे,'' ल्युसी म्हणाली. ''आणि प्रवास करण्याआधी तिचा हाच बेत होता.''

माझ्या हॅरोमधील पाचवीतील शिक्षकाने एकदा आम्हाला सांगितले होते की सत्य हे अनाकलनीय, अदृश्य असते आणि काही वेळा त्याची अचानक गाठ पडते पण ते ओळखता येत नाही, परंतु ते सापडते- पकडले आणि समजले जाते ते मृत्युपंथाला लागलेल्या म्हाताऱ्या माणसांकडून किंवा काही अगदी शुद्ध, अगदी लहान मुलांकडून.

''तू चुकत्येस,'' मी म्हणालो, ''तुला तिच्याबद्दल काहीच माहीत नाही. ती

लहरी आणि भावनाप्रधान स्त्री आहे आणि तिच्या मनोलहरी ह्या अनुमान न करता येण्यासारख्या विचित्र असतात. देवाला माहीत परंतु त्याहून दुसरे काही असणे हा तिचा स्वभावच नाही. लहर आली आणि फ्लॉरेन्स सोडून ती इथं आली. भावनेने तिला इथं आणले. ती राहिली कारण ती सुखी होती आणि तिला राहण्याचा हक्कही होता.''

ल्युसीने माझ्याकडे दयेने पाहिले. तिने आपला हात माझ्या ढोपरांवर ठेवला.

''तू जर पटकन बाधा न होणारा असतास,'' ती म्हणाली, ''तर मिसेस ॲश्ले राहिलीच नसती. ती माझ्या वडिलांना भेटायला आली असती, एक चांगला सौदा तिने केला असता आणि ती निघून गेली असती. पहिल्यापासून तू तिचे हेतू समजलाच नाहीस.''

मी त्या खुर्च्यांच्या रांगेतून धडपडत बाहेर आलो तेव्हा माझ्या मनात आले की जर ल्युसीने रेशेलला हातांनी थप्पड मारली असती किंवा ती तिच्यावर थुंकली असती, तिचे केस उपटले असते आणि गाऊन फाडला असता तरीही मी ते सहन केले असते. ते रानटी आणि पशूसारखे झाले असते. ही लढाई योग्यही ठरली असती; परंतु चर्चच्या ह्या शांततेत रेशेलच्या गैरहजेरीत ही चिखलफेक होती, जवळ जवळ पवित्र गोष्टींची निंदा होती.

''मी इथं बसून तुझे हे बोलणे ऐकू शकत नाही,'' मी म्हणालो. ''मला तुझ्याकडून दिलासा आणि सहानुभूतीची अपेक्षा होती. जर तुझ्याकडे हे द्यायला नसेल तर काही फरक पडत नाही.''

ती माझा हात पकडत माझ्या बाजूला उभी राहिली.

''तुला मी मदत करत्येय हे समजत नाही का?'' तिने विनवले. ''पण तू प्रत्येक गोष्टीबाबत आंधळा झालायस. त्याचा काही उपयोग नाही. पुढच्या महिन्यांबाबत बेत करणे हे मिसेस ॲश्लेच्या स्वभावात नसेल तर दर आठवड्याला, दर महिन्याला ती आपला भत्ता देशाबाहेर का पाठवत आहे? आणि हे सर्व हिवाळाभर चाललंय.''

''हे तुला कसे माहीत?'' मी विचारले, ''की तिने हे केलंय?''

''माझ्या वडिलांना हे कळण्याचे अनेक मार्ग आहेत,'' ती म्हणाली. ''ह्या गोष्टी मि. कौच आणि माझे वडील जे तुझे पालक आहेत त्यांच्यापासून लपून राहू शकत नाहीत.''

''समजा जर तिने असे केले असले तर काय बिघडले?'' मी म्हणालो. ''फ्लॉरेन्समध्ये काही कर्जे होती. मला ते सर्व आधीच माहीत होते. कर्जदार पैशासाठी तिला तगादा लावून होते.''

''एका देशातून दुसऱ्या देशात?'' ती म्हणाली, ''हे शक्य आहे? मला नाही असे वाटत. मिसेस ॲश्ले परत गेल्यावर स्वतःसाठी पैशाची तयारी करत आहे ही शक्यता जास्त आहे. तिने हिवाळा इथं घालवला, कारण तिला माहीत होते की

तुझ्या पंचविसाव्या वाढदिवशी तू कायदेशीर रीतीने पैशाचा आणि मालमत्तेचा वारस होशील, तो कालच नव्हता का? मग माझे वडील त्यापुढे तुझे पालक न राहिल्यामुळे तिला तुझ्याकडून हवे तेवढे उकळता आले असते, परंतु अचानक तशी गरजच उरली नाही. तुझ्याकडे जे काही होते त्या सर्वांचे तू तिला दानच केलेस.''

ज्या मुलीला मी ओळखत होतो, जिच्यावर माझा विश्वास होता अशा मुलीचे मन इतके तिरस्करणीय असेल ह्यावर माझा विश्वासच बसेना आणि ती- सगळ्यात वाईट गोष्ट म्हणजे- इतक्या तर्कशुद्धपणे आणि व्यवहारीपणाने तिच्यासारख्या एका स्त्रीची चिरफाड करत होती.

''हे तुझ्या वडिलांचे कायदेशीर मन तुझ्यातून बोलतंय की तू स्वत: बोलत्येस?'' मी तिला म्हणालो.

''माझे वडील नव्हे,'' ती म्हणाली, ''तुला माहीत आहे की ते किती भिडस्त आहेत ते. ते माझ्याशी फारसे बोललेले नाहीत. ते माझे स्वत:चे तर्क आहेत.''

''तू ती भेटल्यापासून तिच्या विरुद्ध आहेस,'' मी म्हणालो. ''तो रविवार होता नाही का चर्चमध्ये? तू जेवायला रात्री आलीस आणि एक शब्दही बोलली नाहीस पण त्या टेबलाशी ताठर आणि गर्विष्ठ चेहरा करून बसली होतीस. तू ठरवलं होतंस की तिला आवडून घ्यायचे नाही.''

''आणि तू?'' ती म्हणाली. ''तू ती येण्याआधी काय म्हणाला होतास ते तुला आठवतं का? तुला तिच्याबद्दल वाटणारा राग मी विसरलेली नाही आणि त्यालाही चांगले कारण होते.'' गानवृंदाच्या जागेच्या बाजूच्या दरवाजातून करकर झाली. ते उघडले आणि साफसफाई करणारी एक छोटीशी स्त्री, ॲलीस टॅब, हातात झाडू घेऊन खुर्च्यांमधली जागा साफ करण्यासाठी आली. तिने चोरून आमच्याकडे पाहिले आणि ती व्यासपीठाच्या मागच्या बाजूला गेली. ती तिथं असल्याची जाणीव आता आमच्याबरोबर होती आणि एकटेपणाची भावना संपली होती.

''ह्याचा काही उपयोग नाही, ल्युसी,'' मी म्हणालो, ''तू मला काही मदत करू शकणार नाहीस. मला तू आवडत्येस आणि तुलाही मी. जर आपण असे बोलत राहिलो तर आपण एकमेकांचा द्वेष करू.''

ल्युसीने माझ्याकडे पाहिले. तिचा हात माझ्या दंडावरून खाली आला.

''तुझे तिच्यावर मग एवढे प्रेम आहे का?'' ती म्हणाली.

मी बाजूला झालो. ती माझ्याहून लहान होती, एक मुलगी ती हे समजू शकली नसती, कुणीही हे समजू शकले नसते, फक्त ॲम्ब्रोस सोडून, परंतु तो जिवंत नव्हता.

''तर मग तुमच्या दोघांच्या भविष्यकाळाचे काय?'' ल्युसीने विचारले.

त्या खुर्च्यांच्या रांगेत आमच्या पावलांचा पोकळ आवाज येत होता. खिडक्यांवर मारा करणारी सर आता थांबली होती. दक्षिणेच्या खिडकीतून आलेल्या सूर्यकिरणांमुळे

सेंट पीटरच्या डोक्यावरील प्रभामंडळ प्रकाशित झाले होते आणि पुन्हा एकदा ते अंधूक झाले.

''मी तिला लग्नाबद्दल विचारले,'' मी म्हणालो, ''मी तिला एकदा, दोनदा विचारले आणि मी तिला विचारतच राहीन. हा तुझ्यासाठी माझा भविष्यकाळ असेल.''

आम्ही चर्चच्या दरवाजापाशी आलो. मी तो उघडला आणि पुन्हा एकदा आम्ही कमानीखाली उभे राहिलो. चर्चच्या दाराजवळील झाडावर एक कोकीळ पावसाची पर्वा न करता गात होता आणि एक खाटकाचा मुलगा खांद्यावर ट्रे घेऊन आणि आपले ॲप्रन डोक्यावर घेऊन त्याच्या जोडीने शीळ घालत चालला होता.

''तू पहिल्यांदा तिला केव्हा विचारलेस?'' ल्युसीने विचारले.

ती ऊब, तो मेणबत्तीचा उजेड, ते हसू मला पुन्हा एकदा आठवले आणि अचानक तो उजेड, ते हास्य नाहीसे झाले... फक्त रेशेल आणि मी. त्या मध्यरात्रीची जणू काही चेष्टा करण्यासाठी चर्चच्या घड्याळाने बाराचे ठोके दिले.

''माझ्या वाढदिवसाच्या सकाळी,'' मी ल्युसीला म्हणालो. ती घंटी जी आमच्या डोक्यावर जोरात टोलकावत होती तिचा शेवटचा टोला होईपर्यंत ल्युसी थांबली.

''तिने तुला काय उत्तर दिले?'' तिने विचारले.

''आमचा एकमेकांच्या हेतूबद्दल गैरसमज झाला,'' मी उत्तर दिले. ''जेव्हा ती 'नाही' म्हणत होती तेव्हा मला वाटले की ती 'होय' म्हणतेय.''

''तिने ते कागदपत्र त्यावेळी वाचले होते का?''

''नाही, तिने ते नंतर वाचले, त्याच सकाळी पण नंतर.''

त्या चर्चच्या कवाडाजवळ मी केंडॉलचा मोतद्दार पाहिला आणि तो छकडा. त्याने मालकाच्या मुलीला पाहताच चाबूक उंचावला आणि तो गाडीतून उतरला. ल्युसीने आपली टोपी घट्ट बांधली आणि आपल्या डोक्यावरील जाळी केसावरून खाली ओढली. ''तिने ते वाचायला फारसा वेळ घेतला नाही आणि ती पेलियनला माझ्या वडिलांना भेटायला आली.'' ल्युसी म्हणाली.

''तिला ते नीट समजले नव्हते,'' मी म्हणालो.

''ती जेव्हा पेलीयनवरून निघाली तेव्हा ते तिला नीट समजले होते,'' ल्युसी म्हणाली. ''मला चांगले आठवते ती गाडी थांबली होती आणि आम्ही पायऱ्यांवर उभे होतो तेव्हा माझे वडील तिला म्हणाले, 'ते पुनर्विवाहाचे कलम जरा थोडे कडक वाटेल. तुला तुझी मालमत्ता ठेवायची असेल तर तू विधवाच राहिले पाहिजेस.' आणि मिसेस ॲश्लेने हसून- 'हे उलट मला छानच आहे.' असे उत्तर दिले''

तो मोतद्दार रस्त्याजवळ मोठी छत्री घेऊन आला. ल्युसीने हातमोजे घातले.

एक काळा डोमकावळा आकाशातून उडत आला.

"ते कलम इस्टेटीचे संरक्षण व्हावे ह्यासाठी घातलेले होते," मी म्हणालो, "एखाद्या तिऱ्हाइताकडून त्याची उधळपट्टी न व्हावी म्हणून. जर ती माझी माझी पत्नी झाली तर ते लागू पडणार नाही."

"इथंच तर तुझे चुकतंय," ल्युसी म्हणाली. "जर तिने तुझ्याशी लग्न केले तर सर्व तुझ्याकडेच परत येईल ह्याचा तू कधी विचारच केलेला नाहीस."

"मग काय झालं?" मी म्हणालो. "मी तिच्याबरोबर प्रत्येक पैशाचा सहभागी बनेन. त्या एका कलमामुळे ती माझ्याशी लग्न करण्याचे नाकारणार नाही. तुला हे सुचवायचे आहे का?"

त्या टोपीमुळे तिचे तोंड दिसत नव्हते, परंतु तिचे भुरे डोळे त्यातून माझ्याकडे बघत होते. चेहऱ्याचा इतर भाग झाकला गेला होता.

"पत्नी," ल्युसी म्हणाली, "आपल्या नवऱ्याचा पैसा ह्या देशातून पाठवू शकत नाही किंवा ती आपल्या मूळ जागेकडे परतू शकत नाही... मी काहीच सुचवत नाही."

त्या मोतद्दाराने सलाम केला आणि तिच्या डोक्यावर छत्री धरली. मी तिच्या मागोमाग छकड्याकडे गेलो आणि तिला सीटवर बसण्यात मदत केली.

"मी तुला काही मदत करू शकले नाही," ती म्हणाली, "आणि तू मला दुष्ट आणि निर्दय समजत असशील, परंतु कधीकधी पुरुषापेक्षा स्त्री जास्त स्पष्टपणे जाणू शकते. तुला दुखावल्याबद्दल मला क्षमा कर. मला फक्त तू पुन्हा पूर्ववत व्हायला हवायस." ती मोतद्दाराकडे झुकली. "ठीक आहे, थॉमस!" ती म्हणाली, "आपण पेलियनला परत जाऊ या." त्याने घोडा वळवला आणि टेकडी चढून ते हमरस्त्याला लागले.

मी मग चालत रोज आणि क्राउनच्या बाहेरच्या जागेत जाऊन बसलो. ल्युसी मला जे म्हणाली होती, की ती मला काही मदत करू शकली नाही हे खरे होते. मला दिलासा हवा होता आणि तो जराही मिळाला नव्हता. फक्त कठीण वस्तुस्थितीचे वेडेवाकडे स्वरूप पुढे मांडले गेले होते. ती जे काही म्हणाली त्याचा अर्थ एखाद्या वकिलाच्या मनाला कळेल. माझा धर्मपिता माणसाच्या मनाची पर्वा न करता तोलूनमापून वस्तुस्थिती कसे मोजायचा ते मला माहीत होते. जर त्यांचा हा गुण तिच्या अंगी उतरला असला आणि त्याप्रमाणे ती बोलत असली तर ते स्वाभाविक होते.

माझ्यात आणि रेशेलमध्ये काय झाले हे तिच्यापेक्षा मला चांगले माहीत होते, तो दरीतील जंगलाच्या वरच्या बाजूला असलेला दगडी चबुतरा आणि ते सर्व महिने मी तिला त्यात सहभागी करून न घेणे. "तुझी कझिन रेशेल," रेनाल्डी म्हणाला,

"ती लहरी बाई आहे. त्या लहरी स्वभावामुळेच तिने मला तिच्यावर प्रेम करू दिले होते आणि त्या लहरीमुळेच तिने मला सोडून दिले होते." ॲम्ब्रोसला ह्या गोष्टी माहीत होत्या, त्याला हे समजले होते आणि त्यालाही आणि मलाही तिच्याशिवाय दुसरी कोणतीही स्त्री असू शकत नव्हती, किंवा पत्नी नव्हती.

मी त्या रोज आणि क्राउनच्या थंड जागेत बराच वेळ बसलो. त्या मालकाने माझ्यासाठी थंड मटण आणि थोडी दारू आणली. मला जराही भूक नव्हती. नंतर मी बाहेर गेलो आणि धक्क्यावर उभा राहिलो आणि त्या उंच लाटा पायऱ्यांवर आदळताना पाहिल्या. त्या मासेमारी बोटी ज्या ठिकाणी बांधलेल्या होत्या तिथं हलत होत्या आणि एक म्हातारा वल्हवण्याच्या जागेत बसून आपल्या बोटीतील पाणी बादलीने काढून फेकत होता. त्याची पाठ त्या लाटांच्या उडणाऱ्या फवाऱ्याकडे होती आणि तो फवारा बोटीत पुन्हा पाणी भरत होता.

पूर्वीपेक्षा ढग आता जास्त खाली आले होते आणि धुकं पसरले होते आणि त्याचा बुरखा समोरच्या किनाऱ्यावरील झाडांवर पडलेला होता. जर मला ओलेचिंब न होता आणि जिप्सीला सर्दी पकडायला न लावता घरी जायचे असेल, तर हवा आणखी खराब होण्याआधी मला परत जायला हवं होतं. आता कुणी घराबाहेर नव्हते. मी जिप्सीच्या पाठीवर चढलो आणि टेकडी चढू लागलो आणि त्या हमरस्त्याचे आणखी मैल टाळण्यासाठी जिथं चार रस्ते मिळतात तेथून वनराईकडे गेलो. त्या इथं आम्ही छायेत होतो, परंतु शंभर याड्‌र्स जातोय तर जिप्सी अडखळली आणि लंगडू लागली आणि मग त्या झोपडीत जाऊन जो दगड तिच्या नाळात जाऊन बसला होता तो तिथं काढीत बसण्यापेक्षा आणि तिथं वावड्या सुरू होण्यापेक्षा, मी खाली उतरून तिला सावकाश घरी आणायचे ठरवले.

त्या वादळामुळे फांद्या खाली आल्या होत्या आणि त्या रस्त्यावर पडल्या होत्या. कालपर्यंत स्तब्ध असलेली झाडे आता हेलकावत होती आणि हलत होती आणि त्या धुक्याच्या पावसात थरथरत होती. त्या दलदलीच्या दरीतून धुकं एखाद्या पांढऱ्या ढगासारखे वर उठले होते. मी ल्युसीबरोबर चर्चमध्ये बसल्यापासून आणि त्या रोज आणि क्राउनच्या बाहेर विस्तव नसलेल्या खोलीत बसल्यापासून तो सबंध दिवस मी किती थंडीत काढला होता ह्याच्या आठवणीने मी थरथरलो. हे कालच्या दिवसापासूनचे दुसरे जग होते.

मी जिप्सीला रेशेल आणि मी घेतलेल्या रस्त्याने नेले. आमच्या पायाच्या खुणा जिथं आम्ही प्रिमरोजची फुलं गोळा करण्यासाठी ज्या झुडपांभोवती फिरलो होतो तिथं होत्या. त्या फुलांचे तुरे अजूनही त्या चिखलात खिन्नपणे पडून होते. ती वनराई संपता संपत नव्हती. जिप्सी लंगडत होती. मी तिचा लगाम धरून तिला मार्ग दाखवत होतो आणि पडणाऱ्या पावसाने माझ्या कोटाच्या कॉलरच्या मागून घुसून

माझी पाठ गार करायला सुरुवात केली होती.

जेव्हा मी घरी पोहोचलो तेव्हा मी वेलिंग्टनला 'गुड आफ्टरनून' वगैरे काही म्हणण्याच्या मनःस्थितीत नव्हतो. त्याच्यावर न बोलता लगाम फेकला आणि तो माझ्याकडे टक लावून पाहात असताना त्याला तसेच सोडले. देवाला माहीत की कालच्या रात्रीनंतर मला पाण्याशिवाय दुसरे काही पिण्याची इच्छा नव्हती, परंतु मी थंडावलेला आणि ओला झालेला असल्यामुळे मला वाटले की ब्रँडी माझ्या अंगात कदाचित थोडी ऊब आणू शकेल.

मी जेवणाच्या खोलीत गेलो. जॉन तिथं होता. तो जेवणासाठी टेबल मांडत होता. तो माझ्यासाठी जेवणाच्या बाजूच्या खोलीतून ग्लास आणायला गेला आणि मी वाट पाहात असताना माझ्या लक्षात आले की त्याने तिघांसाठी ताटे मांडली आहेत.

तो परत आल्यावर मी त्याकडे बोट दाखवत विचारले, "तिघांसाठी का?"

"मिस पॅस्को," तो म्हणाला, "ती एक वाजल्यापासून इथं आहे. मालकीण तुम्ही गेल्यावरच ताबडतोबच आज सकाळी तिला बोलवायला गेली. ती मिस पॅस्कोला आपल्याबरोबर घेऊन आली. ती राहायला आली आहे."

मी त्याच्याकडे आश्चर्याने पाहातच राहिलो. "मिस पॅस्को राहायला आली?" मी विचारले.

"हो," तो म्हणाला. "मिस मेरी पॅस्को, रविवारच्या शाळेत शिकवते ती. आम्ही तिच्यासाठी ती गुलाबी खोली तयार करण्यात गुंतलो होतो. ती आणि मालकीणबाई आता स्त्रियांच्या खोलीत आहेत."

तो मग टेबल मांडू लागला. त्याने तो ग्लास बाजूच्या टेबलावर ठेवला. ब्रँडी ओतण्याची तसदीही त्याने घेतली नाही. मी वर गेलो. तिथं टेबलावर माझ्या खोलीत एक चिठ्ठी होती. त्यावर रेशेलचे हस्ताक्षर होते. मी ती उघडली. चिठ्ठीत मायना वगैरे नव्हता फक्त दिवस आणि तारीख होती. "मी सोबत म्हणून मेरी पॅस्कोला इथं राहायला बोलावले आहे. मी तुझ्याबरोबर आता एकटी राहू शकत नाही. तू पाहिजे तर जेवणाआधी किंवा जेवणानंतर स्त्रियांच्या बैठकीच्या खोलीत आमच्याबरोबर येऊ शकतोस. तू नम्रपणे राहावेस असे मी तुला सांगते. रेशेल."

ती असे करू शकत नाही. हे खरे नव्हते. आम्ही त्या पॅस्को पोरींबद्दल कितीदा हसलो होतो आणि जास्त करून त्या बडबड्या मेरीबद्दल. ती सारखी कशिदे काढायची. ज्यांना एकटे सोडायला हवे होते त्या गरिबांना ती भेटायची. जरा जास्त मजबूत असलेली मेरी ही तिच्या आईची जास्त चांगली प्रतिकृती होती. गंमत म्हणून रेशेलने तिला बोलावले असेल, फक्त जेवणासाठी. माझे गंभीर तोंड जेवणाच्या टेबलावर बघण्यापेक्षा- पण ती चिठ्ठी मस्करी नव्हती.

मी माझ्या खोलीतून जिन्याच्या मधल्या जागेत गेलो आणि पाहिले की गुलाबी खोलीचा दरवाजा उघडा होता. तिथं काही चूक नव्हती. विस्तव शेगडीत जळत होता आणि चपला आणि वर ओढायचे कपडे खुर्चीवर पडलेले होते. तिथं ब्रशेस, पुस्तके आणि तिऱ्हाइताचे सर्व वैयक्तिक सामान त्या खोलीत होते आणि पुढचा दरवाजा जो नेहमी बंद असायचा, जो रेशेलच्या खोल्यांकडे जायचा तो आता बंद नव्हता, सताड उघडा होता. मला त्या पलीकडच्या स्त्रियांच्या बैठकीच्या खोलीतून हळू आवाजातील बोलणी ऐकू येत होती. म्हणजे ही मला शिक्षा होती तर! ती मला लाजिरवाणी गोष्ट होती. मेरी पॅस्कोला आमच्यात- रेशेल आणि माझ्यात विभागणी करण्यासाठी बोलावण्यात आले होते. तिने तसे ते पत्रात लिहिलेच होते.

माझी पहिली प्रतिक्रिया अतिशय रागाची होती, त्यामुळे त्या बोळातून चालत जाऊन त्या स्त्रियांच्या बैठकीच्या खोलीत जाऊन मेरी पॅस्कोचे खांदे धरून तिला सामान आवरून जायला सांगायचे आणि वेलिंग्टनला तिला ताबडतोब गाडीतून घरी पोहोचवायला लावायचे- ह्या माझ्या विचारावर मनाला कसा आवर घालायचा ते मला धड कळत नव्हते. रेशेलने माझ्या घरात तिला ह्या अशा हलकट आणि फुसक्या आणि अपमानकारक कारणांनी बोलावले होते, की ज्यामुळे मी रेशेलबरोबर एकटा राहू शकणार नव्हतो? म्हणजे प्रत्येक जेवणाच्या वेळी मेरी पॅस्कोची सजा माझ्या वाटणीला येणार होती का? मेरी पॅस्को लायब्ररीत येणार होती, ती बाहेर चालणार होती, ती स्त्रियांच्या बैठकीच्या खोलीत बसणार होती आणि सर्वांत जास्त म्हणजे जी मी सवयीमुळे रविवारी सहन केली होती, ती बायकांच्यात चालणारी अव्याहत बडबडही मला सहन करावी लागणार होती.

मी बोळातून चालत गेलो. मी कपडे बदललेले नव्हते आणि अजूनही ओल्या कपड्यात होतो. मी स्त्रियांच्या बैठकीच्या खोलीचा दरवाजा उघडला. रेशेल खुर्चीवर बसलेली होती आणि मेरी पॅस्को तिच्या बाजूला स्टुलावर बसलेली होती. त्या दोघीजणी एका मोठ्या ग्रंथातील इटालियन बागांची चित्रं पाहात होत्या.

"तर तू परत आलास?" रेशेल म्हणाली, "घोड्यावरून रपेट करण्यासाठी तू एक विचित्र दिवस निवडलास. जेव्हा मी पाद्रीसाहेबांच्या घरी गेले होते तेव्हा ती गाडी वाऱ्याने रस्त्यावरून उडत जाण्याच्या बेतात होती. आता तू बघतोयसच की मेरी इथं पाहुणी म्हणून राहायला आलीये हे आपले भाग्यच. ती आताच घरच्यासारखी झालीये. मला बरे वाटले."

मेरी पॅस्को कर्कश्शपणे हसली.

"मला एवढे आश्चर्य वाटले मि. ॲश्ले," ती म्हणाली, "तुमची कझिन मला घ्यायला आली तेव्हा. बाकीच्या सर्वांना अगदी हेवा वाटत होता. मी इथं आहे हे मला अजूनही खरं वाटत नाही आणि ह्या इथं स्त्रियांच्या खोलीत किती उबदार

आणि छान वाटतंय, खालच्यापेक्षाही छान. तुमची कझिन म्हणते की संध्याकाळी इथं बसायची तुमची सवय आहे. तुम्ही पत्त्यांचा खेळ खेळता का? तुम्हाला जर खेळता येत नसेल तर मला तुम्हा दोघांना शिकवण्यात आनंद वाटेल.''

''फिलीप?,'' रेशेल म्हणाली, ''फिलीपला हे दैववादी खेळ खेळायला आवडत नाहीत. त्याला गप्पपणे बसून पाईप ओढायला आवडतो. मेरी तू आणि मी एकत्र खेळू या.''

मेरी पॅस्कोच्या डोक्यावरून तिने माझ्याकडे पाहिले, नाही... ती चेष्टा नव्हती. तिच्या त्या निर्दय नजरेने हे सांगितले की तिने हे मुद्दाम केले होते.

''मी तुझ्याशी एकटा बोलू शकतो का?'' मी सरळ विचारले.

''मला त्याची काही गरज वाटत नाही,'' ती म्हणाली, ''तुला जे काही हवं ते तू माझ्याशी मेरीसमोर बोलू शकतोस.''

ती पाद्र्यांची मुलगी झटकन उभी राहिली. ''ओ, प्लीज,'' ती म्हणाली, ''मला इथं काही आगंतुकपणे थांबण्याची इच्छा नाही. मी माझ्या खोलीत जाते.''

''तर मग दरवाजे सताड उघडे ठेव,'' रेशेल म्हणाली, ''म्हणजे मी जेव्हा तुला हाक मारीन तेव्हा तुला येता येईल.'' तिच्या डोळ्यात शत्रुभाव होता आणि ते माझ्यावर रोखलेले होते.

''हो, नक्कीच, मिसेस ॲश्ले,'' मेरी पॅस्को म्हणाली. ती माझ्या बाजूने निघून गेली. तिचे डोळे वटारलेले होते आणि तिने सारे दरवाजे उघडे टाकले होते.

''तू हे का केलेस?'' मी रेशेलला विचारले.

''तुला सर्व माहीत आहे,'' ती म्हणाली, ''मी माझ्या चिठ्ठीत लिहिलंयच.''

''ती किती दिवस राहणार आहे?''

''मला जोपर्यंत वाटेल तोपर्यंत.''

''तुला तिची साथ एक दिवसापेक्षा जास्त काळ सहन होणार नाही. ती तुलाही आणि मलाही वेडे करील.''

''तू चुकतोयस,'' ती म्हणाली, ''मेरी पॅस्को ही चांगली आणि गरीब मुलगी आहे. मला वाटले नाही तर मी तिच्याशी बोलणार नाही, पण ती घरात असल्यामुळे मला निदान संरक्षित तरी वाटेल आणि आता वेळ आली होती. ज्या तऱ्हेने गोष्टी घडत होत्या त्या तशाच चालू राहणे शक्य नव्हते. तू जो स्फोट टेबलाशी केलास त्यानंतर तर ते अशक्यच होते. तुझ्या धर्मपित्याचेही जाण्याआधी हेच म्हणणे होते.''

''ते काय म्हणाले?''

''की इथं मी असल्यामुळे निरनिराळ्या वदंता उठतायत आणि तुझ्या ह्या लग्नाच्या बढाईमुळे तर त्यात फारशी सुधारणा झालीच नसती. तू ह्याबाबत दुसऱ्या

कोणाशी बोललायस ते मला माहीत नाही. मेरी पॅस्कोमुळे आणखी वदंता तरी थांबतील. त्याची मी नीट काळजी घेईन.''

माझ्या कालच्या रात्रीच्या कृतीने एवढा बदल, एवढा वैरभाव जागृत झाला होता, ते शक्य होते का?

''रेशेल,'' मी म्हणालो, ''हे एका क्षणाच्या संभाषणात आणि दरवाजे उघडे ठेवून ठरवता येणार नाही. माझी अशी विनंती आहे की तू माझे म्हणणे ऐकावेस. जेव्हा मेरी पॅस्को झोपायला जाईल तेव्हा मला तुझ्याशी एकटीशी जेवणानंतर बोलू दे.''

''तू काल रात्री मला धाकदपटशा दाखवलास,'' ती म्हणाली, ''एकदा हे पुरेसे आहे. आता ठरवायचे काही नाही. तू आता इच्छा असली तर जाऊ शकतोस किंवा इथं थांबून मेरी पॅस्कोजवळ पत्ते खेळू शकतोस.'' ती मग पुन्हा बागेच्या पुस्तकाकडे वळली.

मी खोलीतून बाहेर पडलो. आता इथं काही करता येण्यासारखे नव्हते. ही काल रात्रीच्या त्या क्षणासाठी शिक्षा होती तर, जेव्हा मी माझे हात तिच्या मानेभोवती आवळले होते. त्याबद्दल मला ताबडतोब पश्चात्ताप आणि लाजही वाटली होती. ती चूक अक्षम्य होती त्याचे हे फळ होते. जसा मला चटकन राग आला होता तसा गेलाही. मला अगदी मंदपणा जाणवत होता आणि त्याचे निराशेत रूपांतर झाले होते. अरे देवा! मी काय केले होते?

अगदी थोड्या वेळापूर्वी, वेळच मोजायची तर काही तासांपूर्वी, आम्ही दोघं सुखी होतो. माझ्या वाढदिवसाच्या पूर्वसंध्येच्या परमानंदात आणि ती सारी जादू आता संपली होती. माझ्या स्वत:च्या चुकीने मी ती फुकट घालवली होती. मी रोज आणि क्राउनच्या थंडगार जागेत बसलो असताना मला वाटले होते, की थोड्याच आठवड्यांत तिची माझी पत्नी होण्याची नाराजगी दूर होईल. जर ताबडतोब झाली नाही तर नंतर आणि नंतर झाली नाही तर जोपर्यंत आम्ही एकत्र आहोत, एकमेकांवर त्या माझ्या वाढदिवसाच्या सकाळी जसे प्रेम केले तसे करत आहोत, तोपर्यंत काय हरकत होती? निश्चय किंवा निवड तिची राहील तरीही ती नक्कीच नाकारणार नाही ना? मी जेव्हा घरी परतलो तेव्हा मी अगदी आशावादी होतो परंतु आता ती तिऱ्हाईत व्यक्ती, ते तिसरे माणूस आणि अजून आमच्यात असलेला गैरसमज. जेव्हा मी खोलीत असा उभा असताना त्यांचे आवाज जिन्याजवळून येताना ऐकले आणि खाली पायऱ्या उतरत असताना झालेली गाऊनची सळसळ. मला वाटले होते त्यापेक्षा उशीर झाला होता; त्यांनी बहुधा जेवणासाठी कपडे बदलले होते. त्या तिथं बसण्याच्या व्यवहाराला मी तोंड देऊ शकत नव्हतो. त्यांनी एकट्यांनीच जेवण घ्यावे. मला भूकही नव्हती. मला थंड आणि हातपाय गारठल्यासारखे

वाटत होते. बहुधा मी थंडी पकडली होती आणि मी माझ्या खोलीतच योग्य होतो. मी घंटी वाजवली आणि जॉनला माझ्या वतीने माफी मागायला सांगून मी जेवणासाठी खाली जात नसल्याचे सांगितले. मी सरळ झोपणार होतो आणि मला वाटले तसेच त्यामुळे हलचल माजली. सीकुंब काळजी करत वर आला.

"बरं नाही का, मि. फिलीप, सर?" त्याने विचारले. "मला वाटते की मोहरी घालून तुम्ही आंघोळ करावी आणि गरम दारू मिश्रित पाणी घ्यावे. हे असे झाले कारण ह्या हवेत तुम्ही घोड्यावरून रपेट मारलीत."

"काही नाही, थँक्स सीकुंब," मी म्हणालो, "मी जरा थकलोय एवढेच."

"रात्रीचे जेवण का नको मि. फिलीप? आज हरणाचे मांस आणि सफरचंदाचे मिष्टान्न आहे. ते अगदी तयार आहे. दोन्ही बायका आता जेवणाच्या खोलीत आहेत."

"नको सीकुंब, मला काल रात्री धड झोप आलेली नाही. मी सकाळी ठीक होईन."

"मी मालकिणीला सांगतो," तो म्हणाला, "तिला खूप काळजी वाटेल."

मी खोलीत राहिल्यामुळे मला कदाचित रेशेलला एकटे भेटण्याची संधी होती. जेवण झाल्यावर कदाचित ती वर येऊन माझी चौकशी करील.

मी कपडे काढले आणि बिछान्यात घुसलो. नक्कीच मी थंडी पकडली होती. ह्या चादरी फारच थंड वाटत होत्या. मी त्या काढून टाकल्या आणि सरळ ब्लँकेटात घुसलो. मला अगदी ताठरल्यासारखे आणि बधिर झाल्यासारखे वाटत होते आणि माझे डोके थडथडत होते. सर्व गोष्टी विचित्र आणि वेगळ्या वाटत होत्या. मी तिथं पडलो आणि त्यांचे जेवण उरकण्याची वाट पाहात होतो. मी त्या हॉलमधून जेवणाच्या खोलीत गेल्याचे ऐकले. मी त्या अविरत बडबडीपासून वाचलो होतो. काही झाले तरी- आणि नंतर- बऱ्याच वेळानंतर त्या परत दिवाणखान्यात आल्या.

आठ वाजल्यानंतर काही वेळाने त्या वर आल्याचे मी ऐकले. मी अंथरुणात उठून बसलो आणि माझे जॅकेट खांद्याभोवती टाकले. हा क्षण कदाचित ती निवडेल. ती ब्लँकेट जाडजूड होती तरी मला थंडी वाजत होती आणि माझ्या पायात आणि मानेत जाणवणारी ती वेदना आता माझ्या डोक्यात शिरली होती, त्यामुळे ते पेटल्यागत वाटत होते.

मी थांबलो, परंतु ती आली नाही. त्या दोघी स्त्रियांच्या बैठकीच्या खोलीत बसल्या असाव्यात. मी घड्याळात नऊचे ठोके ऐकले, मग दहा मग, अकरा. अकरा वाजल्यानंतर तिचा येण्याचा आणि मला भेटण्याचा बेत त्या रात्री नाही हे मी ओळखले. माझ्याकडे दुर्लक्ष करायचे ही माझ्या शिक्षेची रुजवत होती.

मी गादीतून उठलो आणि बोळात जाऊन उभा राहिलो. त्या रात्री झोपण्यासाठी

खोलीत गेल्या होत्या. मला मेरी पॅस्कोची गुलाबी खोलीतील हालचाल ऐकू येत होती आणि अधूनमधून घसा साफ करण्यासाठी येणारा आणि वैताग आणणारा खोकलाही- ही आणखी एक सवय तिच्या आईकडून तिने घेतली होती.

मी बोळातून रेशेलच्या खोलीकडे गेलो. मी दरवाजाच्या मुठीवर हात ठेवला आणि ती वळवली परंतु दरवाजा उघडला नाही. तो आतून बंद होता. मी हळूच दरवाजावर थाप मारली, तिने उत्तर दिले नाही. मी मग सावकाश माझ्या खोलीकडे गेलो आणि पलंगाकडे वळलो आणि तिथं बर्फागत थंड पडलो.

मी सकाळी उठून कपडे केल्याचे मला आठवले, परंतु जॉन मला उठवायला आल्याचे मला आठवत नाही किंवा मी नाश्ता घेतल्याची किंवा दुसऱ्या कशाचीही मला आठवण नाही फक्त माझ्या मानेत जाणवणारा कडकपणा आणि डोक्यातून येणाऱ्या जीवघेण्या कळा एवढेच जाणवत होते. मी उठलो आणि ऑफीसमधील माझ्या खुर्चीत बसलो. मी पत्रं लिहिली नाहीत, मी कुणाला भेटलो नाही. दुपारनंतर सीकुंब मला शोधत बायका जेवणासाठी वाट पाहात असल्याचे सांगण्यासाठी आला. मला काही नको असल्याचे मी सांगितले. तो माझ्याजवळ आला आणि त्याने माझ्या चेहऱ्याकडे पाहिले.

"मि. फिलीप," तो म्हणाला, "तुम्ही आजारी आहात, काय झाले?"

"मला माहीत नाही." मी म्हणालो. त्याने माझा हात धरून त्याला स्पर्श केला. तो ऑफीसमधून घाईने अंगणातून गेल्याचे मी ऐकले.

मग जरा वेळाने दरवाजा उघडला. रेशेल तिथं उभी होती. तिच्यामागे मेरी पॅस्को आणि सीकुंब उभे होते. ती माझ्याकडे आली.

"सीकुंब म्हणतोय की तू आजारी आहेस," ती मला म्हणाली, "काय झालंय?"

मी तिच्याकडे पाहातच राहिलो. जे काही घडत आहे ते खरं नव्हते. मी माझ्या ऑफीसच्या खुर्चीत बसलोय हेही मला कळत नव्हते, परंतु मी वर माझ्या खोलीत माझ्या पलंगावर काल रात्री जसा कुडकुडत पडलो होतो, तसाच आहे असे वाटत होते.

"तू तिला कधी घरी पाठवशील?" मी म्हणालो, "मी तुला दुखापत होईल असे वागणार नाही. मी तुला माझा शब्द देतो."

तिने आपला हात माझ्या डोक्यावर ठेवला. तिने माझ्या डोळ्यात पाहिले. ती सीकुंबकडे झटकन वळली. "जॉनला बोलाव," ती म्हणाली. "तुम्ही दोघांनी मिळून मि. ॲश्लेंना बिछान्यात झोपवा आणि वेलिंग्टनला- मोतद्दाराला डॉक्टरांना आणायला सांगा..."

मला दुसरे काही दिसत नव्हते. तिचा निस्तेज चेहरा आणि डोळे आणि तिच्या

खांद्यामागून हास्यास्पद, तिथं न शोभणारा, मूर्ख, घाबरलेला, धक्का बसलेली नजर माझ्यावर खिळवून पाहणारा मेरी पॅस्कोचा चेहरा. मग काही नाही. मानेचा तो ताठरपणा आणि वेदना.

पुन्हा माझ्या गादीत पडल्यावर मला जाणीव झाली की सीकुंब खिडकीशी उभा होता. तो खिडक्या लावत होता, पडदे ओढत होता आणि खोलीत अंधार करत होता- ज्याची मला अगदी ओढ वाटत होती. कदाचित त्या अंधारामुळे त्या ठणठणणाऱ्या वेदना कमी होणार होत्या. मी उशीवर माझे डोके हलवू शकत नव्हतो, जणू काही माझ्या मानेचे स्नायू ताठरलेले आणि घट्ट झाले होते. मला तिचा हात हातात असल्याचे जाणवले. मी पुन्हा म्हणालो, "मी तुला दुखापत न करण्याचे वचन देतो. मेरी पॅस्कोला घरी पाठव.''

ती म्हणाली, "आता बोलू नको, गप्प पडून राहा.''

खोलीत कुजबुज ऐकू येत होती, दरवाजा उघडत आणि मग बंद होत होता, मग पुन्हा एकदा उघडला. जमिनीवरून पावलांचे हळुवार आवाज आले. खालच्या जिन्यावरच्या मधल्या भागातून उजेडाची तिरीप आली आणि नेहमी येणारी ती चोरटी कुजबुज... त्यामुळे त्या अचानक आलेल्या भोवळीमुळे मला असे वाटले की घरात माणसे भरली होती. प्रत्येक खोलीत पाहुणा होता आणि त्यांना सामावायला घर एवढे मोठे नव्हते. ते खांद्याला खांदा लावून लायब्ररीत आणि दिवाणखान्यात उभे होते आणि रेशेल त्यांच्यात हसत, बोलत, फिरत, हात पुढे करत होती. मी पुन्हा पुन्हा सांगत होतो, "त्यांना परत पाठव.''

मग मला डॉक्टर गिलबर्टचा गोल चष्मा लावलेला चेहरा खाली माझ्याकडे पाहात असताना दिसला- म्हणजे तेही त्या मेळाव्यात होते तर. जेव्हा मी लहान होतो तेव्हा ते मला कांजिण्यांवर औषध देण्यासाठी आले होते. त्यानंतर मी त्यांना कधीच भेटलो नव्हतो.

"तर मग मध्यरात्री तू समुद्रात पोहायला गेला होतास?'' ते मला म्हणाले. "ही मूर्खपणाची गोष्ट केलीस तू.'' मी जणू काही अजून लहान मूल असल्यागत त्यांनी माझ्याकडे बघून मान हलवली आणि आपली दाढी थोपटली. मी दिव्यामुळे डोळे बंद केले. मी रेशेलला त्यांच्याशी बोलताना ऐकले, "ह्या तऱ्हेच्या तापाबद्दल गैरसमज होण्याची शक्यता नाही. मला त्याची खूप माहिती आहे. मी फ्लॉरेन्समध्ये ह्यांनी मुलं दगावलेली बघितलेली आहेत. तो पहिल्यांदा कण्यावर हल्ला करतो आणि मग मेंदूवर. काहीतरी करा...''

ते निघून गेले मग पुन्हा कुजबुज सुरू झाली. त्यानंतर खालच्या रस्त्यावरून गाडीच्या चाकांचा आणि गाडी गेल्याचा आवाज आला. त्यानंतर कोणीतरी माझ्या पलंगाजवळच्या पडद्याशी श्वासोच्छ्वास करताना ऐकले. मग काय घडले ते

माझ्या लक्षात आले. रेशेल निघून गेली होती. ती बोडमिनला घोडागाडीने निघून गेली होती आणि तेथून ती कोचने लंडनला जाणार होती. तिने मेरी पॅस्कोला माझ्यावर लक्ष ठेवण्यासाठी ठेवले होते. ते सर्व नोकर सीकुंब, जॉन सोडून गेले होते. मेरी पॅस्कोशिवाय कोणी उरले नव्हते.

"प्लीज जा," मी म्हणालो, "मला कुणाची गरज नाही."

एक हात माझ्या कपाळाला स्पर्श करण्यासाठी आला, मेरी पॅस्कोचा हात. मी तो ढकलला परंतु तो हळूच पुन्हा आला. तो थंडगार होता. मी मोठ्याने तिच्यासाठी जाण्यासाठी ओरडलो, परंतु तो हात माझ्या डोक्यावर घट्ट दाबला गेला, बर्फासारखा पकड घेत आणि तो बर्फच झाला. माझ्या कपाळावर, माझ्या मानेवर कैद केल्यागत त्याने पकडले, मग रेशेल माझ्या कानात कुजबुजली, "डिअर गप्प पडून राहा. त्याने तुझ्या डोक्याला बरे वाटेल मग तुला हळूहळू बरे वाटेल."

मी वळायचा प्रयत्न केला पण ते शक्य झाले नाही. सरतेशेवटी ती खरंच लंडनला गेली नव्हती का?

मी म्हणालो, "मला सोडून जाऊ नकोस. तसे वचन दे."

ती म्हणाली, "मी वचन देते की मी सर्व वेळ तुझ्याबरोबर असेन."

मी डोळे उघडले पण मला ती दिसत नव्हती. खोलीत अंधार होता. तिचा आकार वेगळा होता. मला परिचित असलेली ती झोपायची खोली नव्हती. ती लांब आणि अरुंद होती, एखाद्या लहान खोलीसारखी. बिछाना लोखंडासारखा कठीण होता. पडद्यामागे एक मेणबत्ती तेवढी जळत होती. समोरच्या भिंतीच्या एका कोपऱ्यात एक मॅडोना वाकलेली होती. मी मोठ्याने हाका मारल्या, "रेशेल... रेशेल"

मी धावत येणाऱ्या पावलांचा आवाज ऐकला. एक दरवाजा उघडला आणि मग तिचा हात माझ्या हातात होता. ती सांगत होती, "मी तुझ्याबरोबर आहे." मी माझे डोळे पुन्हा मिटले.

मी ऑर्नो नदीच्या बाजूला पुलावर उभा होतो. ज्या बाईला मी पाहिली नव्हती तिचा नाश करण्याची शपथ घेत होतो. पुराचे पाणी पुलाखालून जात होते, फेसाळ आणि गढ़द आणि रेशेल- ती भिकारी मुलगी रिकाम्या हातांनी माझ्याकडे आली. ती नग्न होती- फक्त तिच्या मानेभोवती चिंचपेटी तेवढी होती. अचानक तिने पाण्याकडे बोट दाखवले आणि ॲम्ब्रोस आमच्या समोरून त्या पुलाखालून गेलेला दिसला, त्याच्या हाताची छातीवर घडी घातलेली होती. तो त्या नदीवर तरंगत दूरवर दिसेनासा झाला आणि सावकाश राजेशाही थाटात त्या कुत्र्याचा मेलेला देह त्याच्यामागून गेला. त्या कुत्र्याचे पाय ताठर आणि सरळ झालेले होते.

२४

जी पहिली गोष्ट मला दिसली ती माझ्या खिडकीबाहेरच्या झाडाला पालवी आली होती. मी त्यांच्याकडे गोंधळून पाहिले. जेव्हा मी झोपी गेलो होतो त्याचे अंकुरही धड तयार नव्हते. हे विलक्षण होते. पडदे ओढलेले होते, पण मला चांगले आठवते की ते माझ्या वाढदिवसाच्या सकाळी किती घट्ट ओढलेले होते ते. जेव्हा मी खिडकीतून वाकलो आणि समोरच्या हिरवळीकडे पाहिले. माझ्या डोक्यात आता वेदना नव्हत्या आणि तो मानेतील कडकपणाही गेला होता. मी बहुधा बरेच तास झोपलो होतो. बहुधा एक दिवसभर किंवा त्यापेक्षाही जास्त. जेव्हा कुणी आजारी पडते त्यावेळी वेळेची मोजदाद नसते.

नक्कीच मी जुने दाढीवाले डॉ. गिलबर्ट आणि दुसरा एक तिऱ्हाईत माणूस ह्यांना मी अनेकदा पाहिले होते. ती खोली नेहमी अंधारात असायची. आता तिथं उजेड होता. माझा चेहरा खडबडीत वाटत होता. मला बहुधा दाढी करण्याची अत्यंत जरुरी होती. मी माझ्या हनुवटीला हात लावला. हा अगदी वेडेपणा होता, कारण मलाही दाढी होती. मी माझ्या हाताकडे पाहिले. तो माझ्या हातासारखा वाटत नव्हता. तो पांढरा आणि बारीक होता आणि नखंही खूप वाढलेली होती. अनेकदा घोड्यावरून रपेट मारताना ती मोडायची. मी डोके वळवले आणि माझ्या बिछान्याजवळ रेशेल खुर्चीत बसलेली आढळली. तिची स्वतःची खुर्ची, स्त्रियांच्या खोलीतली. मी तिला पाहिले हे तिला माहीत नव्हते. ती एका भरतकामाच्या कापडाच्या तुकड्यावर काम करत होती आणि तिने घातलेला गाऊन माझ्या माहितीचा नव्हता. तो गडद होता, तिच्या इतर गाऊन प्रमाणे परंतु त्याच्या बाह्या लहान होत्या, कोपरावर होत्या, जणू काही थंड वाटावे म्हणून तो कपडा पातळ होता. ती खोली एवढी गरम होती का? खिडक्या सताड उघड्या होत्या. आता शेगडीत विस्तव नव्हता.

मी माझा हात पुन्हा माझ्या हनुवटीला लावला आणि दाढीला स्पर्श केला. त्याचा स्पर्श छान वाटला. अचानक मी हसलो आणि त्या आवाजाने तिने मान

उचलली आणि माझ्याकडे पाहिले.

"फिलीप," ती म्हणाली आणि हसली आणि मग अचानक ती माझ्या बाजूला वाकून उभी राहिली. तिचे हात माझ्याभोवती होते.

"माझी दाढी वाढलीये," मी म्हणालो.

ह्या मूर्खपणामुळे मला हसू आवरेना आणि मग हसता हसता मला खोकला आला आणि ताबडतोब तिने एक ग्लास उचलला. त्यात काहीतरी घाणेरड्या चवीचे औषध ओतले ते तिने माझ्या ओठांना लावले आणि मला प्यायला लावले आणि मग तिने मला उशीवर ठेवले.

ह्या तिच्या वागण्याने माझ्या आठवणींची तार छेडली गेली. नक्कीच बराच काळ तिथं एक हात ग्लास घेऊन यायचा, मला प्यायला लावायचा. तो माझ्या स्वप्नात आला होता आणि पुन्हा गेला होता का?

मला ती मेरी पॅस्को वाटली होती आणि मी तो बाजूला सारत होतो. मी रेशेलकडे बघत पडून राहिलो आणि माझा हात तिच्यापुढे केला. तिने तो घेतला आणि तो घट्ट धरला. मी तिच्या त्या फिक्कट निळ्या नसा, ज्या नेहमी तिच्या हाताच्या पाठीवर दिसायच्या त्यावरून हात फिरवला आणि तिच्या अंगठ्या फिरवल्या. मी हे असे काही वेळ केले आणि काही बोललो नाही.

मग मी तिला विचारले, "तू तिला परत पाठवलेस का?"

"कुणाला पाठवले?" तिने विचारले.

"मेरी पॅस्कोला." मी उत्तरलो.

मी तिचा श्वास अडखळलेला ऐकला आणि वर पाहताना मला दिसले की तिचे हास्य संपले होते आणि चेहऱ्यावर एक छाया पसरली होती.

"ती गेल्याला पाच आठवडे झाले," ती म्हणाली, "आता त्याचे काही नको. तुला तहान लागलीये का?" तिने विचारले. "मी तुझ्यासाठी लंडनहून पाठवलेल्या ताज्या लिंबांचे थंड सरबत तयार केलेय." मी ते प्यालो आणि तिने दिलेल्या त्या कडवट औषधानंतर ते छान वाटले.

"मला वाटते की मी आजारी होतो." मी तिला म्हणालो.

"तू जवळजवळ मेलाच होतास," ती म्हणाली.

ती जणू जाण्यासाठी हलली परंतु मला ते पसंत नव्हते.

"मला त्याबद्दल सांग," मी म्हणालो, "कुणीतरी बरेच वर्ष झोपलेले असावे आणि जग त्याच्याविना चालले होते, हा शोध लागला होता अशा रिप व्हॅन विंकलसारखी मला उत्सुकता वाटत होती."

"जर तुला माझ्यात त्या आठवड्यांची काळजी जागृत करावी असे वाटत असेल तर मी तुला सांगते." ती म्हणाली, "नाही तर नाही. तू फारच आजारी

होतास. तेवढे पुरेसे आहे.''

''मला काय झाले होते?''

''माझे तुमच्या त्या इंग्लिश डॉक्टरांबद्दल फारसे चांगले मत नाही,'' ती म्हणाली, ''आम्ही मध्य युरोपमध्ये ह्याला मॅनेन्जिटीस म्हणतो. इथं त्याबद्दल काही माहिती नाही. तू आता जिवंत आहेस हे एक आश्चर्यच म्हण.''

''मी कशामुळे ह्यातून बाहेर पडलो?''

ती हसली आणि तिने माझा हात घट्ट धरला, ''तुझ्या घोड्याच्या ताकदीने असे मला वाटते,'' ती म्हणाली, ''आणि काही गोष्टी मी त्यांना करायला भाग पाडले. तुझ्या कण्यावर भोक पाडून त्यातून द्रव काढायला लावला हे एक आणि तुझ्या रक्तात एक वनस्पतीच्या रसायनापासून केलेली प्रतिबंधक लस मी त्यांना सोडायला लावली. त्यांनी त्याला विष म्हटले, परंतु तू वाचलास.''

तिने हिवाळ्यात आजारी असलेल्या कुळांसाठी जी काही औषधे तयार केली होती ती मला आठवली आणि मी तिला कसे चिडवले होते तेही आठवले. तिला सुईण आणि औषधविक्रेती वगैरे म्हटले होते.

''तुला हे सर्व कसे माहीत?'' मी तिला विचारले.

''मी माझ्या आईकडून शिकले,'' ती म्हणाली. ''आम्ही फ्लॉरेन्समधील लोक प्राचीन आणि फार सुज्ञ आहोत.''

हे शब्द माझ्या आठवणींची तार छेडून गेले परंतु ते काय होते ते मला आठवेना. अजूनही विचार करणे हा एक प्रयासच होता आणि तिचा हात हातात घेऊन बिछान्यात पडून राहण्यात मी समाधानी होतो.

''माझ्या खिडकीबाहेरच्या झाडाला पालवी का आली आहे?'' मी विचारले.

''मेच्या दुसऱ्या आठवड्यात ती यायलाच हवी,'' ती म्हणाली.

मी त्या तिथं काही न समजता एवढे आठवडे पडून होतो हे समजायला कठीण होते, इतकेच नव्हे जे काही प्रसंग, ज्यामुळे मी अंथरुणावर पडलो होतो तेही मला आठवत नव्हते. रेशेल ही काही कारणाने माझ्यावर रागावली होती, ते कारणही मला आठवत नव्हते आणि तिने मेरी पॅस्कोला घरी बोलावले होते ते का, तेही मला माहीत नव्हते. आम्ही माझ्या वाढदिवसाच्या आदल्या दिवशी लग्न केले होते एवढे नक्की होते परंतु मला त्या चर्चची धड आठवण नव्हती किंवा त्या धार्मिक विधींची. माझे धर्मपिता आणि ल्युसी हे साक्षीदार होते एवढेच आठवत होते आणि ती छोटी ॲलीस टॅब, चर्चची साफसफाई करणारी ती पण होती. मी खूप सुखात असल्याचे आठवत होते आणि मी अचानक काही कारण नसताना निराश झालो होतो आणि आजारी पडलो होतो. काहीही असो आता सर्व ठीक झाले होते. मी जिवंत होतो आणि हा मेचा महिना होता.

"मला वाटते की मी उठण्याएवढा बरा झालोय,'' मी तिला म्हणालो.

"तू असा काही झालेला नाहीस,'' ती म्हणाली. "कदाचित एका आठवड्यात तू त्या खिडकीजवळच्या खुर्चीवर तुझ्या पायांची ताकद अजमावत बसू शकशील आणि नंतर स्त्रियांच्या बैठकीच्या खोलीपर्यंत जाऊ शकशील. ह्या महिन्याच्या शेवटी आम्ही तुला खाली नेऊ आणि तू दरवाजाबाहेर बसू शकशील, परंतु आपण बघू या.''

खरोखरच माझ्या प्रगतीचा वेग ती म्हणाल्याप्रमाणेच होता. मी जेव्हा पलंगावर तिरका बसून पाय जमिनीवर सोडले तेव्हा मला आयुष्यात कधीही एवढा दुबळेपणा जाणवला नव्हता. ती सर्व खोली हलली. सीकुंब माझ्या एका बाजूला होता आणि जॉन दुसऱ्या बाजूला आणि मी नवीन जन्माला आलेल्या बालकासारखा दुर्बल होतो.

"अरे देवा, मॅडम तो पुन्हा मोठा झालाय,'' सीकुंब चेहऱ्यावर एकाग्रपणाचा भाव आणत म्हणाला की हसू आल्यामुळे मला बसावे लागले.

"तू काही म्हण मग मला बोडमिनच्या जत्रेत अनैसर्गिक प्राणी म्हणून तू दाखवू शकशील.'' मी म्हणालो आणि मग मी आरशात पाहिले. अगदी काटकुळा आणि निस्तेज आणि एखाद्या धर्मप्रचारकासारखी तपकिरी दाढी माझ्या हनुवटीवर होती. "मला असे वाटू लागलंय,'' मी म्हणालो, "आपल्या प्रदेशात धर्मप्रसार करत फिरावे. हजारो माझ्यामागून येतील. तुला काय वाटते?'' मी रेशेलला विचारले.

"मला वाटते की तू दाढी करावीस हे त्यापेक्षा बरे.'' ती गंभीरपणे म्हणाली.

"माझ्यासाठी एक रेझर आण जॉन,'' मी म्हणालो. पण जेव्हा ते काम मी संपवले आणि माझा चेहरा मोकळा झाला तेव्हा मला असे वाटू लागले की मी एक तऱ्हेचा रुबाबच घालवला आणि पुन्हा मी शाळकरी पोरसवदा मुलासारखा झालो.

बरे होण्याचे दिवस खरेच चांगले होते. रेशेल नेहमी माझ्याबरोबर असायची. आम्ही फारसे बोलत नसू, कारण माझ्या हे लक्षात आले होते की संभाषणामुळे मी इतर गोष्टींपेक्षा जास्त थकत होतो आणि पुन्हा ती डोकेदुखीची छाया माझ्यावर पडायची. मला इतर गोष्टींपेक्षा त्या उघड्या खिडकीजवळ बसायला आवडायचे आणि माझे मन दुसरीकडे वळवण्यासाठी वेलिंग्टन घोडे घेऊन यायचा आणि त्यांना माझ्यासमोरच्या त्या वाळूच्या पट्ट्यात रिंगणातील एखाद्या प्रेक्षणीय प्राण्यासारखा गोलगोल फिरवून व्यायाम करायला लावायचा. मग जेव्हा माझ्या पायात थोडी ताकद भरली तेव्हा मी त्या स्त्रियांच्या खोलीपर्यंत चालत जायचो आणि आमचे जेवण आम्ही तिथं घ्यायचो. रेशेल मला वाढायची आणि एखाद्या लहान मुलाच्या आयासारखी माझी काळजी घ्यायची. एका प्रसंगी मी तिला म्हणालो की जर ती एखाद्या आजारी नवऱ्याशी उरलेले आयुष्य बांधली गेली, तर त्याबाबत तिच्याशिवाय

तिला कुणालाच दोष देता येणार नाही. मी जेव्हा तिला असे म्हणालो तेव्हा तिने विचित्र नजरेने माझ्याकडे पाहिले आणि ती काहीतरी बोलणारही होती, पण ती थांबली आणि तिने दुसराच विषय काढला.

मला आठवले की काही कारणाने किंवा दुसऱ्या कशामुळे आमचे लग्न हे नोकरांपासून गुप्त ठेवलेले होते. ॲम्ब्रोसच्या मृत्यूनंतर बारा महिने जायला हवेत आणि त्यानंतरच ते जाहीर करायचे होते असे वाटते. कदाचित मी अविचाराने सीकुंब समोर काहीतरी वागेन अशी भीती तिला वाटत होती, त्यामुळे मी काहीही बोलत नव्हतो. दोन महिन्यांनंतर आम्ही हे जगाला जाहीर करेपर्यंत मला धीराने घ्यायला हवे होते. प्रत्येक दिवशी माझे तिच्यावरचे प्रेम वाढतच गेले आणि तीही हिवाळ्यातील महिन्यांपेक्षा आणखी हळुवार आणि सौम्यपणे वागत होती.

जेव्हा मी पहिल्यांदा खाली आलो आणि पहिल्यांदा माझ्या आजाराच्या काळात किती काम झालंय ते बघण्यासाठी बाहेर पडलो तेव्हा मला आश्चर्य वाटले. तो मजगीवरचा चालण्याचा रस्ता तयार झाला होता आणि त्याच्या बाजूला असलेल्या तळ्यातील बागेचे बरेच खोदकाम केले गेले होते आणि आता तिथं दगड लावून कठड्याची तयारी झाली होती. आता ह्या क्षणी मात्र ते जांभई दिल्यागत उघडे, उदास आणि अनिष्टसूचक असे एक रुंद, खोल भगदाड होते आणि तिथं खणणाऱ्यांनी जेव्हा मी वरच्या मजगीवरून खाली त्यांच्याकडे पाहिले तेव्हा माझ्याकडे हसत पाहिले. टॅम्लीन मला मोठ्या अभिमानाने घेऊन त्या नव्या लागवडीखाली गेला- रेशेल ही त्याच्या बायकोला भेटण्यासाठी जवळच्या झोपडीत गेलेली होती- आणि जरी कॅमेलियाचे हंगाम संपले होते तरी ऱ्होडोडेनड्रॉन्स आता फुलले होते आणि केशरी बेरीबेरीज आणि खालच्या शेताकडे झुकलेली लॅबरनम झाडाचे पिवळ्या फुलांचे झुबके वाकलेले होते आणि त्यांच्या पाकळ्या जिकडे तिकडे पडत होत्या.

"आपल्याला एखाद्या वर्षी त्यांना तेथून हलवायला हवं," टॅम्लीन म्हणाला, "ज्या तऱ्हेने ते वाढतायत, त्यांच्या फांद्या खाली शेतावर, दूरवर वाकल्यात त्यामुळे त्यांच्या बियांनी गुरं मरतील." त्याने फुलं पडून गेलेल्या एका फांदीला हात वर करून पकडले. तिथं शेंगा व्हायला सुरुवात झाली होती आणि त्यात बारीक बी होते. "सेड ऑस्टेलच्या बाजूला असलेल्या एका माणसाने हे बी खाल्ले आणि तो मेला," टॅम्लीन म्हणाला आणि त्याने ती शेंग खांद्यावरून दूर फेकली.

इतर कोणत्याही फुलांच्या हंगामाप्रमाणे असणाऱ्या आणि अतिशय सुंदर असणाऱ्या त्यांच्या फुलांचा हंगाम किती थोडा काळ होता हे मी विसरलो होतो आणि अचानक मला त्या इटालियन बंगल्यातील अंगणातील ते वाकलेले झाड आणि गेटजवळच्या खोलीत राहणाऱ्या स्त्रीने तिच्या झाडूने त्या शेंगा झाडल्या

होत्या ते आठवले.

"ह्या प्रकारचे एक सुंदर झाड तिथं होते," मी म्हणालो, "फ्लॉरेन्समध्ये जिथं मिसेस ॲश्लेचा बंगला आहे तिथं."

"असे का सर?" तो म्हणाला, "त्या हवेत ते बऱ्याचशा गोष्टी वाढवतात असं मला समजलं. ती फारच छान जागा असावी. मालकीण परत जायचे का म्हणते ते मला समजू शकते."

"मला नाही वाटत की तिचा परत जाण्याचा काही बेत असावा," मी म्हणालो.

"तसे असेल तर बरेच झाले, सर!" तो म्हणाला, "पण आम्ही वेगळेच ऐकले. ती फक्त जाण्याआधी तुमची तब्येत सुधारण्याची वाट पाहते असे."

हे अविश्वसनीय होते. बातम्यांच्या छोट्या छोट्या तुकड्यातून काय गोष्टी बनवल्या जातात! आणि मग माझ्या मनात विचार आला की आमच्या लग्नाची बातमी जाहीर झाली तर ह्या थांबतील, परंतु तरीही तिच्याशी हा विषय काढायला मी जरा कचरत होतो. मला असे जाणवले की ह्याआधी कधीतरी माझी ह्या विषयावर तिच्याशी चर्चा झाली होती, त्यामुळे तिला राग आला होता आणि हे घडले होते माझ्या आजारपणाआधी.

त्या संध्याकाळी आम्ही स्त्रियांच्या बैठकीच्या खोलीत बसलो असताना मी तो वनस्पती चहा पीत होतो. झोपायला जाण्याआधी तो प्यायचा ही माझी सवयच झाली होती. मी तिला म्हणालो, "आता एक नवीन बातमी आजूबाजूला पसरलेय."

"आता काय?" तिने डोके वर करून माझ्याकडे पाहात विचारले.

"की तू फ्लॉरेन्सला परत चालल्येस," मी म्हणालो.

तिने ताबडतोब मला उत्तर दिले नाही, पण पुन्हा आपले डोके खालच्या भरतकामावर वाकवले.

"हे ठरवायला अजून बराच वेळ आहे," ती म्हणाली, "प्रथम तू बरा आणि सशक्त हो."

मी तिच्याकडे गोंधळून पाहिले; म्हणजे टॅम्लीन काही अगदी चूक नव्हता. तिच्या मनात कुठेतरी फ्लॉरेन्सला परत जाण्याची कल्पना होती.

"तू अजून बंगला विकला नाहीस का?" मी विचारले.

"अजून नाही," ती म्हणाली, "आणि आता तो विकण्याचाही माझा बेत नाही किंवा भाड्याने देण्याचाही. आता परिस्थिती बदललेय. मला तो ठेवण्याची ऐपत आहे."

मी गप्प झालो. मला तिला दुखवायचे नव्हते, पण अशी दोन घरे असण्याचा विचार मला काही पसंत नव्हता. खरं सांगायचे तर त्या बंगल्याचे चित्र जे अजूनही

माझ्या मनात होते त्याचा मी दुस्वासच करायचो आणि मला असे वाटले की तीही त्याचा आता रागरागच करायची.

"म्हणजे हिवाळा तिथं घालवायचा तुझा विचार आहे का?" मी विचारले.

"शक्य आहे," ती म्हणाली, "किंवा उन्हाळ्याचे शेवटचे दिवस, परंतु त्या संबंधी बोलण्याची काही गरज नाही."

"मी बराच वेळ निरुद्योगी राहिलोय," मी म्हणालो. "ह्या जागेकडे हिवाळ्यात लक्ष न देता सोडून जाणे मला नाही वाटत शक्य आहे असे किंवा इथं गैरहजर राहणेही."

"तू गैरहजर राहणे बरोबरही नाही," ती म्हणाली, "खरं म्हणजे तू इथलं सर्व पाहात असल्याशिवाय ती मालमत्ता सोडून जायला मीही तयार नाही. तू कदाचित वसंत ऋतूत मला भेटायला ये. मी तुला फ्लॉरेन्स दाखवीन."

त्या आजारामुळे मला पटकन काही धड समजेनासे झाले होते. ती जे काही बोलत होती ते मला समजत नव्हते खरे.

"तुला भेटायला यायचे?" मी म्हणालो, "आपण अशा तऱ्हेने राहायचे असा तर तुझा बेत नाही ना? एकमेकांपासून बरेच महिने दूर राहायचे?"

तिने काम खाली ठेवले आणि माझ्याकडे पाहिले. तिच्या डोळ्यांत काहीतरी चिंता आणि तिच्या चेहऱ्यावर एक छाया होती.

"फिलीप डिअर," ती म्हणाली, "मी तुला सांगितले की भविष्याविषयी मला आता बोलायचे नाही. तू आता कोठे एका भयंकर आजारातून उठलायस आणि आताच पुढच्या काळासंबंधी योजना आखणे चुकीचे आहे. मी तुला वचन देते की तू संपूर्ण बरा झाल्याशिवाय मी तुला सोडून जाणार नाही."

"पण का?" मी विचारले, "जाण्याची काही गरज आहे का? तू इथली आहेस. हे तुझे घर आहे."

"मला माझा बंगलाही आहे," ती म्हणाली, "आणि अनेक मित्र-मैत्रिणी आणि तेथील एक जीवन... इथल्यापेक्षा वेगळे, मला माहीत आहे, परंतु मला त्याची सवय आहे. मी इंग्लंडला येऊन आठ महिने झाले आणि मला बदल हवासा वाटतो. शहाण्यासारखे वाग आणि समजून घे."

"मला वाटते," मी सावकाश म्हणालो, "मी फारच स्वार्थी आहे. मी त्याचा विचारच केलेला नाही," मी माझ्या मनाला ह्या वस्तुस्थितीसाठी तयार करायला हवं की ती आपला वेळ इटली आणि इंग्लंडमध्ये विभागून राहील आणि असे झाले तर मलाही तेच करायला हवं आणि ह्या इस्टेटीला पाहायला एक माणूस शोधायला सुरुवात करायला हवी. एकमेकापासून दूर राहणे ही कल्पनाच मूर्खपणाची होती.

"माझ्या धर्मपित्याच्या कोणीतरी माहितीचा असेल." मी माझे विचार मोठ्याने मांडले.

"कोणीतरी कशासाठी?" तिने विचारले.

"आपण जेव्हा इथं गैरहजर असू तेव्हा हे बघायला," मी म्हणालो.

"मला ह्याची गरज वाटत नाही," ती म्हणाली. "तू फ्लॉरेन्समध्ये जरी आलास तरी जास्त वेळ राहणार नाहीस. एखादे वेळी तुला तिथं इतके आवडेल की तू तिथं जास्त काळ राहायचे ठरवशील. वसंत ऋतूत ते फारच छान असते."

"वसंत ऋतू गेला खड्ड्यात," मी म्हणालो. "तू जी जायची तारीख ठरवशील त्या दिवशी मीही निघेन."

पुन्हा तिच्या चेहऱ्यावर छाया पसरली, डोळ्यात भीती उमटली.

"आता त्याचा विचार कशाला?" ती म्हणाली, "बघ नऊ वाजून गेले. नेहमीच्या वेळेपेक्षा उशीरच झालाय. मी जॉनला बोलवू की तू एकटा जाशील?"

"कुणालाही बोलावू नको," मी म्हणालो. मी सावकाश माझ्या खुर्चीतून उठलो, कारण अजूनही माझ्या हातापायांत अशक्तपणा होता. मी उठलो आणि तिच्या बाजूला गुडघ्यांवर बसलो आणि तिच्याभोवती माझे हात टाकले.

"मला फार जड जाते," मी म्हणालो, "माझ्या खोलीतील तो एकटेपणा, त्या बोळातून तू एवढी जवळ आहेस तरी. त्यांना आपण लवकरच सांगू शकणार नाही का?"

"त्यांना काय सांगायचे?" तिने विचारले.

"की आपले लग्न झालंय ते," मी म्हणालो.

ती माझ्या बाहूत अगदी स्तब्ध राहिली आणि जराही हलली नाही. जीव नसलेल्या एखाद्या वस्तूसारखी ती अगदी कडक झाली होती.

"अरे देवा..." ती कुजबुजली. मग तिने आपले हात माझ्या खांद्यावर ठेवले आणि माझ्या चेहऱ्याकडे पाहिले. "ह्याचा अर्थ काय फिलीप?" तिने विचारले.

माझ्या डोक्यात कुठेतरी एक नस वाजू लागली. गेले आठवडे असलेल्या वेदनांच्या प्रतिध्वनीसारखे. ती अगदी खोलवर वाजत होती, अगदी खोल आणि त्याबरोबर एक भीती दाटून आली होती.

"नोकरांना सांग," मी म्हणालो. "मग सर्व ठीक होईल आणि माझे तुझ्याबरोबर राहणे नैसर्गिक होईल, कारण आपले लग्न झालंय..." परंतु माझा आवाज फारसा उमटतच नव्हता कारण तिच्या डोळ्यात दिसणारी ती भावना!

"पण आपले लग्न झालेले नाही, फिलीप डिअर," ती म्हणाली.

माझ्या डोक्यात जणू काहीतरी स्फोट होत होता.

"आपले लग्न झालंय," मी म्हणालो, "अर्थात आपले लग्न झालंय. ते माझ्या

वाढदिवसाच्या दिवशी झालंय, ते तू विसरलीस का?''

पण ते केव्हा झाले होते? कोणत्या चर्चमध्ये? कोण पाद्री होता? ती थरथरणारी वेदना पुन्हा परतली आणि ती खोली माझ्याभोवती फिरल्यासारखी वाटली.

''मला सांग की हे खरं आहे,'' मी तिला म्हणालो.

मग अचानक माझ्या लक्षात आले की हा सर्व कल्पनेचा खेळ होता. गेल्या काही आठवड्यांतील ती माझी सुखाची कल्पना होती. ते स्वप्न भंगले होते.

मी माझे डोके तिच्यावर टेकून रडू लागलो. माझ्या डोळ्यातून असे अश्रू कधीच आले नव्हते, अगदी लहान असतानाही. तिने मला घट्ट जवळ धरले. तिचा हात माझे केस थोपटत होता आणि ती बोलत नव्हती. लवकरच मी माझ्यावर आवर घातला आणि खुर्चीवर थकून पडलो. तिने मला पिण्यासाठी काहीतरी आणले आणि ती माझ्या बाजूला स्टुलावर बसली. उन्हाळ्यातील संध्याकाळच्या सावल्या वळचणीशी घुटमळत होत्या आणि खिडकीबाहेर संध्याछायेत गोल फिरत होत्या.

''तू जर मला मरू दिले असतेस तर ते जास्त बरे झाले असते.''

तिने दीर्घ श्वास सोडला आणि आपला हात माझ्या गालांवर ठेवला. ''जर तू असे म्हणालास,'' ती म्हणाली, ''तर मग तू माझाही नाश करतोयस. तू अशक्त आहेस म्हणून तू दुःखी आहेस, परंतु हळूहळू जेव्हा तुझ्या अंगात ताकद भरेल, तेव्हा हे काही तुला महत्त्वाचे वाटणार नाही. तू इस्टेटीवरील आपल्या कामावर जाशील- तिथं तुला बघायला पुष्कळ असेल कारण तुझ्या आजारामुळे त्यात खंड पडलाय. उन्हाळा पूर्ण भरात असेल. तू मग पोहू शकशील आणि खाडीवर होडीने फिरू शकशील.''

मला तिच्या आवाजावरून समजले की ती स्वतःला पटवून देत आहे, मला नाही.

''त्या शिवाय,'' मी विचारले.

''तुला माहीत आहे की तू इथं सुखी आहेस,'' ती म्हणाली, ''हे तुझे आयुष्य आहे आणि ते तसेच चालू राहील. तू मला मालमत्ता दिली आहेस परंतु त्याकडे ती तुझी आहे असेच मी मानेन. हा आपल्या दोघांतील विश्वस्त निधी असेच आपण समजू या.''

''तुझे म्हणणे असे आहे का की आपण एकमेकाला इटली आणि इंग्लंडमधून पत्रं पाठवायची, महिनोन्‌महिने- सबंध वर्षभर. मी तुला म्हणेन 'डिअर रेशेल कॅमेलिया फुलली आहे,' आणि तू उत्तर देशील, 'डिअर फिलीप, मला हे ऐकून आनंद वाटतो. माझी गुलाबाची बागही छान झाली आहे.' हाच आपला भविष्यकाळ

असेल का?''

नाश्ता झाल्यावर एका सकाळी मी रस्त्याच्या कडेला घुटमळत उभा असल्याचे आणि मुलगा पत्रांची थैली घेऊन येईल म्हणून वाट पाहात असल्याचे पाहिले आणि त्या थैलीत पत्र नसून फक्त बोडमिनवरून आलेली बिलं असतील हे मी जाणून होतो.

''मी प्रत्येक उन्हाळ्यात परत येईन, बहुधा नक्कीच,'' ती म्हणाली, ''हे पाहायला की सर्व ठीक चाललाय ना.''

''म्हणजे ठरावीक ऋतूतच येणाऱ्या पाकोळ्यांसारखे,'' मी उत्तर दिले. ''मग पुन्हा सप्टेंबरच्या पहिल्या आठवड्यात त्या उडून जातात तसे.''

''मी ह्याआधीच सुचवलंय,'' ती म्हणाली, ''तू मला वसंत ऋतूत येऊन भेट. तुला इटलीत बरेच काही आवडेल. एक वेळ सोडली तर तू प्रवास केलेला नाहीस. तुला जगाची फारशी माहितीही नाही.''

ती एखाद्या मास्तरणीसारखी चिडखोर मुलाला शांत करत होती. कदाचित ती माझ्याकडे अशाच नजरेने पाहात असावी.

''मी जे काही पाहिले,'' मी उत्तर दिले, ''त्यामुळे मला बाकीच्याबद्दल अरुचीच वाटते. मी काय करावे असे तुला वाटतंय. एखाद्या चर्च किंवा म्युझियममध्ये हातात गाईडबुक घेऊन हिंडायचे? आणि तिऱ्हाइतांजवळ माझ्या कल्पनांची कक्षा रुंदावण्यासाठी बोलायचे? त्यापेक्षा मी घरात बसून विचार करीन आणि पाऊस बघेन.''

माझा आवाज कठोर आणि कडवट होता परंतु त्याला माझा नाइलाज होता. तिने पुन्हा निःश्वास सोडला, जणू काही ती असा काही मुद्दा चर्चेसाठी शोधत होती की त्यामुळे सर्व ठीक आहे हे तिला सिद्ध करता येईल.

''मी तुला पुन्हा सांगते,'' ती म्हणाली, ''तू जेव्हा ठीक होशील, तेव्हा पुढील सर्व भविष्यकाळ तुला वेगळा वाटेल. जे होते त्यात आता काहीच बदल झालेला नाही. पैशाबद्दल म्हणशील...'' ती माझ्याकडे बघत थांबली.

''कोणता पैसा?'' मी म्हणालो.

''इस्टेटीसाठी लागणारा पैसा,'' ती सांगू लागली. ''ते सर्व व्यवस्थित ठेवलेले असेल आणि ही इस्टेट चालवायला तोटा न होता पुरेसे पैसे तुला मिळतील आणि जेवढ्याची मला गरज असेल तेवढे पैसे मी ह्या देशातून घेऊन जाईन. ह्या सर्वांची व्यवस्था करायची प्रक्रिया आता चालू आहे.''

ती प्रत्येक पै न पै घेऊन गेली तरी मला त्याची पर्वा नव्हती. ह्या सर्वांचा मला तिच्याबद्दल काय वाटते ह्या गोष्टीशी काय संबंध होता? परंतु ती बोलत राहिली.

''तुला ज्या योग्य वाटतील त्या सुधारणा तू करत राहा.'' ती म्हणाली, ''तुला

माहीत आहे की मी प्रश्न विचारणार नाही. तू मला बिलंही पाठवू नको. माझा तुझ्या निर्णयशक्तीवर विश्वास आहे. तुला सल्ला द्यायला तुझे धर्मपिता जवळ आहेतच. थोड्याच अवधीत सर्व गोष्टी मी यायच्याआधी होत्या तशा पूर्वीसारख्या आहेत असे तुला वाटू लागेल.''

ती सर्व खोली आता संधिप्रकाशात बुडाली होती. मला तिचा चेहराही दिसत नव्हता कारण आमच्याभोवती अंधार होता.

''तुझा खराच ह्यावर विश्वास आहे?'' मी तिला म्हणालो.

तिने ताबडतोब उत्तर दिले नाही. ज्या सबबी तिने मला आधी दिल्या होत्या त्यावर आणखी रचण्यासाठी ती माझ्या राहण्याबद्दल काहीतरी सबब शोधत होती. तिथं कोणत्याही सबबी नव्हत्या आणि ते तिला माहीत होते. ती आपला हात माझ्या हातात देत माझ्याकडे वळली. ''मला ह्यावर विश्वास ठेवायलाच हवा नाहीतर माझे मन स्वस्थ राहणार नाही.'' ती म्हणाली.

तिची माझी ओळख झाल्यापासूनच्या ह्या सर्व महिन्यांत तिने मी विचारलेल्या गंभीर किंवा साध्या प्रश्नांना अनेक उत्तरे दिली होती; काही हसण्यावारी सोडून दिले होते, काहींना उडवाउडवीची उत्तरे दिली होती, पण प्रत्येकाला एक बायकी वळण देऊन ते उत्तर छान सजवलेले होते. हे उत्तर आता अगदी सरळ आणि तिच्या हृदयातून आलेले होते. तिला मन:शांती मिळवण्यासाठी मी सुखी आहे ह्यावर तिला विश्वास ठेवायला हवा होता. कल्पनाशक्तीच्या जगात तिने प्रवेश करावा म्हणून मी ती सोडून दिली होती. दोन माणसे काही एका स्वप्नात सहभागी होऊ शकत नाहीत. फक्त अंधारात किंवा कल्पनेतच हे शक्य आहे. त्यातील प्रत्येक आकृती ही आभास असते.

''तुला जायचे असेल तर तू जा,'' मी म्हणालो, ''पण एवढ्यात नको. मला काही आठवडे आठवणींसाठी ठेवून जा. मी काही प्रवासी नाही. तू माझे विश्व आहेस.''

मी भविष्यकाळ टाळून सुटायला पाहात होतो पण जेव्हा मी तिला धरले तेव्हा ते पहिल्यासारखे नव्हते, विश्वास आणि पूर्वीचा परमानंद संपला होता.

२५

आम्ही तिच्या जाण्याबद्दल मग पुन्हा बोललो नाही. ती गोष्ट म्हणजे एक बागुलबुवा होता आणि तो आम्ही दोघांनी मागे सारलेला होता. तिच्यासाठी मी मजेत असल्यासारखा, काळजी नसल्यासारखा दाखवत होतो. तीही माझ्यासाठी असेच वागत होती. उन्हाळा चालू झाला होता आणि लवकरच मी पुन्हा सशक्त झालो, निदान दिसायला तरी, परंतु माझी डोकेदुखी पुन्हा उचल खायची. अगदी पूर्वीसारखी जोरात नव्हे, परंतु अचानक सूचना न देता काही कारण नसताना ती वार करायची.

मी तिला त्याबद्दल सांगितले नव्हते. त्याचा काय उपयोग होता? ते काही शारीरिक कष्टांमुळे किंवा मी बाहेर असायचे त्यामुळे येत नव्हते, पण जर मी माझे मन विचारात गुंतवले तरच यायचे. ऑफीसमध्ये कुळांनी आणलेल्या छोट्या छोट्या समस्यांमुळे डोकं दुखायचं, त्यामुळे एक प्रकारचा मनात गोंधळ उडायचा आणि मी माझा निर्णय त्यांना देऊ शकत नसे.

बरेचवेळा मात्र हे तिच्यामुळे व्हायचे. जेव्हा जेवण झाल्यावर कदाचित आम्ही दिवाणखान्याच्या बाहेरच्या खिडकीशी बसायचो- कारण जूनच्या हवेमुळे हे शक्य होते. नऊ वाजल्यानंतरही संध्याकाळ होत नसे आणि मी तिच्याकडे पाहात बसलेला असे. ती तो वनस्पती चहा पीत आणि हिरवळीच्या कडेवर असलेल्या झाडांवर हळूहळू येणारी संध्याकाळ पाहात बसलेली असताना तिच्या मनात काय चाललंय ह्या विचाराने मला आश्चर्य वाटत असे. असे एकाकी जीवन किती दिवस सहन करायचे म्हणून ती स्वत: मनाशी विचार करत होती का? ती मनाशी हळूच असे तर म्हणत नसेल ना, 'तो आता बरा आहे, पुढच्या आठवड्यात मी सहज जाऊ शकते.'

फ्लॉरेन्समध्ये असलेल्या त्या संगलेट्टी बंगल्याचा माझ्या मनात दुसराच आकार आणि वातावरण होते. तिथं खिडक्या बंद केल्यामुळे येणारी काळोखी मी

पहिल्यांदा गेलो तेव्हा पाहिली होती. आता मात्र तो दिव्याने झगमगत असून सर्व खिडक्या उघड्या असल्यागत पाहात होतो. ती तिऱ्हाईत माणसे- ज्यांना ती आपले मित्र म्हणत होती हे खोल्या खोल्यांतून फिरत होते. तिथं मौजमजा आणि हास्य आणि बोलण्याचा खूप आवाज होता. एक तऱ्हेचा चकचकीतपणा त्या जागेला होता आणि सर्व कारंजी उडत होती. हसत आणि अगदी सहजपणे त्या जागेची मालकीण ह्या स्वरूपात रेशेल पाहुण्यांना भेटत होती. हे तिला माहीत असलेले आयुष्य होते, जे तिला आवडत होते आणि समजत होते. तिचे माझ्या जवळचे आयुष्य हे मध्यंतर होते. ती जिथली होती तिथं ती आनंदाने परत जाणार होती. तिची तिथं परत गेल्यावरच्या येण्याची चित्रं माझ्या डोळ्यांसमोर उभी राहिली. तो गिसॅप्पा आणि त्याची बायको कवाडी सताड उघडून त्यांच्या मालकिणीला आत घेणार आणि ज्या तिने बऱ्याच दिवसांत पाहिल्या नाहीत- अशा तिच्या त्या ओळखीच्या खोल्यांतून उत्साहात आणि खुशीत फेऱ्या घालणार, नोकरांना प्रश्न विचारणार, त्यांची उत्तरे घेणार आणि तिथं वाट पाहात असलेली अनेक पत्रं उघडणार. समाधानी, गंभीर अशी ती, तिच्या अस्तित्वाचे अनेक, असंख्य धागे जे मला कधीच माहीत असणार नाहीत आणि ज्यात मी सहभागी होणार नाही, असे ते धागे ती पुन्हा उचलून धरील. ते पुष्कळ दिवस आणि रात्री ह्या माझ्या राहणार नव्हत्या.

मग माझे डोळे तिच्यावर लागल्याचे तिला जाणवायचे आणि ती विचारायची, "काय झालं फिलीप?"

"काही नाही," मी म्हणायचो.

आणि पुन्हा ती छाया तिच्या चेहऱ्यावर पसरायची, काहीशी संशयाची आणि दुःखी. मला वाटायचे की मी तिच्या खांद्यावरचे ओझे आहे. ती मला सोडून गेलेलीच बरी. मी पूर्वीसारखी माझी सर्व शक्ती इस्टेट चालवण्यात आणि रोजच्या कामात घालवायचा प्रयत्न करायचो, पण आता मला पूर्वीसारखे वाटत नव्हते. जर बार्टनची जमीन पाऊस नाही म्हणून सुकली तर काय बिघडले? मला त्याची फारशी पर्वा नव्हती आणि आमच्या गुराढोरांनी प्रदर्शनात बक्षीस मिळवलं आणि ते ह्या प्रदेशातील सर्वोत्कृष्ट ठरले तर हा काय गौरव होता? गेल्या वर्षी तो वाटलाही असता पण आता तो अगदी पोकळ होता.

जे लोक मी त्यांचा मालक आहे म्हणून माझ्याकडे पाहात होते, त्यांच्या नजरेतून मी आता उतरल्यागत वाटत होतो. "तुम्ही त्या आजारानंतर अजूनही अशक्त आहात, मि. ॲश्ले," बिली रोव- बार्टनचा शेतकरी म्हणाला आणि त्याने जे काही यश मिळवलंय त्याबद्दल मी उत्साह दाखवला नाही, म्हणून त्याच्या आवाजात घोर निराशा होती. हे सर्वांच्याच बाबतीत घडत होते. सीकुंबसुद्धा ह्यावरून मला रागावला.

"मि. फिलीप, तुमच्यात हवी तशी सुधारणा होत नाहीये," तो म्हणाला, "आम्ही ह्या गोष्टीची काल संध्याकाळी कारभाऱ्याच्या खोलीत चर्चा करत होतो. 'मालकांना काय झालंय?' टॅम्लीन मला म्हणाला. 'हॅलोवीनमधील भुतासारखे ते झाले आहेत आणि ते कशाकडेही लक्ष घालत नाहीत.' सकाळी तुम्ही मार्सला घ्यावा हा माझा सल्ला आहे. एक वाईन ग्लास भरून मार्सला घेतला की रक्त सुधारायला त्याच्यासारखे दुसरे काही नाही."

"टॅम्लीनला सांग," मी सीकुंबला म्हणालो, "त्याने त्याचे काम करावे. मी ठीक आहे."

नेहमीच्या त्या पॅस्को आणि केंडॉल बरोबरच्या रविवारच्या रात्रीच्या जेवणाची सुरुवात झाली नव्हती. ती मेहरबानीच होती. मला वाटते की बिचारी मेरी पॅस्को मी आजारी पडल्यावर, मी वेडा झालोय अशा स्वरूपाच्या बातम्या पसरवत घरी परतली होती. मी बरा झाल्यावर त्या पहिल्या सकाळी मी चर्चला गेल्यावर तिने माझ्याकडे संशयाने पाहिल्याचे मला आठवत होते. ते सर्व कुटुंब माझ्याकडे एका दयार्द्र नजरेने पाहात होते. माझ्याबद्दल अगदी हळू आवाजात आणि नजर फिरवून ते माझ्याबद्दल चौकशी करत होते.

माझे धर्मपिता आणि ल्युसी मला भेटायला आली. त्यांची वागण्याची पद्धतही एक तऱ्हेचा आनंद आणि दया ह्यांचे मिश्रण होते. एखाद्या आजारी मुलाशी वागावे तसेच काहीसे. मला वाटते की त्यांना अशी सूचना दिली गेली होती, की ज्यामुळे मला काळजी वाटेल असा कोणताही विषय काढायचा नाही. एखाद्या तिऱ्हाइतासारखे आम्ही दिवाणखान्यात बसलो होतो. माझे धर्मपिता- हे सहजपणे वागत नव्हते आणि आपण आलो नसतो तर बरे झाले असते असे त्यांना वाटत होते, परंतु मला भेटणे हे त्यांचे कर्तव्य होते आणि ल्युसी स्त्रियांकडे असलेल्या त्या नैसर्गिक ज्ञानाने इथं काय घडलं ते जाणत होती आणि त्या विचाराने घाबरत होती. रेशेल नेहमीप्रमाणे ती परिस्थिती हाताळत होती आणि संभाषणाचा ओघ ठरावीक पद्धतीने तिने चालू ठेवला होता. ह्या प्रदेशातील प्रदर्शन, पॅस्कोच्या दुसऱ्या मुलीचे ठरलेले लग्न, आता हवेतील जाणवणारा उकाडा, सरकारमध्ये बदल होण्याची शक्यता- ह्या सर्व गोष्टी- ह्या सोप्या बाबी होत्या, पण आम्हाला ज्या वाटत होत्या त्या गोष्टी आम्ही बोललो तर?

"तुझा आणि तुझ्याबरोबर ह्या मुलाचा सर्वनाश होण्याआधी तू इंग्लंडमधून निघून जा," हे माझ्या धर्मपित्याचे बोलणे.

"तुझे तिच्यावर पूर्वीपेक्षाही जास्त प्रेम आहे. मला ते तुझ्या डोळ्यात जाणवते," ल्युसीकडून.

"फिलीपला काळजी वाटेल अशा तऱ्हेने त्यांनी वागू नये म्हणून मला प्रतिबंध

करायला हवा,'' इति रेशेल.

आणि मी स्वत:- ''मला तिच्याबरोबर एकटे सोडा आणि जा...''

परंतु त्याऐवजी आम्ही सभ्यतेला चिकटून खोटे बोलत होतो. आमच्यापैकी प्रत्येकजणाने ती भेट संपल्यावर सुखाचा निःश्वास सोडला आणि त्या बागेच्या कवाडातून मी त्यांना जाताना पाहिल्यावर सर्वांपासून दूर जाण्यासाठी लहानपणाच्या मंत्रमुग्ध करणाऱ्या गोष्टीत असल्यासारखे- ह्या इस्टेटीभोवती एखादे कुंपण घालावे आणि सर्व भेटायला येणाऱ्यांना आणि संकटांना दूर ठेवावे- अशी मनोमन इच्छा केली.

मला असे दिसले की ती जरी म्हणाली नव्हती तरी तिने जाण्यासाठीची प्राथमिक तयारी सुरू केली. एखाद्या संध्याकाळी ती पुस्तकांची वर्गवारी करताना- जसे लोक न्यायच्या पुस्तकांची आणि मागे ठेवायच्या पुस्तकांची निवड करून ती व्यवस्थित रचून ठेवतात- तसे करताना आढळायची. दुसऱ्या वेळी ती टेबलाच्या खणाशी बसून आपली कागदपत्रे नीट लावत असायची, मग काही कागद फाडून नको असलेली पत्रं कचऱ्याच्या पेटीत टाकायची आणि बाकीची पत्रं बांधून ठेवायची. मी बैठकीच्या खोलीत जाताच हे सर्व थांबायचे आणि आपल्या खुर्चीकडे जात ती आपले भरतकाम हातात घ्यायची, नाहीतर खिडकीशी बसायची; परंतु मी फसला जात नव्हतो. ती अचानक सर्व नीट लावण्याची इच्छा का? ही बैठकीची खोली सोडून ती जायचीये म्हणूनच ना?

माझ्या हे लक्षात आले की पूर्वीपेक्षा ती खोली जास्त मोकळी वाटत होती. बारीकसारीक गोष्टी तिथं नव्हत्या. हिवाळ्यात आणि वसंत ऋतूनंतर एक कामाची टोपली कोपऱ्यात उभी असायची. एक शाल ती खुर्चीच्या हातावर पडलेली असायची. एक क्रेयॉनने काढलेले घराचे रेखाचित्र जे हिवाळ्याच्या दिवसात भेटायला आलेल्या कुणीतरी तिला भेट म्हणून दिले होते, ते नेहमी शेगडीवरच्या फळीवर असायचे- ती सर्व आता तिथं नव्हते. मी पहिल्यांदा जेव्हा शाळेत गेलो त्या वेळेकडे ते सर्व मला घेऊन गेलं. सीकुंबने माझी लहानपणची खोली नीट आवरली होती, जी पुस्तके माझ्याबरोबर जाणार होती त्याचे गठ्ठे बांधले होते आणि मला आवडत नसलेली उरलेली पुस्तके एका वेगळ्या पेटीत इस्टेटीवरच्या मुलांसाठी ठेवलेली होती. जे कोट्स मला होत नव्हते आणि जे अगदी जुने झाले होते ते, मला आठवते, की त्याने मला ते माझ्याहून कमी नशीबवान असलेल्या लहान मुलांना मी द्यावे असा आग्रह धरला होता आणि मी त्याला नकार दिला होता, जणू काही तो माझा सुखी भूतकाळ माझ्यापासून हिरावून घेत होता. अशा तऱ्हेचे वातावरण रेशेलच्या बैठकीच्या खोलीत होते. ती शाल त्या गरम हवेत तिला लागणार नाही म्हणून तिने देऊन टाकली होती का? ती काम करण्यासाठी ठेवलेली पेटी, तिचे भाग सुट्टे होऊन त्या ट्रंकेच्या तळात विश्रांती घेत होते का?

अजून ट्रंका कुठे दिसत नव्हत्या. ती बहुधा शेवटची सूचना असेल. वरच्या खोलीतून येणारे पायांचे जडशील आवाज, मुलं त्या पेट्या हातात धरून उतरत असणार आणि कोळिष्टकांचा धुरकट वास आणि त्याभोवती असलेला कापराचा वास, मग मला सर्वांत वाईट गोष्ट कळणार होती आणि कुत्र्यांना जशी बदलाची नकळत सूचना मिळते तसा मी शेवटाची वाट बघत बसणार असतो. दुसरी गोष्ट म्हणजे ती सकाळीच गाडी घेऊन निघून जायची. तिने पूर्वी असे कधी केले नव्हते. ती मला सांगायची की तिला खरेदी करायची होती आणि बँकेत काम होते. ह्या गोष्टी संभाव्य होत्या. मला वाटले की एकदा प्रवास करून त्या गोष्टी संपवणे शक्य होते, परंतु आठवड्यात तीन सकाळी- तेही लागोपाठ, फक्त एक दिवस वगळून आणि पुन्हा एकदा गेल्या आठवड्यातही ती दोनदा शहरात गेली होती, पहिल्यांदा सकाळी, दुसऱ्यांदा दुपारी. ''तू,'' मी तिला म्हणालो, ''अचानक जोरदार खरेदी करत्येस आणि कामही...''

''हे मी सर्व आधीच केले असते,'' ती म्हणाली, ''परंतु तू आजारी झाल्यामुळे त्या आठवड्यांत मी करू शकले नाही.''

''तू शहरात जातेस तेव्हा तुला कोणी भेटते का?''

''का? विशेष कोणी नाही. हं आता विचार केला तेव्हा आठवतंय मला बेलींडा पॅस्को आणि तिचे लग्न ज्याच्याशी ठरलंय तो पाद्री भेटले होते. त्यांनी तुला नमस्कार सांगितलाय.''

''परंतु,'' मी न राहवून विचारले, ''तू सबंध दुपारभर बाहेर होतीस. तू शिंप्याकडचे सर्व सामान विकत घेतलेस का?''

''नाही,'' ती म्हणाली, ''तू फारच जिज्ञासू आणि चौकस आहेस. मला जेव्हा वाटेल तेव्हा मी गाडी घेऊन जाऊ शकत नाही का? की तुला घोडे थकतील अशी भीती वाटते?''

''तुला पाहिजे तर तू बोडमिनला किंवा टुरोलाही जा,'' मी म्हणालो, ''तिथं तुला जास्त खरेदी करता येईल आणि जास्त बघायलाही मिळेल.''

मी जेव्हा तिला प्रश्न विचारले तेव्हा तिला कशाची काही पर्वा आहे असे वाटले नाही. तिच्या कामाचे स्वरूप वैयक्तिक आणि गुप्त असावे म्हणून ती जास्त बोलत नव्हती.

पुन्हा जेव्हा तिने गाडी नेली तेव्हा मोतद्दार तिच्याबरोबर गेला नव्हता. एकटा वेलिंग्टनच तिला घेऊन गेला होता. जिमीला कानदुखी सतावत होती असे दिसले. मी ऑफीसमध्ये गेलो होतो आणि मला तो तबेल्यात बसलेला आठवला. तो आपल्या दुखऱ्या कानाला औषध करत होता.

''तू मालकिणीला काही तेलाबद्दल विचार,'' मी त्याला म्हणालो, ''मला असे

सांगितले गेलंय की हेच त्यावर औषध आहे.''

''हो, सर,'' तो दु:खपूर्ण आवाजात म्हणाला, ''त्या परत आल्यावर ह्यावर उपाय करतील असे त्यांनी सांगितलंय. मला वाटते की त्या कानाला थंडी बाधली. धक्क्यावर वारा वाहत होता.''

''तू धक्क्यावर काय करत होतास?'' मी विचारले.

''आम्ही बराच वेळ मालकिणीची वाट पाहात होतो.'' तो म्हणाला. ''त्यामुळे रोज आणि क्राउनमध्ये मि. वेलिंग्टनने आपले घोडे बांधले आणि त्यांनी मला बंदरातील बोटी बघण्यासाठी सुट्टी दिली.''

''काय, तुझी मालकीण दुपारभर खरेदीच करत होती?'' मी विचारले.

''नाही सर,'' तो म्हणाला, ''ती खरेदी वगैरे काहीच करत नव्हती. ती नेहमीसारखीच रोज आणि क्राउनच्या बाहेरच्या जागेत होती.''

मी त्याच्याकडे अविश्वासाने पाहात राहिलो. रेशेल आणि रोज आणि क्राउनच्या जागेत? ती काय तेथील मालक-मालकिणीबरोबर चहा पीत बसते की काय? त्याला आणखी प्रश्न विचारावे असे क्षणभर माझ्या मनात आले, परंतु मी ते नाकारायचे ठरवले. तो बहुधा अयोग्य बोलत होता आणि तो असे बडबडला म्हणून वेलिंग्टन त्याला रागवेलही. असे दिसले की सर्व गोष्टी माझ्यापासून दूर ठेवल्या जात होत्या. ते सर्व घरच माझ्याविरुद्ध गुप्त कटात सामील होते. ''ठीक आहे जिम,'' मी म्हणालो, ''मला वाटते की तुझा कान लवकरच बरा होईल,'' आणि मी त्याला तबेल्यावर सोडले. परंतु इथं काहीतरी गूढ होते. रेशेलला सोबत संगतीची इतकी इच्छा झाली होती की त्यासाठी तिला त्या शहरातील खानावळीत जावे लागले होते? की मला असलेली भेटायला येणाऱ्या लोकांची नावड ओळखून ती त्या खानावळीबाहेरील जागा सकाळी आणि दुपारी भाड्याने घेऊन, तिथं लोकांना भेटत होती की काय? ती परत आल्यावर मी त्यासंबंधी काही बोललो नाही फक्त 'तिची दुपार चांगली गेली का' असे विचारले आणि तिने 'हो' म्हणून सांगितले.

दुसऱ्या दिवशी तिने गाडी मागितली नाही. तिने जेवताना मला सांगितले की तिला पत्रं लिहायची आहेत आणि ती बैठकीच्या खोलीकडे वळली. मी म्हणालो की मला कुंबमध्ये जाऊन एका शेतकऱ्याला भेटायचंय आणि मी तसे केले, परंतु मी पुढे शहरातही गेलो. तो शनिवार होता आणि हवा चांगली असल्यामुळे कित्येक लोक रस्त्यावर होते. आसपासच्या बाजारांच्या शहरांतून आलेले लोक मला ओळखत नव्हते, त्यामुळे मी त्यांच्यात मला कुणीही न ओळखता गेलो. मला माहीत असलेले कुणी भेटले नाही. 'वरच्या दर्जाचे लोक,' असे सीकुंब वरच्या स्तरातील लोकांना म्हणायचा. ते दुपारचे कधीही शहरात जात नाहीत आणि शनिवारी कधीही नाही.

मी धक्क्याजवळ बंदराजवळच्या एका भिंतीवर टेकून उभा राहिलो आणि काही मुलांना बोटीतून मासे पकडताना पाहिले. त्यांच्या जाळ्यात ते स्वत:च गुंतत जात होते, मग ते पायऱ्यांकडे आले आणि बाहेर पडले- त्यातील एकाला मी ओळखले. तो रोज आणि क्राउनमधील बारच्या मागे मदतनीस म्हणून काम करायचा. त्याच्या दोरीवर तीन किंवा चार छान मासे अडकलेले होते.

"तू छानच शिकार केलीस," मी म्हणालो. "हे रात्रीच्या जेवणासाठी आहेत ना?"

"माझ्यासाठी नाही, सर," तो हसला. "ते खानावळीत हवे आहेत. मी तिथंच जातोय."

"तुम्ही आता सफरचंदाच्या दारूबरोबर मासे देता की काय?" मी विचारले.

"नाही," तो म्हणाला, "हे मासे बाहेरच्या खोलीत राहणाऱ्या गृहस्थांसाठी आहेत. काल त्यांना नदीवरून सॉलमन माशाचा तुकडा दिला होता."

बाहेरच्या खोलीतील गृहस्थ. मी माझ्या खिशातून काही नाणी काढली.

"ठीक," मी म्हणालो, "मला वाटते की तो तुला व्यवस्थित पैसे देत असेल. हे पैसे तुझ्या नशिबासाठी. तुझा पाहुणा कोण आहे?"

त्याने आपल्या चेहऱ्यावर हसू आणले. "त्याचे नाव मला माहीत नाही," त्याने उत्तर दिले. "तो इटालियन आहे असे ते म्हणतात, परदेशाहून आलाय."

आता तो धक्क्यावरून धावत सुटला आणि तेव्हा त्याच्या खांद्यावरच्या दोरीवर अडकवलेले मासे लोंबकळत होते. मी घड्याळाकडे पाहिले, आता तीन वाजून गेले होते. एवढे नक्की होते की तो परदेशी गृहस्थ पाच वाजता जेवेल. मी शहरातून चालत त्या छोट्या गल्लीतून जिथं ॲम्ब्रोस आपली शिडे ठेवायचा आणि शीडवाल्या बोटींसाठी वापरायचे सामान ठेवायचा तिथं गेलो. ती छोटी होडी साखळीला बांधलेली होती. मी ती ओढली आणि त्यात उतरलो आणि मग बंदरात वल्हवत गेलो आणि धक्क्यापासून थोड्या अंतरावर थांबलो.

तिथं अनेक लोक जहाजांकडे जात-येत होते. ती जहाजे जवळच्या शहरांकडे जाणाऱ्या पायऱ्यांजवळ नांगरून उभी होती आणि त्यांनी मला पाहिले नव्हते आणि त्यांनी पाहिले असले तरी त्यांना त्याचे काही नव्हते. मी एक मासेमार आहे, असेच त्यांना वाटले होते. मी पाण्यात वजन टाकले आणि वल्ह्यावर विसावलो आणि रोज आणि क्राउनच्या प्रवेशद्वारावर लक्ष ठेवले. बारचे प्रवेशद्वार बाजूच्या रस्त्यावर होते. तो त्या बाजूने नक्कीच आत जाणार नव्हता. तो जर आलाच तर पुढच्या दरवाजानेच येणार होता. एक तास गेला. चर्चच्या घडाळ्याने चारचे ठोके दिले तरीही मी वाट पाहात थांबलो. पावणेपाच वाजता मी त्या खानावळीच्या मालकिणीला त्या बाहेरच्या खोलीच्या प्रवेशद्वारातून येताना पाहिले. ती इकडे तिकडे जणू काही

कुणाला शोधत होती. तिच्या पाहुण्याला जेवणाला उशीर झाला होता. मासा शिजवून तयार होता. मी तिला पायरीशी बांधलेल्या बोटींच्या शेजारी उभ्या असलेल्या माणसाला हाका मारताना ऐकले, परंतु मला तिचे शब्द ऐकू आले नाहीत. तो तिला ओरडून काहीतरी म्हणाला आणि वळून त्याने बंदराकडे बोट दाखवले. तिने मान हलवली आणि ती पुन्हा खानावळीत गेली. पाच वाजून दहा मिनिटांनी मी एक बोट त्या शहराकडे जाणाऱ्या पायऱ्यांकडे येताना पाहिली. ती बोट एक धष्टपुष्ट माणूस ओढत होता. त्या बोटीला नवा रंग होता. ती बोट तिऱ्हाइतांना बंदरातून मजेने फेरफटका मारण्यासाठी भाड्याने दिली जात असावी असा तिचा रुबाब होता.

एक मोठी, रुंद किनार असलेली हॅट डोक्यावर घातलेला माणूस आत बसलेला होता. ते पायऱ्यांशी आले .तो माणूस उतरला आणि त्याने त्याला थोड्या वादावादी नंतर पैसे दिले आणि मग तो खानावळीकडे वळला. तो रोज आणि क्राउनमध्ये शिरण्याआधी त्या पायऱ्यांवर क्षणभर थांबला. त्याने हॅट काढली आणि आजूबाजूला पाहिले. त्याने जे पाहिले त्याची तो किंमत करत होता ह्याबद्दल शंकाच नाही. मी इतका जवळ होतो की त्याच्याकडे बिस्कीटही फेकू शकलो असतो. मग तो आत गेला. तो रेनाल्डी होता.

मी वजन वर उचलले आणि पुन्हा त्या बोट ठेवण्याच्या जागेकडे परतलो. ती बोट बांधली, शहरातून चालत गेलो आणि त्या दोऱ्यांना धरून कड्या चढलो. मला वाटते की घराकडे येण्याचे चार मैलांचे अंतर मी चाळीस मिनिटांत संपवले. रेशेल लायब्ररीत माझी वाट पाहात होती. मी आलो नव्हतो म्हणून रात्रीचे जेवण मागे ठेवले होते. ती माझ्याकडे काळजी करत आली.

"शेवटी तू परत आलास तर,'' ती म्हणाली, "मी फार काळजीत होते. तू कुठे गेला होतास मग?''

"मी बंदरात होडी वल्हवत होतो,'' मी म्हणालो, "सफरीसाठी हवा छान होती. रोज आणि क्राउनपेक्षा पाण्यावर जास्त बरे होते.''

तिच्या डोळ्यात दिसलेला आश्चर्याचा धक्का हा माझा शेवटचा पुरावा होता.

"ठीक आहे, मला तुझे गुपित माहीत आहे,'' मी म्हणालो. "आता थापा मारण्याचा विचार करू नको.''

सीकुंब जेवण वाढायचे का हे विचारायला आला.

"हो, ताबडतोब वाढ,'' मी म्हणालो, "मी कपडे बदलणार नाही.''

मी काहीही न बोलता तिच्याकडे रोखून पाहिले आणि आम्ही जेवायला गेलो. सीकुंब काळजीत होता. काहीतरी घोटाळा आहे हे त्याने ताडले होते. तो माझ्या कोपराजवळ एखाद्या डॉक्टरसारखा घोटाळत होता आणि तो पुढे करत असलेल्या

पदार्थाची मी चव घ्यावी म्हणून मला आग्रह करत होता. "तुम्ही तुमच्या शक्तीवर जास्त ताण दिला आहे, सर, "तो म्हणाला ; " हे असे काही चालणार नाही. नाहीतर तुम्ही पुन्हा आजारी पडाल."

त्याने दुजोऱ्यासाठी आणि खात्रीसाठी रेशेलकडे पाहिले. ती काहीच बोलली नाही. जेवण संपताच- आमच्यापैकी कुणीही फारसे खाल्लेले नव्हते- रेशेल उठली आणि सरळ वर गेली. मी तिच्या मागोमाग गेलो. जेव्हा ती बैठकीच्या खोलीकडे गेली तेव्हा तिने खोलीचा दरवाजा बंद करण्याआधी- मी तिच्या मानाने चपळ असल्यामुळे सरळ खोलीत गेलो. माझी पाठ त्या दरवाजाकडे होती. तिच्या डोळ्यात पुन्हा ती भीती दाटून आली. ती माझ्यापासून दूर होत विस्तवाच्या फळीजवळ उभी राहिली.

"रोज आणि क्राउनमध्ये रेनाल्डी किती दिवसांपासून राहत आहे?" मी विचारले.

"तो माझा प्रश्न आहे," ती म्हणाली.

"माझाही, उत्तर दे," मी म्हणालो.

तिच्या हे लक्षात आले की मला गप्प करणे किंवा थापा मारणेही शक्य नव्हते. "ठीक आहे तर, गेले दोन आठवडे," तिने उत्तर दिले.

"तो इथं का आलाय?" मी विचारले.

"कारण मी त्याला बोलावले होते, कारण तो माझा मित्र आहे. मला त्याचा सल्ला हवा होता म्हणून आणि तुझी त्याच्याबद्दलची नावड मला माहीत असल्यामुळे मी त्याला घरी बोलावू शकले नाही."

"तुला त्याचा सल्ला का हवाय?"

"तो पुन्हा एकदा माझा प्रश्न आहे, तुझा नाही. एखाद्या लहान मुलासारखे वागणे थांबव फिलीप आणि जरा समजून घे."

ती इतकी दु:खी झालेली पाहून मला बरे वाटले. ह्याचा अर्थ ती चुकली होती.

"तू मला समजुतीने घे असे म्हणत्येस," मी म्हणालो. "म्हणजे तू मला फसवलेस ते मी समजुतीने घ्यावे असे मला सांगतेयस का? गेले दोन आठवडे तू माझ्याशी प्रत्येक दिवशी खोटे बोलत्येस आणि हे तू नाकबूल करू शकणार नाहीस."

"जर मी तुला फसवले असले तर ते काही खुशीने नव्हे," ती म्हणाली. "ते मी तुझ्यासाठी केले. तुला रेनाल्डीचा राग येतो. जर तुला कळले असते की मी त्याला भेटतेय तर हे नाटक ह्या आधीच झाले असते आणि त्याचा परिणाम म्हणून तू आजारी झाला असतास. अरे देवा- मी पुन्हा ह्यातून जायचे का? पहिल्यांदा ॲम्ब्रोसबरोबर आणि आता तुझ्याबरोबर?"

तिचा चेहरा निस्तेज आणि तणावपूर्ण होता पण तो भीतीने की रागाने हे सांगणे कठीण होते. मी दरवाजाकडे पाठ करून उभा होतो आणि तिला निरखत होतो.

''होय,'' मी म्हणालो, ''मला रेनाल्डीचा राग येतो जसा ॲम्ब्रोसला यायचा त्याप्रमाणे आणि त्याला कारणही आहे.''

''काय कारण काय?''

''तो तुझ्या प्रेमात पडलाय आणि हे बरीच वर्षं चालू आहे.''

''काय निव्वळ मूर्खपणा...'' ती त्या खोलीत येरझारा घालत होती, शेगडीपासून खिडकीपर्यंत. तिचे हात पुढे घट्ट धरलेले होते. ''इथं हा माणूस आहे. ह्याने मला प्रत्येक संकटात, वादात मदत केली आहे. ह्याने मला समजण्यात कधीच चूक केलेली नाही किंवा मी आहे त्यापेक्षा मला वेगळी समजलेली नाही. त्याला माझे दोष माहीत आहेत, माझ्या उणिवा माहीत आहेत आणि त्याबद्दल तो माझी निंदा करत नाही, परंतु मी ज्या लायकीची आहे तशी मला स्वीकारतो. त्याच्या मदतीशिवाय- मी त्याला ओळखते तेवढी वर्षं- जी वर्षं त्याबद्दल तुला काही माहीत नाही- मी त्याच्याशिवाय पार हरवले असते. रेनाल्डी माझा मित्र आहे, माझा एकमेव मित्र.''

ती थांबली आणि तिने माझ्याकडे पाहिले. हे नक्की होते की हे सत्य होते किंवा तिच्या मनात विपर्यास झाल्यामुळे तिला ते तसे वाटत होते, परंतु माझ्या रेनाल्डीच्या मूल्यमापनात त्यामुळे काही फरक पडणार नव्हता. त्याने आपले बक्षीस ह्याआधीच घेतले होते, ती वर्षं ज्याच्याबद्दल तिने मला जे सांगितले होते की मला त्यांच्याबद्दल काहीच माहीत नाही ती, बाकीच्या गोष्टी कालानुरूप येणारच होत्या. पुढच्या महिन्यात, कदाचित पुढच्या वर्षी- पण नक्कीच. त्याच्याकडे वाट पाहण्याची ताकद होती परंतु माझ्याकडे किंवा ॲम्ब्रोसकडे नव्हती.

''तो जिथला आहे तिथं त्याला परत पाठव,'' मी म्हणालो.

''त्याची तयारी झाली की तो जाईल,'' ती म्हणाली, ''पण जर मला गरज वाटली तर तो राहील. जर तू मला धाक दाखवण्याचा पुन्हा प्रयत्न केलास तर मी त्याला संरक्षक म्हणून ह्या घरात आणीन.''

''तुझी हिंमत होणार नाही,'' मी म्हणालो.

''हिंमत? का नाही? हे घर माझे आहे.''

तर मग आमची लढाई सुरू झाली होती. तिचे शब्द एक आव्हान होते आणि मी त्याला सामोरा जाऊ शकत नव्हतो. तिचा स्त्रीचा मेंदू माझ्या मेंदूपेक्षा वेगळ्या तऱ्हेने काम करत होता. सर्व चर्चा योग्य होती, परंतु हिंसा चुकीची होती. फक्त शारीरिक शक्तीनेच स्त्री निष्प्रभ होते. मी तिच्याकडे एक पाऊल टाकले, परंतु ती घंटीचा दोर हातात पकडून शेगडी जवळ होती.

''जिथं आहेस तिथं थांब,'' ती ओरडली, ''नाहीतर मी सीकुंबला बोलवेन. मी

जेव्हा त्याला सांगेन की तू मला मारण्याचा प्रयत्न केलास तर... तुला तुझी अब्रू त्याच्यासमोर जायला हवेय का?''

''मी तुला मारणार नव्हतो,'' मी उत्तरलो. मी वळलो आणि दरवाजा सताड उघडला. ''ठीक आहे,'' मी म्हणालो, ''तुझी इच्छा असेल तर सीकुंबला बोलाव. त्याला आपल्या दोघांत काय घडले तेही सांग. जर का आपल्याला हिंसा आणि बेअब्रू हवीच असली तर ती पुऱ्या मापातच असावी.''

ती घंटेच्या दोराजवळ उभी होती आणि मी दरवाजाजवळ. तिने हातातील घंटेचा दोर सोडून दिला. मी तरीही हललो नाही. मग डोळ्यात अश्रू आणीत ती माझ्याकडे पाहात म्हणाली, ''स्त्री दोनदा दुःख सहन करू शकत नाही. हे सर्व मी ह्याआधी सोसलंय.'' आणि आपली बोटे गळ्याकडे नेत ती म्हणाली, ''माझ्या मानेभोवतीचे हातही. तेही. आता तरी तुला समजतंय का?''

मी तिच्या डोक्यावरून त्या शेगडीच्या त्या फळीवरचे ते चित्र पाहिलं आणि त्या तरुण ॲम्ब्रोसचा माझ्याकडे पाहणारा चेहरा माझाच होता. तिने आम्हा दोघांना पराजित केले होते.

''होय,'' मी म्हणालो, ''मला समजतंय. जर तुला रेनाल्डीला भेटायचे असेल तर त्याला इथं बोलाव. तू त्याला रोज आणि क्राउनमध्ये चोरून भेटायला जाण्यापेक्षा हे बरे.''

आणि मी तिला बैठकीच्या खोलीत सोडून माझ्या खोलीकडे परत गेलो.

दुसऱ्या दिवशी तो रात्रीच्या जेवणासाठी आला. तिने नाश्त्याच्या वेळी मला चिठ्ठी पाठवून त्यात त्याला बोलावण्याची परवानगी मागितली होती. तिने काल रात्री केलेले आव्हान ती विसरली होती हे नक्की किंवा युक्तीने ते मागे सारून मला माझ्या अधिकारावर आणून सोडले होते. मी चिठ्ठी परत पाठवली आणि त्यात लिहिले की मी वेलिंग्टनला त्याला गाडी आणायला सांगेन. तो साडेचार वाजता आला.

त्याचे असे झाले, की जेव्हा तो आला तेव्हा मी एकटाच लायब्ररीत होतो आणि सीकुंबच्या चुकीमुळे त्याला दिवाणखान्यात न पाठविता माझ्याकडे पाठविले गेले. मी खुर्चीवरून उठून त्याला अभिवादन केले. तो अगदी सहजतेने वागत होता आणि त्याने हस्तांदोलनासाठी हात पुढे केला.

''आशा आहे की तू बरा झालायस,'' तो मला अभिवादन करत म्हणाला. ''मला वाटते की माझ्या अपेक्षेपेक्षा तू जास्तच बरा दिसतोयस. तुझ्याबद्दलच्या मला येणाऱ्या बातम्या ह्या वाईटच होत्या. रेशेल खूप काळजीत होती.''

''खरंच माझी प्रकृती उत्तम आहे,'' मी त्याला म्हणालो.

''तरुणपणाचे हे भाग्य आहे,'' तो म्हणाला. ''ज्यामुळे चांगली फुप्फुसे आणि चांगली पचनशक्ती असते. त्यामुळे थोड्या आठवड्यांच्या काळातच आजाराची सर्व

लक्षणे तुम्हाला सोडून जातात. तू घोड्यावरून रपेट करत सर्व प्रदेश हिंडत असशीलच ह्यात शंका नाही, नाहीतर आम्ही वयाने मोठी माणसे. तुझ्या कझिन रेशेल आणि माझ्यासारखी माणसे, अगदी काळजीपूर्वक ताणतणावापासून दूर राहतो. माझे वैयक्तिक मत असे आहे, की दुपारी थोडीशी डुलकी घेणे हे मध्यम वयाला गरजेचे आहे.''

मी त्याला बसायला सांगितले आणि तो त्याप्रमाणे बसला. त्याने आता आजूबाजूला पाहिले. ''अजूनपर्यंत ह्या खोलीत काही बदल झालेला नाही का?'' तो म्हणाला, ''कदाचित रेशेललाही ते वातावरण तसेच असावे ह्यासाठी ती खोली अशीच सोडण्याचा तिचा बेत असावा. तेही खरंच! पैसे दुसऱ्या कशावर खर्च करता येतील. ती मला सांगते की माझ्या त्या शेवटच्या भेटीनंतर त्या जमिनीवर बरेच काही केले गेलेय. मी रेशेलला ओळखतो. त्यावरून मी त्यावर चांगलाच विश्वास ठेवतो, परंतु त्याला मान्यता देण्यासाठी मला ते सर्व पाहायला हवं. मी स्वत:ला एक विश्वस्त समजतो, त्यामुळे ह्यात एक ताळमेळ राहील.''

त्याने एक बारीक सिगार पेटीतून काढून पेटवली. तो हे करतानाही हसत होता. ''मी तुला लंडनला असताना एक पत्र पाठवले होते.'' तो म्हणाला, ''तू जेव्हा ती इस्टेट तिला दिलीस तेव्हा आणि ते मी पाठवलेही असते, परंतु तेवढ्यात तुझ्या आजाराची बातमी आली. त्या पत्रात अगदी थोडेसेच होते, जे मी तुला तोंडावर सांगू शकतो. रेशेलच्या वतीने मी त्यात तुझे आभार मानले होते आणि तुझ्या त्या सौद्यात तुझा तोटा होणार नाही ह्याबद्दल मी काळजी घेईन ह्याची खात्रीही दिली होती. मी सर्व खर्चावर नजर ठेवीन.'' त्याने धुराचा ढग सोडला आणि वर छताकडे पाहिले. ''ते मेणबत्त्यांचे झुंबर,'' तो म्हणाला, ''हे काही फारशा चांगल्या आवडीचे प्रतीक नाही, त्यापेक्षा इटालीत आम्ही तुझ्यासाठी जास्त चांगले घेऊ. मी रेशेलला ह्या गोष्टीची नोंद करायला सांगेन. चांगले चित्र, चांगले फर्निचर आणि चांगली उपकरणे हा अगदी पैशाचा योग्य विनिमय आहे आणि नंतर तुझ्या लक्षात येईल की आम्ही दामदुप्पट करून ही मालमत्ता तुला परत देऊ, असो. हा दूरचा भविष्यकाळ आहे आणि त्यावेळेपर्यंत नक्कीच तुझे मोठे मुलगे असतील आणि रेशेल आणि मी चाकाच्या गाडीतील म्हातारे लोक असू.'' तो हसला आणि पुन्हा त्याने माझ्याकडे बघून स्मित केले. ''आणि ती सुंदर मिस ल्युसी काय म्हणते?'' त्याने मला विचारले.

मी त्याला म्हणालो की मला वाटते की ती ठीक असावी. मी त्याला सिगार ओढताना पाहात होतो आणि मनात आले की पुरुषांच्या मानाने त्याचे हात कसे गुळगुळीत होते! त्यात एक तऱ्हेचा बायकीपणाच होता आणि तो त्याच्या इतर शरीरयष्टीशी विसंगत होता आणि त्याच्या बोटावर असलेली ती मोठी अंगठी

विशोभित होती.

"तुम्ही फ्लॉरेन्सला परत कधी जाणार?" मी विचारले.

त्याने कोटावर पडलेली राख खाली शेगडीवर झाडली.

"ते रेशेलवर अवलंबून आहे," तो म्हणाला, "मी लंडनला जाऊन माझे तेथील काम आटपेन आणि मग कदाचित मी तिच्याआधी घरी जाईन. तिच्यासाठी तो बंगला, नोकरचाकर तयार ठेवीन किंवा वाट पाहीन आणि तिच्याबरोबर प्रवास करीन. तुला हे माहीतच आहे की तिचा जायचा बेत आहे ते."

कदाचित जेवताना मी त्यांना निरखून पाहात होतो म्हणून असेल मला माहीत नाही- त्याची नजर तिच्या तोंडावरून ढळली नव्हती, तिचे हास्य, तिची त्याच्याशी बदललेली वागण्याची पद्धत- परंतु माझ्या मनात एक तऱ्हेची किळसच उत्पन्न झालं. जे अन्न मी खात होतो ते मातीसारखे वाटत होते. तो वनस्पती चहा जो तिने जेवण झाल्यावर तिघांसाठी बनवला होता तो, त्याला एक कडवट-निराळी चव होती. मी त्यांना बागेत बसलेले सोडून वर माझ्या खोलीत गेलो. मी जाताच त्यांनी इटालियनमध्ये केलेली बोलण्याची सुरुवात मी ऐकली. मी खिडकीशी खुर्ची ओढून बसलो. मी बरे होण्याच्या स्थितीत असताना त्या सुरुवातीच्या दिवसांत आणि आठवड्यांत ज्या ठिकाणी बसलो होतो आणि ती माझ्या बाजूला असायची- आता जणू काही सर्व जग अचानक दुष्ट आणि वाईट झाले होते. खाली उतरून त्याचा निरोप घेणेही मला शक्य वाटत नव्हते. मी गाडी आलेली ऐकली आणि ती गेलेलीही ऐकली. मी खुर्चीतच बसून होतो. थोड्या वेळाने रेशेल वर आली आणि तिने माझ्या दारावर टकटक केली. मी उत्तर दिले नाही. तिने दार उघडले आणि आत शिरत ती माझ्या बाजूला आली आणि तिने आपला हात माझ्या खांद्यावर ठेवला.

"आता काय झालं?" तिने विचारले. तिच्या आवाजात एक नि:श्वासाचा स्वर होता, जणू काही तिने सहनशक्तीची मर्यादा गाठली होती, "तो ह्यापेक्षा जास्त विनम्र आणि दयाळू वागणे शक्य नव्हते," ती म्हणाली. "काल रात्री काय चुकले?"

"काही नाही," मी म्हणालो.

"तो तुझ्याबद्दल माझ्याशी एवढे छान बोलतो," ती म्हणाली, "जर तू त्याचे बोलणे ऐकलेस तरच तुला कळेल की त्याला तुझ्याबद्दल फार वाटते. आज संध्याकाळी तो तुझ्याबद्दल काय बोलला त्याबद्दल तर तुला काही वावगे वाटले नाही ना? तू जर का थोडा कमी त्रास देणारा, थोडा कमी मत्सरी झालास तर..."

तिने माझ्या खिडक्यांचे पडदे सोडले, कारण आता तिन्हीसांजा झाल्या होत्या. तिच्या हालचालीत, ज्या तऱ्हेने तिने पडद्यांना हात लावला त्यात, एक तऱ्हेचा घायकुतेपणा होता.

"तू त्या खुर्चीत मध्यरात्रीपर्यंत अवघडून बसणार आहेस की काय?" तिने विचारले, "तसे असले तर अंगाभोवती कपडा टाक, नाहीतर तुला पुन्हा सर्दी होईल. माझ्याविषयी म्हणशील तर मी फार थकलेय आणि झोपायला जातेय."

तिने माझ्या डोक्याला हात लावला आणि ती निघून गेली. ते कुरवाळणे नव्हते. एखाद्या मुलाने चुकीचे वागल्यावर एखादा त्याला कसा पटकन थोपटतो आणि ती मोठी व्यक्ती त्याला पुन्हा रागे भरण्याचा कंटाळाच करते. मग ती सारे बाजूलाच सारते, "बस... बस! परमेश्वरा सारे संपू दे!"

त्या रात्री मला पुन्हा ताप भरला. पूर्वीसारखा नाही पण थोडासा त्याच्यासारखाच. चोवीस तासांपूर्वी त्या बंदरातील बोटीत असल्यामुळे थंडी पकडली होती की नाही ते मला माहीत नव्हते, परंतु सकाळी उठून उभे राहिल्यावर मला चक्कर येत होती आणि पुन्हा ओकाऱ्या आणि थंडी वाजल्यामुळे मला पुन्हा बिछान्यातच पडून राहावे लागले. डॉक्टरला बोलावणे पाठवले गेले आणि डोके दुखू लागल्यामुळे मला भीती वाटू लागली की आता त्या आजाराची पुनरावृत्ती होत होती की काय! त्याने माझे पित्ताशय नीट काम करत नसल्याचे सांगून औषध दिले. जेव्हा रेशेल दुपारी माझ्याजवळ बसायला आली तेव्हा मला जाणवले की तिच्या चेहऱ्यावर काल रात्रीचा तोच वैतागल्याचा भाव होता. तिच्या मनात काय विचार चालला असावा त्याची मी कल्पना करू शकत होतो. 'ते पुन्हा सुरू होणार का? जगाच्या अंतापर्यंत मला इथं बसून सेवाचाकरी करणे नशिबी आहे की काय?' तिने जेव्हा मला औषध दिले तेव्हा ती माझ्याशी तुटकपणेच वागली आणि नंतर जेव्हा मला तहान लागली आणि पाणी प्यावेसे वाटले तेव्हा मी तिला त्रास नको म्हणून तिच्याकडे पाणी मागितले नाही.

तिच्या हातात पुस्तक होते. ती ते वाचत नव्हती आणि तिचे माझ्या शेजारच्या खुर्चीतील अस्तित्व ही एक अबोल खरडपट्टीच होती.

"तुला जर दुसरे काम असेल," मी सरतेशेवटी म्हणालो, "तर माझ्याजवळ बसू नकोस."

"तुला काय वाटते मला दुसरे कोणते काम करायचे आहे?" तिने विचारले.

"तुला कदाचित रेनाल्डीला भेटायचे असेल."

"तो निघून गेला," ती म्हणाली.

ह्या बातमीने मला जरा बरे वाटले. मी जवळजवळ आजारातून बरा झालो.

"तो लंडनला गेला नाही का?" मी विचारले.

"नाही," ती म्हणाली, "तो काल प्लायमाऊथवरून बोटीने गेला."

मला इतके बरे वाटले की मला माझे डोके दुसरीकडे वळवावे लागले, नाहीतर ते माझ्या तोंडावर दिसले असते आणि तिची चीड वाढली असती.

"मला वाटले की त्याचे अजून काही काम इंग्लंडला असावे?"

"हो होते, पण ते आम्ही पत्रव्यवहारांनी करायचे ठरवले. त्यापेक्षाही काही महत्त्वाची कामे त्याला घरी करायची होती. मध्यरात्री जाणाऱ्या जहाजाची बातमी त्याला कळली आणि तो गेला, आता झाले तुझे समाधान?"

रेनाल्डीने हा प्रदेश सोडला होता. मला त्यामुळे बरे वाटले होते, परंतु 'आम्ही' हे सर्वनाम मला आवडले नव्हते किंवा तिने 'घर' हा वापरलेला शब्दही पटला नव्हता. तो का गेला हे मला माहीत होते- मालकीण येणार असल्यामुळे तो बंगला नीट ठेवायची ताकीद नोकरांना देण्यासाठी तो गेला होता. त्याला ही घाई होती आणि माझ्या पायाखालून वाळूही सरकत होती.

"तू त्याच्यानंतर केव्हा जाणार?"

"ते तुझ्यावर अवलंबून आहे," ती म्हणाली.

मला असे वाटले की जर इच्छा झाली तर मी आजारी पडण्याची सबब पुढे करेन, नाटक करून काही आठवडे पुढे ढकलेन आणि मग? पेट्या भरल्या जातील, स्त्रियांची बैठकीची खोली रिकामी होईल. तिच्या निळ्या बेडरूममधील पलंगावर धूळ पडू नये म्हणून चादरी टाकल्या जातील; ज्या ती येण्याआधी होत्या तशा आणि मग शांतता...

"जर," ती दीर्घ श्वास सोडत म्हणाली, "तू जर कमी कडवट, कमी निर्दय झालास तर हे शेवटचे दिवस सुखाचे जातील."

मी कडवट होतो? मी निर्दय होतो? मला असे वाटले नव्हते. मला असे दिसत होते की जो निर्दयपणा, कठोरपणा होता- तो तिच्यात होता, त्यावर औषध नव्हते. मी तिचा हात पकडण्यासाठी हात पुढे केला आणि तिने तो मला दिला, परंतु जेव्हा मी त्याचे चुंबन घेतले तेव्हा माझ्या मनात रेनाल्डीचे विचार होते.

त्या रात्री मला स्वप्न पडले की मी तो दगडी चबुतरा होता- तिथं चढलो आणि तिथं पुरलेले ते पत्र पुन्हा वाचले. ते स्वप्न इतके हुबेहूब होते की मी जागा झाल्यावर ते जसेच्या तसे होते आणि सकाळभर ते माझ्याबरोबर होते. मी उठलो आणि नेहमीप्रमाणे दुपारी खाली जाण्याइतपत मी बरा होतो. कितीही प्रयत्न केला तरी मनात उत्पन्न झालेली पुन्हा पत्र वाचण्याची ती इच्छा मी आवरू शकलो नाही, त्यात रेनाल्डीबद्दल काय लिहिलंय ते मला आठवत नव्हते. ते मला नक्की कळायला हवं होतं, ॲम्ब्रोस त्याच्याबद्दल काय म्हणाला होता ते. दुपारी रेशेल विश्रांती घेण्यासाठी गेली आणि ती जाताच मी जंगलातून त्या वनराईकडे गेलो आणि रखवालदाराच्या झोपडीच्या तिथून रस्ता चढून वर आलो. मी जे करणार होतो त्याचा मला तिटकारा वाटत होता. मी दगडी चबुतऱ्याकडे आलो. मी तिथं वाकून बसलो आणि हाताने खणत असताना मला ती छोटी डायरी हाताला लागली. एका

गोगलगायीने हिवाळ्यात तिथं घर केले होते. त्याच्यावरच्या पानावरचा भाग चिकट होता. ती गोगलगाय काळी आणि गळत असलेली अशी त्या डायरीच्या चामड्याला चिकटलेली होती. मी तिला खाली फेकली आणि ती डायरी उघडून त्यातून ते चुरगळलेले पत्र काढले. तो कागद दमट आणि विसविशीत झालेला होता आणि त्यावरची अक्षरे पूर्वीपेक्षा जास्त अंधूक झालेली होती, पण अजूनही वाचता येण्यासारखी होती. मी ते सर्व पत्र वाचले- पहिला भाग जरा घाईने, परंतु ही गोष्ट विलक्षण होती की त्याचा आजार हा दुसऱ्या कारणाने झालेला असण्याची शक्यता असताना त्याची लक्षणेही बरीचशी माझ्या आजारासारखीच होती, परंतु रेनाल्डी...

'जसे जसे महिने गेले' ॲम्ब्रोसने लिहिले होते... *'माझ्या लक्षात आले की ती माझ्याकडे न येता आधीच्या पत्रात उल्लेख केला होता, त्या रेनाल्डी ह्या माणसाचा जास्त जास्त सल्ला घेऊ लागली. हा संगलेट्टीचा मित्र आणि मला वाटते वकील होता. मला वाटते की ह्या माणसाचा अपायकारक असा प्रभाव तिच्यावर आहे. मला असा संशय येतोय की तो कित्येक वर्षं तिच्या प्रेमात पडलेला आहे अगदी संगलेट्टी जिवंत असतानाही. काही काळापूर्वी तरी ह्या रेनाल्डीबद्दल तिच्या मनात असा काही विचार असेल असे क्षणभरही मला वाटले नव्हते, पण आता तिची माझ्याशी वागण्याची पद्धत बदलल्यामुळे ह्याबाबत मला खात्री देता येत नाही. तिच्या डोळ्यांत एक सावली दिसते आणि आवाजात एक स्वर जाणवतो हे घडते जेव्हा त्याच्या नावाचा उल्लेख होतो तेव्हा. त्यामुळे माझ्या मनात संशय दाटून येतो.*

ज्या तऱ्हेने तिच्या कुचकामी आई वडिलांनी तिला वाढवली आणि ज्या तऱ्हेने ती त्यावेळी आणि पहिल्या लग्नानंतर आयुष्य जगली, ह्याबाबत आम्ही दोघे कधी बोललेलो नाही, परंतु मला नेहमी वाटायचे की तिची वागण्याची पद्धत ही आपल्या तिकडच्यापेक्षा अगदी वेगळी आहे. लग्नबंधन हे तिच्या दृष्टीने तेवढे पवित्र नाही. मला असा संशय येतो- खरं सांगायचे तर माझ्याकडे पुरावा आहे- की तो तिला पैसे देतो. देवा, मी असे म्हणतोय म्हणून मला क्षमा कर, पण ह्या घडीला पैसा हा एकच मार्ग तिच्या हृदयाशी पोहोचतो.'

हे ते वाक्य होते- जे मी विसरलो होतो आणि ह्याच वाक्याने 'ते काय असावे' म्हणून माझा पिच्छा केला होता. जिथं कागद दुमडलेला होता तिथं शब्द अस्पष्ट होता. शेवटी मी तो पुन्हा नीट पाहिला तो शब्द 'रेनाल्डी,' होता.

'मी गच्चीवर यायचो.' ॲम्ब्रोसने लिहिले होते *'आणि मला तिथं रेनाल्डी सापडायचा- मला पाहताच दोघे गप्प व्हायचे. त्यांची कशावर चर्चा चाललेली*

असेल ह्याचे मला आश्चर्य वाटायचे. जेव्हा एकदा ती बंगल्यात गेलेली असताना - मी आणि रेनाल्डी दोघेच उरलो असताना, त्याने तुटकपणे माझ्या मृत्युपत्राबद्दल विचारले. आमचे लग्न झाले तेव्हा त्याने ते पाहिले होते. तो म्हणाला, ते जसे आहे तसे असताना माझा मृत्यू झाला तर मी माझ्या पत्नीसाठी काहीही तरतूद न करता जाईन. हे मला माहीत होते आणि मी ती चूक सुधारण्यासाठी एक मृत्युपत्रही तयार केले होते आणि त्यावर सही करून साक्षीदारांच्या सह्याही घेतल्या असत्या, परंतु हे घडले असते जर मला कळले असते की तिचा हा उधळ्या स्वभाव ही क्षणैक लहर आहे आणि ती खोलवर रुजलेली नाही तर.

ह्या नवीन मृत्युपत्राप्रमाणे तिला घर आणि इस्टेट ती जिवंत असेपर्यंत मिळेल आणि तिच्या मृत्यूनंतर ती तुझ्याकडे येईल, परंतु ह्या मृत्युपत्रान्वये ह्या इस्टेटीचे सर्व कामकाज हे तुझ्या हातातच असेल.

लक्षात घे, मृत्युपत्राविषयीचे ते प्रश्न हे रेनाल्डीने विचारलेले होते. रेनाल्डीने आता असलेल्या मृत्युपत्रामुळे तिच्याबाबत होणाऱ्या कर्तव्यच्युतीकडे माझे लक्ष वेधले होते. ती काही हे माझ्याशी बोलत नाही, परंतु ते एकत्र असताना काय बोलतात? मी तिथं नसताना ते एकमेकाशी काय बोलतात?

ती मृत्युपत्राची गोष्ट मार्चमध्ये घडली. त्यावेळी मी फारच आजारी होतो आणि डोकेदुखीने त्रस्त होतो. रेनाल्डीने हा विषय त्याच्या नेहमीच्या त्या थंड, व्यवहारी वृत्तीने काढला होता. त्याला असे वाटत होते की मी मरेन आणि तशी शक्यता आहे. ही पण शक्यता आहे की ह्याबद्दल त्या दोघांत चर्चा होत नसावी. मला हे शोधून काढण्याचा काही मार्ग नाही. बरेचवेळा मला जाणवते की तिची माझ्यावर असलेली नजर काहीशी जागरूक आणि विचित्र असते. जेव्हा मी तिला धरतो तेव्हा असे वाटते, की ती घाबरते. कशाची भीती तिला वाटते आणि कोणाची? हे पत्र लिहिण्यामागचे कारण म्हणजे दोन दिवसांपूर्वी मला पुन्हा मार्चमध्ये जो ताप आला होता त्यानेच घेरले. तो तसा अचानकच येतो, मग मला वेदना आणि आजार येतो आणि माझा मेंदू पटकन उत्तेजित होतो आणि मला हिंसक बनवतो आणि मनाच्या आणि शरीराच्या ह्या गोंधळलेल्या अवस्थेत मी उभाही राहू शकत नाही. नंतर हेही नाहीसे होते आणि मला झोपेची तीव्र इच्छा होते. अशावेळी मी जमिनीवर किंवा पलंगावर पडतो, पण माझे हातापायांवर नियंत्रण राहत नाही. माझ्या वडिलांना असे काही झाल्याचे मला आठवत नाही. त्यांचे डोके दुखायचे, स्वभावातही बदल झाला होता, पण ही लक्षणे नव्हती.

फिलीप, माझ्या मुला, ह्या जगात ज्याच्यावर विश्वास आहे असा तू एकमेव आहेस. मला ह्याचा अर्थ काय ते सांग. जर शक्य असले तर तू माझ्याकडे ये. ह्याबाबत निक केंडॉलशी काही बोलू नको, दुसऱ्या कुणाशीच बोलू नको किंवा

उत्तरादाखल एक शब्दही लिहू नको, फक्त ये.

एक विचार मला सतावतोय, माझी मन:शांती घालवतो. ते माझ्यावर विषप्रयोग तर करत नाहीयेत ना?'

ॲम्ब्रोस

ह्यावेळी मी ते पत्र त्या डायरीत ठेवले नाही. मी त्याचे लहान लहान तुकडे केले आणि माझ्या टाचेने त्याचे तुकडे जमिनीत पुरले. प्रत्येक तुकडा इकडे तिकडे पडलेला होता. मग मी तो प्रत्येक ठिकाणी पडलेला तुकडा टाचेने पुरला. ती डायरी जमिनीत पुरल्यामुळे ओली झालेली होती. त्यामुळे मी तिचे एका दमात दोन तुकडे करू शकलो. मी त्याचा एक एक अर्धा भाग माझ्या खांद्यावरून मागे फेकला आणि ते तुकडे नेच्यात पडले. मग मी घरी आलो. जणू काही हे पत्रातील ताज्या कलमाप्रमाणे होते, कारण जेव्हा मी हॉलमध्ये आलो तेव्हा सीकुंब मुलाने आणलेली पत्राची थैली घेऊन आलेला होता. तो मी ती उघडत असताना थांबला आणि तिथं माझ्यासाठी असलेल्या थोड्या पत्रांत एक पत्र रेशेलसाठी होते आणि त्यावर प्लायमाऊथचा पत्ता होता. त्या पत्रावरच्या गिचमिड अक्षरांवर एक नजर टाकण्याचा अवकाश, ते पत्र रेनाल्डीचे होते हे मी जाणले. जर सीकुंब तिथं नसता तर मी ते ठेवले असते, परंतु आता ते त्याला रेशेलकडे देण्यापासून गत्यंतर नव्हते.

ही पण एक व्याजोक्ती होती की जेव्हा मी तिच्याकडे काही वेळाने गेलो तेव्हा माझ्या फिरण्याबद्दल किंवा मी कुठे गेलो होतो त्याबद्दल मी काही बोललो नाही आणि माझ्या बाबतीत तिचाही कडकपणा आता संपला होता. ती पूर्वीची माया पुन्हा परत आली होती. तिने आपले हात माझ्यासाठी पुढे पसरले आणि ती हसली आणि मला कसे वाटते ते- आणि मी विश्रांती घेतली का हे विचारले. ती त्या पत्राबद्दल काही बोलली नाही. त्या पत्रातील बातमीने तिला आनंद झाला असावा असा संशय मला येत होता आणि मी जेवत बसलेला असताना त्या पत्राच्या अंतरंगाचे चित्र पाहात होतो. त्याने तिला काय लिहिले असेल, त्याने त्या पत्रात तिचा कसा उल्लेख केला असेल, अगदी थोडक्यात ते प्रेमपत्र होते का? ते इटालियनमध्येच लिहिलेले असणार, परंतु त्याने इकडे तिकडे वापरलेले काही शब्द मला समजण्यासारखे असतील. तिने मला काही वाक्प्रचारही शिकवले होते. काही झाले तरी पहिल्या शब्दानेच त्यांचे नाते मला उघड होणार होते.

"तू खूपच गप्प आहेस, तू ठीक आहेस ना?'' तिने विचारले.

"हो,'' मी म्हणालो, "मी ठीक आहे,'' आणि लाजलो नाही तर ती माझ्या मनात काय चाललंय ते वाचेल आणि मी काय करणार ते ओळखेल.

जेवल्यानंतर आम्ही स्त्रियांच्या बैठकीच्या खोलीत गेलो. तिने वनस्पती चहा

तयार केला. नेहमीप्रमाणे तो माझ्या बाजूला टेबलावर ठेवला आणि तिचाही ठेवला. तेथील खणात तिच्या रुमालाखाली अर्धवट झाकलेले रेनाल्डीचे पत्र होते. माझी नजर भारल्यागत त्याकडे जात होती. एखाद्या इटालियन स्त्रीला जिच्यावर त्याचे प्रेम आहे, पत्र लिहिताना तो पोकळ शिष्टाचार बाळगेल का? का प्लायमाऊथवरून बोटीने निघाल्यावर विरह अगदी थोड्या दिवसांचा असल्यामुळे व्यवस्थित जेवणानंतर दारू प्यायल्यावर आणि सिगार ओढून समाधानाने हसत तो कदाचित अविचाराने त्या कागदावर आपले प्रेम व्यक्त करील?

"फिलीप," रेशेल म्हणाली, "तू खोलीच्या एका कोपऱ्यावर भूत दिसल्यागत नजर खिळवून बसलायस, काय झाले?"

"मी तुला काही सांगणार नाही," मी म्हणालो आणि तिच्या बाजूला प्रेमाची आस लागल्याचे नाटक करत ओणवा बसलो, त्यामुळे तिचे प्रश्न संपतील आणि ती खणात ठेवलेले ते पत्र विसरेल आणि ते ती तिथंच ठेवील ह्या आशेने खोटे बोललो.

त्यानंतर त्या रात्री मध्यरात्र उलटल्यावर जेव्हा मला ती झोपलेय हे जाणवले, मी हातात एक पेटती मेणबत्ती घेऊन तिच्या खोलीत उभा राहिलो आणि खाली तिच्याकडे ती झोपलेय की नाही हे वाकून बघितले. मी पुन्हा त्या बैठकीच्या खोलीत गेलो, तो रुमाल तिथंच होता पण पत्र नव्हते. मी विस्तवाकडे पाहिले- तिथं राख नव्हती. मी मेजाचे खण उघडले. तिथं कागदपत्रे व्यवस्थित लावलेली होती परंतु ते पत्र नव्हते. ते तेथील आतल्या पत्रांसाठीच्या जागेतही नव्हते किंवा बाजूच्या खणांतूनही नव्हते. एक खण बाकी होता आणि त्याला कुलूप होते. मी सुरी घेऊन त्या फटीत घातली. त्या खणात काहीतरी पांढरे दिसले. मी पुन्हा बेडरूममध्ये गेलो. त्या पलंगाच्या बाजूच्या टेबलावरून किल्ल्यांचा जुडगा घेतला आणि सर्वांत छोटी किल्ली लावली. ती बरोबर लागली. तो खण उघडला. मी आत हात घालून एक पाकीट बाहेर काढले आणि असे करत असताना मला जाणवणारी ती तीव्र उत्सुकता संपली आणि माझी पार निराशा झाली, कारण माझ्या हातात धरलेले पत्र रेनाल्डीचे नव्हते. ते एक पाकीट होते. त्यात शेंगा आणि बियाणे होते. त्यातील बियाणे शेंगेतून माझ्या हातात आले आणि जमिनीवर सांडले. ते अगदी हिरवे आणि छोटे होते. मी त्यांच्याकडे निरखून पाहिले आणि मग मला आठवले की अशा तऱ्हेच्या शेंगा आणि बिया मी ह्याआधी पाहिलेल्या होत्या. टॅम्लीनने आपल्या खांद्यावरून त्या लागवडीत फेकल्या होत्या- त्याच त्या बिया होत्या आणि त्याच बिया संगलेट्टी बंगल्यातील अंगणात पसरलेल्या होत्या आणि त्या नोकराने झाडल्या होत्या.

त्या बिया लॅबरनमच्या होत्या. गुराढोरांना आणि माणसांना विषारी असलेल्या...!

२६

मी ते पाकीट पुन्हा खणात ठेवले आणि किल्ली लावली. मी तो किल्ल्यांचा जुडगा ड्रेसिंग टेबलावर ठेवला. मी ती पलंगावर झोपलेली असताना पुन्हा तिच्याकडे पाहिले नाही. मी माझ्या खोलीत गेलो.

मला असे वाटते की गेल्या कित्येक आठवड्यांनंतर आज मी शांत होतो. मी हात-तोंड धुण्याच्या जागेकडे वळलो आणि तिथं सुरई आणि बेसिनच्या बाजूला डॉक्टरांनी दिलेल्या दोन औषधांच्या बाटल्या होत्या. मी त्यातला द्राव खिडकीतून बाहेर ओतला आणि मी खाली हातात पेटती मेणबत्ती घेऊन जेवणाच्या बाजूच्या खोलीत गेलो. नोकर केव्हाच आपल्या राहण्याच्या जागेकडे गेलेले होते. त्या टेबलावर धुण्याच्या जागेजवळ- ज्यातून आम्ही वनस्पती चहा प्यायलो होतो ते दोन कप ट्रे मध्ये ठेवलेले होते. मला माहीत होते की संध्याकाळी कधीकधी जॉन आळस करायचा आणि सकाळपर्यंत ते कप्स धुवायचे ठेवायचा आणि आज ते खरोखरच तसेच होते. त्या वनस्पती चहाचे अंश त्या दोन्ही कपांत होते. मी मेणबत्तीच्या उजेडात ते दोन्ही तपासले. ते दोन्ही सारखे दिसत होते. मी त्या अंशात माझी करंगळी घातली. पहिल्यांदा तिच्या कपात आणि मग माझ्या कपात आणि चव घेतली, त्यात फरक होता का? हे सांगणे कठीण होते. एक म्हणजे माझ्या कपात असलेला अंश हा जास्त दाट वाटला पण मी हे शपथेवर सांगू शकत नव्हतो. मी जेवणाच्या सामानाची कोठी सोडली आणि वर माझ्या खोलीत गेलो.

मी कपडे काढले आणि झोपी गेलो. मी असा अंधारात पडलेला असताना मला राग किंवा भीतीची जाणीव नव्हती, फक्त दया. आपल्या कृतीला जबाबदार नसलेली अशीच ती वाटली होती, पापाने मलिन झालेली. तिच्यावर प्रभाव असलेल्या माणसाकडून दबाव आल्यामुळे वागणारी, परिस्थितीमुळे आणि जन्मामुळे जिच्याकडे नैतिक मूल्यांचा अभाव असलेली ती पूर्वग्रहानुसार आणि लहरीप्रमाणे ही शेवटची कृती करत होती. मला तिच्या ह्या कृत्यातून तिला वाचवायचे होते पण कसे ते

कळत नव्हते. असे वाटले की ॲम्ब्रोस माझ्या बाजूला होता आणि मी त्याच्यातून जगत होतो आणि तो माझ्यातून. जे पत्र त्याने लिहिले होते आणि ज्याचे मी तुकडे केले होते हे आता पुरे झाले होते.

मला असा विश्वास होता की तिच्या त्या विलक्षण रीतीने तिने आम्हा दोघांवर प्रेम केले होते, परंतु आम्ही दोघे अनावश्यक ठरलो होतो. त्या आंधळ्या भावनेशिवाय दुसरे काहीतरी होते जे बहुधा त्या कृती तिच्याकडून करवून घेत होत्या. कदाचित तिच्या ठायी दोन व्यक्तिमत्त्व होती. पहिले मागे गेल्यावर दुसरे पुढे येत होते. मला माहीत नव्हते. ल्युसी म्हणेल की ती नेहमीच ते दुसरे व्यक्तिमत्त्व होती. अगदी पहिल्या विचारापासून तिची प्रत्येक हालचाल- ह्यात काहीतरी हेतू होता. फ्लॉरेन्सला तिच्या आईबरोबर असताना, तिचा बाप मेल्यावर- तेव्हा त्याची सुरुवात झाली होती किंवा त्याच्याही आधी ही जीवनाची पद्धत होती? संगलेट्टी द्वंद्वयुद्धात मेला होता. तो म्हणजे ॲम्ब्रोस किंवा माझ्या मनात एक अस्तित्व नसलेली छाया होती. त्यालाही सोसावे लागले होते का? ह्यात संशय नाही की ल्युसी नक्कीच म्हणेल की त्याने सोसले असावे. ल्युसी म्हणेल की दोन वर्षांपूर्वी तिची आणि ॲम्ब्रोसची भेट झाली तेव्हा तिने त्याच्याशी पैशासाठी लग्न करायचा बेत केला होता आणि तिला जे पाहिजे होते ते न दिल्यामुळे त्याचा काटा काढण्याचा तिने बेत केला. ल्युसीचे ते कायदेशीर मन होते आणि मी तुकडे केलेले पत्र तिने वाचले नव्हते. तिने ते वाचले असते तर काय निर्णय घेतला असता?

एखाद्या स्त्रीने एकदा जो गुन्हा न सापडता केला होता तो दुसऱ्यांदा ती करू शकेल आणि स्वत:ला दुसऱ्या एका ओझ्याखालून मुक्त करील.

ठीक आहे, ते पत्र फाडले गेले होते. ल्युसी किंवा दुसरे कोणी ते वाचू शकणार नव्हते, त्यातील मजकुराला आता माझ्या दृष्टीने महत्त्व नव्हते. ॲम्ब्रोसने ह्या छोट्या तुकड्यावर जे काही लिहिले होते ते रेनाल्डी आणि निक केंडॉलने मेंदूच्या विकारातील "तिने माझा शेवट केलाय, रेशेल माझी छळवादी," हे शेवटचे शब्द म्हणून जसे सोडून दिले होते तसेच ते कागदाचे तुकडे मी सोडून दिले होते.

तो खरे बोलत होता हे मला एकट्यालाच माहीत होते.

आता मी पूर्वी होतो त्याच जागी आलो होतो. मी त्या ॲर्नो नदीच्या बाजूला पुलावर जिथं मी शपथ घेतली होती तिथं पुन्हा परतलो होतो. कदाचित शपथ ही अशी गोष्ट होती जी आधी घेतलेली असताना ती तिच्या त्या वेळातच पुरी केली जाणार होती आणि आता वेळ आली होती...

दुसरा दिवस रविवार होता, गेल्या अनेक रविवारांसारखा. ती इथं पाहुणी म्हणून आल्यापासून गाडी आम्ही दोघांना चर्चला घेऊन जायची. तो दिवस छान

आणि उबदार होता. तो उन्हाळा होता. तिने पातळ कापडाचा एक गडद रंगाचा गाऊन घातला होता आणि डोक्यावर गवती टोपी होती आणि तिने उन्हाळ्याची छोटी छत्री घेतली होती. तिने हसून वेलिंग्टन आणि जिमला 'गुडमॉर्निंग' म्हटले आणि मी तिला गाडीत चढायला मदत केली. जेव्हा मी तिच्या बाजूला बसलो आणि बागेतून गेलो तेव्हा तिने आपला हात माझ्या हातात ठेवला.

ह्या आधी अनेकवेळा मी प्रेमाने तो धरला होता. त्याचा तो छोटा आकार मला जाणवला होता. त्यातील बोटावरील अंगठ्या मी फिरवल्या होत्या. त्याच्या पाठीवरच्या निळ्या नसा मी पाहिल्या होत्या आणि त्या फार जवळ कापलेल्या नखांना स्पर्श केला होता. आता तो माझ्या हातात असलेला, दुसऱ्या कारणासाठी वापरण्यात येत असलेला तो हात मी पहिल्यांदा पाहिल्यागत पाहिला. अगदी सहजपणे तो हात लॅबरनमच्या शेंगा घेऊन त्यातील बिया काढून, त्या चुरून हातावर चोळताना मी पाहिले. मला आठवते, मी एकदा तिला सांगितले होते की तिचे हात फार सुंदर आहेत आणि तिला असे सांगणारा मी पहिला असल्याचे तिने सांगितले होते.

"त्यांना त्यांचा उपयोग आहे," ती म्हणाली. "जेव्हा मी बागेत काम करायचे तेव्हा ॲम्ब्रोस म्हणायचा की हे काम करणाऱ्याचे हात आहेत."

आता आम्ही उंच टेकडीवर आलो होतो आणि मागच्या चाकावर भार येत होता. तिने माझ्या खांद्याला आपल्या खांद्याने स्पर्श केला आणि आपली छोटी छत्री उन्हापासून बचाव करण्यासाठी उघडून ती मला म्हणाली, "मी रात्री पटकन झोपी गेले की तू गेलेलाही मला कळले नाही." आणि तिने माझ्याकडे पाहून स्मितहास्य केले. तिने मला इतके दिवस, इतका काळ फसवले होते तरी मलाच खूप खोटारडे वाटत होते. मी तिला उत्तर देऊ शकलो नाही, परंतु ते खोटे तसेच ठेवण्यासाठी मी तिचा हात घट्ट धरला आणि माझी नजर दुसरीकडे फिरवली.

त्या पश्चिमेकडच्या खाडीत वाळू सोनेरी होती, ओहोटी होती आणि पाणी सूर्यप्रकाशात चमकत होते. आम्ही त्या गावातून जाणाऱ्या गल्लीतून चर्चकडे गेलो. वाऱ्यावर त्या घंटांचा नाद येत होता आणि लोक त्या कवाडीशी उभे राहून आम्ही उतरण्याची आणि आम्ही त्यांच्या पुढे जाण्याची वाट पाहात होते. रेशेल हसली आणि तिने सर्वांना अभिवादन केले. आम्ही केंडॉल्स, पॅस्कोना आणि इस्टेटीवरील कुळांना पाहिले आणि ऑर्गन वाजत असताना आम्ही खुर्च्यांच्या रांगेतून आमच्या जागेकडे गेलो.

आम्ही क्षणभर वाकून प्रार्थना केली. आमच्या हातात आमची तोंडे झाकलेली होती, आणि मी स्वत:शी विचार केला- कारण मी प्रार्थना करत नव्हतो. 'ती तिच्या देवाला काय सांगत असेल जर ती एखादा देव मानत असेल तर? जे काही

मिळवण्यात ती यशस्वी झालेय त्याबद्दल ती त्याचे आभार मानत असेल का? का ती दया मागत असेल?'

ती ढोपरावरून उठली आणि मागच्या उशीच्या खुर्चीवर टेकून बसली आणि तिने प्रार्थनेचे पुस्तक उघडले. तिचा चेहरा गंभीर पण सुखी होता. मला अशी इच्छा होती की अनेक महिने तिला पाहिली नसताना मी तिचा रागराग केला होता तसा करावा, परंतु मला आता काही वाटत नव्हते. फक्त ती विचित्र, भयानक दया वाटत होती.

पाद्री येताच आम्ही उठून उभे राहिलो आणि प्रार्थना सुरू झाली. मला त्या सकाळी गायलेली ती कडवी आठवतायत, 'तो जो फसवतो तो माझ्या घरात राहणार नाही. जो खोटे बोलतो तो माझ्या दृष्टीसमोर थांबणार नाही.' तिचे ओठ त्या शब्दांबरोबर हलत होते. तिचा आवाज हळुवार आणि तिचा स्वर खाली होता आणि जेव्हा पाद्री व्यासपीठावर आपले व्याख्यान देण्यासाठी गेले, तेव्हा तिने आपले हात आपल्या मांडीवर ठेवले आणि ऐकण्यासाठी ती तयार झाली. तिचे डोळे गंभीर आणि लक्ष ठेवून होते आणि बोलत असताना त्याचे तोंड ती पाहात होती. 'प्रत्यक्ष मूर्तिमंत देवाच्या हातात पडणे ही फारच भीतिदायक गोष्ट आहे.'

त्या खिडकीच्या काचेतून सूर्याचे किरण आत आले आणि त्याचा प्रकाश तिच्यावर पडला. माझ्या जागेवरून खेड्यातील त्या मुलांची गोल गोबरी तोंडे जांभया देत असलेली आणि ते व्याख्यान संपण्याची वाट पाहात असलेली मी पाहू शकत होतो. मला त्यांच्या रविवारच्या बुटात अडकलेल्या पायांचा हलण्याचा आवाज आला. ते अनवाणी पायांनी हिरवळीवर खेळण्याची वाट पाहात होते. एक क्षणभर मला तीव्र इच्छा झाली की आपणही असेच छोटे, साधेभोळे व्हावे आणि रेशेल ऐवजी ॲम्ब्रोस माझ्याशेजारी राखीव जागेत असावा.

'तिथं दूरवर एक हिरवीगार टेकडी शहराच्या भिंतीखाली आहे,' आम्ही ते भजन त्या दिवशी का म्हटले मला माहीत नाही. मला वाटते की खेड्यातील मुलांसंबंधी काहीतरी उत्सव होता. त्या आमच्या चर्चमध्ये आमचे आवाज जोरदार आणि स्वच्छ उमटत होते आणि मी जसा जेरूसलेमचा विचार करायला हवा तसा करत नव्हतो, पण माझ्या मनात ते साधेसे फ्लॉरेन्सच्या प्रोटेस्टंट दफनभूमीतील थडगे आठवत होते.

जेव्हा गाणारे निघून गेले आणि जमाव त्या खुर्च्यांच्या रांगेतून बाहेर पडत होता तेव्हा रेशेल हळूच कुजबुजली, ''आपण आज त्या केंडॉल्स आणि पॅस्कोजना पूर्वीसारखे जेवायला बोलवायला हवे. हे आपण केलेल्याला बरेच दिवस झालेत, त्यांना वाईट वाटेल.''

मी जरा वेळ विचार केला आणि मान तुकवली. असे झाले तर बरेच. त्यांच्या

संगतीत आमच्या दोघांच्यात पडलेली दरी मिटवायला मदत होईल आणि पाहुण्यांशी बोलण्याच्या नादात आणि मी गप्प असतो हे जाणून तिला माझ्याबद्दल आश्चर्य करायला वेळ राहणार नाही. बाहेर पडल्यावर पॅस्कोंची काही फारशी मनधरणी करावी लागली नाही, परंतु केंडॉल्सना मात्र आग्रह करावा लागला. ''मला तुला सोडून जावे लागेल,'' माझे धर्मपिता म्हणाले, ''तेही जेवण झाल्यावर ताबडतोब परंतु ल्युसीला नेण्यासाठी गाडी पुन्हा परत येईल.''

''मि. पॅस्कोना पुन्हा एकदा संध्याकाळी प्रवचन द्यावे लागणार आहे,'' मध्येच मिसेस पॅस्को म्हणाली. ''आम्ही तुला बरोबर घेऊन जाऊ ल्युसी.'' ते मग सर्व परत कसे जायचे त्याचे बेत करू लागले आणि त्यांची अशी चर्चा चालू असताना आणि ते उत्तम रीतीने कसे करता येईल ह्याबद्दल बोलत असताना, जे कामगार मजगीवरची चालण्याची जागा आणि भविष्यातील ती तळ्यातील बाग बांधत होते त्यांचा मुकादम तिथं बाजूला माझ्याजवळ बोलण्यासाठी हातात हॅट धरून उभा होता.

''काय झाले?'' मी त्याला विचारले.

''मला माफ करा, ॲश्ले सर,'' तो म्हणाला, ''मी काल तुम्हाला काम संपल्यावर भेटायचे असे म्हणत होतो. तुम्हाला सांगायचे होते की जर तुम्ही त्या मजगीवर चालण्यासाठी गेलात तर त्या तळ्यावर आम्ही बांधत असलेल्या पुलावर उभे राहू नका.''

''का? तिथं काय गडबड आहे?''

''आता फक्त तो सांगाडा आहे. आम्ही सोमवारी सकाळी त्यावर काम करणार आहोत. डोळ्यांना जरी त्या फळ्या मजबूत वाटल्या तरी त्या जराही वजन पेलू शकणार नाहीत. पलीकडे जाण्यासाठी म्हणून कुणी त्यावर चढले तर ते खाली पडेल आणि त्याची मान मोडेल.''

''थँक्स, मी आठवण ठेवेन.'' मी म्हणालो.

मी वळलो. आमच्या जमलेल्या लोकांत काहीतरी ठरवाठरवी झाली होती आणि आज अगदी त्या पहिल्या रविवारसारखी, जो फार पूर्वी झाला होता असे वाटत होते, आम्ही तीन भागांत विभागणी केली. रेशेल आणि माझे धर्मपिता त्यांच्या गाडीतून येत होते आणि ल्युसी आणि मी आमच्या गाडीतून. पॅस्कोज त्यांच्या छकड्यातून आमच्या मागोमाग तिसऱ्या नंबराने येत होते. ह्या अशा तऱ्हेने आम्ही मध्यंतरी बरेच वेळा आलो होतो, पण जेव्हा आम्ही टेकडी चढू लागलो आणि मी खाली उतरून चालू लागलो, मला त्या पहिल्या वेळेची, दहा महिन्यांपूर्वीच्या त्या सप्टेंबरमधील रविवारची आठवण येत होती. त्या सकाळी मी ल्युसीमुळे वैतागलो होतो. ती अगदी ताठपणे आणि गर्विष्ठपणे बसलेली होती आणि त्या दिवसानंतर मी तिच्याकडे दुर्लक्षच केले होते. ती काही डळमळली नव्हती परंतु

माझी मैत्रीण म्हणूनच राहिली होती. जेव्हा आम्ही चढ संपवून माथ्यावर आलो आणि मी पुन्हा एकदा गाडीत शिरलो, तेव्हा मी तिला म्हणालो, ''तुला माहीत आहे का की लॅबरनमच्या बिया ह्या विषारी आहेत हे?''

तिने माझ्याकडे आश्चर्याने पाहिले. ''हो, मलाही तसेच वाटते,'' ती म्हणाली, ''मला माहीत आहे की गुरांनी हे खाल्ले तर ती मरतात आणि मुलंही. तू हे असे का विचारतोयस? तू ह्यामुळे बार्टनला काही गुरं गमावलीस की काय?''

''नाही, अजूनपर्यंत नाही,'' मी म्हणालो, ''परंतु टॅम्लीन काल बागायतीवरून खाली शेतात वाकलेल्या ह्या झाडांना तिथून हलवण्याबद्दल माझ्याशी बोलला कारण त्या झाडाच्या बिया जमिनीवर पडत होत्या.''

''हे असे करणे शहाणपणाचे ठरेल,'' ती म्हणाली, ''माझ्या वडिलांनी बऱ्याच वर्षांपूर्वी हिरव्या झाडाची फळे खाल्ल्यामुळे आपला घोडा गमावला होता आणि त्यामुळे येणारे मरण इतके पटकन येते की कुणी काही करू शकत नाही.''

आम्ही गल्लीतून बागेच्या दरवाजापाशी आलो आणि समजा मला लागलेल्या काल रात्रीच्या शोधाबद्दल मी तिला सांगितले, तर ती काय म्हणेल ह्याचे मला नवल वाटत होते. ती माझ्याकडे घाबरून बघत राहील आणि मला वेड लागले असे म्हणेल? मला त्याबद्दल शंका होती. मला वाटत होते की ती माझ्यावर विश्वास ठेवेल, परंतु वेलिंग्टनची पाठ आमच्याकडे असताना आणि जिम बाजूच्या पेटीवर बसलेला असताना हे सांगण्याची ती जागा नव्हती.

मी माझे डोके वळवले. बाकीच्या गाड्या मागाहून येत होत्या. ''मला तुझ्याशी बोलायचंय ल्युसी,'' मी तिला म्हणालो, ''जेव्हा तुझे वडील जेवल्यावर जायला निघतील तेव्हा राहण्यासाठी काहीतरी सबब सांग.''

तिने माझ्याकडे टक लावून पाहिले. तिच्या डोळ्यात प्रश्नचिन्ह होते, परंतु मी आणखी काही बोललो नाही.

वेलिंग्टनने घरासमोर गाडी थांबवली. मी खाली उतरून ल्युसीला उतरायला हात दिला. आम्ही इतरांची वाट पाहात थांबलो. हो, तो त्या सप्टेंबरमधील एक रविवार असल्यागत होते. त्यावेळी ती जशी हसत होती तशी रेशेल आता हसत होती. ती माझ्या धर्मपित्याकडे बोलत असताना वर नजर करून पाहात होती. त्या रविवारी जरी मी तिच्याकडे आकर्षित झालेला होतो तरीही ती त्यावेळी मला परकी होती... आणि आता? तिचा कोणताही भाग मला परका नव्हता. मला अगदी चांगले आणि अगदी वाईटही माहीत होते. तिने जे काही केले त्यामागचे हेतू जरी गोंधळवून टाकणारे होते कदाचित तिला स्वतःलाही, पण मी ते ओळखले होते. आता माझ्यापासून काही लपवले गेलेले नव्हते. रेशेल माझी छळवादी...

''हे,'' आम्ही जेव्हा जमलो तेव्हा ती हसत म्हणाली, ''अगदी पूर्वीसारखे

आहे. तुम्ही आलात म्हणून मला बरे वाटले.''

तिने त्या जमलेल्या लोकांकडे डोळ्यांनी गोंजारून पाहिले आणि ती त्यांना दिवाणखान्यात घेऊन गेली. ती खोली नेहमीप्रमाणे उन्हाळ्यात छान वाटत होती. खिडक्या उघड्या टाकलेल्या होत्या आणि आत थंड होते. जपानी हॉर्टेन्सियाची पंखांसारखी निळी, लांब आणि सडपातळ फुले फुलदाणीत उभी होती आणि भिंतीवरच्या आरशात त्यांचे प्रतिबिंब दिसत होते. बाहेर सूर्याची उन्हे हिरवळीवर पडली होती. तिथं गरम होते. एक सुखावलेली माशी खिडकीजवळ गुणगुणत होती. पाहुणे सुस्तपणे आणि विश्रांती घेण्याच्या समाधानात टेकले. सीकुंबने केक आणि वाईन आणली.

''थोड्याशा उन्हामुळे तुम्हाला थकल्यासारखे वाटतंय,'' रेशेल हसत म्हणाली. ''पण मला ह्याचे काही वाटत नाही. इटलीत असा उन्हाळा वर्षातून नऊ महिने असतो. मी त्याच्यावरच जोमात जगते. इथं मी तुमची सरबराई करते. फिलीप बसून रहा. तू अजूनही माझा पेशंट आहेस.''

तिने ग्लासेसमध्ये वाईन ओतली आणि ती आमच्याकडे आली. माझे धर्मपिता आणि पाद्री 'कशाला कशाला' करत उभे राहिले परंतु तिने त्यांना जुमानले नाही. जेव्हा शेवटी ती माझ्याकडे आली तेव्हा मी एकट्यानेच ड्रिंक नको असे सांगितले.

''तहानलेला नाहीस?'' तिने विचारले.

मी मान हलवली. मी तिच्या हातून पुन्हा काहीच घेणार नव्हतो. तिने तो ग्लास ट्रे मध्ये आपल्या ग्लासच्या बाजूला ठेवला आणि ती मिसेस पॅस्को आणि ल्युसीबरोबर सोफ्यावर बसली.

''मला वाटते,'' पाद्री म्हणाले, ''की फ्लॉरेन्समध्ये आता उष्णता अगदी तुम्हालाही सहन होण्यापलीकडे असेल?''

''मला ते तसे कधीच वाटले नाही,'' रेशेल म्हणाली. ''खिडक्यांची झडपे अगदी सकाळी लावलेली असतात त्यामुळे बंगला सबंध दिवस थंड राहतो. आम्ही त्या हवेशी जुळवून घेतो. जो कोणी दुपारी बाहेर पडतो तो संकटाला आमंत्रण देतो, त्यामुळे आम्ही घरात राहतो आणि झोपतो. मी नशीबवान आहे संगलेट्टी बंगल्यात उत्तरेकडे अंगण आहे आणि तिथं सूर्याचे किरण येत नाहीत. तिथं तळं आहे आणि कारंजे. जेव्हा हवा शिळकट वाटते तेव्हा मी कारंजी चालू करते. पडणाऱ्या पाण्याचा आवाज सुखकर असतो. वसंत ऋतूत आणि उन्हाळ्यात मी दुसरीकडे कुठे बसत नाही.''

वसंत ऋतूत लॅबरनमच्या झाडावर आलेले कळे मोठे होताना आणि त्यांची फळे होताना ती पाहू शकते आणि ती फुले त्यांच्या मलूल झालेल्या सोनेरी डोक्यांनी तळ्यावर असणाऱ्या त्या हातात शिंपला घेतलेल्या नग्न मुलाच्या डोक्यावर

एक तऱ्हेचे छत तयार करतात मग हळूहळू ती फुले मावळतात आणि पडतात आणि जेव्हा आता जसा इथं उन्हाळा कमी तीव्रतेने जाणवतोय तसा उन्हाळ्याचा भर तिथं बंगल्यात कमी होतो, त्या झाडाच्या फांद्यावरील शेंगा फुटतात आणि पडतात आणि हिरवे बी जमिनीवर पसरते. हे सर्व तिने त्या लहानशा अंगणात बसून ॲम्ब्रोस बाजूला असताना पाहिले असेल.

"मला फ्लॉरेन्स बघायला खूप आवडेल," मेरी पॅस्को म्हणाली. तिचे डोळे गोल झाले होते आणि ते कोणत्या विलक्षण डामडौलाची कल्पना करत होते देव जाणे! रेशेल तिच्याकडे वळली आणि म्हणाली, "मग तू पुढच्या वर्षी ये आणि माझ्याबरोबर रहा. आळीपाळीने तुम्ही सर्वांनी येऊन माझ्याबरोबर रहा." आणि मग अचानक आश्चर्योद्गार, प्रश्न, त्रेधा उडाल्याची भावना होती. तिने एवढ्या लवकर जायला हवे का? ती परत केव्हा येईल? तिचे बेत काय होते? तिने उत्तरादाखल मान हलवली. "मी लवकर जाईन," ती म्हणाली, "आणि लगेच परत येईन. मी लहरीप्रमाणे वागते आणि तारखा ठरवून मी काही करत नाही." आणि मग तिने आणखी तपशील दिले नाहीत.

माझे धर्मपिता तिरक्या डोळ्यांनी माझ्याकडे पाहात असल्याचे मी पाहिले. त्यांनी मिश्या ओढल्या आणि आपल्या पायांकडे पाहिले. त्यांच्या डोक्यात काय चालले होते त्याची मी कल्पना करू शकत होतो. "एकदा ती गेली की तो पूर्ववत होईल." दुपार अशीच संपली. चार वाजता आम्ही जेवायला बसलो. पुन्हा एकदा मी टेबलाच्या मुख्य जागी डोक्याकडे बसलेला होतो आणि रेशेल पायाकडे. तिच्या दोन्ही बाजूंना माझे धर्मपिता आणि पाद्री होते. पुन्हा एकदा तिथं गप्पा, हास्य आणि कविताही चालू होत्या. मी तिथं पहिल्यासारखाच गप्प बसून होतो आणि तिचा चेहरा निरखून पाहात होतो आणि मग एक तऱ्हेच्या आकर्षणाने- कारण माहिती नाही- संभाषण पुढे चालू ठेवणे, विषय बदलणे, टेबलाजवळ असलेल्या प्रत्येकाला त्यात सहभागी करून घेणे हे असे काही होते जे स्त्रीने केलेले मी पाहिलेले नव्हते. त्यामुळे ती एक जादूच होती. आता मला सर्व युक्त्या माहीत होत्या. विषयाची सुरुवात, पाद्रींशी तोंडावर हात ठेवून कुजबुजणे आणि दोघांचे हसणे आणि त्या पाठोपाठ माझ्या धर्मपित्याने पुढे वाकणे आणि विचारणे, "ते काय होते मिसेस ॲश्ले? तुम्ही काय म्हणालात?" आणि तिचे ताबडतोबीचे उत्तर तेही पटकन आणि खोटंखोटं. "पाद्री तुम्हाला सांगतीलच," आणि पाद्री जरा लाजतच काहीसा लाल होऊन आणि अभिमानाने आपण फार हुशार आहोत असा विचार करत त्याच्या कुटुंबाने न ऐकलेली गोष्ट सांगण्यास सुरुवात करतो. हा एक खेळ तिला आवडायचा आणि आम्ही सर्व आमच्या त्या उदास कॉर्निश पद्धतीने वागत असल्यामुळे आम्हाला हाताळणे आणि बनवणे तिला अगदी सोपे होते.

इटालीत तिचे काम जरा कठीण होते की काय? मला तसे वाटत नव्हते. तिथं असलेली तिची साथीदार मंडळी ही तिच्या पद्धतीची होती आणि रेनाल्डीही मदतीला होता. तिला उत्तम माहीत असलेली भाषा ते बोलत होते. त्यात संगलेट्टी बंगल्यात ते भाष्य माझ्या उदास टेबलपेक्षा जास्त परिणामकारक रीतीने चालू असेल. काही वेळा ती हाताने हावभाव करायची, जणू काही तिचे ते भराभर बोलणे तिला स्पष्ट करायचे असायचे. जेव्हा ती रेनाल्डीशी इटालियनमधून बोलायची तेव्हा मी पाहिले होते की तिचे हातवारे जरा जास्तच चालायचे. आज माझ्या धर्मपित्याला बोलताना मध्येच अडवत तिने पुन्हा तेच केले. जणू हाताने हवा बाजूला सारल्यागत तिच्या दोन्ही हातांच्या हालचाली भरभर होत्या. मग त्यांच्या उत्तराची वाट पाहात तिने आपली कोपरे टेबलावर टेकवली होती. एकमेकात गुंफलेले ते हात शांत होते. तिचे डोके ती ऐकत असताना त्यांच्याकडे वळवलेले होते, त्यामुळे टेबलाच्या डोक्याशी जिथं मी बसलो होतो तेथून मी तिच्या चेहऱ्याची तिरकी बाजू पाहिली. ती नेहमी तशी परकी वाटायची. ते नाण्यावर कोरलेले रेखीव नाकडोळे काहीसे गडद आणि भिडस्त, एक परकीय दरवाजात उभी राहिलेले स्त्री. तिच्या डोक्याभोवती असलेली शाल, तिचे पसरलेले हात पण जेव्हा ती तोंड भरून हसते तेव्हा ती तिऱ्हाईत वाटत नाही. ती मग माझ्या माहितीची रेशेल असते, जिच्यावर माझे प्रेम असते ती असते.

माझ्या धर्मपित्याने आपली कथा संपवली, मग काही काळ शांतता होती. तिच्या सर्व हालचालींच्या बाबतीत मी अगदी तालमीत तयार झालेला होतो. मी तिच्या डोळ्यांकडे पाहिले. तिने प्रथम मिसेस पॅस्कोकडे पाहिले आणि मग माझ्याकडे. ''आपण बागेत जाऊ या?'' ती म्हणाली. मग आम्ही सर्वच उठलो आणि पाद्रीसाहेबांनी आपल्या घड्याळाकडे बघत दीर्घ श्वास सोडला आणि ते म्हणाले, ''मला जरी जायला अगदी नको वाटत असले तरी मला जायलाच हवं.''

''मलाही,'' माझे धर्मपिता म्हणाले. ''ल्युक्सुलयनमध्ये माझा एक भाऊ आजारी आहे आणि मी त्याला भेटायला जायचे वचन दिलेय, परंतु ल्युसी पाहिजे तर थांबेल.''

''निदान तुम्हाला चहा घेण्याइतपत तरी वेळ असेल?'' रेशेल म्हणाली; परंतु असे दिसले की त्यांना वाटले त्यापेक्षा जास्त वेळ झाला होता आणि मग काहीशा धांदलीनंतर निक केंडॉल आणि पॅस्को मंडळींनी निरोप घेतला, फक्त ल्युसी तेवढी एकटी उरली.

''आता आपण तिघंच असल्यामुळे,'' रेशेल म्हणाली, ''आपण अनौपचारिकपणे वागू या. आपण स्त्रियांच्या बैठकीच्या खोलीत या.'' आणि ल्युसीकडे हसत पाहात ती वर जाऊ लागली. ''ल्युसी तो वनस्पतीचा चहा घेईल,'' आपल्या खांद्यावरून

मागे पाहात ती म्हणाली. ''मी तिला माझी पद्धत दाखवेन. जेव्हा तिच्या वडिलांना झोप येत नाही, जर कधी असे झाले तर त्यावर हा उपाय आहे.''

आम्ही त्या स्त्रियांच्या बैठकीच्या खोलीत येऊन बसलो. मी उघड्या खिडकीशी, ल्युसी स्टुलावर आणि रेशेल वनस्पतीच्या चहाच्या तयारीला लागली.

''इंग्लिश पद्धत,'' रेशेल म्हणाली, ''जर अशी काही इंग्लिश पद्धत असू शकेल तर, मला त्याबद्दल संशयच आहे, तर साले काढलेली बार्ली घ्यावी. मी फ्लॉरेन्सवरून माझी स्वत:ची वाळवलेली वनस्पती आणली आहे. जर तुला ती चव आवडली तर जाताना त्यातील मी काही तुझ्यासाठी ठेवेन.''

ल्युसी उठली आणि तिच्या बाजूला जाऊन उभी राहिली. ''मला मेरी पॅस्कोकडून कळले की तुम्हाला सर्व वनस्पतींची नावे माहीत आहेत.'' ती म्हणाली, ''आणि इथल्या इस्टेटीवरच्या लोकांना तुम्ही त्यांच्या दुखण्यावर औषधपाणीही केलंय. आतापेक्षा पूर्वीच्या काळी लोकांना ह्या विषयी तशी बरीच माहिती होती. काही जुने लोक अजूनही चामखीळ आणि पुरळावर औषध देतात.''

''मी चामखिळापेक्षा अजूनही कशा कशावर औषधे देते,'' रेशेल हसत म्हणाली,

''इस्टेटीवरील झोपड्यांना भेट दे आणि त्यांना विचार. वनस्पती औषधे ही फार प्राचीन आहेत. मी ते माझ्या आईकडून शिकले. जॉन थँक्स,'' जॉनने उकळत्या पाण्याची किटली आणली होती. ''फ्लॉरेन्समध्ये,'' रेशेल म्हणाली, ''मी माझ्या खोलीत तो वनस्पतीचा चहा बनवून ठेवायचे. त्या पद्धतीने तो जास्त चांगला होतो, मग आम्ही बाहेर अंगणात जाऊन बसायचो आणि मी कारंजे सुरू करायचे आणि जेव्हा आम्ही ह्या वनस्पती चहाचे घुटके घेत असायचो, त्या कारंजाचे पाणी तळ्यात पडायचे. ॲम्ब्रोस तिथं तासन्‌तास ते कारंजे बघत बसायचा.'' तिने जॉनने आणलेले पाणी चहादाणीत टाकले. ''माझ्या मनात असे आहे,'' ती म्हणाली, ''की फ्लॉरेन्स वरून पुढच्या वेळी कॉर्नवॉलला माझ्याकडे तळ्यावर आहे तसा एक छोटा पुतळा आणायचा. तो जरा शोधावा लागेल परंतु सरतेशेवटी मी यशस्वी होईन, मग आम्ही तो पुतळा जो आम्ही आता इथं बांधत आहोत, त्या तळ्यातील बागेत उभा करू आणि तिथं कारंजंही करू. तुला काय वाटते?'' माझ्याकडे वळत, हसत तो वनस्पती चहा डाव्या हातात चमचा घेऊन ढवळत असताना तिने विचारले.

''तुला जसे आवडेल तसे,'' मी म्हणालो.

''फिलीपला कशातच उत्साह नाही,'' ती ल्युसीला म्हणाली, ''मी जे काही म्हणते त्या सर्वाला तो संमती तरी देतो किंवा त्याला त्याचे काही नसते. कधी कधी मला वाटते की माझे इथले श्रम फुकट आहेत. ती मजगीवरची चालण्याची जागा,

ती मळ्यात लावलेली झुडपे, तिथं कसलेकसले गवत आणि खडकाळ रस्ता असता तरी त्याला बरे वाटले असते. हं, हा घे तुझा कप.''

तिने स्टुलावर बसलेल्या ल्युसीला कप दिला, मग तिने माझा कप मी खिडकीशी बसलो होतो तिथं आणला.

मी मान हलवली. ''वनस्पती चहा नको का फिलीप?'' ती म्हणाली, ''पण तो तुझ्यासाठी चांगला आहे आणि त्यामुळे तुला झोप येते. तू ह्या आधी कधी तो नाकारला नव्हतास, हा तर खास आहे आणि मी तो दुप्पट मात्रेचा बनवला आहे.''

''तू तो माझ्यासाठी पी.'' मी म्हणालो.

तिने खांदे उडवले. ''माझा आधीच ओतलेला आहे. मला तो जास्त वेळ मुरलेला आवडतो. हा फुकट जाणार. अरेरे,'' ती माझ्या तेथून वाकली आणि तिने तो खिडकीतून खाली ओतला. मग मागे होत तिने माझ्या खांद्यावर हात ठेवला आणि मला परिचित असलेला तो गंध तिला आला. तो काही कोणता सुगंधी द्रवाचा नव्हता परंतु तिच्या अंगाचे ते सत्त्व, तिच्या कातडीचा तो पोत...

''तुला बरं वाटत नाही का?'' ल्युसीला ऐकू जाणार नाही अशा तऱ्हेने ती कुजबुजली.

जर सर्व माहिती आणि भावना ह्या साऱ्या पुसल्या गेल्या असत्या, पत्राचे तुकडे केले गेले नसते, त्या खणात एखादे पाकीट कुलूप लावून ठेवलेले नसते, पाप नाही, फसवेगिरी नाही असे असते तर मी तिला खांद्यावर हात ठेवून थांबायला लावले असते. तिचा हात माझ्या खांद्यावरून माझ्या हनुवटीकडे गेला आणि तिथं क्षणभर कुरवाळत राहिला आणि हे सर्व ती माझ्या आणि ल्युसीच्या मध्ये उभी राहिल्यामुळे दिसू शकत नव्हते, ''माझ्या चिडक्या बिब्ब्या,'' ती म्हणाली. मी तिच्या डोक्यावरून वर पाहिले आणि तेथील फळीवर ॲम्ब्रोसचे चित्र पाहिले. त्याचे ते तरुण आणि साधे डोळे माझ्या डोळ्यांकडे टक लावून पाहात होते. मी काहीच उत्तर दिले नाही माझ्या जवळून जात तिने माझा रिकामा कप ट्रेमध्ये ठेवला.

''तुला कसे काय वाटले हे रसायन?'' तिने ल्युसीला विचारले.

''मला शंका वाटते की हे मला आवडायला वेळ लागेल.'' ल्युसी म्हणाली.

''कदाचित,'' रेशेल म्हणाली, ''त्याचा जरा हा उबस वास सर्व माणसांना आवडत नाही. काही हरकत नाही, परंतु हे अशांत मनासाठी, झोप येण्यासाठी औषध आहे. आज रात्री आपण सर्वजण शांत झोपू.'' ती हसली आणि आपल्या कपातील रसायन ती सावकाश पीत राहिली.

आम्ही आणखी थोडा वेळ गप्पा मारल्या- अर्धा तास किंवा त्याहूनही जास्त किंवा तीच ल्युसीशी बोलत होती; मग उठत तिने आपला कप ट्रेवर ठेवला आणि तिने विचारले, ''आता थोडं थंड झालंय. माझ्याबरोबर बागेत कोण फिरायला

येईल?'' मी ल्युसीकडे नजर टाकली आणि ती माझ्याकडे पाहात गप्प राहिली.

"मी ल्युसीला वचन दिलंय," मी म्हणालो, "तिला मी काल मिळालेला पेलियन इस्टेटीचा नकाशा दाखवणार आहे. तिच्या सीमारेषा ठळक खुणा केलेल्या आहेत आणि टेकडीवरचा तो किल्ल्याचा भाग त्याचाच आहे.''

"ठीक आहे," रेशेल म्हणाली, "तिला दिवाणखान्यात घेऊन जा किंवा इथंच थांब, तुला वाटेल तसे. मी एकटीच फिरायला जाते.''

ती गाणे गुणगुणत निळ्या बेडरूमकडे गेली.

"जिथं आहेस तिथं थांब," मी हळूच ल्युसीला म्हणालो.

मी खाली ऑफीसकडे गेलो. तिथं कागदपत्रांत जुना नकाशा खरंच होता. मला तो एका फाईलमध्ये सापडला आणि तेथून मी अंगण ओलांडून गेलो. दिवाणखान्याजवळून बागेकडे जाणाऱ्या त्या बाजूच्या दरवाजाशी मी आलो. रेशेल फिरायला जायला निघाली होती. तिने हॅट घातली नव्हती, परंतु तिच्या हातात उन्हापासून संरक्षण करण्यासाठी छोटी छत्री होती. "मला फार वेळ लागणार नाही," ती म्हणाली, "मी त्या मजगीकडे जात आहे- त्या तळ्यातील बागेत एखादा पुतळा चांगला दिसेल की नाही हे मला बघायचंय.''

"काळजी घे," मी म्हणालो.

"का? कशाची?'' तिने विचारले.

ती माझ्या बाजूला उभी होती. तिची छोटी छत्री तिच्या खांद्यावर विसावलेली होती. तिने गडद रंगाचा पातळ मलमलचा पांढरी लेस गळ्याजवळ लावलेला गाऊन घातला होता. मी तिला दहा महिन्यांपूर्वी पाहिली होती. ती अगदी तशीच दिसत होती. फक्त तो उन्हाळा होता. नवीन कापलेल्या गवताचा वास हवेत होता. एक फुलपाखरू मजेत उडत तेथून गेले आणि हिरवळीच्या पलीकडच्या झाडीतून कबुतरं घुमत होती.

"उन्हात चालण्याची काळजी घे," मी पुन्हा म्हणालो.

ती हसली आणि माझ्या जवळून गेली. मी तिला हिरवळ ओलांडून त्या मजगीकडे जाताना पाहिले.

मी घरात वळलो आणि झटकन जिना चढून स्त्रियांच्या खोलीत गेलो. ल्युसी तिथं वाट पाहात होती.

"मला तुझी मदत हवीय," मी थोडक्यात तिला सांगितले, "माझ्याकडे थोडाच वेळ आहे.''

ती स्टुलावरून उठली. तिच्या डोळ्यात प्रश्नचिन्ह होते, "काय झाले?''

"तुला ते चर्चमधील त्या आठवड्यापूर्वीचे संभाषण आठवते का?'' मी तिला म्हणालो. तिने मान हलवली.

"तर मग तू बरोबर होतीस आणि मी चुकलो होतो." मी म्हणालो. "पण आता त्याचे काही नाही. मला ह्याहूनही वाईट संशय येतायत, परंतु मला शेवटचा पुरावा हवाय. मला वाटते की ती माझ्यावर विषप्रयोग करत होती आणि तिने ॲम्ब्रोसवरही तेच केले." ल्युसी काहीच बोलली नाही. तिचे डोळे भीतीने मोठे झाले होते.

"मी ते कसे शोधून काढले हे महत्त्वाचे नाही," मी म्हणालो, "परंतु ह्याचा सुगावा त्या रेनाल्डीच्या पत्रावरून लागेल. ते शोधण्यासाठी मी तिचा खण तपासणार आहे. थोडे बहुत इटालियन तू फ्रेंच बरोबर शिकली आहेस. आपल्या दोघांत काही भाषांतरापर्यंत आपण पोहोचू."

मग मी खण शोधत सुटलो. काल रात्री मेणबत्तीच्या प्रकाशात मी शोधला होता त्यापेक्षा जास्त नीटपणे.

"तू माझ्या वडिलांना का सुगावा लागू दिला नाहीस?" ल्युसी म्हणाली, "जर ती अपराधी असेल तर ते तुझ्यापेक्षा जास्त जोरात तिच्यावर आरोप करतील."

"मला त्याचाच पुरावा हवाय." मी ल्युसीला म्हणालो.

इथं कागदपत्रे होती, पाकिटे, सर्व नीट एकावर एक रचलेली होती. इथं पावत्या होत्या आणि बिलं होती. ती पाहून माझ्या धर्मपित्याला धक्काच बसला असता, पण मला त्याचे मला जे काही हवे होते त्या शोधाशोधीच्या धडाक्यात काही फारसे वाटले नाही. मी पुन्हा ते छोटे पॅकेट असलेला खण उघडण्याचा प्रयत्न केला; ह्यावेळी त्याला कुलूप नव्हते. मी तो उघडला. तो खण रिकामा होता. ते पाकीटही तिथं नव्हते. हा एक आणखी हवा असलेला पुरावा होता, परंतु माझा वनस्पती चहा ओतला गेला होता. मी भराभर ते खण उघडीत राहिलो. ल्युसी माझ्या बाजूला उभी होती. तिच्या भिवया काळजीने अक्रसल्या होत्या. "तू थांबायला हवं होतंस," ती म्हणाली. "हा शहाणपणा नव्हे. तू माझ्या वडिलांसाठी थांबायला हवे होतेस. ते कायदेशीर कृती करू शकतील. तू आता जे काही करतोयस ते म्हणजे कोणत्याही सामान्य चोराचे काम आहे."

"जीवन आणि मृत्यू," मी म्हणालो, "ही कायदेशीर कृतीसाठी थांबत नाहीत. हे बघ हे काय आहे?" मी तिच्याकडे एक लांब कागद टाकला. त्यावर नावे होती, काही इंग्लिश, काही लॅटीन, काही इटालियन.

"मी खात्रीने सांगू शकत नाही" ती म्हणाली, "परंतु मला वाटते की ही झुडपे आणि औषधी वनस्पतींची यादी आहे. लिखाण एवढे स्पष्ट नाही."

मी खणात शोधत असताना ती ते कोडे सोडवत होती.

"हो," ती म्हणाली, "ही औषधी वनस्पती आणि बरे करण्यासाठी उपाय योजना आहे, परंतु दुसरा कागद इंग्लिशमध्ये आहे आणि बहुतेक त्यात झाडांचा

विस्तार कसा करायचा ह्यावरची टिपणे आहेत. निरनिराळ्या डझनावारी जाती आहेत.''

''लॅबरनम हे नाव पाहा,'' मी म्हणालो.

मग तिने क्षणभर माझ्याकडे काहीशी जाणीव झाल्यासारखे पाहिले, मग तिने हातातील कागदावर पुन्हा एकदा नजर टाकली.

''हो, ते इथं आहे,'' ती म्हणाली, ''पण त्यावरून काही संबोध होत नाही.''

मी ते तिच्या हातातून घाईने घेतले आणि जिथं तिने बोट ठेवले होते तिथं पाहिले. 'लॅबरनम झाड हे मूळचे दक्षिण युरोपातील आहे. ही झाडे बियाणापासून तयार करता येतात आणि त्यातील अनेक फांद्या लावून किंवा कलम करूनही वाढवली जातात. पहिल्या प्रकारात एखाद्या वाफ्यात किंवा जिथं झाड राहणार आहे तिथं ते बियाणे पेरायचे. वसंत ऋतूत म्हणजे मार्च महिन्यात, ती जेव्हा पुरेशी वाढलेली असतील तेव्हा ती रोपे रोपवाटिकेत रांगेने लावून वाढवायची आहेत आणि योग्य वाढ झाल्यावर जिथं ती वाढवायची आहेत तिथं ती लावायची.' त्या खाली, जेथून तिने ही माहिती मिळवली होती त्याबद्दलचे टिपण होते. 'द न्यू बोटॉनिक गार्डन. प्रिटेंड फॉर जॉन स्टाकडेल आणि कंपनी बाय टी. बौस्ले, बोल्ड कोर्ट ,फील्ट स्ट्रीट. १८१२'

''इथं तर विषाबद्दल काहीच नाही,'' ल्युसी म्हणाली.

मी ते खण शोधतच राहिलो. मला बँकेचे पत्र मिळाले. मी मि. कौचचे हस्ताक्षर ओळखले. मी ते भाडभीड न बाळगता आणि पर्वा न करता उघडले.

प्रिय मॅडम,

आम्ही आपण जडजवाहिरांचा संग्रह आमच्याकडे परत पाठवलात त्याबद्दल आभारी आहोत. आता तुम्ही लवकरच हा देश सोडून जात आहात, त्यामुळे तुमचा वारस मि. फिलीप ॲश्लेची तो संग्रह ताब्यात घेण्याची वेळ येईपर्यंत तो तुमच्या सूचनेप्रमाणे आमच्या ताब्यात राहील.

तुमचा विश्वासू,

हर्बट कौच.

मी ते पत्र काहीशा दु:खाने खाली ठेवले. रेनाल्डीचा काहीही प्रभाव असला तरी ती शेवटची कृती तिने आपल्या मनाने केली होती.

इथं बाकी कशाचाही उल्लेख नव्हता. मी प्रत्येक खण, अगदी प्रत्येक पत्राच्या खोबणीत हात घालून नीटपणे तपासला होता. तिने ते पत्र नाहीसे केले होते किंवा ते स्वत:बरोबर घेतले असावे. गोंधळून, वैतागून मी ल्युसीकडे वळलो. ''ते इथं

नाही,'' मी म्हणालो.

''तू त्या टीपकागदातून पाहिलेस का?'' तिने संशयाने विचारले.

एखाद्या मूर्खासारखे मी ते खुर्चीवर ठेवले होते. माझ्या मनात हा विचारही आला नव्हता की इतक्या उघड जागेत एखादे गुप्त पत्र लपून राहील. मी ते उचलले आणि दोन स्वच्छ पांढऱ्या कागदांच्या मधील तो प्लायमाऊथवरून आलेला लिफाफा होता. ते पत्रही त्यात होते. मी ते लिफाफ्यातून काढले आणि ल्युसीकडे दिले. ''हे ते आहे,'' मी म्हणालो, ''बघ तुला ह्याचा अर्थ लावता येतो का ते.''

तिने त्या कागदाकडे पाहिले आणि तो मला परत दिला. ''परंतु हे इटालियनमध्ये नाही,'' ती मला म्हणाली. ''तू स्वतःच वाच.''

मी ती चिठ्ठी वाचली. तिथं अवघ्या काही ओळी होत्या. त्याने औपचारिकता सोडली होती. तो तसे करील असे मला वाटले होते, परंतु ज्या तऱ्हेने मला वाटले होते तसे नव्हे. ती रात्रीची अकराची वेळ होती पण त्यावर मायना नव्हता.

तू आता इटालियनपेक्षा जास्त इंग्लिश झाली आहेस म्हणून मी तुझ्या मानलेल्या भाषेतून हे पत्र लिहितोय. अकरा वाजून गेले आहेत आणि आम्ही बहुधा मध्यरात्री पोहोचू. तू जे काही सांगितलंयस ते मी फ्लॉरेन्समध्ये करीन, त्याशिवाय जास्तही, अर्थात मला नाही वाटत की तू ह्याला लायक आहेस असे. काही झाले तरी जेव्हा तू तेथून पाय काढू शकशील तेव्हा बंगला तुझी प्रतीक्षा करत असेल आणि नोकरही. फार उशीर करू नको. माझा तुझ्या त्या मनाच्या लहरींवर आणि भावनांवर फारसा विश्वास नाही. जर सरतेशेवटी तू त्या मुलाला मागे सोडू शकली नाहीस तर मग त्याला बरोबर घेऊन ये. मी तुला माझ्या निर्णयशक्तीच्या विरुद्ध जाऊन इशारा करत आहे. तू तुझी काळजी घे आणि मला तुझा मित्र समज, रेनाल्डी.

मी एकदा दोनदा ते पत्र वाचले आणि मग ते ल्युसीकडे दिले.

''तुला हवा होता तो पुरावा ह्यातून मिळतोय का?'' तिने विचारले.

''नाही,'' मी म्हणालो.

काहीतरी नक्कीच हरवले होते. दुसऱ्या एका कागदाच्या तुकड्यावरील ताजा कलम. तिने कदाचित तो दुसऱ्या कागदांच्या चळतीत टाकला असावा. मी पुन्हा एकदा तपासले पण तिथं काही नव्हते. तो टीपकागद स्वच्छ होता. फक्त तिथं वर एक बंद लिफाफा होता, मी तो घेतला आणि त्याच्यावरचा कागद फाडला. ह्यावेळी त्यात पत्र नव्हते किंवा औषधी वनस्पतींची किंवा झुडपांची यादी नव्हती. तिथं ॲम्ब्रोसचे चित्र होते. कोपऱ्यातील आद्याक्षरे अस्पष्ट होती परंतु मला वाटते की ते

बहुधा इटालियन मित्राने किंवा चित्रकाराने काढलेले होते, कारण त्या आद्याक्षरांच्या खाली फ्लॉरेन्स असे गिचमीड लिहिलेले होते आणि ती तारीख होती तो ज्या वर्षी वारला त्या जून महिन्याची. मी त्याकडे पाहातच राहिलो आणि मग माझ्या लक्षात आले की हे शेवटचे चित्र टिपलेले होते. तो घर सोडल्यापासून जास्त म्हातारा झालेला होता. त्याच्या तोंडाजवळ सुरकुत्या पडलेल्या होत्या ज्या मी पूर्वी पाहिलेल्या नव्हत्या. डोळ्यांच्या कोपऱ्याशीही सुरकुत्या होत्या. त्या डोळ्यांतही पछाडल्यागत भावना होती. जणू काही एखादी सावली त्याच्या खांद्यामागे उभी होती आणि त्याला मागे बघण्याची भीती वाटत होती. तो चेहरा काहीतरी हरवल्यागत दिसत होता आणि त्यात एकाकीपणा होता. त्याला माहीत होते की संकट त्याच्या नशिबात होते. त्या डोळ्यात भक्ती होती पण दयेसाठी विनवणीही होती. त्या चित्राखाली ॲम्ब्रोसने स्वत: काही पंक्ती इटालियनमध्ये लिहिलेल्या होत्या.

"टू रेशेल, नॉन रॅमेंटेअर चे लोअर फेलीसी, ॲम्ब्रोस.''

मी ते चित्र ल्युसीला दिले. "इथं फक्त हे आहे,'' मी म्हणालो. "ह्याचा अर्थ काय?''

तिने ते शब्द मोठ्याने वाचले, मग क्षणभर विचार केला. "फक्त सुखाचे क्षण आठव,'' ती हळूच म्हणाली. तिने ते माझ्याकडे परत दिले आणि रेनाल्डीचे पत्रही. "तिने ते तुला आधी दाखवले नव्हते का?'' तिने विचारले.

"नाही,'' मी म्हणालो.

आम्ही न बोलता एकमेकांकडे पाहिले, मग ल्युसी म्हणाली, "आपण तिला समजण्यात चूक तर केली नाही ना? तुला काय वाटते? त्या विषाविषयी? तू स्वत:च पाहा. इथं काही पुरावा नाही.''

"आता पुरावा कधीच असणार नाही,'' मी म्हणालो. "आता नाही आणि कधीच नाही.''

मी ते चित्र टेबलाच्या खणावर ठेवले आणि ते पत्रही.

"जर पुरावा नसेल,'' ल्युसी म्हणाली, "तर मग तू तिला शिक्षा देऊ शकत नाहीस. ती कदाचित निर्दोष असेल आणि जर तू तिच्यावर आरोप केलेस तर तू स्वत:ला क्षमा करू शकणार नाहीस तर मग तू दोषी ठरशील, ती नाही. चल, ह्या खोलीतून आपण दिवाणखान्यात जाऊ या. आपण उगाचच तिच्या वस्तूंशी ढवळाढवळ केली असे मला वाटते.''

मी त्या स्त्रियांच्या खोलीच्या खिडकीशी उभा राहिलो आणि बाहेर हिरवळीकडे पाहायला लागलो.

"ती तिथं आहे का?'' ल्युसीने विचारले.

"नाही,'' मी म्हणालो, "ती गेल्याला अर्धा तास झालाय आणि ती परत

आलेली नाही.''

ल्युसी खुर्चीतून उठली आणि माझ्या बाजूला येऊन उभी राहिली. तिने माझ्या चेहऱ्याकडे पाहिले. ''तुझा आवाज एवढा विचित्र का?'' ती म्हणाली, ''तू तुझी नजर त्या मजगीवर जाणाऱ्या वाटेच्या पायऱ्यांवर का स्थिरावली आहेस? काही घडलंय का?''

मी तिला बाजूला ढकलली आणि दरवाजाकडे गेलो. ''तुला खाली घंटाळ्याच्या जिन्यामध्ये असलेला घंटेचा दोर माहीत आहे का?'' मी तिला विचारले. ''तो जो दुपारी लोकांना जेवणासाठी बोलवायला वापरला जातो तो दोर? जा आता आणि तो जोरात ओढ.''

ती माझ्याकडे गोंधळून पाहात होती. ''कशासाठी?'' तिने विचारले.

''कारण आज रविवार आहे,'' मी म्हणालो, ''आणि प्रत्येकजण बाहेर आहे किंवा झोपलाय किंवा इकडे तिकडे गेलाय आणि मला मदतीची गरज भासेल.''

''मदत?'' ती म्हणाली.

''हो,'' मी म्हणालो, ''कदाचित रेशेलला अपघात झालेला असेल.''

ल्युसी माझ्याकडे पाहातच राहिली. तिच्या करड्या, सरळ डोळ्यांनी ती माझा चेहरा तपासत होती.

''तू काय केलंयस?'' ती म्हणाली. तिच्या मनात भीती दाटली होती आणि मी दोषी असल्याची खात्रीही होती. मी वळलो आणि खोलीतून बाहेर पडलो.

मी खाली धावत आलो, हिरवळ ओलांडली आणि वर मजगीच्या फिरण्याच्या जागेकडे वळलो. तिथं रेशेल नव्हती.

तिथं दगड आणि चुन्याचा गारा आणि आणि लाकडांच्या राशीजवळ तळ्यातील बागेच्या वर दोन कुत्रे उभे होते. त्यातील छोटा माझ्याकडे आला. दुसरा मात्र तिथंच त्या चुन्याच्या राशीजवळ थांबला. मला तिच्या पाऊलखुणा त्या वाळूत आणि चुन्यात दिसल्या. तिची ती छोटी छत्री अजूनही उघडीच होती. फक्त एका बाजूला कलंडलेली होती. अचानक घराच्या घंटाळ्यातून घंटेचा आवाज आला. ती वाजतच होती. तो दिवस शांत आणि निस्तब्ध असल्यामुळे तिचा आवाज त्या शेतांवरून, समुद्रापर्यंत गेला असावा, त्यामुळे खाडीत मासेमारी करणाऱ्या लोकांनीही तो ऐकला असावा.

मी त्या भिंतीच्या टोकाशी आलो. त्या तळ्यातील बागेच्यावर आणि मजुरांनी त्या पुलाची सुरुवात जिथं केली होती तिथं पाहिले. त्या पुलाचा काही हिस्सा अजूनही होता आणि तो लोंबकळलेल्या अवस्थेत होता. एखाद्या हलणाऱ्या शिडीसारखा तो वेडावाकडा आणि भयानक होता आणि बाकीचा भाग खाली पडला होता.

रेशेल खाली जिथं लाकडे आणि दगडांत पडली होती तिथं मी खाली उतरून गेलो. मी तिचे हात धरले. ते थंड होते.

"रेशेल," मी तिला म्हणालो आणि "रेशेल," पुन्हा म्हणालो.

कुत्रे वरच्या बाजूला भुंकू लागले आणि त्यापेक्षा जोरात त्या घंटेचा आवाज येत होता. तिने डोळे उघडले आणि माझ्याकडे पाहिले. प्रथम वेदनेत, मग आश्चर्याने आणि सरतेशेवटी मला वाटते, ओळखीच्या जाणिवेने. तरीही मी चूकच होतो- तेव्हाही. तिने मला ॲम्ब्रोस अशी हाक मारली. ती मरेपर्यंत मी तिचा हात धरून होतो.

पूर्वीच्या काळी ते फोर टर्निंगच्या चौकात माणसांना फाशी द्यायचे.

परंतु आता मात्र नाही.